Kính dâng hương linh những người Thầy của tôi từ Lớp Vỡ lòng đến Tiểu học, Trung học cũng như Sư Phạm và Đại học Văn Khoa Sài Gòn (1966-1974).

Cuộc đời và hành trạng của các Ân sư mãi mãi là ngọn đuốc ngời sáng cho chúng tôi noi theo: quý Thầy Nguyễn Văn Ái (soạn giả Việt Ái), các Giáo sư Thanh Lãng, Nghiêm Toản, Bửu Cầm, Nguyễn Khắc Hoạch, Lê Ngọc Trụ, thi sĩ Đông Hồ.

Nguyễn Kiến Thiết

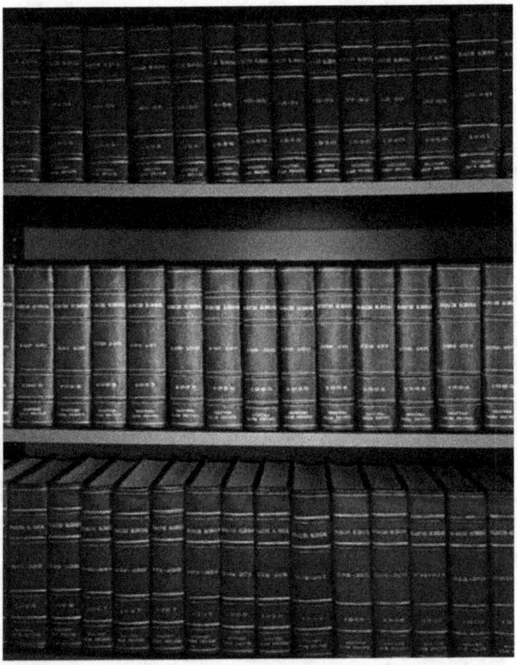

Tạp Chí Bách Khoa (hơn 420 số) Nguyễn Đôn Phong tặng

NGUYỄN KIẾN THIẾT

NHỮNG MẢNH VỤN VĂN HỌC

VĂN HỌC MỚI
2025

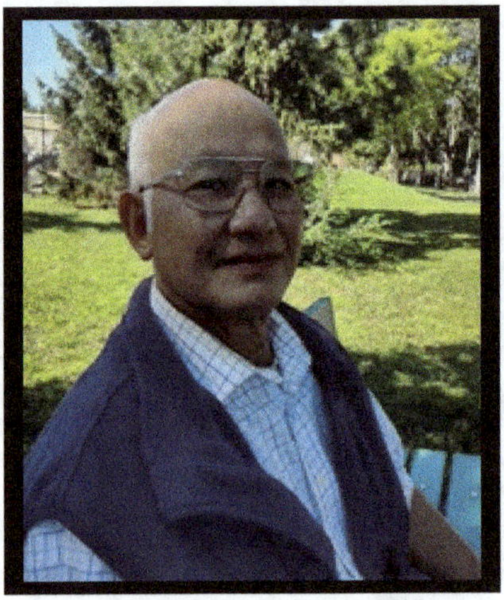

TIỂU SỬ VÀ TÁC PHẨM

Nguyễn Kiến Thiết (bút hiệu Trúc Lan, Tuấn Trung)

- Sanh năm 1945 tại làng Thuận Thới, huyện Trà Ôn, tỉnh Cần Thơ (nay thuộc tỉnh Vĩnh Long, Việt Nam);

- Tốt nghiệp Sư Phạm Sài Gòn 1967, Cử Nhân Văn Chương 1969, Cao Học Văn Chương Việt Nam 1972, năm thứ Nhứt Tiến Sĩ Văn Chương Việt Nam 1974;

- Chủ bút Tập San Văn Học, Đại học Văn Khoa Sài Gòn 1967-1974;

- Tổng Thơ ký Tòa soạn Tạp chí *Nghiên Cứu Văn Học* 1971-1972; -

- Giảng dạy tại Viện Đại học Cần Thơ và Viện Đại học Hòa Hảo (An Giang) từ 1974. Phó ban chỉ đạo công trình nghiên cứu "*Văn Hóa Dân Gian Đồng Bằng Sông Cửu Long*" Đại học Cần Thơ. Đã đã đưa nhiều đợt sinh viên đi "điền dã", sưu tầm văn chương bình dân ở nông thôn các tỉnh Vĩnh Long, Trà Vinh, Cần Thơ, Bến Tre, Đồng Tháp, An Giang, Kiên Giang, Cà Mau, v.v...

- Định cư ở Montréal, Canada tháng 3, 1989;

- Tốt nghiệp trường Chuyên nghiệp Điện tử ở Canada, làm việc tại các hãng Điện tử (Philips, Prolex Canada) cho đến khi về hưu năm 2008;

- Giảng dạy một số chuyên đề về *Văn chương Việt Nam* cho lớp Quê Hương Mến Yêu Montréal, 1993-1994;

- Thuyết trình về *Ca dao miền Nam* tại Trung Tâm Văn Hóa Giáo Dục Hồng Đức, Montréal 2001;

- Thuyết trình về *Thú chơi Câu Đối* tại Đại hội Giáo chức Québec 2017;

- Trưởng Ban Giám Khảo *Cuộc thi Câu Đối* do Hội Giáo chức Québec phát động năm 2017 (các Phó Ban: Trương Thị Khoa Nghi, Lộc Bắc);

- Thành viên Ban Giám Khảo "*Giải Thơ Văn Học Mới 2024*";

- Cố vấn Hội Giáo chức Québec hơn 30 năm nay.

Tác phẩm đã xuất bản:

- ***Tánh Cách Đặc Thù Của Ca Dao Miền Nam,*** Luận án Cao học Văn Chương Việt Nam, Đại học Văn Khoa Sài Gòn, 1972;

- ***Nguyễn Đăng Gia Phả*** (Đồng chủ biên với Nguyễn Trọng Dũng), nhà xuất bản Thuận Hóa-Huế 2021;

- ***Những Trang Văn Đời Tôi,*** nhà xuất bản Văn Học Mới Hoa Kỳ, 2021;

Sách sắp xuất bản:

-***Những Sợi Tơ Lòng*** - Thơ Trúc Lan

-***Những Trang Văn Đời Tôi*** - Tập II

-***Những Mảnh Vụn Văn Học*** - Tập II

-***Tánh Cách Đặc Thù Của Ca Dao Miền Nam*** - Tái bản (chỉnh sửa, bổ sung)

Đã cộng tác với các Tạp chí, Đặc san ở Việt Nam: *Nghiên Cứu Văn Học, Văn Nghệ*, và tại hải ngoại: *Nắng Mới, Thời Báo, Đồng Nai - Cửu Long, Văn Học Mới, Ngôn Ngữ, Nam Kỳ Lục Tỉnh, Tân Văn, Sài Gòn Nhỏ, Nghệ Thuật, Quốc Gia, Hội Giáo Chức Québec, SaiGon Times*, v.v...

BA TÔI

"Nhớ xưa khói lửa tơi bời
*Ba ôm con trốn dưới trời đạn bom"**
Ba đưa con học Sài Gòn
Lúa vay bạc mượn mong con nên người
Lời khuyên văng vẳng đâu đây:
"Có công mài sắt có ngày nên kim".

Trúc Lan – Sài Gòn 1962

* Trích " *Tánh Cách Đặc Thù Của Ca Dao Miền Nam*" -1972

MỤC LỤC

***

GIỚI THIỆU NHỮNG MẢNH VỤN VĂN HỌC

Nhận được lời mời giới thiệu *Những Mảnh Vụn Văn Học*, công trình văn-học mới của anh Nguyễn Kiến Thiết (NKT), trong lúc đang bị "cơn sốt" 50 năm văn-học hải-ngoại, hôm nay mới trễ tràng có đôi dòng ghi nhận gửi anh.

Tuyển tập *Những Mảnh Vụn Văn Học* được xem là tiếp nối tập *Những Trang Văn Đời Tôi* mà NKT gọi là "*mảng hồi ức thuở học trò từ lớp Vỡ lòng cho đến khi lên Đại học, lúc đã làm thầy cũng như về những vấn đề mình tâm đắc*". Tiếp nối nhưng khác hơn, như NKT đã cho biết ở đầu tập: "*Phần trọng tâm của cuốn sách, như tên gọi của nó, là* góp nhặt, sưu tầm *và* giới thiệu, *phổ biến một số bài viết, "những mảnh vụn văn học" của chính mình cũng như của một vài tác giả khác, về một số vấn đề văn hóa, văn học mà người viết lấy làm tâm đắc. Đây cũng là những "văn bản" cũng như hồi ức của một số tác giả về một số đề tài ít người biết, hoặc đã biết nhưng chưa tường tận hay bị hiểu sai lệch, đã thôi thúc chúng tôi phải giới thiệu; đôi khi cần phải bổ sung, đính chánh những sơ sót trong khả năng, kiến thức hạn hẹp của mình*". Ông cho biết thêm "*Mục đích của chúng tôi là cung cấp một số tư liệu cho những ai hằng lưu tâm đến văn hóa, văn học – đặc biệt cho các nhà viết văn học sử*".

Chúng tôi đã đọc và nói chung hoan nghênh công sức biên luận của tác giả NKT. Với tư cách độc giả, tôi tin tuyển tập hữu ích và sẽ gây thích thú với một số đề tài cũng như tác giả, nhân vật được đề cập - trong số có đề tài vốn ít được quan tâm của độc giả và học giới.

Tuy vậy, vốn "méo mó nghề nghiệp" nghiên cứu văn-học chúng tôi nhận thấy có những giai đoạn và những vấn đề nhạy bén vẫn chưa được chú tâm và cập nhật. Chúng tôi có những mong mỏi ở NKT công bình hơn, đa dạng hơn cách trình bày hoặc phê phán. Những biên khảo trong nước chẳng hạn về văn-học miền Nam hay Nam-kỳ lục-tỉnh dù muốn định vị và đánh giá lại những nền văn-học này, tuy vậy vẫn thấy mây mù của một số định kiến, "nghị quyết". Từ 1994, tôi vẫn theo dõi những nghiên cứu về Hồ Biểu Chánh, Trương Vĩnh Ký, *Gia Định Báo*,… và nhận thấy có nhiều thay đổi, cập nhật quan điểm, nhưng vài thiên kiến, nhìn nhận vẫn như cũ.

Mặt khác, trong nghiên cứu về *Văn-Học Việt Nam 50 Năm Hải-Ngoại*, chúng tôi có nhận xét rằng có nhiều biên khảo, tiểu luận mang tính bút ký và cả hồi ký hơn là nghiên cứu khoa học. Tuyển tập của NKT có những cố gắng, tuy không dễ dàng, vượt những trở ngại chủ quan đó. Xin phép góp ý về hai bài: "Nguyễn Văn Sâm-Người đầu tiên giới thiệu và chú giải truyện thơ *U Tình Lục*": ông là người đầu tiên chú giải thì đúng, nhưng giới thiệu, phân tích nội dung và hình thức thì đã có những Nguyễn Khuê (*Chân Dung Hồ Biểu Chánh,* 1974) và Bùi Đức Tịnh (*Những Bước Đầu của Báo Chí, Tiểu Thuyết và Thơ Mới,* 2-1975),… đi trước từ nhiều thập niên. Bài sau, "Về Vụ án "Đạo văn" của LM Thanh Lãng và chuyện "In lậu sách" thì vì chưa hề có phán quyết của Tòa cao hơn, thì bản án ngày 22-9-1972 của Tòa Sơ Thẩm Sài-Gòn theo thông lệ phải được xem là bản án chính.

Gấp tuyển tập lại, phải công bình nói rằng những mong muốn học thuật chúng tôi vừa nói thật ra là những vấn đề tự-thân hoặc là những khó khăn của tình cảnh chung và lớn hơn. Riêng nghiên cứu *Những Mảnh Vụn Văn Học* của Nguyễn Kiến Thiết mà độc giả đang có trong tay là một công trình đáng trân quý và nên được phổ biến ở hải-ngoại cũng như trong nước. Ước gì các học giả và những nhà nghiên cứu quan tâm lên tiếng.

Chúc nhà Việt học và Nam-kỳ học Nguyễn Kiến Thiết vững tiến trên đường học thuật.

3-7-2025

Nguyễn Vy Khanh

LỜI TỰA

Trong Lời Tựa quyển *Những Trang Văn Đời Tôi* do nhà Văn Học Mới, Hoa Kỳ xuất bản năm 2021, chúng tôi có viết: "*Tôi dự định sẽ xuất bản cuốn sách thứ tư tựa đề Những Mảnh Vụn Văn Học...*". Mặc dầu tình trạng sức khỏe không được khả quan, đặc biệt "năm qua tai họa ập lên đầu", nhưng với tâm nguyện thực hiện lời hứa tuy muộn màng, tôi muốn "trình làng" tập sách nầy để hầu bạn đọc.

Phần trọng tâm của cuốn sách, như tên gọi của nó, là *góp nhặt, sưu tầm* và *giới thiệu, phổ biến* một số bài viết, "những mảnh vụn văn học" của chính mình cũng như của một vài tác giả khác, về một số vấn đề văn hóa, văn học mà người viết lấy làm tâm đắc. Đây là những "văn bản" cũng như hồi ức của một số tác giả về một số đề tài ít người biết, hoặc đã biết nhưng chưa tường tận hay bị hiểu sai lệch đã thôi thúc chúng tôi phải giới thiệu; đôi khi cần phải bổ sung, đính chánh những sơ sót trong khả năng, kiến thức hạn hẹp của mình. Những mảnh vụn văn học được thể hiện qua tình nghĩa thầy trò, tình mẫu tử, duyên văn nghệ, tình quê, tình bạn; hoặc mấy "Vụ án đạo văn", vài trường hợp "In lậu sách", những "Nhà văn hóa bị bỏ quên", kể cả hình ảnh và thủ bút của một số tác gia nổi danh. Đặc biệt về tình nghĩa thầy trò, ba vị thầy khả kính ở Đại học Văn Khoa Sài Gòn như các Giáo sư Nguyễn Khắc Hoạch, Thanh Lãng và Nguyễn Văn Trung được các môn sinh Nguyễn Văn Sâm, Nguyễn Kiến Thiết và Nguyễn Vy Khanh khắc họa với tất cả tấm lòng kính yêu trân trọng. Chúng còn là những nhận định, đánh giá một cuốn sách, hay các thú chơi tao nhã của người xưa – cũng như thời nay, như Thú chơi Xướng-Họa, Thú chơi Câu Đối góp phần làm phong phú quyển sách. Đặc biệt trong bài *Vài Suy Nghĩ Về*

Câu Đối Xuân, chúng tôi đã lượm lặt được một ít mảnh vụn nho nhỏ về văn học. Đành rằng hễ "trung ngôn" thường hay "nghịch nhĩ", dễ gây ngộ nhận, bất đồng, nhưng chúng tôi vẫn muốn nói, vẫn phải nói, *nói thẳng nói thật* để tìm ra chân lý. Khi bàn về văn chương bình dân, ngoài ca dao tục ngữ ba miền đất nước, người viết còn bổ sung ca dao – dân ca Nam Kỳ Lục Tỉnh. Đây là vốn tư liệu do chúng tôi tra cứu trong sách báo, qua việc tiếp xúc với các nhà nghiên cứu văn hóa khi soạn Luận án Cao học Văn chương, lúc giảng dạy về Ca Dao Miền Nam cũng như sưu tầm được "Lời ăn tiếng nói của dân gian" trong những chuyến đi "điền dã" ở các tỉnh miền Tây mà người viết lãnh trách nhiệm Phó ban chỉ đạo Công trình "*Nghiên Cứu Văn Hóa Dân Gian Đồng Bằng Sông Cửu Long*" tại Đại học Cần Thơ. Trên tinh thần đó, một số tư liệu về Dân ca miền Nam, về Câu hát huê tình ở Nam Kỳ và Hò miền Nam cũng được giới thiệu trong tập sách nầy. Ngoài vài bài viết còn "nóng hổi", hầu hết đều là những văn bản của chính tác giả cùng một số văn thi hữu được trích đăng từ các sách báo xuất bản ở trong nước và hải ngoại, trước và sau năm 1975. Đó là các tạp chí: *Nghiên Cứu Văn Học, Văn Nghệ, Thời Báo, Nắng Mới, Đồng Nai-Cửu Long, Ngôn Ngữ, Văn Học Mới, Sài Gòn Nhỏ, Tân Văn, Quốc Gia, Nghệ Thuật, Hội Giáo Chức Québec, SaiGon Times, v.v...*; cũng như trên các trang mạng xã hội và ba đầu sách: *Tánh Cách Đặc Thù Của Ca Dao Miền Nam (1972), Nguyễn Đăng Gia Phả (2021), Những Trang Văn Đời Tôi (2021).* Chúng tôi cũng đăng lại và bổ sung (thể theo yêu cầu của một số bạn đọc) hai bài đã giới thiệu trong sách *Những Trang Văn Đời Tôi* về *Dạ cổ hoài lang* và *Kỷ niệm buồn vui nghề báo* không ngoài mục đích góp thêm nhiều "mảnh vụn văn học".

Những "sợi", "mảnh" văn học còn là một số *từ* và *ngữ* giải thích không đồng nhứt ở vài bộ Từ điển, ở ca dao tục ngữ hoặc một số văn bản cùng những nhận xét, khích lệ của phần đông độc giả và bè bạn tâm giao được trích đăng trong phần **PHỤ LỤC** như "cành hoa cánh bướm" điểm tô quyển sách. Sự đóng góp của các bạn trong tập sách nầy còn nhằm nói lên mối duyên văn nghệ và tình cảm lớn mà chúng ta đã dành cho nhau, cùng nâng niu trân quý. Để khai sanh đứa con tinh thần nầy, chúng tôi được sự tiếp tay của nhà thơ Hà Nguyên Du, chủ trương Tạp chí *Văn Học Mới* và nhà Văn Học Mới trong việc xuất bản và phát hành sách trên toàn cầu qua hệ thống Amazon. Đặc biệt tôi thành thật cám ơn nhà phê bình văn học Nguyễn Vy Khanh – đồng môn ở Đại học Văn Khoa Sài Gòn – đã dành thời giờ quý báu chịu khó đọc bản thảo và viết Lời giới thiệu thật súc tích với văn phong của một nhà phê bình có tầm cỡ. Tôi biết ơn các bạn văn, bạn thơ, cựu đồng nghiệp đã "tặng không biếu không" rất nhiều sách báo, tư liệu, hình ảnh có giá trị xuất bản trước và sau năm 1975. Đó là Thái Việt, Nguyễn Đôn Phong, Lê Quang Xuân, Lê Cần Thơ, Huỳnh Công Ân... Tôi muốn bày tỏ lòng biết ơn và mối cảm tình nồng hậu đến Phạm Lệ-Hương – một chuyên viên Thư viện công tác thiện nguyện tại Viện Việt học CA, Hoa Kỳ với tinh thần "thi ơn bất cầu báo" và lòng tốt đã nhiệt tình giúp tôi sưu tầm được rất nhiều tư liệu văn học Nam Kỳ Lục Tỉnh hiếm quý. Những lời khuyên chí tình của các đồng môn Nguyễn Văn Sâm và Nguyễn Vy Khanh cũng như của một số văn thi hữu là chất men tinh thần để tôi trở lại nghiệp văn sau một thời gian dài vắng bóng. Xin cám ơn tất cả những *tấm lòng* và *cái tình* của các bạn.

Vốn chịu ảnh hưởng "phương pháp tư liệu" của các vị thầy khả kính ở Đại học Văn Khoa Sài Gòn (GS Thanh Lãng, GS Nguyễn Văn Trung), với tinh thần nghiên cứu nghiêm cẩn, khoa học, chúng tôi đã dồn hết mọi nỗ lực để biên soạn và giới thiệu tập sách nầy. Mục đích của chúng tôi là *cung cấp* một số *tư liệu* cho những ai hằng lưu tâm đến văn hóa, văn học – đặc biệt cho các nhà viết văn học sử.

Nội dung tập sách nầy khác với quyển *Mảnh Vụn Văn Học Sử* của Bằng Giang (nhà xuất bản Chân Lưu, Sài Gòn 1974), nên chúng tôi chỉ *sưu tầm, giới thiệu* "những mảnh vụn văn học" có thể "thấy được những chỗ người khác chưa thấy" mà không đặt nặng việc *phân tích, tổng hợp, nhận định*, *san định* hay *hiệu đính* văn bản như các nhà viết văn học sử vẫn thường làm. Với cái tánh cầu toàn "nói có sách", người viết phải mất nhiều thời gian tra cứu tài liệu để "mách có chứng" trong việc bổ sung, đính chánh và chú thích* nên vô tình làm vướng mắt người đọc. Một số bài đã đăng báo cùng một đề tài, một vài chi tiết bị trùng lặp không tránh khỏi. Đó là việc làm ngoài ý muốn của chúng tôi. Chúng tôi mạo muội sửa một số lỗi chánh tả, in đậm chữ đúng chánh tả trong dấu [ ]. Thí dụ: xử dụng [**sử** dụng]. Ước mong quý độc giả dung tình! Đó là lý do để quyển sách nầy được ra đời trong cảnh chợ chiều của sách vở, trong cảnh đời chiều của tác giả.Nhằm giúp bạn dọc tiện theo dõi, chúng tôi chia tập sách nầy làm hai phần:

-Phần **I**: Nội dung quyển sách (gồm **31** bài biên khảo văn học và một số thơ văn).
-Phần **II**: Phụ Lục
1.- Một vài mảnh vụn văn học
2.- Thơ sáng tác và xướng-họa tiêu biểu.

Mặc dầu chúng tôi đã cố gắng hết sức mình, nhưng không thể tránh khỏi những lỗi lầm, sơ sót ngoài ý muốn. Chúng tôi thành khẩn đón nhận và thành tâm lắng nghe những ý kiến đóng góp, những chỉ giáo quý báu với tinh thần xây dựng vô tư của các bậc thức giả. Chúng tôi sẽ vô cùng hạnh phúc vì được đông đảo độc giả đón nhận đứa con tinh thần ***Những Mảnh Vụn Văn Học*** nầy. Có thêm nhiều người *đồng điệu*, vài bạn *tri âm* là chúng tôi lấy làm mãn nguyện lắm rồi! Xin gởi lời cám ơn nồng hậu đến tất cả bạn đọc, đến những người đồng điệu và các bạn tri âm. Xin cám ơn tất cả.

Montréal, Canada 09.XII.2024
Tác giả cẩn chí
Nguyễn Kiến Thiết

* Bằng Giang: *"Chua xuất xứ chính là một điều do phép biên khảo đòi hỏi và sự liêm khiết trí thức bắt buộc"* (*Mảnh Vụn Văn Học Sử*, sách đã dẫn, tr.110).

***

PHẦN I: NỘI DUNG QUYỂN SÁCH
GIÁO SƯ THANH LÃNG – THẦY TÔI

Lời người viết: *Vốn là một cựu môn sinh có nhiều "duyên nợ" với GS Thanh Lãng, người viết muốn ôn lại những kỷ niệm đáng nhớ lúc còn theo học với Thầy tại Đại học Văn Khoa Sài Gòn (ĐHVKSG) cùng một số sinh hoạt văn hóa khác. Đồng thời nhằm bổ sung, đính chánh một vài sai lầm, thiếu sót về cuộc đời và sự nghiệp của người thầy khả kính. Ước mong nhận được những ý kiến phản hồi với tinh thần xây dựng của các bậc thức giả trong và ngoài nước - đặc biệt của các môn sinh cũ của Thầy. Xin đa tạ.*

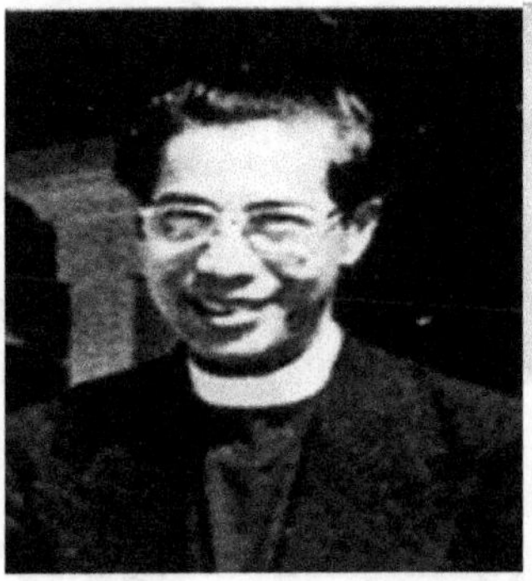

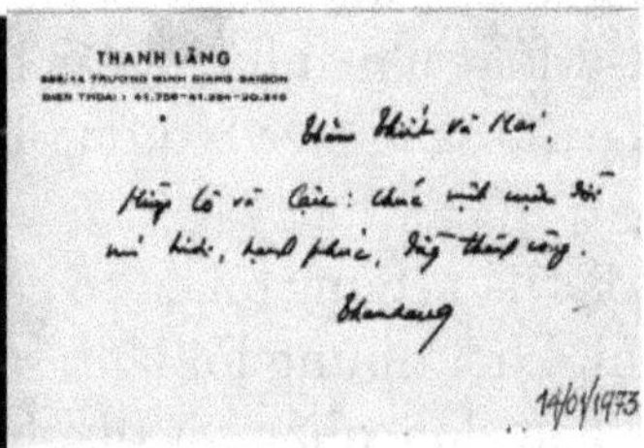

.Hình trái: *Ảnh LM Thanh Lãng*
.Hình phải: *Danh thiếp GS Thanh Lãng mừng Hôn lễ của Nguyễn Kiến Thiết và Vương Thị Mai*

Trong đời tôi ít khi viết về thầy học cũ của mình mặc dầu thấm nhuần truyền thống Tôn Sư Trọng Đạo. Tuy vậy, tôi cũng có bài ***Tết Thầy*** nói lên lòng biết ơn, sự kính trọng thầy học của mình ở quê nhà. Ngoài ra, các bạn cũng như tôi, đều có những vị thầy khả kính dầu ở Tiểu học, Trung học hay Đại học. Và tình nghĩa thầy trò trước kia đều thắm thiết, đáng trân trọng. Đặc biệt ở Đại học, tôi còn mang nặng nhiều "món nợ tinh thần" đối với một số thầy ở Đại học Văn Khoa Sài Gòn (ĐHVKSG). Trong bài nầy, tôi muốn viết những kỷ niệm về thầy Thanh Lãng nhân khi tìm được tấm **Danh thiếp** mà Thầy chúc mừng nhân ngày Hôn lễ của vợ chồng tôi đúng 50 năm về trước. Đó cũng là cách để trả ơn phần nào đối với thầy học của mình.

Một tháng sau khi đệ trình thành công Luận án Cao học Văn chương Việt Nam tại ĐHVKSG, tôi lập gia đình vào ngày 14 tháng 01 năm 1973. Trong số gần hai trăm quan khách đến dự Hôn lễ tại Tửu lầu Sài Gòn, còn có sự hiện diện của cô họ tôi – Bà Nguyễn Thị Trị, Phu nhân cố Thủ Tướng Campuchia Sơn Ngọc Thành - cũng như GS Phạm Việt Tuyền và phu nhân. GS Thanh Lãng bận việc không đến dự. Người gởi một danh thiếp mừng Hôn lễ của vợ chồng tôi, nguyên văn như sau: "*Thăm Thiết và Mai. Mừng Cô và Cậu. Chúc một cuộc đời vui tươi, hạnh phúc, đầy thành công. Thanh Lãng*". Tôi bồi hồi xúc cảm khi nhận tấm danh thiếp ấy từ vị Thầy khả kính, nguyện sẽ giữ gìn cẩn thận, coi như đó là kỷ vật thiêng liêng. Sau bao cuộc bể dâu, tấm danh thiếp ấy đã bị thất lạc, có lẽ nó cùng chung số phận với một số sách quý trong chiến dịch "phần thư" của chánh quyền mới. Không ngờ một cái "duyên" lạ lùng đã đưa châu về hợp phố. Đứa em trai tôi đã lén lút cất giấu nó cùng một số sách quý hiếm khác và gởi trả cho tôi sau khi qua định cư ở Hoa Kỳ theo diện H.O.

Tôi nâng niu tấm Danh thiếp ấy mà đầu óc suy nghĩ miên man. Từng kỷ niệm xưa chợt hiện về: cuồn cuộn, trào dâng, xúc cảm... Đối với tôi, GS Thanh Lãng là một nhà giáo yêu nghề, một người thầy khả kính. Thầy là tấm gương sáng cho môn đệ noi theo: từ sự cẩn trọng trong cách ăn mặc, sự mềm mỏng, lịch thiệp trong giao tiếp với bạn bè, đồng nghiệp, văn thi hữu - đặc biệt niềm đam mê nghiên cứu phê bình văn học với tinh thần nghiêm cẩn khoa học, "nói có sách mách có chứng".

Tôi có cái phước duyên theo học với GS Thanh Lãng tại ĐHVKSG từ chứng chỉ Văn chương Quốc âm (1967) đến lúc soạn và đệ trình Cao học Văn chương Việt Nam (1972), và sau cùng nghiên cứu sinh Tiến sĩ (1974). Giáo sư Thanh Lãng, tên khai sanh là Đinh Xuân Nguyên (1924-**1988**) (1), một Linh mục, một trí thức khoa bảng, nhà giáo dục, nhà nghiên cứu văn học nổi tiếng thời Việt Nam Cộng Hòa. GS Thanh Lãng sanh ngày 23/12/1924 tại Tam Tổng, Nga Sơn, Thanh Hóa. Thuở nhỏ Thầy theo học trường làng đến năm 12 tuổi, rồi lần lượt vào Tiểu chủng viện Ba Làng, đậu Tú tài Pháp năm 1945, dạy học hai năm (1947), và học hai năm Triết học tại Học viện Xuân Bích Hà Nội.

Năm 1949, Thầy được cử đi học trường Truyền giáo Roma (Ý) và được thụ phong Linh mục ngày 20/12/1953. Sau đó Linh mục vào Đại học Fribourg (Thụy Sĩ), đậu Tiến sĩ Văn chương năm 1957. Sau khi đậu Tiến sĩ Văn chương, Giáo sư Thanh Lãng về nước và giảng dạy tại Tiểu Chủng viện Tân Thanh (Bảo Lộc, Lâm Đồng); đồng thời giảng dạy tại các Đại học Văn Khoa Huế, ĐHVKSG (1957-1975), có lúc làm Giáo sư thỉnh giảng tại Viện Đại học Hòa Hảo (An Giang). Năm 1958, Linh mục được mời làm Giám đốc ngành Thông tin Công Giáo và Chủ biên tuần báo *Việt Tiến,* rồi Giám đốc Trụ sở Thanh Hoá (Trương Minh Giảng, Sài Gòn). Có thể nói ngoài công việc giảng dạy tại các Đại học, từ đây cho tới ngày 30/4/1975 là "thời gian hoạt động văn học nhộn nhịp trong cuộc đời Thanh Lãng" (theo GS Nguyễn Văn Trung). Ngoài tờ *Việt Tiến*, giáo sư còn làm Chủ biên các tạp chí *Trách Nhiệm*, *Nghiên Cứu Văn Học* (Bộ cũ và Bộ mới) và *Tin Sách* (tạp chí của Trung Tâm Văn Bút Việt Nam do giáo sư làm Chủ tịch). Ngoài bút hiệu Thanh Lãng thường dùng, giáo sư còn ký nhiều bút danh khác, như: Việt Tiến, Hưng Nhân, Nguyễn Hưng Nhân, NDL và nặc danh. Ngoài ra giáo sư còn viết bài cho nhiều nhựt báo ở Sài Gòn, có ngày phải viết đến hai ba bài xã luận cho các báo *Hòa Bình, Trắng Đen,* v.v...

Là một trong số giáo sư khoa bảng danh tiếng và do tiếp cận với văn hóa phương Tây, với một kiến thức bao la, Thầy giảng thao thao bất tuyệt về Văn hóa dân tộc, về Lịch sử phát triển chữ Quốc ngữ, về Phê bình văn học thế hệ 1932, v.v… khiến sinh viên chúng tôi ghi "cours" mệt nghỉ và bị "mê hoặc" đi vào con đường nghiên cứu! Như cá gặp nước, như rồng gặp mây, qua bao tháng ngày *xôi kinh nấu sử,* tôi đã khám phá một chân trời mới, với đầy đủ sắc màu, muôn vàn tinh tú: đó là chân trời văn học, triết học với những khuynh hướng học thuật mới mẻ, những phong cách độc đáo trong biên khảo, trước tác và dịch thuật. Từ ấy tôi nhận thức được cái vốn hiểu biết trước kia của mình chỉ là những giọt nước; còn những điều mình chưa biết là cả một đại dương bao la bát ngát!

****Theo học Cử nhân***: Trở lại đề tài, năm 1967 tôi theo học chứng chỉ Văn chương Quốc âm với GS Thanh Lãng. Hình ảnh đầu tiên đập vào mắt tôi là một Linh mục mặc áo dòng màu đen, mặt xương xương nghiêm nghị với cặp kiếng trắng, gọng màu xám nhạt, dáng người cao ráo. Thoạt nhìn ai cũng "ngán", nhứt là thi vấn đáp với Thầy, đa số sinh viên chúng tôi đều "khớp"! Tôi đồng ý với một bạn văn đã viết về Thầy: "*Đó là một người cởi mở, dễ dàng trao đổi đối thoại (...). Hình ảnh sợi dây vàng mắc vào khuy áo, đầu sợi dây mắc vào túi áo ngực, hình như mắc vào đó là một cái đồng hồ vàng*" (Viên Linh. Nguồn: www.vanthoconggiao.net). Một môn sinh cũ của Thầy đã viết: "*Cha hồn nhiên và vui tính. Cha dùng những ngôn từ bình nhựt, không kiêu sa, không làm dáng trú ẩn trong những câu nói cao kỳ, xa cách cuộc đời với những con người thật lăn lộn kiếm sống từng bữa...*" (Nguyễn Văn Sâm). Thầy lái chiếc xe hơi Volkswagen màu xanh dương nhạt để đi dạy. Sau khi thi đậu chứng chỉ Văn chương Quốc âm, chúng tôi thành lập Nhóm Văn Học Việt Nam do GS Thanh Lãng đỡ đầu. Tôi được anh em tín nhiệm bầu làm Phó Chủ tịch, bạn Nguyễn Tấn Vinh là một Ủy viên của Nhóm. Ngoài việc tương thân tương trợ trong học tập, chúng tôi ra mắt được 7 số *Tập San Văn Học* (in Ronéo) và 1 Đặc san (in Typo). Nội san do tôi làm Chủ bút; còn Chủ bút Đặc san do anh Bùi Đức Uyên, Tổng Thơ ký của Nhóm đảm trách. Ngoài mấy bài nòng cốt của một số Giáo sư, hầu hết bài vở do sinh viên chúng tôi phụ trách. Trong *Tập San Văn Học* số 7, có bài viết tựa đề "*Văn hóa dân tộc là gì?*" của GS Thanh Lãng. Tôi tập tễnh viết bài nghiên cứu văn học đầu tiên tựa đề "*Tình yêu quê hương của các vua quan đời Trần*". Bài nầy được GS Phạm Văn Diêu khen ngợi trước lớp Văn chương Việt-Hán đàn em. Ngoài ra, trong Đặc san in Typo có một bài khảo cứu của thầy Đông Hồ tựa đề "*Vai trò a hoàn trong các truyện thơ nôm bình dân*". Tiếc rằng số báo nầy đã bị thất lạc. Trong phần Tiểu sử của thi sĩ Đông Hồ, chưa ai nói về bài nầy.

** **Tầm Sư bảo trợ Cao học và Tiến sĩ***: Như ai nấy đều biết, giáo dục Việt Nam Cộng Hòa đào tạo theo mô hình kim tự tháp, có nghĩa học sinh lớp dưới thấp thường rất đông và phình to ra; nhưng càng lên cao qua nhiều kỳ thi sàng lọc, nên càng teo nhỏ lại. Trái lại giáo dục Cộng sản được đào tạo theo mô hình "ống đu đủ", vào bao nhiêu lùa ra cho bằng hết để đạt "chỉ tiêu", có trường tỷ lệ học sinh thi đậu 99%! Vì giáo dục Việt Nam Cộng Hòa đào tạo theo mô hình kim tự tháp nên tỷ lệ trúng tuyển khá thấp. Chẳng hạn tuyển sinh vào Đệ Thất công lập toàn quốc: đậu 62%; Tú tài I: đậu 15% - 30%; Tú tài II: đậu 30% - 40%. Tôi không có thống kê tổng số thí sinh thi đậu vào Đại học và ra trường là bao nhiêu, chắc là không nhiều lắm. Riêng tại ĐHVKSG, sinh viên được tự do ghi danh nhập học và tự chọn phân khoa thích hợp, miễn là có bằng Tú tài II. Nhưng số cô cậu Cử tốt nghiệp ra trường chỉ lác đác, bởi lẽ ngoài số sinh viên thuần túy, phần đông còn lại là công chức, giáo chức hoặc quân nhân (có cả mấy ông tướng) (2) không có nhiều thời gian đi học thường xuyên.

Tốt nghiệp Cử nhân Giáo khoa đã khó, đừng nói chi đến Cao học. Thời bấy giờ ĐHVKSG chưa mở Tiến sĩ chuyên khoa, nên đường vào Cao học vô cùng gian nan vì đó là đỉnh điểm của mô hình kim tự tháp. Để được ghi danh Cao học, sinh viên phải hội đủ hai điều kiện: cần và đủ. Điều kiện cần là phải đậu Cử nhân Giáo khoa chuyên ngành mình muốn ghi danh; nếu có Cử nhân Văn khoa trong đó 2 hoặc 3 chứng chỉ đậu hạng Bình Thứ thì cũng được chấp nhận. Điều kiện đủ là phải được một Giáo sư nhận bảo trợ. Đa số sinh viên "vướng" phải cái điều kiện đủ nầy. Một số cô cậu Cử than phiền rằng việc tìm thấy bảo trợ Cao học càng khó hơn Tôn Tẫn vượt suối trèo đèo lên non tầm sư học đạo. Bởi lẽ bằng Cao học (Diplôme d'études supérieures) bấy giờ *có lúc* được xếp tương đương với Tiến Sĩ Đệ tam cấp của các nước phương Tây (Giáo dục Cộng sản gọi là "Thạc sĩ"). Trước năm 1975, chỉ có hai nghiên cứu sinh đã đậu Tiến sĩ chuyên khoa (Doctorat) ban Địa Lý học **đầu tiên** và cũng là **cuối cùng** tại ĐHVKSG (3). Vậy mà từ năm 2020, giáo dục Cộng sản đặt chỉ tiêu đào tạo trên 20 ngàn "Tiến sĩ". Thật đáng sợ! Rồi đây, ở Việt Nam ta hễ cứ ra ngõ là có thể gặp "Tiến sĩ"!

Sau khi đậu Cử nhân, tôi có cơ duyên được GS Thanh Lãng nhận bảo trợ để soạn Cao học Văn chương Việt Nam với đề tài "TÁNH CÁCH ĐẶC THÙ CỦA CA DAO MIỀN NAM". Đề tài nầy do sự gợi ý và phối hợp giữa bạn hiền Nguyễn Tấn Vinh và tôi. Đây là đề tài còn mới mẻ, ít người khai thác một cách có hệ thống, và hợp với tình-yêu-say-sưa-văn-chương-bình-dân của

Giáo sư, nên tôi vượt qua "điều kiện đủ" nầy không quá khó. Hơn nữa Giáo sư cũng đã biết sơ về tôi lúc "vác ngà ngoi" cho Nhóm Văn Học Việt Nam, có mấy bài khảo cứu đầu tiên cho tờ Nội san của Nhóm. Thật là một vinh dự lớn lao cho tôi. Bởi lẽ Giáo sư bảo trợ là một Tiến sĩ chánh quy, Trưởng ban Việt văn ĐHVKSG, và là Chủ tịch Trung Tâm Văn Bút Việt Nam. Từ ấy tôi yên tâm "*Theo thầy nấu sử xôi kinh*", có khi cũng lao đao vất vả, có lúc bị gián đoạn vì chiến cuộc. Đầu năm 1971, tôi đảm trách Tổng Thơ ký Tòa soạn tạp chí *Nghiên Cứu Văn Học* (Bộ mới) do Giáo sư làm Chủ nhiệm kiêm Chủ bút (4). Ngoài cái "mác" Giáo sư Đệ Nhị cấp, tôi còn có thẻ Ký giả (do ông Lưu Vĩnh Lữ, Giám đốc Nha Báo chí ký) nên được tạo mọi điều kiện thuận lợi khi thi hành "công vụ", nhứt là những đợt về miền Tây "công tác", kết hợp với việc đi "điền dã" sưu tầm ca dao, dân ca. Tôi đã đăng bài "*Kỷ Niệm Buồn Vui Nghề Báo*" trên tạp chí *Ngôn Ngữ* và *Văn Học Mới* cũng như giới thiệu trên Facebook sau khi đã chỉnh sửa, bổ sung. Từ một nghiên cứu sinh Nam Kỳ "chánh hiệu", tôi còn là cộng sự đắc lực của một giáo sư Bắc Kỳ danh giá không phân biệt vùng miền, không kỳ thị Bắc-Nam, tôn giáo, nên cái mặc cảm trước kia trong tôi giờ đây đã biến mất, nhường chỗ cho sự thân thiết gần gũi, "dễ dàng trao đổi đối thọai" với Thầy nhiều hơn. Tình nghĩa thầy trò thắm thiết thời thơ trẻ được tái hiện. Thầy tận tình dìu dắt, trò tận lực học hỏi làm theo. Hơn một năm miệt mài, tôi đã viết xong bản thảo Luận án. Sau khi chỉnh sửa một số sai sót dưới sự tận tình hướng dẫn của Giáo sư bảo trợ, tôi đem đánh máy và in Ronéo Luận án Cao học chờ ngày đệ trình trước một Hội Đồng thi. Đáng lẽ tôi được đệ trình Luận án ngay sau đó; nhưng, với chữ "nhưng" quái ác, ngày ra Hội Đồng thi của tôi bị dời lại hơn nửa năm, bởi lẽ Giáo sư bảo trợ lâm trọng bịnh phải nằm viện một thời gian, nên mọi việc bị đình trệ. Có lần nhà văn Song Thao đã viết: *"Anh Nguyễn Kiến Thiết là sinh viên Đại Học Văn Khoa Sài Gòn từ năm 1966 tới 1975 và là sinh viên ruột của Linh Mục Thanh Lãng. Linh Mục là người Bắc ròng nhưng lại vô cùng yêu thích văn chương miền Nam. Anh Nguyễn Kiến Thiết đã hoàn tất luận án cao học với đề tài "Tính* [Tánh] *Cách Đặc Thù của Ca Dao Miền Nam"*.

***Đệ trình Cao học Văn chương:** Rồi ngày trọng đại trong đời tôi đã đến. Buổi sáng hôm ấy tiết trời mát mẻ, nắng dìu dịu, gió êm êm của ngày 09 tháng 12 năm 1972, tôi đã đệ trình Luận án Cao học Văn chương Việt Nam trước một Hội Đồng thi tại giảng đường ĐHVKSG trên lầu I. Ngoài sự có mặt đông đảo của sinh viên chứng chỉ Văn chương Quốc âm khóa đàn em hôm ấy, còn có sự hiện diện đông đủ của anh em Tòa soạn tạp chí *Nghiên Cứu Văn Học*, của Nhóm Văn Học Việt Nam, anh chị Ngọc Tuyền và một bóng hồng Vương Thị Mai (Ngọc Mai) - người tình, người vợ sắp cưới của tôi. Hội Đồng thi nầy gồm ba Giáo sư danh giá làm Giám khảo. Chủ tịch: GS Thanh Lãng, Trưởng ban Việt văn; nhị vị Hội viên: GS Bửu Cầm, Trưởng ban Hán văn, và GS Nguyễn Văn Trung, Trưởng ban Triết Tây, nguyên Khoa Trưởng ĐHVKSG. Kết quả Luận án Cao học Văn chương "TÁNH CÁCH ĐẶC THÙ CỦA CA DAO MIỀN NAM" của tôi được Hội Đồng thi chấm hạng Ưu. Chính GS Khoa Trưởng Bùi Xuân Bào đã ký Văn bằng của tôi vào ngày 11 tháng 12 năm 1972 (5). Thật không còn bút mực nào tả hết nỗi mừng vui của tôi cũng như của những người thân yêu ruột thịt và bè bạn tâm giao. Tôi dám chắc Ba Má tôi cũng lấy làm sung sướng và hãnh diện về tôi. Anh chị Ngọc Tuyền - anh chú bác của tôi đã hết lời ca ngợi về "kỳ tích" nầy. Tiếng lành đồn xa. Về sau, không riêng gì ở quận nhà Trà Ôn (Vĩnh Long) mà khắp các tỉnh Đồng bằng sông Cửu Long, gương hiếu học của cậu bé "đặc sệt" nhà quê như tôi được tỏa sáng, có thể ví "Trong Nam thiên hạ nổi như cồn".

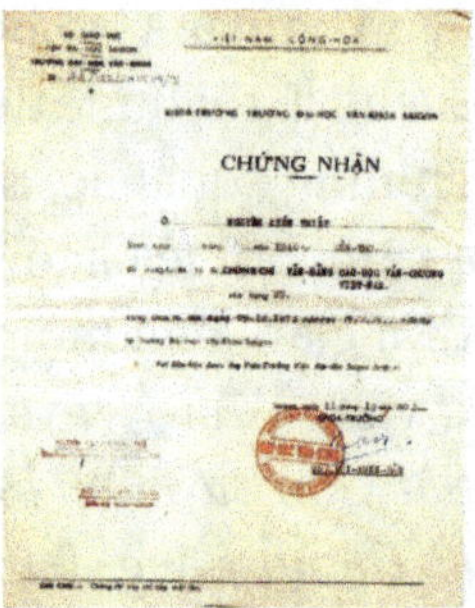
CHỨNG NHẬN

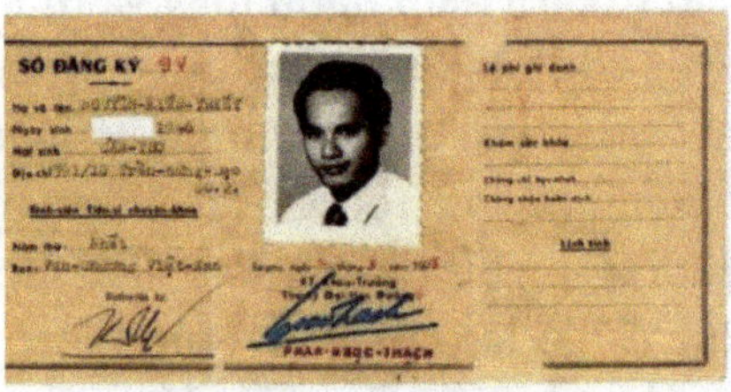
SỐ ĐĂNG KÝ

.Hình trái: *Văn bằng Cao học Văn chương Việt Nam của tác giả.*
.Hình phải: *Thẻ Sinh viên Tiến sĩ Văn chương Việt Nam của tác giả.*

Đầu năm 1973, trong một lần đến thăm GS Thanh Lãng,

Thầy ân cần bảo tôi:
- ***Cậu** muốn vào giảng dạy ở ĐHVKSG không?* (Thầy gọi tôi là "cậu", nhưng xưng "toa", "moa" với Nguyễn Văn Sâm).
- *Thưa **Cha**, đó là nguyện vọng của con*, tôi mừng rỡ đáp (Dầu là người ngoại đạo, nhưng chúng tôi thường gọi Thầy là "Cha").
- *Vậy ngày mai, Cha sẽ đưa Hồ sơ của cậu cho Hội đồng khoa duyệt và lập thủ tục tuyển dụng.*
Quá đỗi vui mừng, tôi đáp bằng một giọng xúc động:
- *Thưa Cha, con vô cùng sung sướng được Cha thương yêu dìu dắt, cả về học vấn lẫn nghề nghiệp. Con xin ghi khắc ơn sâu vào tâm khảm và nguyện suốt đời noi theo gương sáng của Cha.*

Có lẽ công danh chưa mỉm cười với tôi, nên hồ sơ tuyển dụng của tôi được Hội Đồng Khoa ĐHVKSG chấp thuận từ đầu năm 1973 lại bị "ngâm tôm" một thời gian dài. Tôi không biết tại ông Thơ ký ĐHVKSG "ngủ quên", hay bởi Viện Đại học Sài Gòn không sốt sắng ký Sự Vụ Lịnh tuyển dụng? Một thời gian sau tôi được tuyển dụng về giảng dạy tại Đại học Văn Khoa và Sư Phạm Cần Thơ, nơi mà vị Khoa Trưởng có bằng Tiến sĩ Đệ tam cấp Ngôn ngữ Anh ở Hoa Kỳ về; và hầu hết Giảng viên chỉ tốt nghiệp Cử nhân Văn chương. Ì ạch mãi đến năm 1974, sau khi nhận Sự Vụ Lịnh của Viện Đại học Cần Thơ do GS Viện Trưởng Nguyễn Duy Xuân ký, tôi mới chánh thức nhận việc tại Đại học Cần Thơ. Tôi đã giảng dạy Văn chương bình dân miền Nam (Ca dao, hò vè) và Thơ văn yêu nước – đặc biệt Nguyễn Đình Chiểu. Tôi nghiệm ra rằng trong cái rủi lại có cái may, sau cái họa lại được cái phước, giống như chuyện "Tái Ông thất mã". Cái rủi vì chưa được giảng dạy tại ĐHVKSG; cái may vì ở Đại học Cần Thơ lại hội đủ ba yếu tố Thiên thời – Địa lợi – Nhân hòa.

****Lập gia đình và nghiên cứu sinh Tiến sĩ*:** Ngày 14 tháng 01 năm 1973, tôi lập gia đình. Lúc ấy Tạp chí *Nghiên Cứu Văn Học* đã đình bản sau hai năm hoạt động với 16 số báo xuất bản. Tôi tiếp tục hành nghề "gõ đầu trẻ" tại các lớp Trung học Đệ Nhị cấp. Bấy giờ ĐHVKSG đã mở Tiến sĩ chuyên khoa. Với sự đồng tình khích lệ của người vợ đầu ấp tay gối, thừa thắng xông lên, tôi đến gặp GS Thanh Lãng xin được bảo trợ để làm nghiên cứu sinh Tiến sĩ Văn chương với đề tài:

"TINH THẦN TRANH ĐẤU QUA MỘT SỐ TRUYỆN THƠ BÌNH DÂN MIỀN NAM".

Giáo sư vui vẻ chấp thuận vì tôi hội đủ hai điều kiện cần và đủ như đã kể. Từ ấy, tôi lại tiếp tục "*Theo thầy nấu sử xôi kinh*" với ước vọng sau nầy "*Danh tôi đặng rạng tiếng thầy bay xa*" (Lục Vân Tiên).

Trong thời gian nầy, tôi gia nhập Hội Thân Hữu Văn Khoa do GS Phạm Việt Tuyền làm Hội Trưởng và được bầu làm Ủy viên Nghiên cứu trong Ban Chấp hành. Nhân kỷ niệm đúng một năm ngày đệ trình Cao học, được sự phân công của Hội, ngày 09 tháng 12 năm 1973, tôi đăng đàn diễn thuyết tại Trung Tâm Văn Bút Việt Nam, số 107 Đoàn Thị Điểm, Sài Gòn, với đề tài "***Phân tích cuốn Ngồi Tù Khám Lớn của Phan Văn Hùm***". Mặc dầu đã được phép của Bộ Thông Tin, nhưng không hiểu sao giờ chót lại bị cấm, khiến tôi cùng mấy mươi khán giả đành buồn bã ra về trong sự tiếc nuối!

Như ai nấy đều biết, đã chọn nghề thầy, ai cũng yêu nghề yêu trẻ dầu giảng dạy ở cấp lớp nào, từ Tiểu học, Trung học hay Đại học. Riêng ở Đại học, mỗi thầy thể hiện mỗi cách. Trường hợp GS Thanh Lãng có một cái gì "đặc biệt", đáng kính, đáng trân trọng và "rất Thanh Lãng!". Để thể hiện tình-yêu-say-sưa-văn-chương-bình-dân, Giáo sư đã bảo trợ Cao học cho một số sinh viên không phân biệt giàu nghèo, giai cấp xã hội, tôn giáo, địa phương hay chủng tộc, như Trần Đức Rật, Phạm Văn Đang, Lê Văn Chưởng, Nguyễn Kiến Thiết. Về Văn chương miền Nam (Nam Kỳ Lục Tỉnh), bác học cũng như bình dân, Giáo sư đã bảo trợ cho những Nguyễn Thiên Thụ, Nguyễn Văn Sâm và tôi…Tôi không biết có phải tất cả nghiên cứu sinh kể trên đều được Hội Đồng thi chấm Ưu hạng hay không; nhưng có điều đáng nói là đa số đều được Giáo sư đưa vào giảng dạy tại ĐHVKSG cũng như bảo trợ làm Luận án Tiến sĩ, trong đó có tôi.

***

Cuộc đời và sự nghiệp thầy Thanh Lãng (1924-1988) có thể nói "đã dùng hết vốn liếng của tuổi đời đầu tư về giáo dục, về văn học", chẳng hạn đào tạo nhiều thế hệ sinh viên, trước tác nhiều bộ sách nghiên cứu phê bình văn học có giá trị. Tôi rất đồng ý với Nguyễn Văn Sâm qua nhận định: *"Công trình viết lách của Cha Lãng quá nhiều. Thư mục đồ sộ của cha để lại cần phải có thì giờ đọc đi đọc lại nhiều lần và phân tích tỉ mỉ mới thấy hết giá trị công trình"*. Nhưng cuộc đời của Người còn nhiều uẩn khúc, bị tai tiếng. Thầy từng *"tranh đấu không mệt mỏi, từ những định chế mới của Đại học đến những điều tự do của dân chúng và báo chí"*, *"nói lên tiếng nói lương tâm con người trong hoàn cảnh mà con buôn chánh trị đầy rẫy khắp nơi"*. Nhưng oái oăm thay, Thầy bị chĩa mũi dùi từ nhiều phía. Người sinh viên được Thầy bảo trợ Cao học và đưa vào giảng dạy ở ĐHVKSG, lại làm đơn kiện Thầy về một vài định chế mới của Đại học. Nhân danh Chủ tịch Trung Tâm Văn Bút Việt Nam, Thầy đã từng can thiệp với chánh quyền trả tự do cho một số văn nghệ sĩ mà không phân biệt "bên nẩy/bên kia". Tài liệu giảng dạy in Ronéo của Thầy bị các "đấng văn hóa" đánh cắp đem đi xuất bản và bán chạy như tôm tươi (trường hợp hai "nhà văn hóa" Nguyễn Tấn Long và Phan Canh). Sự việc nẩy khiến Thầy và một số anh em Tòa soạn tạp chí *Nghiên Cứu Văn Học* chúng tôi phải "đáo tụng đình". Đến giữa tháng 9/1972, Tòa mới xử "vụ án" nẩy, được tạp chí *Bách Khoa* đăng: *"Vụ L.M. Thanh Lãng kiện 2 ông Nguyễn Tấn Long và Phan Canh, lấy của ông trên 400 trang sách, sau cùng đã được Tòa xử như sau: Các ông tác giả "Khuynh hướng Thi ca tiền chiến" phải đền ông Thanh Lãng 1 đồng bạc danh dự và mỗi người phải chịu phạt 1.000 đồng... Mặc dù các ông Nguyễn Tấn Long và Phan Canh còn chống án lên tòa trên, nhưng như vậy là Tòa dưới đã xử L.M. Thanh Lãng được kiện và vụ "đạo văn" là có thực... Chúng ta lại còn được dịp xem Tòa trên xử vụ này ra sao để biết ô. Thanh Lãng có đủ tiền trả luật sư hay không"* (6). Như vậy "vụ án" đạo văn của Thanh Lãng chỉ "tạm" kết thúc. Các ông "đạo văn" bị Tòa dưới xử phải đền LM Thanh Lãng "*1 đồng bạc danh dự và mỗi người phải chịu phạt 1.000 đồng*". Nhưng các ông Nguyễn Tấn Long và Phan Canh còn "chống án lên tòa trên", và "chúng ta lại còn xem Tòa trên xử vụ nẩy ra sao"! Chính Viên Linh đã nhận xét: "*Như người viết bài này được biết, Thanh Lãng là vị giáo sư Văn Khoa có nhiều tác phẩm (và bài giảng) được mua đọc nhiều nhất – và việc này cũng gây ra – ngoài ý muốn hay sự kiểm soát của ông, những dư luận trên báo chí, truyền thông. Việc giới thương mại xâm lấn vào thị trường sách học ở Sài Gòn trước 75 đã trở thành sự việc phải mang ra trước tòa án công lý*" (Nguồn: https://www.nguoi-viet.com/van-hoc-nghe-thuat/vhnt-khuon-mat-thanh-lang/).

Sau tháng tư năm ấy, Thầy "được cám ơn để về vườn, từ giã ngôi trường vì lý do không thể để tôn giáo trong Đại học". Người ta gọi Thầy bằng "anh". Họ không muốn gọi Thầy là "Cha", là "Giáo sư", hay gì gì đi nữa. Có lúc Thầy đi làm tàu hủ ở một Hợp tác xã trong Ngã tư Bảy Hiền. Thầy xin chuyển ngành sang địa hạt ngôn ngữ, ít ra cũng còn hít thở không khí văn chương chữ nghĩa, có thể được đọc, được viết, để cảm thấy đời mình chưa đến nỗi bỏ đi.

Những năm tháng cuối đời, Thầy chìm ngập trong nỗi chán chường, thất vọng, bao nỗi đắng cay dày vò, có lúc không còn muốn sống. Thầy buồn chán đến nỗi bỏ hết sách vở, kêu ve chai bán ký lô (theo GS Nguyễn Văn Trung). Thầy "bế môn" không muốn giao tiếp với văn giới, học giới - kể cả đám môn sinh thân yêu của mình. Thầy trút hơi thở cuối cùng tại Sài Gòn ngày 17/12/1988 bởi cơn đau bụng vật vã. Theo Nguyễn Văn Lục, GS Thanh Lãng mất năm 1988 sau khi đi "làm việc" ở Phường về. Nhưng GS Nguyễn Văn Trung đã khẳng định: "*Thanh Lãng tạ thế ngày 17/12/1988, **sau một tháng lâm trọng bệnh***". Riêng Lê Hữu Mục lại cho rằng: "*Nghe nói sau này khi tỉnh ngộ, ông* [Thanh Lãng] *tỏ ý chống đối* [chánh quyền] *và **bị họ đánh thuốc độc chết***" (Hội Văn Hóa Việt Phỏng Vấn GS Lê Hữu Mục, 08 June 2003). Thiết nghĩ tư liệu của GS Nguyễn Văn Trung đáng tin cậy hơn. Tang lễ của Thầy được cử hành tại nhà thờ họ đạo Chí Hòa (Tân Bình) và an táng tại nghĩa trang họ đạo Fatima (Bình Triệu). Lúc bấy giờ tôi và gia đình đang ở trại tỵ nạn Pulau Bidong nên không biết được tin nầy. Sau khi định cư ở Montréal vào tháng 3/1989 mới nhận được tin dữ nầy qua một bài báo do GS Phạm Việt Tuyền viết từ Pháp.

Bây giờ Giáo sư Thanh Lãng đã ra đi. Người đã đi rồi, đi thật xa. Thời gian thấm thoắt trôi nhanh như giấc mộng. Mới đó mà đã 35 năm. Thầy đã để lại một sự nghiệp giáo dục, văn hóa vô cùng lớn lao đồ sộ - trong đó có một mảng về tôn giáo. Không chỉ dùng lý thuyết suông, Thầy còn dấn thân, nhập cuộc. Nhưng lực bất tòng tâm, Thầy hoàn toàn là người thua cuộc - cụ thể từ sau 1975, bị bỏ rơi và chết trong cô đơn, buồn tủi...

Giờ đây tôi chỉ biết thắp nén hương lòng để tưởng nhớ đến vị ân sư đã về miền tiên cảnh - người thầy đã chắp cho tôi đôi cánh để bay cao, bay xa về phía chân trời mơ ước.

Montréal - Kỷ niệm húy nhựt lần thứ **35** của Thầy (1988-2023)

Chú thích:

(1)Tôi xin xác nhận **GS Thanh Lãng mất ngày 17/12/1988** tại Sài Gòn để đính chánh những sai lầm của các trang mạng xã hội và của một số tác giả. Chẳng hạn Bách khoa toàn thư mở Wikipedia ghi: "Thanh Lãng (1924-1978)...". Theo Trần Hải Yến, *Tự điển văn học* (bộ mới), nhà xuất bản Thế Giới, 2004, tr.1633-1634. Website *Tri thức Việt* ghi ông mất 1900? Viên Linh cũng ghi [sai]: "*GS lâm trọng bệnh và qua đời tại Sàigòn ngày 17/12/1978*", Nguyễn Văn Lục qua bài viết "*Thanh Lãng, nhà văn hóa bị bỏ quên*" đăng trong DCV Online.net đã ghi: "*GS Thanh Lãng (1924-1998)*". ***Tôi nghĩ ông ghi lộn năm 1998, thay vì 1988.***

(2)Chẳng hạn Đại Tướng Cao Văn Viên, Tổng Tham mưu trưởng Quân lực Việt Nam Cộng Hòa và Thiếu Tướng Bùi Đình Đạm là những "Ông Tướng văn hóa". Riêng Thiếu Tướng Bùi Đình Đạm, Giám đốc Nha Động Viên Bộ Quốc Phòng, đã đệ trình thành công vào đầu năm 1975 Luận án Cao học Xã hội học, để tài "*Một khía cạnh của vấn đề nhân dụng trong thời hậu chiến*".

(3) Luận án Tiến sĩ Địa lý học do một nghiên cứu sinh tên Liêu Kim Sanh đệ trình vào đầu năm 1975, để tài "*Thủy học sông Cái Phan Rang*". Còn một nghiên cứu sinh khác tên Ngô Văn Lắm, cũng đệ trình năm 1975, để tài "*Sự biến chuyển và sự phân phối dân số tại các tỉnh bao quanh Sài Gòn – Gia Định*".

(4) Tạp chí *Nghiên Cứu Văn Học* (Bộ Mới): từ số 1 (tháng 3/1971) đến số 16 (tháng 6/1972). Với tư cách Tổng Thơ ký Tòa soạn, tôi có dịp liên lạc, "làm quen" và "quen/biết" một số nhà nghiên cứu văn hóa, văn học và các văn thi hữu như: Toan Ánh, Sơn Nam, Bình Nguyên Lộc, Cửu Long Giang (Trung Tướng Nguyễn Bảo Trị), Thái Bạch, Nguyên Sa, Nguyễn Thị Hoàng, Trần Hoài Thư, Hoàng Xuân Sơn, Hà Thúc Sinh, Mang Viên Long, Chu Vương Miện, Nguyễn Tấn Vinh, Vũ Đức Sao Biển, Nguyễn Tất Nhiên, Việt Chung

Tử, Ngũ Lang, v.v... Ngoài một số bài viết linh tinh, tôi có đăng ba bài khảo cứu văn học: *Tâm Lý Những Nhân Vật Chánh Trong Truyện Hoa Tiên; Câu Hát Huê Tình Ở Miền Nam; Tánh Cách Đặc Thù Của Ca Dao Miền Nam.*

(5) Trong DANH MỤC LUẬN VĂN LUẬN ÁN TRƯỚC 1975 (gồm 181 nhan đề) có vài chi tiết ghi sai: ***Tính cách đặc thù của Ca dao miền Nam*:** Luận văn Thạc sĩ / Nguyễn Kim Thiết. Sài Gòn - Trường Đại học Văn Khoa, 1972 - 228 tr; 30 cm - Luận văn Thạc sĩ Ký hiệu V3 (IN) Văn chương Việt Nam. [Đáng lẽ phải ghi đúng nguyên văn: **Tánh** cách (thay vì **Tính** cách), Nguyễn **Kiến** Thiết (thay vì Nguyễn **Kim** Thiết), Cao học (thay vì Thạc sĩ)].

(6) *Bách Khoa* số 378, phát hành ngày 29/9/1972, nơi mục Thời Sự Văn Nghệ có đăng một tin ngắn "Vụ án "Đạo văn" tạm kết thúc", tr.79.

MÁ TÔI

Nhớ xưa xuất giá theo chồng
Mười hai bến nước: đục trong chẳng màng
"Làm dâu, gánh nợ con chồng
*Tay vo gạo trắng, tay bồng trẻ thơ"**
Ru con, Mẹ hát Ầu ơ
Ca dao – Sữa Mẹ - Lời thơ – Nỗi lòng!
Trúc Lan – Thuận Thới 1960
* Trích "Tánh Cách Đặc Thù Của Ca Dao Miền Nam" (1972)

HOA DẠI MÙA XUÂN

Ngạt ngào hoa dại mọc bên đường
Tuy không khoe sắc vẫn đưa hương
Hoa lòng phơi phới chào Xuân mới
Ôm ấp nhuỵ vàng đượm bóng sương!
Trúc Lan - Tết Nhâm Dần 2022

THANH LÃNG - NHÀ VĂN HÓA BỊ BỎ QUÊN

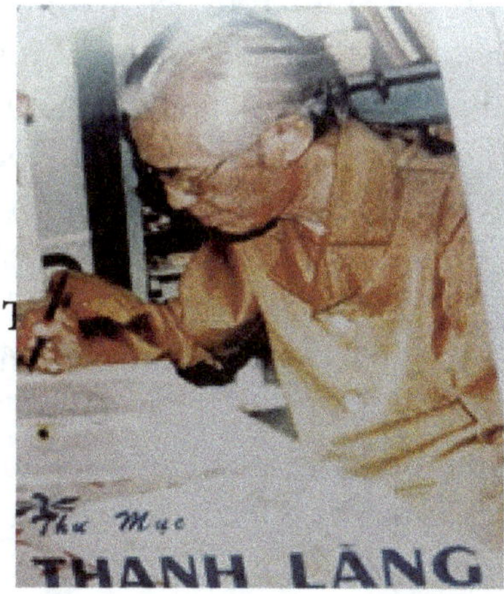

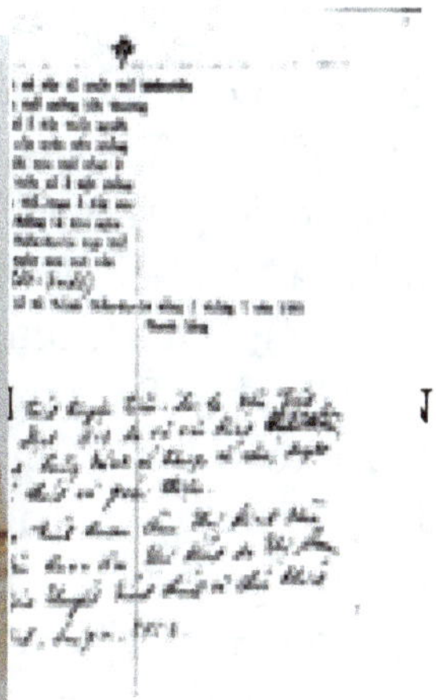

Hình trái*: Ảnh bìa sách "THƯ MỤC THANH LÃNG" do GS Nguyễn Văn Trung giới thiệu.*

. Hình phải: *Thủ bút của LM Thanh Lãng trích trong "THƯ MỤC THANH LÃNG".*

Lời người viết: *Tôi may mắn có trong tay quyển "THƯ MỤC THANH LÃNG" (Nguyễn Văn Trung giới thiệu Di chúc văn hóa ngày 28/11/87) do GS Nguyễn Văn Trung mang đến nhà trao tặng vào Hè năm 2000. Đây là cuốn sách do nhà xuất bản Nam Sơn ấn hành tại Montréal năm 2000 gồm rất nhiều tư liệu đã và chưa công bố của GS Thanh Lãng cũng như thủ bút của nhị vị giáo sư Thanh Lãng và Nguyễn Văn Trung. Bài viết nầy có tham khảo phần lớn quyển sách nói trên. Xin chân thành cám ơn cố GS Nguyễn Văn Trung rất nhiều.*

Nói đến Thanh Lãng người ta nghĩ ngay tới một Linh mục, một trí thức khoa bảng, nhà giáo dục, nhà nghiên cứu phê bình văn học nổi tiếng thời Việt Nam Cộng Hòa. Tuy nhiên cuộc đời của ông cũng còn uẩn khúc, những đóng góp của ông cho văn hóa, cho giáo dục chưa được triệt để khai thác, đánh giá đúng mức, đôi khi lại có cái nhìn phiến diện, hoặc bị bỏ quên. Đặc biệt "những dấn thân của ông vào thời cuộc trước và sau 1975 có thể gây nhiều ngộ nhận" (theo Nguyễn Văn Trung). Người viết muốn dựa vào cuộc đời và văn nghiệp của ông cùng một số tư liệu khác để có một cái nhìn, đánh giá khách quan về ông, về những đóng góp của ông cho văn hóa, văn học Việt Nam.

***Vài nét về Tiểu sử**

Thanh Lãng, tên khai sanh là Đinh Xuân Nguyên (1924-**1988**) (1), sanh ngày 23/12/1924 tại Tam Tổng, Nga Sơn, Thanh Hóa. Thuở nhỏ ông theo học trường làng đến năm 12 tuổi, rồi lần lượt vào Tiểu chủng viện Ba Làng, đậu Tú tài Pháp năm 1945, dạy học hai năm (1947), và học hai năm Triết học tại Học viện Xuân Bích Hà Nội. Năm 1949, ông được cử đi học trường Truyền giáo Roma (Ý) và được thụ phong Linh mục ngày 20/12/1953. Sau đó vào Đại học Fribourg (Thụy Sĩ), đậu Tiến sĩ Văn chương năm 1957. Trở về nước với bằng Tiến sĩ Văn chương, ông vào giảng dạy tại Tiểu Chủng viện Tân Thanh (Bảo Lộc, Lâm Đồng); đồng thời giảng dạy tại các Đại học Văn Khoa Huế, Đại học Văn Khoa Sài Gòn (ĐHVKSG 1957-1975), có lúc làm Giáo sư thỉnh giảng tại Viện Đại học Hòa Hảo (An Giang). Năm 1958, Linh mục Thanh Lãng được mời làm Giám đốc ngành Thông tin Công Giáo và Chủ biên tuần báo *Việt Tiến,* rồi Giám đốc Trụ sở Thanh Hoá (Trương Minh Giảng, Sài Gòn). Có thể nói ngoài công việc giảng dạy tại các Đại học, từ đây cho tới ngày 30/4/1975 là "thời gian hoạt động văn học nhộn nhịp trong cuộc đời Thanh Lãng". Ngoài việc lãnh trách nhiệm Trưởng ban Việt văn ĐHVKSG, ông còn "hoạt động nhộn nhịp" về văn hóa, như:

- Chủ tịch Trung Tâm Văn Bút Việt Nam. Nhân danh Chủ tịch TTVBVN, ông đã can thiệp với tòa án xin trả tự do cho các văn nghệ sĩ bị cầm tù (kể cả "bên nẩy" lẫn "bên kia"). Năm 1972, nhân danh Chủ tịch Hội Văn Bút, ông cũng đã đề cử giải Nobel Văn học cho thi sĩ Vũ Hoàng Chương.
- Chủ tịch Uỷ ban Nhân văn Hội đồng Văn Hoá Giáo Dục
- Chủ tịch Mặt Trận Nhân Dân Cứu Đói (9/1974-4/1975).

Sau tháng 4 năm 1975, ông "được cám ơn để về vườn, từ giã ngôi trường vì lý do không thể để tôn giáo trong Đại học". Người ta gọi ông bằng "anh". Họ không muốn gọi ông là "Thầy", là "Giáo sư", là "Cha" hay gì gì đi nữa. Ông xin chuyển ngành sang địa hạt ngôn ngữ ít ra cũng còn hít thở không khí văn chương chữ nghĩa, có thể được đọc, được viết, để cảm thấy đời mình chưa đến nỗi bỏ đi. Những năm tháng cuối đời, ông chìm ngập trong nỗi chán chường, thất vọng, bao nỗi đắng cay dày vò, có lúc không còn muốn sống. Ông buồn chán đến nỗi bỏ hết sách vở, kêu ve chai bán ký lô. Nhà văn hóa bất đắc chí Thanh Lãng từ đó "bế môn" không muốn giao tiếp với văn giới, học giới - kể cả đám môn sinh thân yêu của mình. Ông Lê Hữu Mục có dịp đọc những tài liệu do ông Thanh Lãng viết, giảng, nói chuyện sau này và nói: "*Tôi thấy tội nghiệp, ái ngại cho ông ta quá. Ông TL* [tức Thanh Lãng] *đã phải nói, phải viết những gì về tôn giáo, văn học và ngôn ngữ học mà chế độ muốn ông viết*" (Hội Văn Hoá Việt phỏng vấn GS Lê Hữu Mục, ngày 6 June 2003).

Ông trút hơi thở cuối cùng tại Sài Gòn ngày **17/12/1988** bởi cơn đau bụng vật vã sau khi đi "làm việc" ở Phường về (theo Nguyễn Văn Lục). Tang lễ của ông được cử hành tại nhà thờ họ đạo Chí Hòa (Tân Bình) và an táng tại nghĩa trang họ đạo Fatima (Bình Triệu). Ông ra đi để lại một sự nghiệp giáo dục, văn hóa vô cùng lớn lao - trong đó có một mảng về Thiên chúa giáo. Không chỉ dùng lý thuyết suông, ông còn dấn thân, nhập cuộc. Nhưng lực bất tòng tâm, ông hoàn toàn là người thua cuộc- cụ thể từ sau 1975, bị bỏ rơi và chết trong cô đơn, buồn tủi. Cái chết của Thanh Lãng kể ra cũng "vô duyên". Một cái chết không "đẹp" so với cái chết của thi sĩ Đông Hồ trên bục giảng, trong vòng tay môn sinh của mình. Thượng Tọa Thích Hiển Pháp đã "Khóc Thương Tiếc Quí Linh Mục Gioan Thanh Lãng": "*Ngày xưa đã qua đi, những kỷ niệm hãy còn. Người cũ đã mất, nhưng tâm tình vẫn còn mãi.*" (24/12/1988).

***Tác phẩm:**

-**Sách đã xuất bản** gồm 10 đầu sách:

1. *Khởi thảo văn học sử Việt Nam: Văn chương chữ Nôm* (Hà Nội, 1953; Văn Hợi, Sài Gòn, 1957, 220 tr.)
2. *Khởi thảo văn học sử Việt Nam: Văn chương bình dân* (Hà Nội, 1954; Văn Hợi, Sài Gòn, 1957, 254 tr.). Tác phẩm nầy đã đoạt Giải Thưởng Văn Chương Toàn Quốc (bộ môn khảo luận) năm 1957.

3. *Biểu nhất lãm văn học cận đại Việt Nam* (Cơ sở Báo chí và Xuất bản Tự Do, Sài Gòn, 1957)
4. *Apport français dans la Littérature vietnamiennne: Đóng góp của Pháp trong văn học Việt Nam* (Luận án Tiến sĩ Xã hội, Sài Gòn 1961, 240 tr.).
5. *Bảng lược đồ văn học Việt Nam* (Tài liệu giảng dạy Đại học Văn Khoa Sài Gòn, 2 tập, Trình Bày, Sài Gòn, 1967).
6. *Sách Sổ Sang Chép Các Việc* (Philipphê Bỉnh, thủ bản 1822, Thanh Lãng giới thiệu, Viện Đại học Đà Lạt, 1968, 626 tr.).
7. *Văn học Việt Nam: Đối kháng Trung Hoa* (từ đầu đến 1428) (Phong Trào Văn Hóa, Sài Gòn, 1969, 380 tr.)
8. *Văn học Việt Nam: Thế hệ dấn thân yêu đời* (1428-1505) (Phong Trào Văn Hóa, Sài Gòn, 1969, 356 tr.)
9. *Phê bình văn học thế hệ 1932* (Phong Trào Văn Hóa, Sài Gòn, 2 quyển, 1972).
10. *Thử suy nghĩ về văn hóa dân tộc* (Bách Khoa Đại Chúng, Sài Gòn, 1967, 40 tr

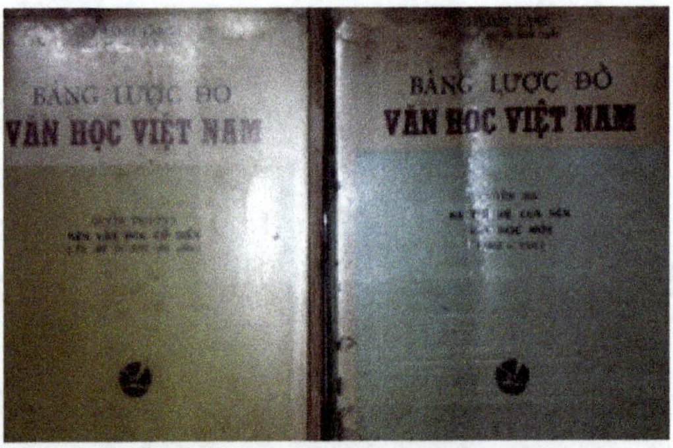

**Hình bìa sách "Bảng Lược Đồ Văn Học Việt Nam" của LM Thanh Lãng (Nguồn: dcvonline.net)*

- Sách in Ronéo: gồm 12 đầu sách.

- Tài liệu in Ronéo, đánh máy (chưa công bố): gồm 10 tài liệu. Đặc biệt có mấy tài liệu:

. Tài liệu số 2 (ký tên Linh mục Đinh Xuân Nguyên, 35 trang).

. Tài liệu số 3: *Trưởng Ban Việt kính gửi quý vị giáo sư Ban Việt*: Làm sáng tỏ vài điểm về bức thư GS Nguyễn Thiên Thụ kiện Ban Việt.

. Tài liệu số 10: *Lời tuyên bố của người cầm bút tại bên này Miền Nam,* ngày 25/4/1975.

- **Tác phẩm từ 30/4/1975**: gồm 6 tác phẩm. Có mấy tác phẩm đáng lưu ý:

-Sách xuất bản:

. *Từ điển Annam-Lusitan-Latinh* (soạn chung với Hoàng Xuân Việt, Linh mục Đỗ Quang Chính) nhà xb Khoa Học Xã Hội, 1991 (450 + 200 + 155 trang).

. *13 năm tranh luận văn học* (3 tập, Hội Nghiên Cứu Văn Học TP/HCM, 1995).

- Bài tham luận (4 bài).
- Một số bản thảo (16 bản thảo) trong đó có:

. Tiếng và chữ người Saigon, 45 trang đánh máy.

. Việc phiên âm tiếng Việt, 34 trang.

. Phân tích 8 cuốn Từ Điển (De Rhodes, De Béhaine, Ph. Bỉnh, P. Của...).

. Thử thiết lập một hồ sơ về hai người con gái, một con của Phật, một con của Chúa (Quan Âm Thị Kính, Các Thánh truyện của Majorica), 27/11/1987, 97 trang đánh máy, đã trao tặng cho một vài văn hữu).

***Một người thầy khả kính, tận tâm, yêu nghề**

Là một trong số giáo sư khoa bảng danh tiếng và do tiếp cận với văn hóa phương Tây, với một kiến thức bao la, Giáo sư Thanh Lãng giảng thao thao bất tuyệt về Văn hóa dân tộc, về Lịch sử phát triển chữ Quốc ngữ, về Phê bình văn học thế hệ 1932 v.v… khiến sinh viên ghi "cours" mệt nghỉ và bị "mê hoặc" đi vào con đường nghiên cứu! GS Thanh Lãng là một nhà giáo yêu nghề, một người thầy khả kính. Ông là tấm gương sáng cho môn đệ noi theo: từ sự cẩn trọng trong cách ăn mặc, sự mềm mỏng, lịch thiệp trong giao tiếp với bạn bè, đồng nghiệp, văn thi hữu - đặc biệt niềm đam mê nghiên cứu phê bình văn học với tinh thần nghiêm cẩn khoa học, "nói có sách mách có chứng". Có thể nói trong 18 năm đứng trên bục giảng (1957-1975), ông đã đào tạo nhiều thế hệ sinh viên, giúp họ khám phá một chân trời mới, với đầy đủ sắc màu, muôn vàn tinh tú: đó là chân trời văn học với những khuynh hướng học thuật mới mẻ, những phong cách độc đáo trong biên khảo, trước tác và dịch thuật. Xuất phát từ tình thương học trò, ông áp dụng phương pháp giảng dạy độc đáo: đó là sưu tầm tư liệu để tránh *học chay*. Chính Đỗ Lai Thúy đã đánh giá cao phương pháp giảng dạy của nhà giáo Thanh Lãng: *"Chỉ học nguyên lý mà không đọc tác phẩm, chỉ học luận điểm mà không đọc, hoặc không có để đọc, các luận chứng. Bởi thế, dạy – học trở nên áp đặt, độc thoại. Sinh viên không có tư liệu gốc, thứ vật liệu mà từ đó thầy khái quát nên những nguyên lý, những luận điểm..., một mặt xác lập ý kiến của mình, mặt khác hiểu sâu quan điểm của thầy, thậm chí đối thoại với quan điểm của thầy"*(Thanh Lãng, từ tư liệu đến cách phân kỳ văn học). Nhằm mục đích nâng cao kiến thức cho môn sinh của mình, và nhứt là để tránh "học chay", trong một số buổi giảng tại ĐHVKSG, ông đã mời các văn, thi sĩ đến thuyết trình về kinh nghiệm viết văn, làm thơ, làm báo của họ. Chẳng hạn tác giả "Tôi Kéo Xe" (Tam Lang), tác giả "Vòng Tay Học Trò" (Nguyễn Thị Hoàng). Từ đó sinh viên được dịp tiếp cận, "mắt thấy tai nghe" và tha hồ đặt câu hỏi để các nhà văn có tên tuổi giải đáp thỏa đáng. Ngoài ra, ông còn đỡ đầu cho Nhóm Văn Học Việt Nam trong việc in ấn tài liệu học tập, tập tành viết văn, làm báo. Cụ thể là in được 7 số *Tập San Văn Học* (Chủ bút Nguyễn Kiến Thiết). Đầu năm 1969, nghe tin thi sĩ Đông Hồ có ý muốn nghỉ dạy vì tuổi già sức yếu, GS Thanh Lãng, Trưởng ban Văn chương Việt Nam ĐHVKSG, gặp nhà thơ và nói: *"Thưa tiên sinh, sinh viên nó quý tiên sinh lắm. Tiên sinh cố gắng trở lại với học trò, nếu lỡ tiên sinh có ra đi giữa đám học trò thì âu đó cũng là nghiệp dĩ"*. Như ai nấy đều biết, đã chọn nghề thầy, ai cũng yêu nghề yêu trẻ dầu giảng dạy ở cấp lớp nào, từ Tiểu học, Trung học hay Đại học. Riêng ở Đại học, mỗi thầy thể hiện mỗi cách. Trường hợp GS Thanh Lãng có một cái gì "đặc biệt", đáng kính, đáng trân trọng và "rất Thanh Lãng". Ông không phân biệt vùng miền, kỳ thị Bắc-Nam, tôn giáo, sắc tộc... nên đã nhận bảo trợ Cao học cho nhiều sinh viên đến từ mọi miền đất nước. Điều đáng ghi nhận, về văn chương bác học, ông chú trọng bảo trợ sinh viên soạn Cao học lấy đề tài từ văn chương miền Nam - Nam Kỳ Lục tỉnh, chẳng hạn "Văn Chương Tranh Đấu Nam Bộ...." (Nguyễn Văn Sâm). Còn về văn hoc dân gian, với tình-yêu-say-sưa-văn-chương-bình-dân, ông đã nhận bảo trợ nhiều sinh viên soạn Cao học lấy các đề tài như: "Tâm Lý Dân Tộc Qua Tục Ngữ Ca Dao" (Trần Đức Rật), "Từ Hoa Trong Ca Dao Việt Nam" (Phạm Văn Đang), "Hò Huế" (Lê Văn Chưởng), "Tánh Cách Đặc Thù Của Ca Dao Miền Nam" (Nguyễn Kiến Thiết), v.v... Hình như có lúc ông chú tâm đến vùng đất mới phương Nam và có "thiện cảm" đối với những ai khai thác văn hóa phía Nam. Chưa hết, với tình thương yêu học trò vô bờ bến, ông đã đưa hầu hết sinh viên tốt nghiệp Cao học Văn chương vào giảng dạy ở ĐHVKSG (chẳng hạn Nguyễn Văn Sâm, Nguyễn Thiên Thụ, Lê Văn Chưởng, Nguyễn Kiến Thiết). Ông cũng nhận bảo trợ hầu hết môn sinh có bằng Cao học soạn luận án Tiến sĩ Văn chương. Tuy vậy, ông Trần Văn Giàu vẫn có cái nhìn thiên lệch về người thầy Thanh Lãng. Khi nghe ông Lê Hữu Mục ca ngợi "*Giáo sư linh mục Thanh Lãng dạy học rất giỏi*" thì ông Trần Văn Giàu đã phản bác: "*Ông Thanh Lãng chỉ nên giảng đạo trong nhà thờ hơn là giảng ở trường Đại học*" (Hội Văn Hoá Việt phỏng vấn GS Lê Hữu Mục, ngày 6 June 2003).

***Một người thiết tha với báo chí**

Ngoài sự nghiệp giảng dạy, Thanh Lãng còn là người thiết tha với báo chí qua vai trò Chủ nhiệm, cộng tác viên thường xuyên cho các tạp chí và nhựt báo tại Sài Gòn. Một số tạp chí do Thanh Lãng làm Chủ nhiệm (kiêm Chủ bút):

- Thanh Lãng và tờ *Việt Tiến*: Số đầu tiên phát hành ngày 1/4/1957, trụ sở đặt tại Trung Tâm Công Giáo. Với tư cách là Giám đốc Thông Tin Công Giáo, Linh mục Thanh Lãng chánh thức lãnh trách nhiệm từ tháng 6/1958 (từ số 17 trở đi), cho đến tháng 3/1960 thì đình bản (với số 36). Tờ báo nầy là "Tiếng nói của người Công giáo", sau đó rút lại chỉ còn "Tiếng nói của Thanh Lãng". Qua tờ Việt Tiến, Thanh Lãng đăng nhiều bài xã luận và ký dưới nhiều bút danh, như Việt Tiến, Thanh Lãng, Nguyễn Hưng Nhân, Hưng Nhân, NDL và nặc danh.

- Thanh Lãng và tờ *Tin Sách*: nguyệt san của Trung Tâm Văn Bút Sài Gòn

- Thanh Lãng và tờ *Nghiên Cứu Văn Học* (bộ cũ): Tạp chí nghiên cứu và phê bình văn học, Thư ký toà soạn: Thế Nguyên. Nguyệt san nầy ra mắt tháng 11/1967 (số 1) đến tháng 11/1968 (số 10) thì đình bản. Tổng cộng 10 số.

- Thanh Lãng và tờ *Nghiên Cứu Văn Học* (bộ mới): Tạp chí nghiên cứu, phê bình, sáng tác, sinh hoạt văn học, Tổng thơ ký toà soạn: Nguyễn Kiến Thiết. Nguyệt san nầy ra mắt tháng 3/1971 (số 1) đến tháng 6/1972 (số 16) thì đình bản. Tổng cộng 16 số báo.

Ngoài ra, ông cũng có rất nhiều bài đăng trên các tạp chí như: *Văn Hoá Á Châu, Văn Hoá Nguyệt San, Tạp Chí Đại Học, Thế Kỷ Hai Mươi, Luận Đàm, Tin Sách, Nghiên Cứu Văn Học* (bộ cũ và bộ mới), *Trình Bày, Văn Học (*Phan Kim Thịnh*), Văn Bút, Bách Khoa, Nhà Văn, Hiện Tượng* và *Tập San Văn Học* (Nguyễn Kiến Thiết).

Trong số 15 tạp chí do Thanh Lãng cộng tác, có nhiều bài đáng chú ý như:

.Những chặng đường của chữ viết Quốc ngữ (*Tạp Chí Đại Học* số 19/1961).

Nhà văn nào viết văn xuôi trước hết? (*Nghiên Cứu Văn Học* bộ cũ, số 2, tháng 12/1967).

Nguyễn Du như là một huyền thoại (*Nghiên Cứu Văn Học* bộ mới số 4, tháng 6/1971; số 5, tháng 7/1971; số 6, tháng 8/1971).

.Tưởng nhớ văn hữu Nhất Linh (*Văn Hoá Nguyệt San*, số 109, ngày 13/7/1970).

.Vụ án văn học đạo văn của GS Thanh Lãng (*Văn Học* số 155, ngày 15/9/1972).

Vụ án đạo văn (*Bách Khoa số* 377, ngày 14/9/1972).

. Phỏng vấn LM Thanh Lãng, Chủ tịch Văn Bút Việt Nam (*Nhà Văn* Xuân Ất Mão, tháng 2/1975).

Ngoài ra Thanh Lãng còn viết nhiều bài đăng trên các nhựt báo ở Sài Gòn, như:

. Tôi đi biểu tình (báo *Hoà Bình* ngày 14/10/1974).

. Hiến pháp và Hiệp định Paris ở bên này miền Nam (báo *Đại Dân Tộc* ngày 27/1/1974).
.Đấu tranh leo thang khủng khiếp (báo *Bút Thép* ngày2/2/1975.
. vân vân...

***Một nhà văn hoá bị quên lãng**

Như đã phân tích ở trên, Thanh Lãng, một nhà giáo tận tâm, yêu nghề, một nhà nghiên cứu - phê bình văn học có tầm cỡ với nhiều tác phẩm đã xuất bản cũng như chưa xuất bản dưới mọi hình thức; đồng thời ông cũng là một người thiết tha với báo chí, là nạn nhân của mấy vụ "đạo văn". Chẳng hạn việc **Thanh Lãng bị đạo văn.** Sự việc nầy khiến ông nổi giận vì có một bọn ăn cắp tài liệu của mình và cho in công khai. Chính Thanh Lãng đã viết:*"Đó là quý ông Nguyễn Tấn Long, Nguyễn Hữu Trọng và Phan Canh đã công khai ăn cắp tài liệu giảng khóa, in ronéo dành cho các sinh viên Văn khoa hai chương đầu, tập 1A của Bộ Phê Bình Văn Học, Thế Hệ 1932 gồm 17 tập đem xuất bản thành sách với nhan đề mới: "Việt Nam thi nhân tiền chiến, Quyển Thượng"... Thấy làm ăn trót lọt, năm sau, năm 1969 Nguyễn Tấn Long và Phan Canh lại tiếp tục ăn cắp thêm hẳn hai chương của tập 1A và tập 1B của Bộ Lịch sử văn học Thế hệ 1932 gồm 17 tập đem in thành sách lấy tên mới: Khuynh hướng thi ca tiền chiến, nhà Sống Mới xuất bản"(2).* Ông đến gặp Nghị sĩ Nguyễn Văn Chức và Thẩm phán Tối cao Pháp viện Trần Văn Linh kể lại câu chuyện đạo văn để nhờ đưa nội vụ ra tòa (Xin xem bài "*Về Vụ án Đạo văn của LM Thanh Lãng*" đăng trong tập sách nầy). Từ sau tháng tư năm 1975, nhà văn hóa Thanh Lãng hầu như đã bị bỏ quên. Người ta quên **đóng góp lớn nhứt** cho nghiên cứu văn học Việt Nam của Thanh Lãng là ***phương pháp thế hệ***. Ông định nghĩa "thế hệ" là: "*Một thời gian vắn nào đấy (thường là không quá mấy chục năm) đã được quy định nên do những sự kiện lịch sử, xã hội, chính trị khiến cho khoảng thời gian ấy được coi như là một hướng rẽ, một đường quật sánh với cái thời gian đi trước nó, và đồng thời từ đấy là trường sở hoạt động và xuất hiện: của những đường lối sống giống nhau, chung; của những đường lối tư tưởng chung, của những đường lối tình cảm chung, của những nghệ thuật chung*"

(3). Người ta cũng quên Thanh Lãng là người **có công không nhỏ** trong việc áp dụng ***phương pháp tư liệu***, *tư tưởng tư liệu*. Chính Đỗ Lai Thúy đã nhận định: "*Thanh Lãng đã có một số những ý tưởng độc sáng đến nay còn gợi ra nhiều ngẫm nghĩ (hoặc ít ra đối với tôi). Trước hết, tôi muốn nói đến tư tưởng tư liệu. Tư liệu với nhà phê bình cũng quan trọng như vậy, thậm chí còn hơn (...). Những công trình tư liệu thường sống lâu hơn những công trình chỉ có luận điểm chay: Mọi luận điểm sẽ qua đi nhưng tư liệu thì còn lại. Cũng nhờ tư liệu mà Thanh Lãng có cái nhìn mới với một vài giai đoạn văn học. Trước hết là "văn học Thiên chúa giáo". Trước đây chúng ta thường nghĩ văn học Việt Nam có văn học Nho giáo (điều quá hiển nhiên), văn học Phật giáo (một số người còn nghi ngờ!), nhưng văn học Thiên chúa giáo thì nhất quyết không có. Nhưng Thanh Lãng đã làm thay đổi suy nghĩ của chúng ta*" (Thanh Lãng, từ tư liệu đến cách phân kỳ văn học). Có thể nói Thanh Lãng cùng Nguyễn Văn Trung là những người *đi đầu* trong tác phong nghiên cứu coi trọng tự liệu.

Cho tới nay, giới nghiên cứu văn học ở trong nước cũng như tại hải ngoại khi đánh giá những đóng góp của Thanh Lãng cho văn học Việt Nam vẫn chưa có sự đồng thuận, người khen ngợi, kẻ chê bai. Ngay cả việc Hội Nghiên Cứu Văn Học TP/HCM xuất bản cuốn "*13 Năm Tranh Luận Văn Học*" của ông (3 tập, 1995) vẫn "chưa trung thực" trong phần trích dẫn tư liệu và bình luận của nhà nghiên cứu văn học Thanh Lãng. Nguyễn Văn Lục đã thuật lại một số chi tiết: "*Tuy cho xuất bản với tên sách là "13 năm tranh luận Văn Học", gồm ba tập, khoảng 1600 trang. Nội dung 1600 trang này chí trích dẫn phần tài liệu của Thanh Lãng và không cho in hơn 1000 trang phần bình luận của cá nhân Thanh Lãng viết. Lần đầu tiên, tôi đọc một tập sách nghiên cứu văn học, tên của tác giả thì có, nhưng lại không có một chữ nào của tác giả trong suốt 1600 trang giấy được in ra*" (Thanh Lãng, nhà văn hoá bị bỏ quên. DCV Online.net). Ngoài ra, một số người Việt làm văn hóa ở hải ngoại vốn mang nặng tinh thần bè phái vẫn còn đối xử "bất công" với nhà văn hóa Thanh Lãng. Riêng Nguyễn Văn Lục đã thú nhận: "*Đối với cá nhân tôi, dù không học ông một ngày nhưng nợ ông nhiều. Nhờ Thanh Lãng, tôi nắm bắt được các xu hướng phê bình, tranh luận văn học từ 1932...*" (DCV Online.net).

Chúng tôi còn nợ và học rất nhiều ở giáo sư Thanh Lãng, một người thầy khả kính với phương pháp giảng dạy độc đáo, một người thiết tha với báo chí, một nhà nghiên cứu văn học có tầm cỡ "đã dùng hết vốn liếng của tuổi đời để đầu tư về văn học". Từ phát biểu của GS Thanh Lãng ngày 28/03/1971 nhân kỷ niệm húy nhựt cố thi sĩ Đông Hồ tại Kiên Giang: "*Nếu Nhất Linh đã làm đẹp mặt miền Bắc, thì ít ra Đông Hồ cũng làm đẹp mặt miền Nam*" (4), tôi có thể nói: "*Thanh Lãng rất xứng đáng làm đẹp mặt Việt Nam*".

Montréal - Kỷ niệm **35** năm ngày mất của nhà văn hóa Thanh Lãng (1988-2023)

Chú thích:

(1) Tôi xin xác nhận **GS Thanh Lãng mất ngày 17/12/1988** tại Sài Gòn để đính chánh những sai lầm của các trang mạng xã hội và của một số tác giả. Chẳng hạn Bách khoa toàn thư mở Wikipedia ghi: "Thanh Lãng (1924-1978)...". Theo Trần Hải Yến, *Tự điển văn học* (bộ mới), nhà xuất bản Thế Giới, 2004, tr.1633-1634. Website *Tri thức Việt* ghi ông mất 1900? Viên Linh cũng ghi [sai]: "*GS lâm trọng bệnh và qua đời tại Sàigòn ngày 17/12/1978*", Nguyễn Văn Lục qua bài viết "*Thanh Lãng, nhà văn hóa bị bỏ quên*" đăng trong DCV Online.net đã ghi: "*GS Thanh Lãng (1924-**1998**)***". Tôi nghĩ ông ghi sai năm 1998,

(2) Thanh Lãng: *Phê bình Văn học thế hệ 1932.* Phong Trào Văn Hóa Sài Gòn xuất bản, 1972. Chương mở đầu: Tại sao xuất bản.

(3) Thanh Lãng: *Phê bình văn học thế hệ 1932.* Tập 1. Phong Trào Văn Hóa Sài Gòn xuất bản, 1972, tr. 98.

(4) Trúc Lan (Nguyễn Kiến Thiết): "*Lễ kỷ niệm húy nhựt cố thi sĩ Đông Hồ tại Kiên Giang*". Tạp chí *Nghiên Cứu Văn Học*, bộ mới, số 2, ngày 15/04/1971 tr.121-122.

NHỚ VỀ THẦY THANH LÃNG

Nơi đất lạnh, tình nồng vẫn ấm
Xuân sắp về hoài vọng cố hương
*Nhận hung tin Thầy **Thanh Lãng** mất*
Không khóc mà lệ sầu cứ tuôn
Tám năm chẵn trau giồi kinh sử
Biết bao nhiêu kỷ niệm đong đầy
Kiến thức bao la Thầy truyền thụ
Hướng dẫn môn sinh tránh "học chay"
Thầy bảo trợ Cao học, Tiến sĩ
*Khai thác nhiều **Văn Chương Bình Dân*** (1)
Ca dao miền Bắc**, rồi **Hò Huế (2)
Những Đặc Thù Ca Dao Miền Nam (3)

Người thiết tha miệt mài nghiệp báo
Chủ nhiệm kiêm Chủ bút nhiều lần
Việt Tiến rồi Nghiên Cứu Văn Học
Dệt tơ đời phục vụ nhân gian
Vụ án "Đạo văn", Thầy thấm mệt
Vô phước cho nên đáo tụng đình
Một đồng danh dự, Tòa tuyên án
Xoa dịu phần nào chút lý-tình
Tháng Tư năm ấy bao dâu biển
Đổi đời thành một "kẻ bên lề"
Năm tháng cuối Thầy không thiết sống
Và ra đi trong nỗi ê chề!
Kể ra cái chết "vô duyên" ấy
Không vinh quang, gây "ngộ nhận" nhiều (4)
So cùng cái chết trên bục giảng:
"Trường Văn nhả ngọc Đông Hồ siêu" (5)
Thắp nén tâm hương xin khấn nguyện
Nơi nước Trời, Thầy nhập cuộc chơi
Ba trăm năm nữa còn ai nhắc
Ánh sao Khuê (6) *vẫn mãi rạng ngời!*

Trúc Lan- Xuân Giáp Thìn 2024

Chú thích:

[1] Tên một quyển sách của GS Thanh Lãng đã đoạt Giải Thưởng Văn Chương Toàn Quốc (bộ môn khảo luận) năm 1957.

[2] và (3): Các đề tài Luận án Cao học Văn chương Việt Nam tại Đại học Văn Khoa Sài Gòn do GS Thanh Lãng bảo trợ và các nghiên cứu sinh đã đệ trình thành công.

[4] Theo Nguyễn Văn Lục, GS Thanh Lãng mất năm 1988 sau khi đi "làm việc" ở Phường về. Nhưng GS Nguyễn Văn Trung khẳng định: *"Thanh Lãng tạ thế ngày 17/12/1988,* ***sau một tháng lâm trọng bệnh****"*. Riêng Lê Hữu Mục lại cho rằng: *"Nghe nói sau này khi tỉnh ngộ, ông* [Thanh Lãng] *tỏ ýchống đối* [chánh quyền] *và* ***bị họ đánh thuốc độc chết****"* (Hội Văn Hóa Việt Phỏng Vấn GS Lê Hữu Mục, 08 June 2003). Thiết nghĩ tư liệu của GS Nguyễn Văn Trung đáng tin cậy hơn.

[5] Thi sĩ Đông Hồ chết trên bục giảng đường Đại học Văn Khoa Sài Gòn ngày 25/03/1969 lúc ông bình giảng bài thơ *Trưng Nữ Vương* của nữ sĩ Ngân Giang. Khi hay tin thi sĩ Đông Hồ mất, GS Bửu Cầm đã gởi Câu đối phúng thật tuyệt: "*Sông Thái ôm trăng, Lý Bạch thoát; Trường Văn nhả ngọc, Đông Hồ siêu*".

[6] Sao Khuê: tên một ngôi sao trong chòm 28 sao Trung Quốc cổ đại. Trong văn hóa Đông Á và Việt Nam, sao Khuê là biểu tượng của văn chương, học thuật. Khuê Văn Các được xây dựng tại Quốc Tử Giám, trường Đại học đầu tiên của Việt Nam, mang biểu tượng này. Những bậc bác học lỗi lạc trong lịch sử được ví là sáng như sao Khuê; một trong số đó là Nguyễn Trãi, đã được Lê Thánh Tông cho tạc bia: *Ức Trai tâm thượng quang Khuê tảo* (*tấm lòng Ức Trai sáng tựa sao Khuê*), theo Wikipedia.

MỪNG SINH NHỰT CHÁU ANGELA BẢO TRÂN

Từ khi con khóc chào đời
Mẹ Cha hạnh phúc, mừng vui vô ngần
Ông Bà phỉ dạ hoan-hân
Bảo Trân tên đặt - muôn phần vinh hoa!

Trúc Lan - Montréal 30.X.2011

VỀ VỤ ÁN "ĐẠO VĂN" CỦA LM THANH LÃNG VÀ CHUYỆN "IN LẬU SÁCH" CỦA NGUYỄN KIẾN THIẾT

***"Đạo văn" là gì?**

Theo nghĩa thông thường, đạo văn (đạo: trộm cắp) là chép văn của người khác làm của mình. *Bách Khoa Toàn Thư Mở Wikipedia* cho rằng: Đạo văn (tiếng Anh: plagiarism; tiếng Hoa: 抄袭 sao tập) là chiếm hữu một cách sai trái, ăn cắp, công bố ngôn ngữ, suy nghĩ, ý tưởng, hay cách diễn đạt của người khác và xem chúng như là những gì do mình tự tạo ra.

Tại Việt Nam, hơn mười năm trở lại đây đã có nhiều vụ "đạo văn" đình đám. Đó là những vụ "đạo văn luận án tiến sĩ". Ông "tiến sĩ" nầy kiện ông "tiến sĩ" nọ đã "đạo văn" hoặc "sao chép" luận án tiến sĩ của mình. Chẳng hạn vụ ông tiến sĩ Mai Thanh Quế kiện ông tiến sĩ Hoàng Xuân Quế đã "sao chép một phần" luận án tiến sĩ của ông ta. Năm 2013, Bộ trưởng Bộ Giáo Dục & Đào Tạo - ông Phạm Vũ Luận, đã ra Quyết định thu hồi bằng tiến sĩ của ông Hoàng Xuân Quế. Rồi ông Xuân Quế kiện ngược lại Bộ Giáo Dục & Đào Tạo gây xôn xao dư luận thời bấy giờ.

Thời Việt Nam Cộng Hòa có mấy vụ đạo văn nổi trội. Chẳng hạn vụ miền Nam đạo văn của miền Bắc: **Hoàng Trọng Miên** (miền Nam) tác giả quyển *Việt Nam Văn Học Toàn Thư* (VNVHTT) đã "chôm" luôn cuốn sách *Lược Khảo Về Thần Thoại Việt Nam* (LKVTTVN) của Nguyễn Đổng Chi (miền Bắc). Đường Bá Bổn trong tập san *Văn Hóa Á Châu*, mục Điểm Sách đã lập Bảng So Sánh giữa hai cuốn: *VNVHTT* của Hoàng Trọng Miên, do Quốc Hoa xuất bản, 1959 với cuốn *LKVTTVN* của Nguyễn Đổng Chi, do Văn Sử Địa, Hà Nội xuất bản 1956. Chỉ riêng về Thần Thoại, từ *bài* thứ 1 (Thần thoại Mèo) đến *bài* thứ 26 (Thần Kim Quy), cả hai quyển sách đều giống nhau đến 99%. Ông đã kết luận: *"Sự thay đổi tiêu đề có khác nhau, song nội dung, văn, ý đều là một.* ***Hay là nói một cách khác đi, ông Hoàng Trọng Miên đã cho chép rất đúng với nguyên tác của ông Nguyễn Đổng Chi*** *(gồm cả bố cục)"* (1). "Cuốn sách đạo văn" *VNVHTT* của Hoàng Trọng Miên lại được lãnh Giải Văn Chương Toàn Quốc, bộ môn Khảo luận, năm 1958-1959, được trao bởi Tổng thống Việt Nam Cộng Hòa! Được biết Chủ tịch Hội đồng Giám khảo thời ấy là ông Trương Công Cừu; còn ông "đạo sách" Hoàng Trọng Miên "ẵm" một số tiền thưởng khá lớn (hình như vài trăm ngàn đồng?).

*** Về vụ án "Đạo văn" của LM Thanh Lãng**

Đây là vụ miền Nam đạo văn của chính miền Nam. Đáng chú ý là vụ Nguyễn Tấn Long và Phan Canh đạo văn của LM Thanh Lãng. **Sự việc nầy khiến ông nổi giận** vì có một bọn ăn cắp tài liệu của mình, cho in và bày bán công khai. Chính Thanh Lãng đã viết trong *Nghiên Cứu Văn Học: "Chính tôi đây đang là nạn nhân của một vụ cướp. Bộ Lịch sử Phê Bình Văn Học Việt Nam thế hệ 1932-1945 của tôi gồm 17 tập, quay ronéo cho sinh viên chứng chỉ Văn Chương Việt Nam Đại Học Văn Khoa Saigòn học, niên khóa 1966. Hai đấng văn hóa Nguyễn Tấn Long và Phan Canh, đã lấy hẳn 500 trang đầu của tập một trong 17 tập, đem in thành sách, để tên hai đấng văn hóa Nguyễn Tấn Long và Phan Canh, rồi đặt tên sách là "Khuynh Hướng Thi Ca Tiền Chiến", xuất bản năm 1969. Tôi đã trao nội vụ cho luật sư kiêm nghị sĩ Nguyễn Văn Chức để làm thủ tục khởi tố. Bị cướp sách, còn phải mất tiền mướn luật sư bảo là hách nhất nước là nghị sĩ Chức, vậy mà gần ba năm nay, Tòa án Việt Nam đã có hạ cố soi xét đến đâu. Lần nào gặp ông Chức, tôi cũng hỏi thăm ông xem bao giờ đèn trời mới soi tới chốn văn hóa u minh (...). Tôi chờ gần ba năm rồi. Không biết tòa án không thèm xử, hay nghị sĩ Chức không thèm bênh một vụ án văn hóa bởi vì văn hóa đương nhiên được nhìn là lèm nhèm đáng vất đi. Tôi ước mong nếu miền Nam này còn công lý thì Tòa án thử lên tiếng xem là Tòa án coi khinh văn hóa, hay nghị sĩ Chức coi khinh văn hóa?"* (2).

Trên đây là nội dung bài báo đăng vào tháng 1&2-1972 khiến Thanh Lãng phải "chờ gần ba năm rồi". Trong cuốn *Phê bình Văn học thế hệ 1932*, ông có viết: *"Đó là quý ông Nguyễn Tấn Long, Nguyễn Hữu Trọng và Phan Canh đã công khai ăn cắp tài liệu giảng khóa, in ronéo dành cho các sinh viên Văn khoa hai chương đầu, tập 1A của Bộ Phê Bình Văn Học, Thế Hệ 1932 gồm 17 tập đem xuất bản thành sách với nhan đề mới: "Việt Nam thi nhân tiền chiến, Quyển Thượng"... Thấy làm ăn trót lọt, năm sau, năm 1969 Nguyễn Tấn Long và Phan Canh lại tiếp tục ăn cắp thêm hẳn hai chương của tập 1A và tập 1B của Bộ Lịch sử văn học Thế hệ 1932 gồm 17 tập đem in thành sách lấy tên mới: Khuynh hướng thi ca tiền chiến, nhà Sống Mới xuất bản*"[(3)]. Tạp chí *Bách Khoa* số 377 ngày 14/9/1972, nơi bài "Đàm Thoại Với LM Thanh Lãng Về vụ án "Đạo văn", có ghi: "*Tòa sẽ tuyên án vào ngày 15/9 sắp tới" (...) "Ngồi ghế Biện lý trong vụ án này cũng là một cây bút quen thuộc: nhà văn kiêm nhà thơ Huy Trâm, đã có những sáng tác đăng trên Bách Khoa hồi 1959, lúc ông còn là sinh viên*" (tr.10). Cũng trong bài báo nầy, *Bách Khoa* có nêu ra 6 câu hỏi, được LM Thanh Lãng trả lời thỏa đáng, rạch ròi từng câu hỏi một (xin xem các trang 9-12 và các trang 71-72).

Đặc biệt câu hỏi 2: "*Tại sao ông lại phải kiện ra Tòa một vụ mà người ta tưởng có thể dàn xếp riêng với nhau được? Có dư luận cho rằng vì ông muốn đòi một số tiền bồi thường lớn mà ông đã phải kiện hai ông Nguyễn Tấn Long và Phan Canh. Sự thật ra sao?*". LM Thanh Lãng đã trả lời bằng cách nêu ra hai lý do, như sau: "*Trong vụ này thì cực chẳng đã mới khởi kiện. Năm 1970 khi tôi biết việc đạo văn này, hai ông* [NTL và PC] *đã năn nỉ xin tôi bỏ qua (...). Mục đích tôi kiện không phải để đòi bồi thường gì hết. Mục đích tôi kiện chỉ để tòa xác nhận tôi là tác giả bộ sách của tôi, còn hai ông đã chép lại sách của tôi làm tác phẩm của mình. Nếu như Tòa có bắt các bị can phải bồi thường, tôi cũng không lấy gì, chỉ yêu cầu cho thanh toán các án phí, còn dư bao nhiêu xin dâng cho các tổ chức văn hóa, như Đại học Văn khoa Saigon... Có dư luận bảo tôi cần tiền nên đi kiện mục đích để đòi bồi thường 2 triệu là hoàn toàn sai sự thực*" (tr.11). Đến giữa tháng 9/1972, Tòa mới xử "vụ án" nầy, được tạp chí *Bách Khoa* đăng: "*Vụ L.M. Thanh Lãng kiện 2 ông Nguyễn Tấn Long và Phan Canh, lấy của ông trên 400 trang sách, sau cùng đã được Tòa xử như sau: Các ông tác giả "Khuynh hướng Thi ca tiền chiến" phải đền ông Thanh Lãng 1 đồng bạc danh dự và mỗi người phải chịu phạt 1.000 đồng...Mặc dù các ông Nguyễn Tấn Long và Phan Canh còn chống án lên tòa trên, nhưng như vậy là Tòa dưới đã xử L.M. Thanh Lãng được kiện và vụ "đạo văn" là có thực... Chúng ta lại còn được dịp xem Tòa trên xử vụ này ra sao để biết ô. Thanh Lãng có đủ tiền trả luật sư hay không*" (*Bách Khoa* số 378, ngày 29/9/1972: Vụ án "Đạo văn" tạm kết thúc, tr.79).

Như vậy "vụ án" đạo văn của Thanh Lãng chỉ "tạm" kết thúc. Các ông "đạo văn" bị Tòa dưới xử phải đền LM Thanh Lãng "*1 đồng bạc danh dự và mỗi người phải chịu phạt 1.000 đồng*". Nhưng các ông Nguyễn Tấn Long và Phan Canh còn "chống án lên tòa trên", và "chúng ta lại còn xem Tòa trên xử vụ nầy ra sao". Diễn tiến sự việc xảy ra sau đó vẫn chưa ngã ngũ (vì các ông "đạo văn" vẫn chưa đền *1 đồng bạc danh dự* cho LM Thanh Lãng và chưa nộp phạt mỗi người 1.000 đồng), nên chúng tôi đã viết trên *Ngôn Ngữ*: "*Cuối cùng bị tòa án xử "chìm xuồng". Vụ án "đạo văn" đã đi vào quên lãng...*". Nhà phê bình văn học Nguyễn Vy Khanh đã góp ý: Thư Quán Bản Thảo số 106 ra tháng 10-2023 có đăng lại bài "Thanh Lãng, nhà văn hóa bị bỏ quên!" của Nguyễn Văn Lục; và Nguyễn Kiến Thiết trong bài "Thanh Lãng, nhà văn hóa bị quên lãng" trên Ngôn Ngữ số 28 tháng 11-2023 đều thiếu sót "hồi" kết thúc vụ án này. Ông viết tiếp: "Phần tôi [NVK] vẫn nhớ vì từng được nghe Lm Thanh Lãng kể lại và hơn nữa đã tìm thấy reference - và đã ghi nhận trong bộ Văn Học Miền Nam 1954-1975 của tôi xuất bản năm 2016 và tái bản năm 2019, trang 498-499: "... Ngày 22-9-1972, Tòa Sơ Thẩm Sài-Gòn tuyên án hai ông Phan Canh Và Nguyễn Tấn Long vi phạm tác quyền và bồi thường LM Thanh lãng 'một đồng danh dự'" – trong Bộ Phê Bình Văn Học Thế Hệ 1932 (2 tập, Phong Trào Văn Hóa, 1972). Người viết thành thật cám ơn ông Nguyễn Vy Khanh đã chịu khó đọc và thẳng thắn góp ý trên tinh thần xây dựng, khách quan. Nhưng có vài chi tiết cần làm sáng tỏ. Nguyễn Vy Khanh trong Văn Học Miền Nam 1954-1975, tr.498-499, và LM Thanh Lãng trong bộ Phê Bình Văn Học Thế Hệ 1932 đều khẳng định: "Ngày 22-9-1972, Tòa Sơ Thẩm Sài-Gòn tuyên án hai ông Phan Canh và Nguyễn Tấn Long vi phạm tác quyền và bồi thường LM Thanh lãng 'một đồng danh dự'" (X. "Bài Bạt 'Tôi đi hầu Tòa'", Tập Hạ, tr. 543). Vào giữa tháng 9 năm 1972 (không nhớ ngày), chúng tôi và anh em Tòa soạn tạp chí *Nghiên Cứu Văn Học* cùng một số môn sinh của GS Thanh Lãng có đến dự phiên Tòa xử vụ án đạo văn để ủng hộ Thầy. Thẩm phán công tố vụ án nầy là ông Nguyễn Hồng Nhuận Tâm (tức nhà thơ Huy Trâm). Đây là Tòa dưới. Tòa đã xử như *Bách Khoa* đã đăng. Vụ án chưa đến "hồi" kết thúc vì các ông Nguyễn Tấn Long và Phan Canh còn "chống án lên tòa trên". Sau đó không thấy báo nào đăng hồi kết thúc ra sao. Hai ông "đạo văn" có thật sự "chống án lên tòa trên" hay không? Còn LM Thanh Lãng "có đủ tiền trả luật sư hay không" nếu muốn tiếp tục theo vụ kiện. Bấy giờ tạp chí *Nghiên Cứu Văn Học* đã đình bản (từ tháng 6/1972) nên đành phải im hơi lặng tiếng.

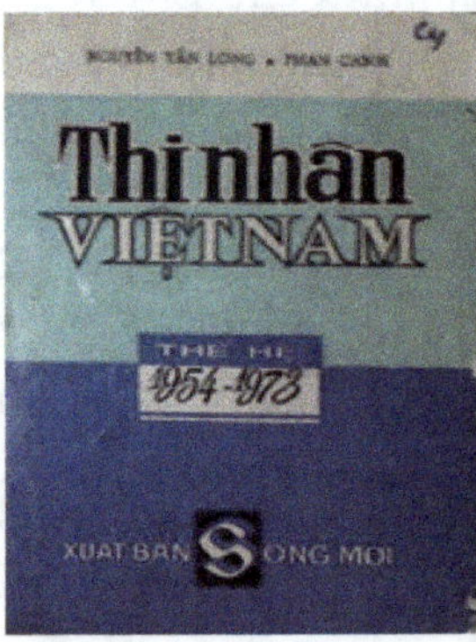

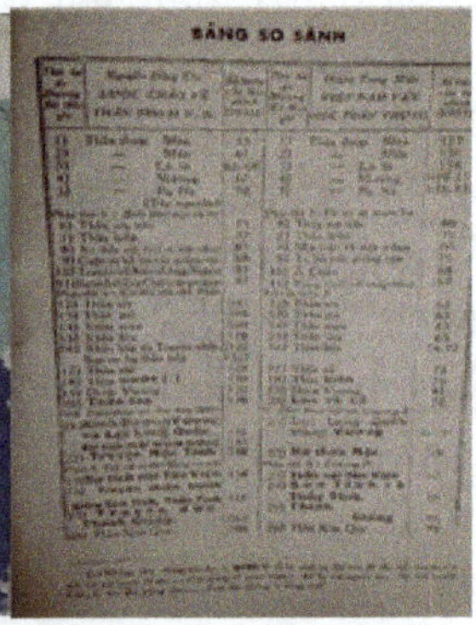

* Hình trái: *Hai "đấng văn hóa" Nguyễn Tấn Long – Phan Canh đã bị tố giác "đạo văn" của LM Thanh Lãng để in quyển Thi Nhân Việt Nam - Thế Hệ 1954-1973. Nguồn: http://nhilinhblog.blogspot.ca.*

* Hình phải: *Bảng So Sánh giữa VNVHTT của Hoàng Trọng Miên với cuốn LKVTTVN của Nguyễn Đổng Chi.* Nguồn: *Văn Hóa Á Châu,* số 18, năm 1959.

Thật ra vấn đề càng đào sâu càng rối. Chúng ta chỉ biết "vụ án" đạo văn của LM Thanh Lãng là có thật. Các tên "đạo chích" văn nghệ Nguyễn Tấn Long - Nguyễn Hữu Trọng - Phan Canh là có thật. Riêng tên "đạo chích" Nguyễn Tấn Long - Giám đốc nhà xuất bản Sống Mới - hiện có một hệ thống phát hành quy mô trên toàn quốc thời bấy giờ cũng là có thật. Thế lực kim tiền của Sống Mới quá mạnh đến nỗi các ông Toan Ánh và Khai Trí [Nguyễn Hùng Trương] khuyên LM Thanh Lãng "*thôi đi vì kiện họ không nổi đâu và còn nguy hiểm... là khác nữa*" (*Bách Khoa*, báo đã dẫn, tr.12). Tòa Sơ thẩm (Tòa dưới) đã xử hai ông "đạo văn" phải đền LM Thanh Lãng "*1 đồng bạc danh dự*". Nhưng hai ông "đạo chích" có chịu đền hay không, và có "chống án lên tòa trên" hay không, xin để "hạ hồi phân giải". Nghe nói về sau LM Thanh Lãng vô cùng chán nản, phần vì không đủ tiền trả luật sư nên đành bỏ cuộc! Nhìn chung, qua vụ án "đạo văn" nầy, các ông "đạo văn" Nguyễn Tấn Long – Phan Canh đã thắng lớn về lợi và danh. Với hệ thống phát hành sách quy mô trên toàn quốc của nhà xuất bản Sống Mới, các ông "đạo chích" đã chia nhau một số tiền khá lớn bởi sách bán chạy như tôm tươi. Sách đạo văn của họ "*được bày ở thư viện Quốc Gia, tên* [của họ] *được ghi vào niên giám văn nghệ sĩ Việt Nam*" (4). Mặt khác các đấng văn hóa nầy còn được xếp vào hàng ngũ "nhà viết văn học sử", cùng một chiếu với LM Thanh Lãng trong một Luận án Tiến sĩ (5).

***Chuyện "In lậu sách" của Nguyễn Kiến Thiết**

Theo nghĩa thông thường, Sách in lậu là sách do các cá nhân/đơn vị tự sao chụp (scan) từ các sách thật rồi in lại, với nội dung và cách trình bày giống sách thật gần 100%. Mấy lúc gần đây, việc "In lậu sách" xuất hiện từ trong nước cho tới hải ngoại. Ban đầu do một vài cá nhân khởi xướng, phổ biến hạn chế với mục đích bảo tồn vốn cũ, rồi nghiêng hẳn về thương mại. Về sau do một nhóm, một nhà xuất bản in lậu sách với quy mô lớn, bày bán khắp nơi. Họ lợi dụng Công ước quốc tế về quyền tác giả để "ồ ạt" xuất bản sách – đặc biệt các tác phẩm kinh điển, mà không cần phải xin phép và không mất một đồng phí tác quyền nào cho tác giả. Theo Công ước Berne, sách sẽ hết thời hạn bảo hộ quyền tác giả sau 50 năm hoặc 70 năm (tùy theo quy định cụ thể của từng quốc gia) kể từ ngày tác giả mất. Chính tôi đây cũng là nạn nhân của một vụ in lậu sách. Đó là quyển Luận án Cao học Văn chương *Tánh Cách Đặc Thù Của Ca Dao Miền Nam* in năm 1972 của tôi. Trước khi ra Hội đồng thi, tôi nộp mấy cuốn cho giáo sư bảo trợ, cho nhị vị giáo sư giám khảo và Đại học Văn Khoa Sài Gòn. Sau khi tốt nghiệp, tôi mang sách đến biếu tại các thư viện như: Thư Viện Quốc Gia, Thư viện các trường Đại học (Văn Khoa Sài Gòn, Văn Khoa Cần Thơ) cũng như các thầy học, người ơn, người thân và bè bạn tâm giao. Đây là một hình thức "cầu chứng" vì bấy giờ tôi chưa biết cách thức nộp lưu chiểu tại thư viện. Đây là đề tài còn mới mẻ, tư liệu hiếm hoi nên ít người khai thác. Với tình-yêu-say-sưa-văn-chương-bình-dân, giáo sư Thanh Lãng đã nhận bảo trợ nhiều sinh viên soạn Cao học về văn chương bình dân như Ca dao miền Bắc, miền Trung (Hò Huế). Tôi là người *duy nhứt*, *đầu tiên* và cũng là người *cuối cùng* soạn về Ca dao miền Nam tại ĐHVK Sài Gòn. Trước năm 1975, tôi đã chỉnh sửa, bổ sung quyển sách và sẵn sàng hợp tác với một số nhà xuất bản trong việc in ấn, phát hành sách. Tháng Tư năm ấy ập đến đã chôn vùi mọi ước mơ toan tính của tôi. Bản thảo duy nhứt đã bị thất lạc trong chuyến vượt biển không thành công vào tháng 7/1987. Thời gian lạnh lùng trôi qua. Thấm thoắt mà đã trên 50 năm. Sau khi định cư ở xứ người, mải mê vật lộn với cơm áo gạo tiền nơi đất khách, tôi vẫn chưa thực hiện được giấc mộng nhỏ bé của mình. Vào năm 2018, trong một chuyến về Việt Nam thăm quê hương, tôi phát hiện cuốn sách của mình đã bị in lậu. Chính em tôi – nhà văn nhà báo Nguyễn Trọng Dũng, đã cung cấp thông tin và "mua" tặng tôi một cuốn. Tôi không rõ "nhà in lậu sách" đã in bao nhiêu cuốn và bán với giá nào, chắc là không rẻ vì đây là tư liệu hiếm quý. Điều đáng ghi nhận, từ sau năm 1975, mảnh đất mầu mỡ văn học miền Nam đã thu hút các nhà nghiên cứu văn hóa dân gian "tại chỗ" hoặc từ miền Bắc vào, tập trung khai thác. Họ tìm tòi, lục lạo trong các thư viện và tủ sách tư nhân may ra "bắt" được sách báo, tư liệu quý hiếm thoát nạn "phần thư" cho công trình nghiên cứu của mình. Dĩ nhiên họ rất "thèm" quyển *Tánh Cách Đặc Thù Của Ca Dao Miền Nam* của tôi còn được lưu trữ trong thư viện Đại học Văn Khoa Sài Gòn hoặc rải rác đâu đó trong các Tủ sách Gia đình của những người yêu sách. Chẳng hạn Huỳnh Ngọc Trảng trong *Vè Miền Nam* (6), Nguyễn Thị Thanh Xuân – Nguyễn Khuê – Trần Khuê trong *Sài Gòn – Gia Định Qua Thơ Văn Xưa* (7). Người anh họ tôi kể có một cán bộ miền Bắc tới nài nỉ mua với giá khá cao quyển Luận án mà tôi đã tặng anh năm 1972. Vì cần một số tiền để chạy/lo thủ tục xuất cảnh sang Hoa Kỳ diện H.O., anh đành phải bán đi cuốn sách kỷ niệm ấy. Một số đại học ở miền Nam – đặc biệt Đại học Cần Thơ, đã thực hiện ròng rã trong thời gian dài để đưa nhiều đợt sinh viên Khoa Ngữ Văn đi "điền dã" sưu tầm văn học dân gian tại các tỉnh Đồng bằng sông Cửu Long mà tôi lãnh trách nhiệm Phó ban Chỉ đạo. Sau đó họ tập hợp tư liệu đã sưu tầm, đánh giá, xếp loại, thành lập Nhóm biên soạn, phân công người viết để xuất bản quyển *Văn Học Dân Gian Đồng Bằng Sông Cửu Long* (Khoa Ngữ Văn Đại Học Cần Thơ, nhà xuất bản Giáo Dục, 1997). Tôi là người có nhiều tâm huyết về mảng Văn học dân gian Nam Kỳ Lục Tỉnh, nhưng lúc bấy giờ đã định cư ở Canada nên không được nhắc đến tên trong nhóm biên soạn quyển sách nầy.Trở lại chuyện cuốn sách bị in lậu. Bản in lậu (BIL) dưới hình thức sao chụp lại giống 99% so với bản gốc (BG). Tôi phát hiện vài khác biệt như dưới đây:

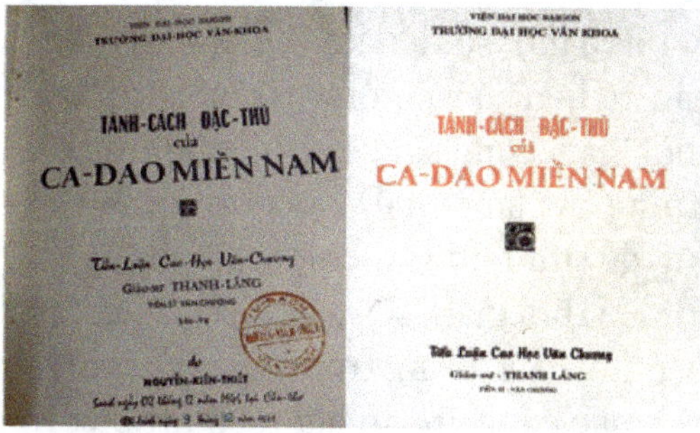

*Hình trái: *Ảnh bìa Bản Gốc Luận án Cao học Văn chương do Nguyễn Kiến Thiết đệ trình ngày 09 tháng 12 năm 1972, có đóng dấu đỏ TỦ SÁCH GIA ĐÌNH – NGUYỄN KIẾN THIẾT.*

*Hình phải: *Ảnh bìa Bản In Lậu TÁNH CÁCH ĐẶC THÙ của CA DAO MIỀN NAM. BIL không ghi năm xuất bản và tên tác giả Nguyễn Kiến Thiết được thay thế bởi Giáo sư Thanh Lãng (mục đích chào hàng, câu khách để "hốt bạc").*

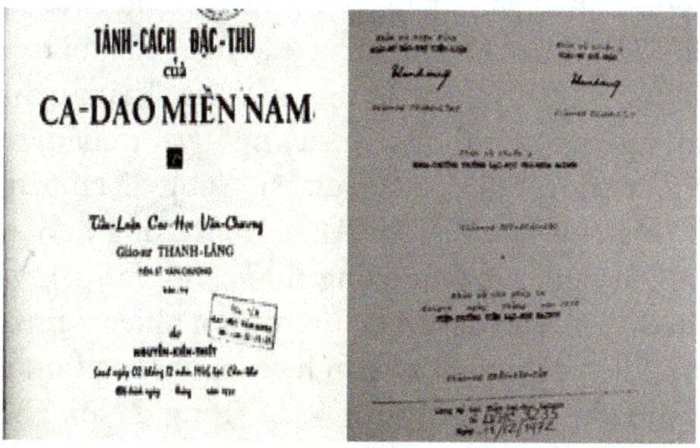

*Hình trái: *Bìa 1 BIL in hai màu xanh và đỏ, không có dấu đỏ "TỦ SÁCH GIA ĐÌNH – NGUYỄN KIẾN THIẾT". Đặc biệt có thêm 2 dấu đỏ: 1 - hình tròn có các chữ "VIỆT NAM CỘNG HÒA – VIỆN ĐẠI HỌC SÀI GÒN – ĐẠI HỌC VĂN KHOA" (nơi các trang 183, 280 và 282 cũng có đóng dấu nầy). 2 - hình chữ nhựt có các chữ "THƯ VIỆN ĐẠI HỌC VĂN KHOA – Đến ngày 11-12-72". BIL nầy còn thiếu 7 trang đầu. Ở trang cuối có mấy chi tiết có tánh chất lịch sử (xin xem Hình phải đính kèm).*
*Hình phải có chữ ký của GS Thanh Lãng: *"Khán và Hiệu đính GIÁO SƯ BẢO TRỢ TIỂU LUẬN – Giáo sư THANH LÃNG", "Khán và Chuẩn y GIÁO SƯ CHỦ KHẢO - Giáo sư THANH LÃNG". Đặc biệt có hàng chữ: "Đăng ký tại Viện Đại học Sài Gòn. Số LVHC 3235. Ngày 11/12/1972".*

Có thể nói tôi là người bị thua thiệt về vật chất và tinh thần - giống như trường hợp GS Thanh Lãng, thầy tôi. Để viết xong quyển sách, tôi phải bỏ ra một số tiền không nhỏ để "săn" cho kỳ được một số sách báo, tư liệu cũ và mới liên quan tới đề tài [(8)]. Tôi cũng đã bỏ nhiều thời gian, công sức thực hiện những chuyến đi "điền dã", vào sâu trong các làng quê ngõ xóm ở các tỉnh Đồng bằng sông Cửu Long để sưu tầm văn chương bình dân. Thế mà công trình đòi hỏi nhiều thời gian, công khó và vắt cả tim óc của tôi đã bị họ tiếm đoạt một cách trắng trợn. Ngay cả một tiếng xin phép cũng không có, mặc dầu "nhà in lậu sách" ấy biết rõ về tôi, thì đừng nói chi đến việc đền bù thiệt hại! Nghe nói nhờ làm ăn khấm khá, tay "đạo chích" nầy đã in lậu rất nhiều sách cổ điển của tiền nhân và quảng cáo công khai trên mạng xã hội để "câu" độc giả. Giống như trường hợp các ông "đạo sách", các "nhà viết văn học sử" Nguyễn Tấn Long – Phan Canh dẫn trên, tay "in lậu sách" nầy chẳng những "ẵm" một số tiền kha khá, còn được người đời gọi là "nhà sưu khảo" (?). Dầu sao nhờ chuyện in lậu sách nầy đã đánh thức cái tánh lề mề cầu toàn của tôi trong việc viết và xuất bản sách tuy có phần muộn màng. Thà nghĩ muộn còn hơn không, sau một thời gian suy nghĩ gặm nhấm nỗi đau, một lần nữa, tôi quyết định sửa chữa, bổ sung để tái bản quyển *Tánh Cách Đặc Thù Của Ca Dao Miền Nam* trong thời gian sắp tới. Theo nhiều nguồn tin từ trong nước, việc "in lậu và buôn bán sách lậu ở Việt Nam đã tồn tại nhức nhối nhiều năm qua vẫn chưa dẹp bỏ được, thậm chí có dấu hiệu ngày càng tinh vi, phát triển ở quy mô lớn". Nhà xuất bản Kim Đồng đã lên án: "*Sách lậu, sách giả là một hình thức* ***ăn cắp****. Khác nhau ở đây là* ***ăn cắp tri thức, ăn cắp phá hoại****"* (Nguồn: Zing). Khi đặt ra vấn nạn Sách in lậu ở nước ta vô phương cứu chữa, ông **Nguyễn Mạnh Hùng,** nguyên Chủ tịch HĐQT kiêm Giám đốc Thái Hà Books đã viết: "*Hiện nay việc sản xuất và tiêu thụ sách giả sách lậu vẫn mới chỉ dừng ở hình thức xử phạt hành chính. Tuy nhiên vì sách là tri thức và ảnh hưởng đến tinh thần và dân trí của một quốc gia nên chúng ta cần phải thay đổi để hành vi in và phát hành sách giả nằm trong* ***bộ luật hình sự****, có như vậy thì hình phạt mới đủ sức răn đe*".

Montréal - Đầu Xuân Giáp Thìn 2024

Chú thích:

(1)Đường Bá Bổn, *Văn Hóa Á Châu* số 18, 1959, tr.90.

(2)Thanh Lãng: "Chỗ đứng của người làm văn hóa trong xã hội Việt Nam". *Nghiên Cứu Văn Học*, bộ mới, số 11&12, tháng 1&2- 1972, tr.66.

(3) Thanh Lãng: *Phê bình Văn học thế hệ 1932* (Phong trào Văn Hóa Sài Gòn xuất bản, 1972. Chương mở đầu: Tại sao xuất bản).

(4) Thanh Lãng viết: *"Đã công khai ăn cướp một lần. Nay lại báo trước sẽ công khai ăn cướp nữa". "Tôi viết dài vòng vo tam quốc là để báo động với văn học giới hầu tìm cách tống cổ những tên gian thương văn hóa ra khỏi sinh hoạt văn hóa. Còn gì xỉ nhục [* **sỉ** *} cho văn hóa bằng cách ăn cắp của Nguyễn Tấn Long, của Nguyễn Hữu Trọng, Phan Canh được bày ở thư viện Quốc Gia, tên của Nguyễn Tấn Long; của Nguyễn Hữu Trọng; Phan Canh được ghi vào niên giám văn nghệ sĩ Việt Nam." Chính vì để độc giả có dịp so sánh sự đánh cắp bần tiện, ngu xuẩn của người ăn cắp văn mà tôi quyết định cho xuất bản y nguyên không sửa chữa bản thảo in ronéo năm 1966. Bản in hôm nay trích ở các tập 1A, tập 1B và tập XVII, cùng với lời nói đầu cũng của bản in Ronéo năm 1966" (Phê bình Văn học thế hệ 1932.* Phong trào Văn Hóa Sài Gòn xuất bản, 1972. Chương mở đầu: Tại sao xuất bản).

(5) Trần Thị Mỹ Hiền: "*Kiều Thanh Quế trong đời sống nghiên cứu, lý luận, phê bình văn học Việt Nam nửa đầu thế kỷ XX*". Luận án Tiến sĩ Lý luận Văn học, Trường Đại học Khoa học Xã hội và Nhân văn, TP Hồ Chí Minh, 2023. Luận án nầy đã xếp Nguyễn Tấn Long – Phan Canh là "nhà viết văn học sử" với tác phẩm "đạo văn": *Khuynh hướng thi ca tiền chiến – Một biến cố văn học thế hệ 1932-1945 (1968).*

(6) Trong quyển *Vè Miền Nam* (nhà xb TP. Hồ Chí Minh, 1988, tr.49-50) của Huỳnh Ngọc Trảng, nơi trang 3, Lời nhà xuất bản có in: "*Trong một chừng mực nhất định được Nguyễn Kiến Thiết đề cập tới trong Tiểu luận Cao học; Đại học Văn Khoa Sài Gòn, 1972*". Trong bài "Vè cầm thú 1" in ở trang

49-50, Huỳnh Ngọc Trảng có ghi chú: "*Nguyễn Kiến Thiết: Tiểu luận Cao học Văn Khoa, S. 1972, tr.157*".

(7) Phần Một: Thơ Ca Dân Gian, có ghi: "*Trong phần sưu tầm, chúng tôi đã sử dụng một số tư liệu trong: -Tục ngữ, ca dao, dân ca của Vũ Ngọc Phan; -Thi ca bình dân của Nguyễn Kiến Thiết (Luận văn Cao học); -Ca dao giảng luận của Thuần Phong...v...*" (tr.34). Nhóm biên soạn đã ghi không đúng nguyên văn tựa sách của Nguyễn Kiến Thiết – tức *Tánh Cách Đặc Thù Của Ca Dao Miền Nam* (thay vì *Thi Ca Bình Dân...*).

(8) Trong bài *Thú Mua Sách,* tôi có viết: "Nhằm đáp ứng công trình nghiên cứu về Ca dao miền Nam, tôi đã bỏ công lục lạo, tìm kiếm hầu "đãi" sách ở các chợ sách mới/cũ Sài Gòn. Trời không phụ kẻ có công. Tôi đã săn và gom được mấy mươi quyển sách liên quan đến đề tài khảo cứu. Để tránh dài dòng, tôi chỉ đơn cử một số sách đã "đãi" được. Đó là *Sài Gòn Năm Xưa* (Vương Hồng Sển, 1969), các sách của Sơn Nam: *Nói Về Miền Nam* (1967), *Văn Minh Miệt Vườn* (1970), *Ca Dao Giảng Luận* (Thuần Phong, 1970), *Đồng Quê (*Phi Vân, 1957), *Vè Miền Nam* (Tiền Giang, 1929), *Hò Miền Nam* (Lê Thị Minh, 1958) v.v... Ngoài ra tôi còn "bắt" được các sách quý gồm hơn 20 cuốn như: các truyện thơ bình dân miền Nam thể lục bát do Nguyễn Bá Thời soạn (*Thạch Sanh Lý Thông, Trần Minh Khố Chuối- 1967*). Ba "bảo thư" quý hơn vàng mà tôi "cưng như cưng trứng, hứng như hứng hoa" và nâng niu cất giữ cho đến ngày nay, tại Canada là: *Thơ Sáu Trọng* (Nguyễn Bá Thời, 1967), *Câu Hát Huê Tình* (Đinh Thái Sơn, 1966) và *Thơ Thầy Thông Chánh* (bản in ronéo 1974)". Trích *Những Trang Văn Đời Tôi*, nhà xb Văn Học Mới, Hoa Kỳ, 2021, tr.131)

MỪNG SINH NHỰT CHÁU ANTHONY KIẾN TƯỜNG

Mừng ngày Sinh Nhựt Kiến Tường
Ông Bà cô bác chúc mừng cháu yêu
Cầu mong được đủ mọi điều
Hay ăn - chóng lớn - khỏe nhiều – học chăm
Mai sau chiếm được khoa vàng
Mẹ Cha phỉ dạ, họ hàng mừng vui!

Trúc Lan- Montréal, 8.XI.2007

NGUYỄN VY KHANH: GIÁO SƯ NGUYỄN VĂN TRUNG

Nguyễn Văn Trung sinh ngày 26-9-1930 tại tỉnh Hà Nam, giáo sư triết và văn-học, và là một nhà phê-bình văn-học hiện-đại thế hệ mới sau 1954, với các bút hiệu khác: Hoàng Thái Linh, Phan Mai. Năm 1951 được nhà dòng tu gửi đi du học ở Âu Châu, ở Toulouse rồi sang Bỉ học đại học Louvain, đậu cử nhân triết học, theo ban tiến sĩ triết học (luận án Tiến sĩ triết học trình năm 1961). Cuối năm 1955 về Sài gòn, dạy triết ở trường Chu văn An. Từ 1957, dạy triết tại Đại học Huế và từ 1961 dạy Triết và Văn ở Đại học Văn Khoa Sài-gòn, trưởng ban Triết và Khoa trưởng Đại học Văn Khoa Sài-Gòn, ủy viên Ủy ban Dịch thuật thuộc Phủ Quốc Vụ Khanh đặc trách Văn Hóa. Sau 1975, ông chuyển sang nghiên cứu văn-hóa miền Nam lục-tỉnh (*Lục Châu Học*) và năm 1994, định cư ở Montréal (Canada). Ông từng cộng tác, đăng bài trên các nhật báo *Sống Đạo, Tin Sáng, Dân Chủ Mới, Sống Đạo, Hoà Bình,* ... các tạp chí *Sáng Tạo, Thế Kỷ Hai Mươi, Văn, Văn Học, Bách Khoa, Nghiên Cứu Văn Học, Thái Độ, v.v...*và là chủ biên các tạp-chí *Đại Học, Hành Trình* và *Đất Nước.*

Giáo-sư Nguyễn Văn Trung có các công trình biên-khảo, nghị luận về văn học và liên hệ đến triết học, xã hội và tôn giáo, phần lớn đều do nhà xuất-bản Nam Sơn ở Sài-Gòn ấn hành. Bộ *Lược Khảo Văn Học* (1963-) là công trình quan trọng nhất về phê-bình và lý luận văn-học ở miền Nam, xuất-bản sau tập *Xây Dựng Tác Phẩm Tiểu Thuyết* (1962). Trước 1975, giáo-sư đã có các tác-phẩm xuất bản:

Về triết học: *Triết Học Tổng Quát* (Vĩnh Bảo, 1957), *Danh Từ Triết Học* (chung với LM Cao Văn Luận, Đào Văn Tập, Trần Văn Tuyên, LM Xuân Corpet; Huế: Đại Học, 1958), *Biện Chứng Giải Thoát trong Phật Giáo* (Đại Học, 1958), *La conception bouddhique du Devenir:* essai sur la notion de devenir selon le Sthaviravâda (Thèse, 1959. 164 tr.; Xã Hội, 1962), *Ngôn Ngữ và Thân Xác* (Trình Bày, 1968), *Ca Tụng Thân Xác* (Nam Sơn, 1967), *Hành Trình Trí Thức của Karl Marx* (1-"con người và cuộc đời"; Nam Sơn 1969), *Đưa Vào Triết Học* (Nam Sơn, 1970), các tập *Nhận Định I* ("văn-chương, giáo-dục, triết-lý, tôn-giáo", Nguyễn Du, 1958), *II* (Đại Học, 1959), *III* (Nam Sơn, 1963), *IV* (Nam

Sơn, 1966), *V* (Nam Sơn, 1969) và *VI*(Nam Sơn, 1972), và các sách giáo khoa: *Luận Lý Học* (Á Châu, 1957; Nam Sơn, 1960), *Đạo Đức Học* (Á Châu, 1957), *Luận Triết Học* (tập I, Nam Sơn, 1960), *Phương Pháp Làm Luận Triết Học* (Nam Sơn, 196?),

Về văn học: *Xây Dựng Tác Phẩm Tiểu Thuyết* (Cơ sở xuất bản Tự Do, 1962; Nam Sơn, 1965), *Lược Khảo Văn Học, tập I* (Những vấn-đề tổng-quát, Nam Sơn 1963), *II* (Ngôn ngữ văn chương và kịch, 1965), *III* (Nghiên cứu và phê bình văn học, 1968) [ngoài ra còn có thêm tập *Lược Khảo Văn Học: tài liệu đọc* "Dành riêng cho sinh viên Đại học Văn khoa niên khóa 1965-1966"], *Chủ Nghĩa Thực Dân Pháp ở Việt Nam: thực chất và huyền thoại* (Nam Sơn, 1963) (1), *Nhà Văn Người Là Ai Với Ai?* ("Văn-chương và chính-trị", Nam Sơn 1965), *Chữ và Văn Quốc Ngữ Thời Kỳ Đầu Pháp Thuộc* (Nam Sơn, 1974), *Trường Hợp Phạm Quỳnh* (phỏng vấn những người viết sách báo đương thời với Phạm Quỳnh; Nam Sơn 1974), *Chủ Đích Nam Phong* (Tủ sách Tìm về Dân-tộc, Trí Đăng, 1972), *Vụ Án Truyện Kiều* (tập hợp những bài viết trong vụ tranh luận về truyện Kiều giữa Ngô Đức Kế và Phạm Quỳnh năm 1924, xuất-bản năm 1972) (2).

Ngoài ra, ông còn viết *Góp Phần Phê Phán Giáo Dục và Đại Học* (Trình Bày, 1967), *Đại-Học và Phát Triển Quốc Gia* ("Phụ-lục: Phác họa dự án cải tổ Đại-Học Văn Khoa", Tổng Hội Sinh viên Sài-Gòn, 1967. 71 tr.), "*Xã hội chủ nghĩa trước vấn đề độc lập quốc gia và giải phóng dân tộc*" (ronéo, 1967) và là đồng tác-giả các tuyển tập văn-học *Chân Dung Nguyễn Du* (Nam Sơn, 1960) và về chính-trị xã-hội: *Người Công Giáo Trước Thời Đại* (nhiều tác giả; Đạo và Đời, 1961), *Lương Tâm Công Giáo và Công Bằng Xã Hội* (Nam Sơn, 1963), v.v.

Hành trình trí thức của giáo-sư Nguyễn Văn Trung trải qua nhiều giai đoạn: từ cuối thập niên 1950 đến biến cố 1-11-1963, ông viết và giới thiệu các lý thuyết và triết học Hiện sinh thuần lý hoặc áp dụng cho văn-chương, đã chọn "Sartre làm mẫu mực cho mình"; từ sau 1964, ông "*từ bỏ tất cả những gì đã viết trước đây về hiện sinh theo chiều hướng triết lý thuần túy*" ("Sartre trong đời tôi". *Bách Khoa*, 265 & 266, 15-1-1968), nhìn nhận "*thật là chướng nếu cứ tiếp tục trình bày một thứ biên-khảo sáng-*

tác thoát ly viễn mơ (...) tôi thấy không thể giữ thái độ trên được nữa" (Lời Nói Đầu. *Nhận Định* 5), ông dấn thân xã-hội chính-trị, đã phê phán Phạm Quỳnh, Trương Vĩnh Ký. Trong chiều hướng thời thượng đó, trong *Chữ Văn Quốc Ngữ Thời Kỳ Đầu Pháp Thuộc* (1974), giáo sư Trung đã đưa ra luận điểm bôi đen thành quả đóng góp với dân-tộc, cho rằng việc "*sáng lập và sử-dụng chữ quốc-ngữ nhằm mục đích cô lập người công giáo Việt-Nam với cộng đồng dân-tộc bằng cách xóa bỏ chữ Nho, chữ Nôm, ...*" (3). Phạm Long Điền và Nguyễn Sinh Duy cũng xuất hành từ những luận điểm của giáo-sư Trung trong các tác-phẩm này để làm luận án đại học và biên-khảo về Trương Vĩnh Ký và văn-học miền Nam!

Xây Dựng Tác Phẩm Tiểu Thuyết trình bày Tổng quát về văn-chương, Xây dựng tác-phẩm tiểu-thuyết bàn về nhân-vật và con người trong tiểu-thuyết và không-gian của tiểu-thuyết. Phụ lục nói về quan niệm tiểu-thuyết mới phủ nhận con người của Nathalie Sarraute và quan niệm truyện là thơ của Michel Butor. Mục-đích để "*giới thiệu một phác họa những nét lớn của một quan niệm phê-bình văn-học*" và "*nhấn mạnh vào sự kiện đa nguyên về thẩm mỹ của tiểu-thuyết*", với một cái nhìn văn-học tiến bộ, hiện-đại với viễn tượng, kết quả không nhất thiết tính toán trước được, theo ông, "*một tác-phẩm nghệ-thuật cũng có một công dụng hữu ích, nhưng công dụng ở đây là cái kết quả đến sau, không phải là bản chất, yếu tính của nghệ phẩm. (...) Đó là sự khác biệt giữa ý hướng nghệ-thuật và ý hướng cần lao; cần lao giống nghệ-thuật ở điểm cả hai đều nhằm biến đổi, sáng-tạo, nhưng khác nhau về mục-đích sáng tạo. Một đằng nhằm công dụng ích lợi, một đằng nhằm thưởng ngoạn. Nghệ-thuật là một thứ chơi, chữ chơi hiểu theo nghĩa tổng quát của nó chỉ thị một hoạt động tự nó có một mục-đích tự tại: chơi để chơi. Vì nếu chơi mà kiếm lợi sinh nhai thì không còn phải là chơi nữa ...*" (tr. 18).

Theo giáo-sư, tiểu-thuyết phải là sản phẩm của tưởng tượng: "*Có một sự khác biệt về ý hướng viết giữa một nhà văn và một nhà sử học hay một nhà suy tưởng, vì vũ trụ của văn-chương không phải là vũ trụ của sự-kiện, chân-lý và hành-động, mà là vũ trụ của tưởng tượng*" (tr. 48). Sau đó ông đi xa hơn khi bàn đến *ngụy tín* trong văn-chương: "*khi viết, tôi chỉ như bơi trong vũ trụ của tưởng tượng mà vẫn tưởng nó là thật. Do đó không thể viết, nếu ý hướng viết không thiết yếu bao hàm cái mà J.P. Sartre gọi là "Ngụy tín" (La mauvaise foi), nghĩa là tự dối mình mà không biết, một nhầm lẫn mà không biết là mình nhầm lẫn; vì ngụy tín chính là một niềm tin (La mauvaise foi est foi) ... Có thể nói: viết là một cách phản bội thực tại, vì đằng sau những chữ có vẻ linh động, quyến rũ, người ta chỉ tìm thấy một trống rỗng càng ngày càng sâu khi càng đi vào mô tả. (...) Cho nên mọi sự xẩy ra đối với người viết cũng như người đọc, nếu không có thái độ giả vờ là niềm tin đó, không thể có tiểu-thuyết. Và do đó, có thể nói: viết, đọc tiểu-thuyết là một quên lãng, một đãng trí hiểu theo nghĩa rất mạnh của nó"* (tr. 50-51). Khi viết về Michel Butor, giáo-sư Nguyễn Văn Trung đã có nhận định gây chú ý: "*Thơ vừa có thể là thực, vừa là không thực. Thực vì bắt đầu từ cuộc đời hằng ngày, không thực vì bao giờ cũng vượt xa nó. Thơ đưa chúng ta vào một thế-giới huyền ảo, sâu xa của tưởng tượng, tôn giáo, thần thoại. Thế-giới đó không phủ nhận cuộc đời hằng ngày nhưng chỉ khác biệt thôi...*"(4).

Những tư tưởng, lý luận phân tích văn-học của giáo-sư rất mới vào thời đó, và đã bị một số phê-bình của các nhà văn căn cứ trên cứu-cánh của tiểu-thuyết và văn-chương phải có đóng góp cho xã-hội, văn-học, và nhà văn có vai trò tích cực và quan hệ xã-hội!

Bộ **Lược Khảo Văn Học** (1963-) gồm 3 tập: 1- Những vấn-đề tổng quát, 2-Ngôn-ngữ văn-chương và kịch và 3-Nghiên cứu và phê-bình văn-học. Khi mới xuất-bản đã chinh phục giới nghiên cứu và phê-bình văn-học ở miền Nam. Ngay Lời nói đầu, ông cho biết "*muốn tìm hiểu văn-chương, thiết tưởng có thể lấy ngôn-ngữ làm khởi điểm suy tưởng nhằm giải đáp những vấn-đề văn-chương đặt ra. Sáng tác văn-chương, làm văn-học là đụng chân tới tiếng nói, chữ viết. Do đó vấn-đề nền tảng sẽ là xác định ngôn-ngữ của văn-chương khác với ngôn-ngữ hằng ngày hoặc ngôn-ngữ của biên-khảo như thế nào*" và "*ngôn-ngữ văn-chương, nghệ-thuật luôn luôn là một ngôn-ngữ gián tiếp: nói bằng cách không nói ra, hoặc cái nói, viết ra chỉ là dấu hiệu của cái không nói ra. Ngôn-ngữ gián tiếp là ngôn-ngữ ám chỉ, là tiếng nói câm lặng (Viết là gì). Từ sự phân biệt nền tảng ấy chúng ta có thể tìm thấy* *một hướng đi để nhìn những vấn-đề nội-dung, hình-thức, tương quan giữa văn-học và xã-hội, giữa luân lý và văn-học (chương Viết cái gì), hoặc vấn-đề liên đới 'dấn thân' của nhà văn trong xã-hội (chương Tại sao viết), vấn-đề qui định những điều kiện sáng-tác xây dựng tác-phẩm (Viết thế nào) và sau cùng vấn-đề mục-đích của văn-học (Viết cho ai)"* (tr. 13-14).

Theo giáo-sư, nội-dung và hình-thức tuy hai mà một không thể tách biệt nhau, cũng như văn-chương và xã-hội có mối tương quan mật thiết, do đó nhà văn có nhiệm vụ vượt lên hoàn cảnh của riêng mình để hướng về một sứ-mạngvăn-hóa cao hơn: "*Nhà văn viết là để thực hiện một sứ mệnh cao cả. Do đó, văn-chương bao hàm tính chất nhân-bản, hay chứa đựng một chủ nghĩa nhân đạo. Nhân bản vì văn-chương biểu lộ một niềm tin ở con người, tôn trọng con người chống lại mọi hình-thức chà đạp, bóc lột, bóp nghẹt, khinh miệt con người.*

Văn-chương là một sự đối kháng và nhà văn là một người phản kháng. Dĩ nhiên nhà văn chỉ thực hiện được sứ mệnh trên ở một mức độ cao nếu nhà văn tha thiết với con người gắn bó nhiều với cuộc đời, đồng thời có thể cảm trước được những điều người khác chỉ mơ hồ cảm thấy, biết trước được hướng phải tiến lên mà người khác chỉ lờ mờ nhìn thấy" (tr. 152), sau khi đã khẳng định: "*không thể đòi hỏi ở nhà văn một thái độ dấn thân vào đời giống như thái độ mà nhà chiến-tranh hay trí thức... mà là vấn-đề thực hiện ý thức đó thế nào*" (tr. 113).

Ngoài ra trong tập 1 của bộ biên-khảo này, giáo-sư Trung đã đề cao phép "phê bình bút pháp" mà theo ông, "*Hình thức văn chương là cách tổ chức, xây dựng ngôn ngữ để biểu hiện nội dung văn chương. Nó bao gồm một sự chú ý sáng tạo, xếp đặt hình ảnh những chữ, những câu, những đoạn theo một cơ cấu nào đó*" (tr. 71); "*Hình thức trong văn chương là kiến trúc của tác phẩm. Nó qui định những tương quan giữa các phần, bộ phận đó với nhau...*" (tr. 72), ... Trong phần cuối tập 3, sau khi đã giới thiệu các phương pháp phê-bình văn-học thường dùng hoặc chưa được sử-dụng ở Việt-Nam, giáo-sư Trung mở ra, xem "*phê-bình là một sáng-tạo*" với 2 kết luận: 1-"*Tác-phẩm, khi đã hoàn thành đối với tác-giả, tách rời tác-giả, trở thành một sự vật độc lập, và tuy bên trong nó vẫn chuyên chở một ý nghĩa, lời gửi nào đó của tác-giả, đối với độc giả, bây giờ, nó cũng chỉ còn là một hệ thống những tín hiệu mà bản chất là hàm hồ, nghĩa là có thể chuyên chở nhiều ý nghĩa khác mà người đọc, nhà phê-bình có thể gán cho nó", và 2-"Người đọc, nhà phê-bình khi đi tới tác-phẩm, chỉ còn là một hệ thống tín hiệu có thể mặc nhiều ý nghĩa, không thể tránh được một sự cần thiết đứng ở một vị trí quan điểm nào đó để lãnh hội tác-phẩm (...) tác-phẩm không những chỉ là tín hiệu, mà còn là vết tích" (...) nhà phê-bình không phải chỉ là nhắc lại tác-giả nhưng còn là một sáng-tạo (...) Một tác-phẩm chỉ sống mãi nếu có khả năng đón nhận những sức sống mới mà nhữn g thời đại tiếp sau bồi bổ cho. Nhưng chỉ có khả năng đón nhận cái mới nếu nó không khép kín, hoàn tất. Cho nên tác-phẩm sống là một công trình luôn luôn còn đang hình thành đối với người đọc và nhà phê-bình ..."* (tr. 350-357).

Tập 3 về Nghiên cứu và phê-bình văn-học, giáo-sư trình bày và hệ thống hóa các phương-pháp phê-bình hiện-đại nhất vào thời đó, như phê bình văn bản của J-P Sartre và Bachelard (Trước đó, đã đăng tải tiểu luận với tựa "Những quan niệm phê bình mới", *Nghiên Cứu Văn Học,* số 7-1968). Với Sartre, phê bình văn học theo hiện tượng luận làm công việc phân tách, trình bày kiến trúc xây dựng tác phẩm, bút pháp: một lối chấm câu, xuống hàng, một cách tạo hình ảnh, một quan niệm sử dụng những yếu tố ngôn ngữ, ngữ pháp (dùng động từ, tĩnh từ hay trạng từ v.v…), một cách lựa chọn ẩn dụ, hoán dụ, so sánh,v.v…; sau đó sẽ khai triển ý nghĩa hiện sinh của bút pháp hiểu như một lối viết riêng biệt, là chủ ý chọn lựa của nhà văn, đồng nghĩa với những ý hướng căn bản về thái độ cảm nghĩ, ứng xử trước cuộc đời. Như vậy, với hiện tượng luận hiện sinh mỗi tác phẩm văn học đã là một cấu trúc ý hướng hiện sinh trọn vẹn và đủ đầy. Phân tích văn học vì thế là hành vi phân tích ý hướng hiện sinh được phóng chiếu vào trong văn bản, hoặc ngược lại, từ văn bản ra.

Các bài khác ông viết về **cơ cấu luận**: "Tìm hiểu cơ cấu luận như một phương pháp, một triết thuyết và đặt vấn-đề tiếp thu" (*Bách Khoa,* số 293-294, 15-3 & 1-4-1969; *Nhận Định* V); "Phê bình mới, phê bình cũ" (*Bách khoa,* số 381, 15-11-1972);

"Phác họa hiện tượng luận về thẩm mỹ học của tiểu thuyết"của Nguyễn Văn Trung (*Đại Học,* số 2, 1961), ...

Các tập **Nhận Định** theo hình-thức của các tập *Situations* của Jean-Paul Sartre, *Actuelles* và *Carnets* của Albert Camus, v.v. Tập I (1957-8) đến tập VI (1972) là những tạp-văn triết lý về những vấn-đề triết học, xã-hội và văn-học, mỗi tập chủ đề riêng, với phương-pháp nhận thức và tra hỏi, đặt vấn-đề, "*... một nỗ lực giải quyết những thắc mắc của một người trong hoàn cảnh riêng biệt của mình (...) như tiếng chuông thức tỉnh tôi tự đi tìm cho mình một giải đáp phù hợp với những thắc mắc riêng tư của tôi (... và) để mỗi người sẽ nhận định và tìm cho cuộc đời mình một ý nghĩa, vì không ai có thể làm hộ ai, mỗi người trách nhiệm đời minh*" (*NĐ I,* tr. 2,3). Các chủ đề trùng hợp ở nhiều tập như văn-hóa, trí thức nhưng có thể ghi nhận các đề tài chính của tập I là văn-hóa và chính-trị, tập II là văn-hóa, sứ-mạng người trí thức, liên hệ nam-nữ, tập III là trí thức, thân xác, tập IV như phụ đề ghi là "chiến-tranh, cách-mạng, hòa-bình", và tập V là trí thức, phản kháng, văn-hóa dân-tộc, v.v. Vì là nhận định cho hôm nay, trước mặt, cho nên sau vài năm, cái nhìn đã có thể khác, như giáo-sư đã viết ngay trong tập II "*Nhìn lại một chặng đường ‹nhận định› rất nhiều ý kiến nêu lên trong tập bây giờ tác-giả đã phủ nhận hoặc thấy phải nhận định lại, bổ sung thêm...*" (II, tr. .

Nhiều bài viết của giáo-sư trên các tạp-chí *Sáng Tạo, Hiện Đại, Bách Khoa,* v.v. , một số về sau được tuyển lại xuất-bản, ở đây xin ghi nhận một số bài đã góp phần phổ biến các *phương-pháp nhận định, phê-bình văn-chương hiện-đại*:

- Tìm hiểu tác-phẩm văn-nghệ; Văn-chương Hiện sinh; "Tiểu-thuyết mới" trong văn-chương Pháp ngày nay; v.v. Và phổ biến *triết học hiện sinh*, nhất là của J.P. Sartre: Vấn-đề giải thoát con người trong Phật giáo và tư tưởng của J.P Sartre; Những tình bạn dang dở; Văn chương và siêu hình học; Thi ca và triết học; Văn chương hiện sinh; Luân lý và văn học; Sartre trong đời tôi; Cái nhìn hay đám cưới với cuộc đời; Tưởng niệm Camus; Vài cảm nghĩ về tình cảm phi lý của kẻ lưu đầy; Cuộc đời như một tra hỏi; Đọc vũ trụ chữ nghĩa của J.P Sartre; Quê hương và lưu đày, giới thiệu Camus. Người phản kháng; Những tình bạn dang dở; Triết học hiện sinh, giờ thứ 25 của của triết học Tây phương; Dịch và giới thiệu: Người đàn bà ngoại tình của Camus (*Sáng Tạo,* b.m., số 6, 12-1960 & 1-1961), v.v.

Trong **Ca Tụng Thân Xác**, để thể chất hóa con người, giáo-sư sử-dụng hiện-tượng luận để phân tích thân phận con người như là thân xác, ngũ giác, hơn là siêu hình, trí thức, ... Dùng khái niệm "thân xác" (*Ca Tụng Thân Xác, 1966;* "Thân xác và nghệ-thuật nhân cái chết của M. Monroe" *NĐ* III, "Ảo ảnh Thanh Thúy" *NĐ* IV, ...), "ngụy tín" (*Trường Hợp Phạm* Quỳnh. 1974) để phê phán những kẻ tự cho là duy tâm nhưng theo giáo-sư thật ra cũng theo duy vật.

*Giáo sư Nguyễn Văn Trung là người đã sớm nêu lên và đặt vấn-đề triết học trong tương quan với văn-chương. Trong bài "Văn chương và siêu hình học", dưới bút hiệu Hoàng Thái Linh, ông viết: "... *Để giới thiệu văn chương Âu châu hiện đại nói chung và văn chương Pháp nói riêng, chúng tôi chọn đầu đề "Văn chương và siêu hình học" vì nét đặc biệt của văn chương đó là tính cách triết lý của nó. Dĩ nhiên, những A. Camus, J.P. Sartre, André Malraux… mỗi người có sắc thái riêng, không ai gống ai, nhưng tất cả đều gặp nhau trên một vài nét chính. Lời nói, giọng nói của họ khác nhau, nhưng hình như họ đều bắt đầu từ khởi điểm, cùng bàn đến một vấn đề… Tháng chạp năm 1946, trong buổi diễn thuyết do Ủy Ban Văn Hóa Liên Hiệp Quốc (UNESCO) tổ chức ở giảng đường đại học Sorbonne, Malraux đã nói: "Cuối thế kỷ XIX, Nietzsche lớn tiếng tuyên bố Thượng đế đã chết với một giọng bi đát. Và ai cũng hiểu câu đó muốn nói gì; câu đó có nghĩa là từ đây người sẽ làm chủ cuộc đời mình vì Thượng đế đã chết. Nhưng ngày nay, vấn đề đặt ra cho chúng ta là ở trên mảnh đất Âu châu cũ kỹ này, con người đã chết hay chưa?". Câu hỏi trên của A. Malraux đưa chúng ta vào bầu không khí chung của văn chương Âu châu. Đó là một bầu không khí thắc mắc, hoài nghi, băn khoăn, muốn đặt vấn đề lại những giải pháp đã biến thành tin tưởng của những thế hệ trước… Đời sống có ý nghĩa gì không, đời đáng sống hay không đáng sống "trước những cái vô lý cuộc đời? Cái gì làm cơ sở cho hành động. Một nhân bản xây trên những nhận xét đó phải như thế nào? Đọc chuyện, chúng ta chỉ thấy hiện lên trong trí* *những câu hỏi về ý nghĩa cuộc đời, cái chết, mối tương quan giữa người với người, với vũ trụ. Tiểu thuyết vì thế không còn tính chất lãng mạn, xa thực tế, thoát ly. Văn chương hiện đại Pháp nhập thế (engagée) không phải để xoa dịu, giải trí nhưng là gây thắc mắc, suy nghĩ để nhận định một thái độ sống… Thái độ đó bao hàm một nhân bản mới. Văn chương không còn là mô tả, tri thức, nhưng là một giải phóng, muốn bênh vực con người trước mọi hình thức chà đạp, giản lược con người vào phương tiện, đồ dùng. Chính trong hoàn cảnh bi đát đó, con người mới khám phá thấy người đồng loại cùng chung một thân phận, một kiếp người. Văn chương không còn phải là tiếng nói của cảm xúc cá nhân, nhưng là tình yêu bao chùm* **[trùm]** *cả loài người, lo lắng số phận cả nhân loại và bảo vệ những giá trị phổ biến trong con người…”* (5).

Giáo-sư cũng đã hơn một lần đề cập đến *thái độ ngụy tín* (trong *Đưa Vào Triết Học*, ...). Trong bài “Nhà văn nhìn vào mình hay từ hiện tượng bè phái đến văn chương vô danh” (*Nghiên Cứu Văn Học*, số 3, 1968, tr. 129), ông tả thái độ ngụy tín là: *“không dám nhìn vào mình để tra hỏi về chính việc viết văn, bình văn của mình là vì muốn được an tâm, yên ổn để sáng tác, phê bình trong những quan niệm niềm tin đã trở thành thiên kiến, giáo điều. Chính ước muốn được an tâm là yếu tố “phản kháng”, nói theo ngôn ngữ của phân tâm học, ngăn chặn nhà văn, nhà phê bình tự kiểm thảo để biết mình là ai, đối với ai để có cái nhìn đích thực về việc làm của mình, không còn tự lừa dối bằng những niềm tin cuối cùng chỉ là ảo tưởng. Thái độ viết văn của mình, thái độ không chấp nhận người khác của mình vì người khác cũng không chấp nhận mình. Nên thay vì chỉ biết nhìn nhau để rồi không chấp nhận nhau, hãy trở về nhìn vào mình hay cùng nhau nhìn về giới mình để có thể thấy biết đâu là* **hiện tượng bè phái, những cuộc bút chiến.** *Sự tự lừa dối mình của nhà văn bằng những ảo tưởng có thể hoàn toàn vô thức hoặc ở khởi điểm, có biết nhưng về sau, quên đi và cũng trở thành vô thức, và khi người ta phê bình thì lại nổi giận vì đã coi là quan trọng điều mình viết. Đó là thái độ ngụy tín”.*

Nguyễn Trọng Văn dù chống đối thái độ chính-trị của giáo-sư Nguyễn Văn Trung nhưng trên *Bách Khoa* số 264 (1-1-1968) trong bài “Những người con hoang của Nguyễn Văn Trung” đã nhận định rằng: "*Ông Trung là người có công trong việc giới thiệu những trào lưu tư tưởng mới của Tây Phương... Ông trình bày một cách gọn gàng, mạch lạc. Những triết học hiện sinh, những danh từ có tính cách văn nghệ, triết lý dần được du nhập và phổ biến. Những Hiện tượng luận, đối thoại, tha nhân, phản kháng, vong thân, ngụy tín, huyền thoại, thông cảm, những Alain Robbe Grillet, Nathalie Sarraute, Michel Butor, Sartre, Camus.. đã được Nguyễn Văn Trung trình bày hàng chục năm trước trong Sáng Tạo, Bách Khoa, Thông Cảm, Thế Kỷ 20, ...*".

Sinh hoạt học thuật và văn-nghệ ở miền Nam thời 20 năm này, Nguyễn Văn Trung đã là một thành-tố căn bản, vừa có tính cách chuyên chở ý tưởng trào lưu mới vừa nguồn tư tưởng vừa là một thành phần xúc-tác quan-trọng cho một số sinh hoạt báo-chí, biên-khảo, phê-bình và sáng-tác văn-nghệ – như về hiện sinh, dấn thân, chính-trị xã-hội, ... Với một văn phong rành mạch, cụ thể, trực diện, v.v., với một thái độ trí thức, thao thức, nhìn xa, chấp nhận trao đổi, ..., những gì ông viết và thuyết giảng đã thuyết phục, kêu gọi lên đường và hơn một thế hệ trẻ đã nhận chịu ảnh-hưởng từ ông. Chúng tôi sẽ trở lại với các công trình nghiên cứu và lý luận văn học của ông trong phần Văn học hải ngoại.

Chú-thích (chúng tôi ghi lại số thứ tự):

1. Giáo-sư Nguyễn Văn Trung soạn *Chủ Nghĩa Thực Dân Pháp ở Việt Nam* sau bài diễn thuyết năm 1962 về Vụ án truyện Kiều tố Phạm Quỳnh tay sai Pháp ru ngủ thanh niên, trí thức, gây nhiều chỉ trích, phê phán trong Nam cũng như ngoài Bắc.

2. Năm 1972-73, Trung Tâm Alpha ở Sài-Gòn in 2 tập với tựa đề *Phạm Quỳnh* của tác-giả Nguyễn Văn Trung: tập 1 tổng quát về PQ, tập 2 về "PQ, văn-học và chính-trị".

3. Sau 1975, giáo sư Nguyễn Văn Trung nghiên cứu về văn- hóa Nam-kỳ lục-tỉnh và nhìn lại những chặng đường đã qua. Trong tập tài liệu Vấn-Đề Công Giáo Đặt Cho Dân Tộc (1988), ông đã hết lòng chứng minh chống lại cái "thiên kiến hầu như đã trở thành chân lý là người công giáo Việt Nam liên hệ với thực dân đế quốc và lai căng về văn-hóa", thành kiến mà chính một số người công giáo (trong đó có giáo sư thời trước 1975) đã nhìn nhận và từ đó tìm trở về dân-tộc (như nhóm Đối Diện, Lý Chánh Trung, Nguyễn Ngọc Lan, v.v.). Ông tiếc việc có những người ngoài Công giáo đã và vẫn trích dẫn những lập luận của ông thời đó. Ông lặp lại và chứng minh thêm qua hai biên khảo khác là Đạo Chúa Ở Việt-Nam (1999?) và Dịch Thuật Và Lý Luận Dịch Thuật (2002).

4. Nguyễn Văn Trung. "Truyện là thơ trong tiểu-thuyết của Michel Butor". Bách Khoa, số 113, 15-9-1961, tr. 70.

5. Hoàng Thái Linh. "Văn chương và siêu hình học". Sáng Tạo số 10, 7 -1957, tr.19-24

Nguyễn Vy Khanh

[Văn-Học Miền Nam 1954-1975. Quyển thượng: Tổng-quan (Toronto: Nguyễn Publishings, t.b. 2018; Chương 5- Phê bình văn-chương và Nghiên cứu văn-học, tr. 461-469] (26/4/17)

TIẾNG AI TRONG LÒNG TA

Tiếng ai trong lòng ta
Nghe niềm đau rưng rức
Ai khóc trong lòng ta
Mang nỗi buồn xót xa
Ôi! Tiếng rú kinh khiếp
Ôi! Tiếng thét xé gan
Tiếng kêu gào thảm thiết
Tiếng cười rũ dã man
Phải tiếng người thiếu nữ
Vọng từ mồ biển xanh
Phải tiếng người thiếu phụ
Chôn chặt đời xuân xanh
Ai xé nát đời em
Ai vùi dập thân em
Phải chính loài hải khấu
Với dục vọng đê hèn
Vì sao em ra đi
Vì ai em ra đi
Ai xua đuổi em đi
Quê hương sao không ở
Mẹ cha sao nỡ bỏ
Người tình đành vội bỏ
Đường xa – thân nhi nữ
Với hận sầu biệt ly
Với muôn vàn hiểm nguy
Làm nát lòng người đi
Thôi đừng buồn em ơi
Thôi đừng khóc em ơi
Xua đi cơn mộng dữ
Gắng làm lại cuộc đời.

Trúc Lan – Pulau Bidong, III.1988

VĨNH BIỆT GIÁO SƯ NGUYỄN VĂN TRUNG

Trúc Lan (Nguyễn Kiến Thiết) phát biểu tại Lễ tang GS Nguyễn Văn Trung ngày 29/10/2022 tại Brossard (Québec).

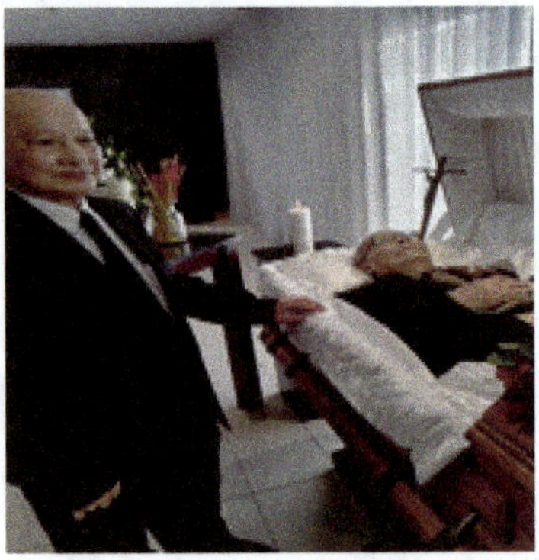

**Ảnh tác giả đứng cạnh di thể của GS Nguyễn Văn Trung (ngày 29.X.2022).*

Kính thưa quý vị,

Trước hết tôi xin cám ơn nhà văn Nguyễn Văn Lục đã có lời giới thiệu ngắn gọn, súc tích.

Thưa quý vị, Người xưa có câu: "*Nhứt ẩm nhứt trác, sự giai tiền định*", tạm dịch: một hớp uống, một miếng ăn, đều do định trước. Suy rộng ra mọi việc trên đời đều bắt nguồn từ cái "duyên": duyên về đạo, duyên vợ chồng, duyên viết và xuất bản một cuốn sách, cũng như cái duyên được đứng tại đây để hầu chuyện quý vị. Tôi lấy làm vinh hạnh được phát biểu vài cảm nghĩ của mình trước toàn thể quý vị, bên linh cữu của Giáo sư Nguyễn Văn Trung, trong bầu khí trang nghiêm, ấm cúng, thân tình. Nếu có điều gì sơ suất, kính mong được rộng lượng dung tình.

Như ai nấy đã biết, Giáo sư Antoine **Nguyễn Văn Trung** vừa qua đời ở tỉnh bang Québec, Canada lúc 21 giờ 30 phút tối ngày 19/10/2022, thọ 92 tuổi. Ông sanh ngày 26/9/1930 tại làng Thanh Hương, huyện Thanh Liêm, tỉnh Hà Nam trong một gia đình công giáo đông con. Di cư vào Nam năm 1954, du học tại Pháp, Bỉ, đậu bằng Tiến sĩ Triết học, Giáo sư giảng dạy triết học và văn chương tại Đại học Văn Khoa Sài Gòn, Huế; đồng thời là nhà báo (ký Hoàng Thái Linh, Phan Mai), nhà nghiên cứu phê bình triết học, văn học hiện đại với tinh thần phóng khoáng, chấp nhận đối thoại "đã tạo ra không thiếu những chỉ trích và cả lên án gay gắt từ mọi phía" (theo Ngô Thế Vinh)

Năm 1993 định cư tại Montréal, Canada. Giáo sư có nhiều công trình biên khảo về văn học và triết học có giá trị, hầu hết đã in thành sách. Đáng kể nhứt là cuốn *Hồ Sơ Về Lục Châu Học*. Sự ra đi của Giáo sư là một mất mát lớn lao cho văn giới cũng như để lại niềm tiếc thương vô hạn của đám con cháu hiếu thảo, của đông đảo môn sinh, bằng hữu, văn thi hữu khắp mọi nơi trên thế giới *"Đã đành sanh ký tử quy / Mà nay kẻ ở người đi - càng sầu!"*. Tiếp theo đây, tôi xin diễn đọc bài *Thơ điếu* tựa đề "Vĩnh Biệt Giáo Sư Nguyễn Văn Trung" do Trúc Lan tôi sáng tác.

VĨNH BIỆT GIÁO SƯ NGUYỄN VĂN TRUNG

Nhận được tin buồn qua trang mạng
Xúc động khôn nguôi, đến nghẹn lời!
Giáo sư ***Nguyễn Văn Trung*** *đã mất*
Người đã đi xa - đi thật rồi!
Không nghiện rượu, cà phê, thuốc lá
Thầy say mê, nghiện một thứ thôi:
Nghiện nghiên cứu phê bình, triết học
Nguyện "lập ngôn" cống hiến cho đời
Người tâm niệm: "Sống thì phải viết
Như phải ăn, phải thở, thế thôi!" (1)
Cõi tạm trần ai, Thầy giã biệt
Về nơi Thiên Quốc, nhập cuộc chơi
"Cuốn sổ bình sanh, công với tội" (2)
Xét soi xin mượn ngọn đèn trời
Từ nay cho tới ngàn sau nữa
Tên Thầy sống mãi với muôn người!
Trúc Lan - Montréal, 29.X.2022

Xin vĩnh biệt Giáo sư Nguyễn Văn Trung. Thành thật cám ơn quý vị đã chú ý lắng nghe. Trân trọng.

Chú thích:
[1]. Nguyễn Văn Trung: "*Nhìn lại những chặng đường đã qua*". Thông Luận, 04/09/2007.
[2]. Trích Trương Vĩnh Ký: Thơ "*Tuyệt Bút*".

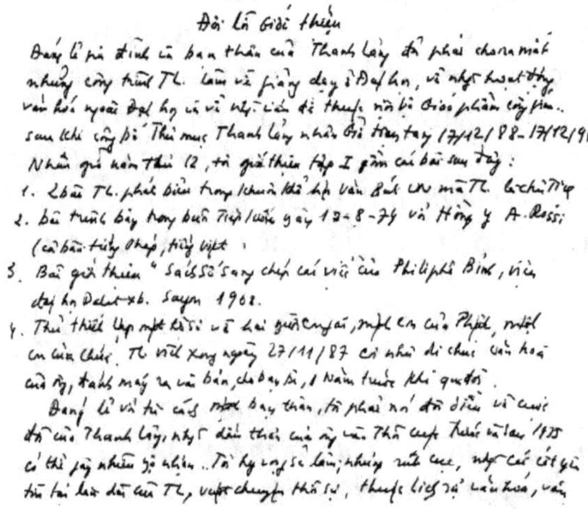
Đôi lời giới thiệu
Sau khi công bố Thư mục Thanh Lãng nhân giỗ đoạn tang 17/12/88-17/12/91

.Thủ bút của GS Nguyễn Văn Trung. Có một chi tiết quan trọng về ngày mất của GS Thanh Lãng: "Sau khi công bố Thư mục Thanh Lãng nhân giỗ đoạn tang ***17/12/88****-17/12/91..."*

MỪNG THÔI NÔI CHÁU ARIANNE NGỌC THƯ

Mừng ngày tròn tuổi Arianne
Nội chúc cháu yêu, thiệt giỏi ngoan
Chóng lớn, hay ăn, mau biết nói
Thông minh hiếu học chiếm khoa vàng
Nguồn vui bất tận, riêng Cha Mẹ
Hạnh Phúc vô biên, khắp họ hàng!
*Trong sách có người con gái ngọc**
Tương lai ngời sáng, lắm vinh quang!

Trúc Lan - Montréal 08.XII.2018

*Thư trung hữu nữ nhan như ngọc.

NGUYỄN VĂN LỤC: "HỒ SƠ VỀ LỤC CHÂU HỌC..." CỦA NGUYỄN VĂN TRUNG

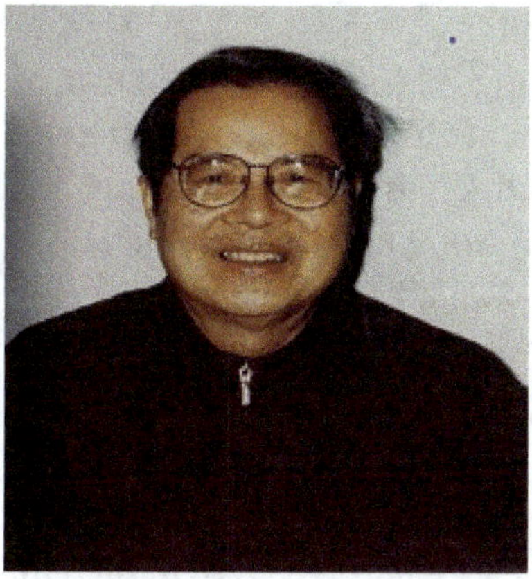

Ảnh GS Nguyễn Văn Trung do chúng tôi chụp tại tư gia con trai thứ của giáo sư ở Brossard năm 2015 (cùng đi với Nguyễn Vy Khanh).

Tác giả Nguyễn Văn Trung, nguyên Giáo sư Đại học Văn Khoa Huế và Sài Gòn là một người cầm bút quen thuộc và các công trình biên khảo của ông có một ảnh hưởng không nhỏ đến giới thanh niên ở miền Nam trước 1975.

Về trường hợp cuốn Lục Châu Học

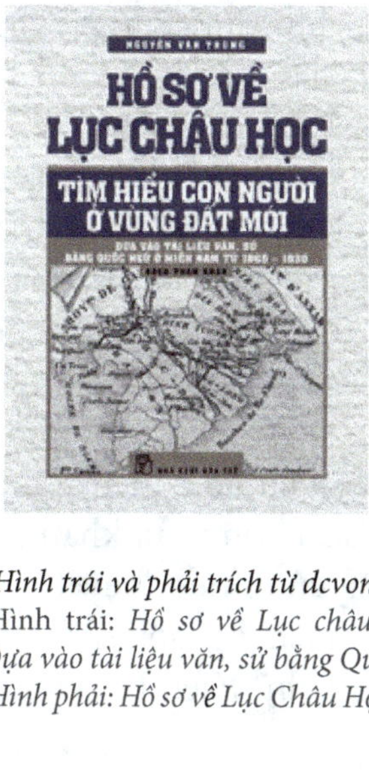

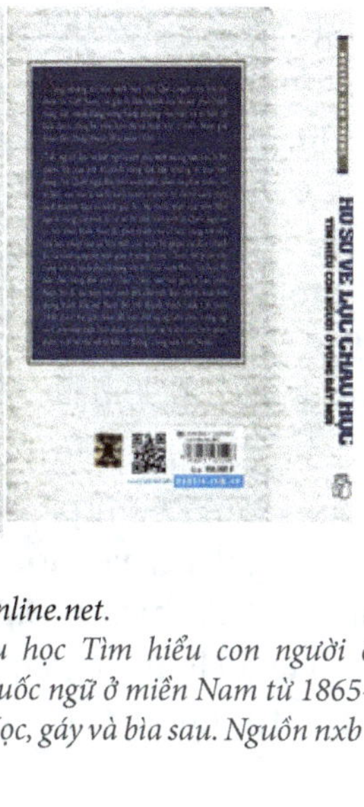

*Hình trái và phải trích từ dcvonline.net.

.Hình trái: *Hồ sơ về Lục châu học Tìm hiểu con người ở vùng đất mới - Dựa vào tài liệu văn, sử bằng Quốc ngữ ở miền Nam từ 1865-1930.*

.Hình phải: Hồ sơ về Lục Châu Học, gáy và bìa sau. Nguồn nxb Trẻ, tháng 1, 2015.

Cuốn sách này được viết xong từ năm 1986. Nhưng không có cơ hội xuất bản. Và phải chờ đến năm sau mới được xuất bản. Giả dụ giá nó được viết trước 1975 thì sách đã có mặt từ lâu. Nhưng mặc dầu vậy, 30 năm sau, việc tìm hiểu văn học miền Nam vẫn là mảnh đất bỏ trống. Vì thế, cuốn sách Lục Châu Học của Nguyễn Văn Trung, dù xuất hiện muộn màng vẫn giữ được giá trị khám phá và vẫn giữ được tính thời sự của nó. Nó không mất thời gian tính. Dĩ nhiên trong khoảng thời gian đó cũng có những nhà biên khảo đã cho xuất bản một số biên khảo về Văn học miền Nam. Trong số ấy có một số người như các ông Huỳnh Văn Tòng, Lê Ngọc Trụ, Nguyễn Văn Hầu và Bằng Giang.

Ông Huỳnh Văn Tòng là tác giả sớm nhất với cuốn *Lịch sử báo chí Việt Nam từ khởi thủy đến 1930*, Sài Gòn,1973. Nhưng năm 1966, nhà ngôn ngữ học Lê Ngọc Trụ có soạn thảo một *Mục lục báo chí Việt Ngữ 1865 – 1965 (kỷ niệm 100 năm báo chí Việt ngữ). Và trong cuộc triển lãm đã trưng bày được 400 tờ báo. Con số trên thực tế là có cả ngàn tờ* [1]. Tiếp đến có ông Nguyễn Văn Hầu là tác giả bộ sách *Diện mạo Văn học dân gian Nam bộ* (hai cuốn), viết từ năm 1974. Ông lại chỉ chú trọng khai thác về mặt tục ngữ, ca dao, câu đố và truyện cổ. Nhìn phần thư mục tài liệu tham khảo thì thấy ít ỏi và nghèo nàn lắm [2]. Mà nói cho cùng, đấy chỉ là những mảnh vụn văn học chưa được sắp xếp, hệ thống hóa đầy đủ. Người nữa là ông Bằng Giang, tác giả cuốn Văn *Học Quốc Ngữ ở Nam Kỳ 1865 – 1930*, TP Hồ Chí Minh, nxb Trẻ 1992. Ông cũng còn là tác giả cuốn *Sương mù trên tác phẩm của Trương Vĩnh Ký*, nxb Văn Học 1994.Ngoài ra, cuốn sách của ông Phan Cư Đệ – một trong những nhà viết phê bình văn học có uy tín của miền Bắc với khoảng hơn 20 tác phẩm về Văn Học. Vậy mà trong cuốn sách *Tiểu thuyết Việt Nam Hiện Đại*, được xuất bản năm 2000 của nxb Giáo Dục, in lần thứ hai, hầu như ông đã không theo dõi những khám phá về Văn học miền Nam? Và vì thế trong mấy trang đầu của cuốn sách, ông vẫn khẳng định từ năm 1925, bắt đầu xuất hiện những cuốn tiểu thuyết quốc ngữ đầu tiên: Tố Tâm của Hoàng Ngọc Phách [3]. Cuốn sách này dùng hai chữ Hiện Đại thì không hiểu hai chữ Hiện Đại tính từ thời điểm nào?

Ngoài ra, tôi cũng có đọc được bốn bài viết phê khác nhau về cuốn Lục Châu Học. Cả bốn bài nói chung đều có những lời khen và trân trọng đối với cuốn Lục Châu Học của Nguyễn Văn Trung. Một bài của tác giả Phạm Hoàng Quân, đăng trên Tuổi Trẻ. Hai là của tác giả Trần Văn Chánh, tạp chí Xưa & Nay, xuân Ất Mùi, tháng 2, 2015 và được đăng lại trên trang *Nam Kỳ Lục tỉnh* hải ngoại. Bài khác của Nguyễn Quang Diệu đăng trên Sách Hay và bài của Trần Hoàng Nhân trên Thể Thao & Văn Hóa. Nội dung các bài viết đều cho đây là một cuốn sách với một công trình sưu tầm tài liệu quý hiếm, một thái độ làm việc khoa học, cẩn trọng, khách quan.Tuy nhiên, tôi muốn bổ túc thêm để độc giả biết được do đâu mà tác giả Nguyễn Văn Trung có được nguồn tài liệu vừa quý hiếm vừa phong phú như thế để **xử** [sử] dụng? Sự đóng góp này giúp độc giả hiểu rõ hơn về vấn đề tài liệu. Đúng ra, nếu không có *Chính sách truy lùng văn hóa phản động và đồi trụy* thì có thể giáo sư Trung đã không có cơ hội có những tài liệu này. Chúng ta cứ tự hỏi xem: Làm sao tác giả có được các số báo Nam Kỳ Địa phận từ năm 1908 đến 1945? Và hằng trăm tài liệu khác? Làm sao có được bản Sấm Truyền Ca, năm 1670 do cha sở nhà in Tân Định cung cấp bản đã dịch từ chữ Nôm ra chữ Quốc Ngữ sau mấy thế kỷ bị chôn vùi? Làm sao có được truyện thầy Lazarô Phiền do cụ Vương Hồng Sển trao cho? Và hằng trăm tài liệu đủ loại khác.Nếu quay lại cái thời kỳ truy lùng sách báo "Ngụy", tôi có thể khẳng định một vài điều sau đây:

Các nhà văn, các nhà nghiên cứu miền Bắc – dù có thiện chí sưu tầm cách mấy đi nữa – cũng chỉ mua được hay tịch thu được những sách xuất bản ở miền Nam trong giai đoạn 1954–1975 lúc bấy giờ còn bầy bán ở các vỉa hè. Chẳng hạn những người như ông Mai Quốc Liên vào miền Nam sục sạo để kiếm tài liệu thu tập được gì?. Những sách quý ông Nguyễn Văn Trung thu thập được phải tính từ những thập niên 1930 trở về trước. Những sách này không nằm trong các thư viện công. Những báo chí như tờ Nông Cổ Mín Đàm 1910, gồm 200 số, Gia Định Báo, 1882, có ít số, Nam Kỳ Nhật Trình, 1897, có 120 số. Nó không phải là thứ tài liệu chạy rông ngoài đường cho ai nhặt được rồi lấy về làm của riêng. Vậy bằng cách nào, ông Trung có được những tài liệu hiếm quý ấy? Chúng ta cần nhớ rằng, người đã có sách quý như thế thì cũng là người biết giữ sách. Họ không dễ dàng giao cho bất cứ ai. Và ngay cả trong những thư viện công những sách như thế cũng không có được. Họ sẽ phải tìm những tác giả có uy tín trong giới cầm bút, những người mà họ có thể tin cậy được, trao sách cho đúng người. Phải chăng đó là trường hợp của ông Nguyễn Văn Trung?

Theo ông Nguyễn Văn Trung, các sách báo về nhà đạo như báo *Nam Kỳ địa phận* thì còn tồn trữ ở nhà sách Tân Định của địa phận Sài Gòn. Lúc bấy giờ do L.m. Thăm trông coi (4). Theo ông Trung còn nhớ được, ông đã kiếm một bản chính của cuốn *Sấm truyền ca* năm 1670, của Lữ Y Đoan tại đây và có phần bị mối mọt và nay còn mang được sang Canada phóng ảnh cuốn sách này. Cuốn *Truyện thầy Lazaro Phiền*, 1887 cũng là bản được chụp từ bản chính (5). Cuốn sách này nguyên bản ở thư viện Vương Hồng Sển. Ông Nguyễn Văn Trung được cụ Vương Hồng Sển trao cho bản photocopy tài liệu này. Ông Nguyễn Trọng Quản lấy con gái Trương Vĩnh Ký là bà Trương Thị Tự. Một thời ông đã du học ở bên Algerie, vì thế cuốn sách ông viết ra đã được đề tặng cho những người bạn học đồng thời với ông, trong đó có ông Diệp Văn Cương.

Các sách khác thuộc nhà đạo cũng theo ông Trung; ông đã được phép Tổng Giám Mục Nguyễn Văn Bình cho vào lấy hoặc mượn ngay thư viện tòa Tổng Giám Mục, hoặc tại thư viện Chủng Viện Sài Gòn hoặc tại *Trung Tâm Công Giáo* do L.m. Trọng quản lý. Còn các loại sách khác, các loại tiểu thuyết đủ loại, ông Nguyễn Văn Trung có được là tại một thư viện tư nhân của một người đại phú ở Sài Gòn. Ông này chỉ là người thừa hưởng các sách và tài liệu do gia đình để lại và đã sẵn lòng cho ông Nguyễn Văn Trung giữ luôn, mang sang Canada cũng được. Cũng theo ông Trung, ông đã đến đây nhiều lần để thu thập dần. Rất tiếc, ông đã không thể nào nhớ tên vị đại gia này. Điều viết ra đây cũng phải kể là một cái duyên.

Ông Nguyễn Văn Trung có may mắn là khi bị bắt giam tù ngày 14/6/1978 – thời gian mà ông đã thu thập được khá đầy đủ tài liệu để viết cuốn *Hồ sơ về Lục Châu Học*, công an đã đến lục soát tại số 57 đường Duy Tân và chỉ tịch thu một cuốn sách: cuốn Đảng Cần Lao và một số tài liệu viết tay và cắt máy đánh chữ.

Nhưng ngày hôm sau, theo lời bà Trung kể lại, có 6 người công an đi một xe Camion đến nhà để chở tất cả số sách của ông Trung. Cũng theo lời bà Trung, bà đã nói với các viên chức công an: Kho sách này không phải riêng của nhà tôi mà còn cả sách của trường Văn Khoa mượn về đọc, còn những tài liệu, đó là công trình nhà tôi viết ra từ nhiều năm, rất quý những tài liệu đó, nếu các ông muốn lấy đi, cần có giấy ghi nhận. Cuối cùng, họ quyết định không lấy và còn hứa sẽ trả lại tài liệu lấy hôm trước.

Như vậy kho sách của ông Trung còn nguyên vẹn với lời ghi chú như sau trong biên bản: "Kho sách trên sân thượng là của chung nghiên cứu của trường Đại Học Văn Khoa, trong đó có của Lý Chánh Trung" [(6)]. Nếu họ chở đi hết thì nay làm gì còn cuốn Lục Châu Học. Cái may mắn nữa là những người trách nhiệm chấp pháp thẩm vấn ông Nguyễn Văn Trung đều là những người tốt và có lòng. Hai trong số đó là ông Nguyễn Gia Chiến và nhất là ông Ngô Văn Dần. Họ dặn dò nhân viên dành mọi sự dễ dãi cho người nhà ông Trung vào thăm khi ông còn ở trong tù.

Thứ nữa, khi viết xong tập bản thảo *Hồ sơ về Lục Châu Học*, ông Trung có ý định giới thiệu cho công chúng một số tài liệu mà ông đã thu thập được. Đặc biệt giới thiệu Truyện ngắn *Thầy Lazarô Phiền.*

Theo Nguyễn Vy Khanh, *"Miền Nam Khai Phóng"* (1996) thì giáo sư Bùi Đức Tịnh, một nhà biên khảo, từ năm 1974 đã là người đầu tiên đánh giá lại nền văn học sử trong Nam. *"Bùi Đức Tịnh là nhà nghiên cứu đầu tiên chứng minh giá trị của tập truyện này [Thầy Lazarô Phiền – NVL] trong Phần Đóng Góp Của Văn học Miền Nam: Những Bước Đầu Của Báo Chí, Tiểu Thuyết Và Thơ Mới, xuất bản tại Sài Gòn tháng 1-1975 nhưng có lẽ vì biến cố 30-4, sách của ông đã không được phổ biến"*. Và *"Năm 1992, nhà xuất bản Thành phố Hồ Chí Minh tái bản với tựa mới Những Bước Đầu Của Báo Chí Tiểu Thuyết và Thơ Mới. 286 tr."*.

Trong buổi nói chuyện này có một ký giả đã đến dự, sau đó mượn Ông Nguyễn Văn Trung tập truyện ngắn này và ông ký giả vội ngồi ghi chép tóm tắt câu chuyện. Sau đó, ký giả này đã đăng trên báo Sài Gòn Giải Phóng, số ra ngày 30/11/1986 như thể chính ông là người tìm kiếm ra tài liệu này. Bài viết của ông nhan đề *Bản truyện ngắn đầu tiên ra đời cách đây 100 năm: truyện thầy Lazaro Phiền*. Ngoài bìa cuốn sách có ghi:

"Truyện Thầy Lazaro Phiền của P.J.B. Nguyễn Trọng Quản Làm ra. Saigon J. Linage Libraire-Éditeur Rue Catinat 1887. Tous droits reservés".

Ông Trung đọc được bài báo này đã viết thư đi một số nơi liên hệ và mong rằng trong tương lai người ta không xử dụng [**sử** dụng – NKT] bài viết trên như một tài liệu gốc. Câu chuyện cũng chưa chấm dứt ở đây. Trong một dịp khác tại CLB của Thư Viện Phú Nhuận lại mở ra một buổi tọa đàm về tác phẩm này. Ông Trung lại yêu cầu Ban tổ chức trách nhiệm là anh Nguyên Hùng, giới thiệu xuất xứ tác phẩm. Cuối cùng thì lại có vị khác là ông Trần Thanh Địch viết bài về Công trình sưu tầm này như thể chính ông là người có tài liệu văn bản truyện ngắn đó trong tay. Tôi ghi lại mấy chi tiết này như một chứng cớ văn học. Và nay ai phổ biến thì đều không quan trọng và đều hữu ích cả. Còn việc phổ biến cuốn sách Lục Châu Học do nhà xuất bản Trẻ đã in ra thì mọi việc trở nên dễ dàng hơn.

Về Nội Dung cuốn Lục Châu Học

Nguyễn Văn Trung, trong việc biên tập cuốn sách này – cuốn Lục Châu Học – như một cơ may hiếm có. Ông đã có dịp phối hợp để xử được tất cả khả năng về triết học, xã hội học, về lý luận văn học, khả năng tri thức luận, sự khách quan trong tương đối luận, nhất là khả năng tổng hợp cộng với khả năng ngôn ngữ để làm nên cuốn sách này. Khi định viết bài về cuốn Lục Châu Học của Nguyễn Văn Trung, mối băn khoăn của chúng tôi là liệu tài liệu gốc của cuốn sách có bị cắt xén, đục bỏ do kiểm duyệt không? Nếu là sách in ở hải ngoại thì không có vấn đề gì. Sách in ở trong nước thì cần phải xem xét cho kỹ. Kinh nghiệm trước đây cho thấy cuốn Hồi ký của Nguyễn Hiến Lê do Nhà xuất bản Văn Học đã cắt xén khá tàn bạo khi in lại, ngay cả khi ông đã mất. Trong khi đó, bản in Hồi ký Nguyễn Hiến Lê in ở hải ngoại thì được để nguyên vẹn. Các cuốn Hồi ký của Lý Quý Chung cũng bị cắt xén nhiều chỗ như thế trước khi được in ra. Riêng nhà xuất bản Trẻ từng in nhiều sách của nhà văn Sơn Nam, nhà văn Nguyễn Văn Hầu, chúng tôi hy vọng là điều này tránh được trong trường hợp cuốn sách Lục Châu Học. Mặc dầu vậy, chúng tôi cũng tìm lại bản chính của Lục Châu Học để so với bản in trong sách. Kết quả là không có cắt xén, sửa chữa. Tuy nhiên, do cẩn trọng, chúng tôi cũng viết thư hỏi nhà xuất bản trẻ ở Sài Gòn. Nhưng cho đến nay vẫn chưa nhận được thư trả lời. Vì thế, tạm thời chúng tôi tiếp tục nhận xét về cuốn Lục Châu Học của giáo sư Nguyễn Văn Trung.

Nhận xét thứ nhất của chúng tôi là phải nhìn nhận những sở hữu chủ các tập tài liệu quý hiếm này là những người miền Nam hào hiệp và rộng lượng. Theo ông Trung, một người giầu có ở Sài Gòn mà ông hoàn toàn quên tên có một thư viện chứa không biết bao nhiêu là sách báo cũ. Ông này nói với ông Trung là ông cứ thong thả xem xét, có sách báo nào ông cần thì cứ lấy về. Và cuối cùng ông còn bằng lòng cho ông Trung lấy luôn những tài liệu sách báo đó mang ra hải ngoại. Đó cũng là trường hợp của cụ Vương Hồng Sển là sở hữu chủ cuốn truyện thầy Lazaro Phiền. Tính Cụ Sển theo như cụ viết trong cuốn [Hơn] *Nửa Đời Hư* là ở đời có hai cái dại không nên làm là "cho mượn sách và vợ". Vậy mà cụ cũng do quý mến ông Trung cho mượn sách quý của cụ. Không có những tấm lòng đó, đôi khi sách vẫn để mục ra và tiêu hủy đi theo thời gian. Việc làm của ông Trung trong Lục Châu Học là dùng *tài liệu địa phương có tại chỗ* để đả phá những cái nhìn thiên kiến không dễ gì đả phá và chứng minh một cách thuyết phục. Chính tài liệu và chỉ tài liệu hiếm quý sưu tập được làm nên cuốn Lục Châu Học. Nhưng để làm việc đó, ông hơn một số người đi trước là biết hệ thống hóa các tài liệu có được và ông đưa ra một số chủ đề từ đó dùng tài liệu chứng minh như:"*Một mảng văn học bị bỏ qua, bỏ quên. Nho Học ở vùng đất mới. Diễn tiến truyện văn xuôi chữ Quốc Ngữ. Lịch sử Việt Nam nhìn từ miền Nam. Buổi sơ khởi đạo Thiên Chúa ở miền Nam. Đạo Cao Đài ở vùng đất mới. Miền Bắc dưới mắt một người miền Nam. Báo chí văn xuôi và lý luận.Một vài quy luật về sinh hoạt văn hóa ở vùng đất mới. Chính sách văn hóa của người Pháp và ảnh hưởng văn hóa Pháp ở miền Nam thời kỳ đầu thuộc địa. Và cuối cùng là vấn đề tiểu sử các tác giả và đời sống viết văn viết báo, tình hình ấn loát–phát hành*".

Khi đưa ra một dàn bài như thế mà mỗi chương là một cái thème hay một chủ đề. Tác giả sẽ tập trung các tài liệu xoay quanh các chủ đề ấy, chú trọng tất cả vào chủ đề. Việc khảo cứu như vậy sẽ được phân định rõ ràng và giúp độc giả đọc một cách hăng say, phấn khởi, không rơi vào sự nhàm chán, hoặc mất hướng vì thiếu dàn bài như khi tôi đọc các tác giả như cụ Nguyễn Văn Hầu. Đó là những ưu điểm của tác phẩm. Nếu có đề nghị gì thì tôi nghĩ chương *"Chính sách văn hóa của người Pháp và ảnh hưởng văn hóa Pháp ở miền Nam thời kỳ đầu thuộc địa"* nên để ở chương thứ hai của tác phẩm.

Qua các tài liệu vừa trích dẫn ở trên, chúng ta được biết suốt từ khi Pháp chiếm Nam Kỳ, năm 1865 sang đến thời cộng hòa. Miền Nam có khoảng một ngàn tờ báo đủ loại và trên 500 nhà văn nhà thơ. Làm thế nào để có thu tập tài liệu, vừa soạn thảo, thải loại và cuối cùng có được cái nhìn tổng quan về Văn học Lục Châu Học? Đấy là cả một quá trình làm việc lâu dài trong suốt gần 10 năm. Nếu tóm lược công trình biên khảo trong Lục Châu Học, có một số câu hỏi được đặt ra ở đây là: Liệu cuốn sách này có thể giải tỏa được sai lầm, những ngộ nhận của giới nghiên cứu miền Bắc không mỗi khi đánh giá về mảng văn học mà Nguyễn Văn Trung dùng hai chữ hoặc "bỏ quên" hoặc "bỏ qua"? Liệu có thể thuyết phục được mọi người không? Tôi nghĩ là cho đến nay, chưa có một phê bình chính thức nào lên tiếng phản bác những luận điểm của ông Nguyễn Văn Trung trong Lục Châu Học. Nó cũng bắt buộc các tác giả miền Bắc phải có một thái độ xét lại quan điểm của mình.

Điểm thứ hai, tài liệu đủ loại chứng minh có cho phép nói tới một nền văn học đúng nghĩa qua báo chí, tiểu thuyết không? Ở đây đặt ra vấn đề phẩm chất, giá trị, cái hay của văn học. Trong cuốn "Lục Châu Học", rõ ràng tác giả *không muốn có một so sánh nào kiểu đó*. Một so sánh không cần thiết. Nó cũng chẳng khác gì không nên so sánh giữa tư tưởng văn minh và tư tưởng hoang dã (pensée sauvage). Cùng lắm, ông chỉ đưa ra một chứng từ – nhân chứng là như trong chương III: *Lịch sử Việt Nam nhìn từ miền Nam* và chương VI: *Miền Bắc dưới mắt một người miền Nam* qua tập truyện ký *Chuyến đi Bắc Kỳ năm Ất Hợi 1876 của Trương Vĩnh Ký*. Tôi nghĩ việc đưa ra những nhân chứng như thế giúp mở đường cho những tiếp cận đầy đủ hơn sau này. Mà nếu đúng ra mà nói, lịch sử có hằng trăm năm cách biệt đôi bên đã hẳn có nhiều chuyển biến thay đổi cho những người di dân mới tới lập nghiệp. Trong nhu cầu hội nhập, thích ứng với bản địa, nhiều thứ trong hành lý quá khứ dần dần phải bỏ qua, vứt bớt và biến đổi từ nếp sống tôn giáo, nếp sống luân lý, lễ nghĩa, lễ nghi phức tạp đến đời sống xã hội, đến ngôn ngữ trao đổi hằng ngày, đến phong tục tập quán, đến phép tắc cũng phải phiên phiến, nhẹ nhàng giản tiện. Và sau một thời gian sự thay đổi đó dần được định hình, được kết tinh lại trở thành cái mà ta gọi là sắc thái hay cá tính miền Nam. Đấy là sự thành công của quá trình hội nhập.

Chừng bấy nhiêu điều vẫn chưa đủ đâu. Người đọc tinh ý vẫn bắt được một tín hiệu tiềm ẩn nơi ông. 20 năm miền Nam đủ cho ông một cách nào đó coi miền Nam là quê hương thứ hai của mình. Phải chăng cuốn Lục Châu Học là món quà quý giá nhất ông dành dâng hiến cho mảnh đất miền Nam? Đây là điều tôi muốn nhấn mạnh và muốn lưu ý mọi người. Ông Nguyễn Văn Trung đã viết cuốn "Lục Châu Học" như thể là người miền Nam viết về miền Nam trong chừng mực, khách quan, và thuyết phục. Có hai câu chữ ông dùng cho nhan đề tác phẩm cần lưu ý. Ông gọi tác phẩm của ông chỉ là "Hồ sơ". Hồ sơ có nghĩa chưa xong, cần bổ túc nữa.

Câu chữ thứ hai, tìm hiểu sinh hoạt văn học, theo ông, chính là tìm hiểu về "*con người vùng đất mới với nếp sống, nếp nghĩ, nếp làm*". Và khi hiểu được con người vùng đất mới, ta sẽ hiểu được tại sao có thứ nho học vùng đất mới, tại sao có đạo Cao Đài, tại sao có truyện Tàu và tại sao có vọng cổ. Đây là một sự khảo cứu không thuần túy văn học mà bao gồm cả địa lý, lịch sử, xã hội, con người cách ứng xử, cách hội nhập vào vùng đất mới. Xin đọc chương "*Một vài quy luật về sinh hoạt văn hóa ở vùng đất mới*". Cho nên đọc ông là đọc được con người miền Nam. Tôi lấy một thí dụ thôi. Thấy một người làm việc nghĩa hiệp, ra tay đánh một kẻ cướp, dân miền Nam chỉ hạ một câu, *"Thằng đó chơi được."* Đánh kẻ cướp có thể nguy hiểm đến mất mạng mình mà chỉ là kẻ chơi được! Nhưng đấychính là cả cái cá tính miền Nam.

Điều chắc chắn là người miền Nam sau này có thể tự hào bởi vì họ có được một thứ văn minh, văn hóa riêng cho họ – khác người khác – mà người ta quen gọi là văn minh miệt vườn. Và nói như Nguyễn Văn Trung thì có một nền văn hóa ở Hà Nội và cũng có một nền văn hóa ở Sài Gòn. Chỉ sợ rằng kể từ sau 1975, nó đã bị nhập chung vào làm một và chỉ còn có một thứ văn hóa chung cho cả hai miền: thứ văn hóa xã hội chủ nghĩa.

Và đó là sự thiệt thòi lớn nhất cho miền Nam. Nó đã phá hủy cả một nền văn hóa văn học của những người di dân ở vùng đất mới trong suốt mấy trăm năm. Đấy cũng là một trong cái tội của chế độ cộng sản. Phần công trình biên khảo của ông Nguyễn Văn Trung, tôi nghĩ, ông đã làm trọn vẹn công việc của một nhà biên khảo đã dành [**giành**] lại một địa vị xứng đáng cho miền Nam trong văn học. Nếu xét chung giữa hai thời kỳ sáng tác. Nếu có thể đem cân lên được thì nội cuốn biên khảo "Lục Châu Học" đã là một nửa gia tài của ông rồi. Cuốn sách của ông sau này sẽ được đời sau tìm đọc và quy chiếu cho bất cứ ai muốn tìm hiểu về một nửa mảng văn học miền Nam.

Chú thích: (chúng tôi đã ghi lại thứ tự, tiếc rằng thiếu vài chi tiết về năm và nơi xuất bản)

(1) Bằng Giang, *Sài Gòn cố sự*, trang 274–277.

(2) Bộ sách Nguyễn Văn Hầu cũng được nxb Trẻ vào tháng 1, 2005

(3) Phan Cư Đệ, *Tiểu thuyết Việt Nam Hiện Đại*, trang 30.

(4) Nhà in Tân Định được thành lập từ năm 1874. Như vậy cho đến nay Tân Định đã tồn tại được trên 100 năm.

(5) Cả hai cuốn này đã được in lại ở Hải Ngoại. Cuốn "Sấm Truyền ca" được Hội y sĩ Việt Nam ấn hành năm 2000 tại Montréal. Cuốn " Đọc lại Truyện Thầy Lazarô Phiền" của KK. Nguyễn Lê Hiếu & B.S. Nguyễn Lê Hiếu do Thời Đại OK ấn hành năm 2009 tại Oklahoma, USA.

(6) Tài liệu của Nguyễn Văn Trung, trong *Những chặng đường đã qua.* trang 579.

NGUYỄN VĂN SÂM: VỀ MỘT NGƯỜI THẦY, MỘT NHÀ THƠ - NGUYỄN KHẮC HOẠCH (TRẦN HỒNG CHÂU)

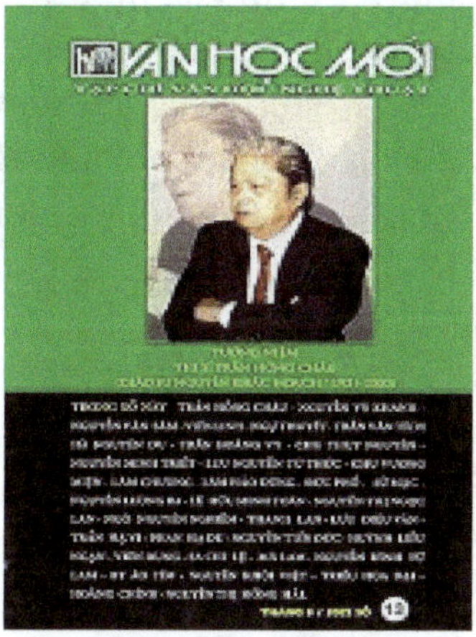

Ảnh GS Nguyễn Khắc Hoạch (Trích Văn Học Mới số **13, tháng 8/2021)*

Giáo sư Nguyễn Khắc Hoạch đã dạy ở trường Đại Học Văn Khoa ở đường Nguyễn Trung Trực trước khi tôi vào học (1960-1961). Trường có hai lớp Dự Bị cho năm Thứ Nhứt Văn Khoa: Dự Bị Pháp và Dự Bị Việt, ông dạy cho cả hai bên. Điều nầy đối với các Giáo Sư thời đó là chuyện bình thường vì các vị nầy hầu hết đều tốt nghiệp ở Pháp. Nhưng dạy mà cả hai bên đều thích là chuyện không phải dễ. Ông được điều đó dầu ông giảng bài với giọng trầm trầm, nho nhỏ, nhiều khi xuống giọng khiến sinh viên ngồi ở cách vài ba hàng ghế thường không nghe được mấy tiếng cuối. Tôi biết ông từ năm học đầu đời làm sinh viên Văn Khoa với sách cầm tay. Khoảng cách thầy trò *'rất lớn'* giữa một sinh viên - dầu là sinh viên Cao Học - và một Giáo Sư hay Khoa Trưởng. Nó ngắn dần dần khi tôi được bổ về trường với ngạch Phụ khảo ban Việt Văn năm 1968… Và tình thân càng nhiều hơn khi ông trở về năm 1974 từ Mỹ sau những năm vắng mặt tại trường ở Việt Nam để dạy cho một đại học Mỹ.

Thời gian nầy VNCH đang bị chiến tranh khá nặng, ai cũng nói sao thầy/anh về lúc nầy làm chi, tình hình căng thẳng quá. Ông chỉ cười hiền như lâu nay, trả lời ít chữ nhiều ý: Gia đình, hoàn cảnh và đất nước. Với lại đi lâu cũng nhớ sinh hoạt quê hương.

Ôi sinh hoạt quê hương có sức quyến rũ để người ta bất chấp những nguy cơ có thể ụp xuống trên đầu mình để trở về sống trong lòng nó sao! Rõ là cái quyết định của một thi nhân. Rồi một năm sau, cái lưới đỏ buông xuống trùm phủ miền Nam, chúng tôi ra vào trường lơ láo, *không được đứng lớp* (dạy) chỉ sinh hoạt bằng những buổi *được lên lớp* (tẩy não) bởi những máy nói XHCN từ Bắc vào Nam như Vũ Khiêu hay những khuôn mặt khác, có thể có cả Hoàng Xuân Nhị mà lâu quá bây giờ kẻ viết bài nầy cũng đã quên. Hai năm học tập tại chỗ, bất mãn chỉ nhìn nhau thở dài, nuốt nghẹn.

Vị Giáo Sư trung niên vừa là thầy, vừa là đồng nghiệp niên trưởng thường cùng với những những đồng nghiệp môn sinh trẻ hơn hai thập kỷ như Nghiêm Hồng, Đặng Phùng Quân, Nguyễn Văn Sâm, Nguyễn Thiên Thụ, Nguyễn Văn Đậu… thường ra ngồi trước cổng trường nhâm nha những ly cà phê đắng, phần tạp chất nhiều hơn cà phê thiệt sự, để thở dài "*nhìn ngày tháng dần qua*" mơ mình "*thành một cách chim*", chữ của Nguyễn Vô Kỷ.

Tôi hỏi ông: Thầy có tiếc không việc trở về năm trước?

Ông hóm hỉnh theo cách của LM Lê Tôn Nghiêm:

-Thằng cha nầy hỏi khó. Tiếc hay không thì làm gì được, hay chỉ để thêm đau lòng. *Moi* không tiếc, *moi* làm thơ để quên thực trạng cuộc đời trước mặt.

Tôi nhớ có lần ông tâm sự:

-Đáng lẽ *moi* có mặt trong mấy cuốn như *Thi Nhân Việt Nam* vì lúc đó *moi* cũng đã có mấy chục bài thơ mới như thiên hạ đồng thời, nhưng rồi phải bỏ thơ để sang Pháp học văn chương Pháp.

Phải học cho đàng hoàng nên thơ thẩn bèn gác lại. Ông nói bằng cái mỉm cười. Tôi cố tìm trên gương mặt thầy mình để khám phá một vẻ tiếc nuối gì đó được ẩn giấu, nhưng tuyệt nhiên không thấy.

Rồi tôi bị biên chế phải rời trường thiệt sự, mất bục giảng, mất luôn cả cái chỗ gọi là cơ quan quản trị để có thể ở lại Sàigòn mà không bị dòm ngó, tôi lao mình ra biển vài ba lần cho tới khi đến được Mỹ. Chừng chục năm sau bạn bè trước ngồi ở cổng trường cà phê cà pháo rồi cũng lần lượt sang, rồi thầy mình cũng sang. Tế nhị tôi không dám hỏi ông và gia đình đến Mỹ bằng cách nào vì tôi nhận thấy chế độ mới biết giá trị của thầy nên họ có vẻ nể nang trọng vọng. Tôi khuyên thầy nên dấn thân thiệt sự vào thi ca hơn là đi vào đường nghiên cứu vốn bế tắc ở hải ngoại. *Bài thơ thay lời khuyên* đó được thầy cho in vào bìa sau của một tập thơ, chắc ông nghĩ rằng lời tôi nhắc có chút lý nào đó.

Tình anh long lanh nguyên khối
Lăn qua trùng trùng đại dương
Nguyên vẹn
Chuyện ngày qua
đã thấy
Dòng người vùng vẫy
đã đến
Những cánh tay em út bạn bè
đã nâng niu ngòi bút
giơ cao
Thêm một điểm sáng
Trong ngân hà lương tâm.

(VS - Bìa sau cuốn Thành Phố Trong Hồi Tưởng của Trần Hồng Châu)

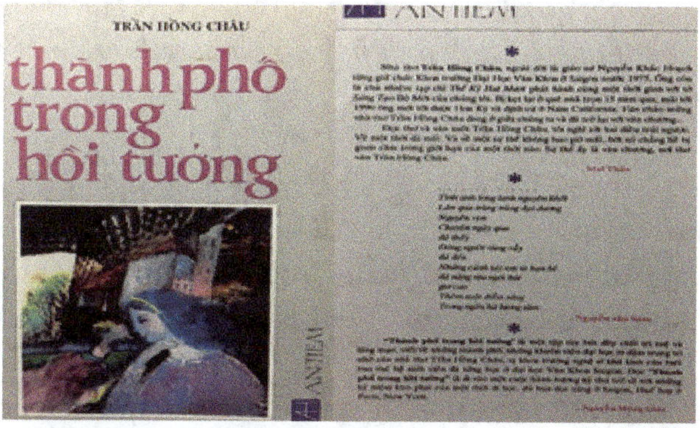

Tuần qua, Hoàng Lan, ái nữ của thầy, và gia đình đã trang nghiêm tổ chức kỷ niệm 100 năm ngày sinh của thầy, đó là tin trong một email của GS Đàm Trung Pháp, Chủ Biên Danh Dự TẬP SAN VIỆT HỌC gởi ra cho thân hữu, GS Pháp cũng nói thêm: Với tôi, *cố Giáo Sư Nguyễn Khắc Hoạch là một Giáo Sư Đại Học lẫy lừng tên tuổi, một học giả uyên bác, một nghệ sĩ chân chính, và một hiền nhân của đất nước.*

Không có nhận định nào ít lời nhiều ý bằng nhận định trên.

Bao nhiêu thế hệ môn sinh của thầy rải rác trên các lục địa nầy có thể xác định điều đó.

Cũng nên ghi lại để làm tài liệu là nhân dịp nầy Hoàng Lan đưa ra cho vài thân hữu và một số môn sinh của thầy nhận định sau về thân phụ và thân mẫu mình:

Thầy Cô Hoạch có tâm đức cao quý, giữ vẹn tinh anh, luôn hòa ái, phúc đức, bao dung. Thầy Cô Hoạch thương yêu các con một cách khoa học. Các con, cháu luôn kính thương và nhớ ơn Thầy Cô Hoạch với đầy tình nghĩa gia đình.

Sự sáng tạo nghệ thuật trong các tác phẩm văn chương của Thầy Hoạch có hệ thống tư tưởng, lập trường, quan điểm, có tầm tư duy sáng chói luôn hướng đến Chân Thiện Mỹ với chủ đích thiết thực và cao đẹp của mình.

Hoàng Lan cảm nhận các tâm hồn trong tác phẩm, cũng như tiếp thu thêm cơ hội để hiểu những ý nghĩa và vẻ đẹp của tác phẩm Thầy Hoạch.

Hình ảnh Thầy Hoạch cùng các quý Thầy Cô hội kiến để thiết lập một cơ chế hoạt động cho tổ chức, xác định mục tiêu và hướng đi dựa trên quan điểm chung cho Viện Việt Học diễn ra rất thận trọng và tốt đẹp. Hình ảnh này đã phản ánh một nét đẹp trí thức rất Việt Nam.

***

Về thơ, thi sĩ Trần Hồng Châu viết nhiều, đeo đuổi theo nàng Thơ trong một thời gian dài, từ những năm làm tạp chí *Thế Kỷ Hai Mươi* cho tới khi qui tiên. Nhiều tập, nhiều bài thơ hay, thường là sự tiếc nuối quá khứ, tiếc một hình ảnh người xưa, lời thơ bàng bạc chen một chút buồn nhè nhẹ - có thể gọi chăng là tương tư? - mà người đọc thoáng qua khó thể thấy. Hình ảnh ông dùng cũng ước lệ như cây cầu, như lệ nến, như sóng biển, như áo trắng biến thành bướm trắng…

Tôi đi trên những cầu kiều
Từng con phố nhỏ quạnh hiu trong lòng.
Bâng khuâng mây trắng xây thành,
Từng cơn nhung nhớ bên mành nhớ nhung.
Cầu xưa vua đắp còn đây
Cầu em dải yếm cũng gầy tương tư

Tôi đi trên những cầu kiều
Từng nơi hò hẹn tiêu điều dấu chân
Ngậm ngùi vạt áo Hà Đông
Một con bướm trắng bên sông hững hờ
Cầu xưa lá rụng tơi bời
Cầu tôi đuôi mắt mấy trời đam mê
Tôi đi trên những cầu kiều
Từng hồn thu cũ bóng chiều chưa phai.
(Hạt Cát Biển Đông thi tập, trang 34).
hay:
Em đi nhanh nón nhỏ gót hồng son
Bỗng hoa lá chập chờn trong vắng lặng
Hồn bâng khuâng rực rỡ ánh lưu ly
Bước ngập ngừng vân vi mi chớp nhẹ
Tình mang mang hò hẹn mái đò xưa
Mộng thanh xuân tuổi ngọc về đây nhé
Về đây nhé bướm trắng mộng thanh xuân.
(Bướm Trắng)
hoặc:
Từ muôn kiếp sóng vẫn dạt dào tâm sự
Từ muôn kiếp sóng vẫn bạc đầu nhấp nhô
Cánh hải âu chập chờn có phân vân
Vầng trăng xưa có gọi hải triều âm?
Biển vẫn đêm đêm hò hẹn mình cát trắng
Nước tràn trề vào lòng cát đê mê
Mặn mà tình đôi lứa
Ngàn năm xin vẹn giữ lời thề!
....
(Ngủ Ngon Đi Nhé Biển Tuyệt Vời)

Khi nói về biển, ông đi đến những ước mơ - như những con chim khi thi sĩ nói chuyện trước đây với những môn sinh đồng cảnh ngộ - xa gần rằng mình là con tàu, con tàu tự do ngoài biển để được đi xa, tới hay không tới đích đó là chuyện của tương lai, của số phận đã được định trước bởi thiên lực bí ẩn nào đó… nhưng chuyện ra khơi thì vẫn ra khơi. Tôi nghĩ những dòng thơ muốn được hóa thân nầy là những ước vọng thầm kín của thi sĩ do những năm tháng bị túng tíu ở bên nhà sau cơn hồng thủy 1975.

Tôi là con tầu lênh đênh sóng vỗ
Lắc lư say theo nhịp hải hành
Về những thương cảng buồm thuyền như bướm lượn
Về những chân trời lộng gió biển mù khơi
Hay con tầu là tôi ngoài biển đời nhấp nhô
Nổi trôi theo định mệnh sợi chỉ bàn tay
(Ở Biển Về Ngòi)

Đi tìm căn bản tư tưởng của thi nhân nào cũng là con đường nhiêu khê vì thơ càng nhiều thì ý tưởng càng rộng, càng chi tiết, tôi chỉ dám vẽ ra rằng trong đám mây mù thi phẩm của Trần Hồng Châu có ước mơ thoát ra khỏi cuộc đời tù túng thời bị bó gối sau 1975, có tình yêu như thể là bước tiến về, có sự an ủi tự vạch ra để sống.

Tôi tâm đắc với thi sĩ ở mấy câu thơ có tính lãng mạn sau:
Mười phương quán gió đời ly loạn,
Ta vẫn ngồi đây mộng vẫn xây
Nửa đêm trừ tịch cờ dăm ván
Trà thanh vị đắng ngát giang hồ.

Và tôi vẫn cho rằng ông Khai Trí Nguyễn Hùng Trương rất có lý khi chọn bài *Nửa Khuya Giấy Trắng* của thi sĩ để đưa vô tuyển tập *Thơ Tình Chọn Lọc* do Khai Trí California xuất bản năm 1993, trang 185.

Xin trích ra mấy câu thơ cuối rất đặc sắc:
Vắng em hồn mộng đỗ quyên,
Nước non hiu hắt tiếng huyền bâng khuâng.
Ly tao dòng cạn khơi vần,
Mưa đan đan mãi gợi nhầu ý thơ
Cỏ vong ưu khói lam mờ,
Nửa ly mai lộ nguyệt hờ tắm suông.
Bút say vọng tưởng dòng Tương.
Mực say áo mộng lạc đường héo hon.
Ngỡ ngàng giấy trắng lòng son
Tuyết rơi rơi mãi gói tròn thương đau
(Nửa Khuya Giấy Trắng)

Nguyễn Văn Sâm
Victorville, CA July 04, 2021

SÁU NHÀ VĂN MỘT VẤN ĐỀ

Nhân dịp Kỷ niệm Đệ Nhứt Chu Niên (1971-1972), tạp chí *Nghiên Cứu Văn Học* (*NCVH*) đã phỏng vấn một số nhà văn tiêu biểu về vấn đề văn học. Nhóm anh em tòa soạn đã nhận các câu trả lời, phân công biên soạn rồi giao cho Nhuệ Hương thực hiện bài viết để đăng trên *NCVH* số 14, tháng 4/ 1972 (tr.50-55).

NCVH đã nêu 6 Câu hỏi:

1.- Quý vị nghĩ gì về hiện tình sinh hoạt Văn học và báo chí về Văn học tại đây?

2.- Xin cho biết ý kiến về tạp chí *NCVH*, với những đề nghị cải tiến tờ báo về nội dung và hình thức?

3.- Quý vị có dự định hoạt động gì về Văn học và đóng góp thêm cho tạp chí *NCVH*?

4.- Ý kiến phát biểu thêm.

Tạp chí *Nghiên Cứu Văn Học* rất hân hoan nhận được sự hưởng ứng, trả lời của các nhà văn như Đông Tùng, Bình Nguyên Lộc, Sơn Nam, Toan Ánh, Vũ Hạnh và Giáo sư Bửu Cầm. Những ý kiến của họ có thể được coi là những ý kiến tiêu biểu cho giới làm Văn học tại đây, vào thời điểm nầy. Người viết xin tóm lược, trích đăng bài viết của Nhuệ Hương, lần lượt như sau:

- Nhà văn **Đông Tùng**: *Văn học là tường xây trên móng Văn hóa.* Văn hóa Việt Nam là đồi trụy tới tột độ vì chiến tranh, vì quân đội ngoại quốc, vì Văn hóa cao bồi của Hiệp Chủng quốc. Cái nền móng Văn hóa đã như vậy thì tài thánh cũng không thể xây nổi tường Văn học. Tạp chí *NCVH* được một vị Tiến sĩ Văn chương, Giáo sư Đại học Văn Khoa điều khiển là vững quá rồi.

- Nhà văn **Bình Nguyên Lộc**: *Lạc quan về sách vở xuất bản gần đây. Sẽ viết cho NCVH.* Lạc quan về sách vở ra đời: biên khảo, dịch thuật, sưu tập. Mười năm trước đây các nhà xuất bản chỉ chú ý truyện. Tôi có cảm giác bị thua vì chuyên viết truyện. Nhưng dưới con mắt của người tha thiết với Văn hóa thì tôi lạc quan. Rất bực mình vì những bộ sách lớn chỉ có nhà xuất bản nhận viện trợ của chánh quyền mới in nổi. Nhưng in rồi thì không bán. Năm, sáu năm sau sách được đưa ra vỉa hè nhưng không còn nguyên bộ nữa, Một bộ sách quý 10 cuốn có khi chỉ mua được 3 cuốn. Khác hẳn với nhà sách tư nhân, họ giao sách tận nhà tôi.Về câu hỏi 2, tôi có làm chủ báo nhưng bị dẹp tiệm liệu có đủ khả năng "mách nước" cho một tờ báo khác? *NCVH* có nội dung tốt. Hình thức thì một tạp chí nhỏ không làm sao trình bày đẹp hơn được. Tôi sẽ viết bài cho *NCVH,* về Văn phạm Việt Nam.

- Nhà văn **Sơn Nam**: *Sinh hoạt Văn học có nhưng yếu ớt. NCVH nên thực hiện những chủ đề thiết thực giúp đỡ các Sinh viên Văn Khoa và các giáo sư Việt văn bậc Trung học.* Người làm văn học quá bận rộn về sinh kế. Lớp già thì uể oải. Lớp trẻ thì dường như bận rộn về khoa cử. Sách nghiên cứu Văn học chỉ bán được huề vốn. Tạp chí thuần về Văn học gần như không có. Không thể xây dựng Văn học trong thời chiến, bởi lẽ nó chỉ phát triển trong thời bình. Văn học đòi hỏi sự phóng khoáng. Một nhân vật đáng ghét nhưng phải ghi tên ông ta trong tự điển danh nhân. Một tác phẩm không hợp với cảm quan của ta, nhưng vẫn phải liệt kê vào Văn học sử. Theo ý tôi, tạp chí *NCVH* quá mỏng, bài quá ngắn, chữ sắp quá thưa. Nên làm một tạp chí dày hơn, với chủ đề, bán với giá 100đ. [Bấy giờ *NCVH* bán với giá 70 đồng]. Nên nhắm vào những chủ đề thiết thực, giúp đỡ các sinh viên Văn khoa và các Giáo sư Việt văn ở bậc Trung học. Có thể ra từng số thật dày, 2 tháng một số. Người mua sẽ không tiếc tiền, vì đó là một quyển sách cần thiết. Tôi ao ước tham dự những cuộc họp của tòa soạn. Khi đặt ra từng chủ đề, tùy khả năng và tùy theo chủ đề, tôi sẽ cố gắng viết bài. Nhưng cần bàn định trước chừng 2 tháng. Viết quá nhanh thì không bao giờ tới nơi tới chốn được.

- Giáo sư **Bửu Cầm**: *Nhà làm Văn học có cố gắng nhưng rời rạc và thiếu sự hỗ trợ của chính quyền. NCVH là một tạp chí có giá trị.* Giáo sư đang bịnh nhưng cũng tiếp chúng tôi một cách niềm nở và thân mật. Giáo sư đã vui vẻ trả lời các câu hỏi. Theo Giáo sư, nhà làm Văn học hiện nay có cố gắng, nỗ lực không ngừng, nhưng rời rạc và thiếu sự hỗ trợ của chính quyền. Lại thêm tình trạng phe nhóm khiến người làm Văn học không phát huy được tiếng nói của mình. *NCVH* là một tạp chí có giá trị, đóng góp nhiều cho Văn học. Thành thật khen ngợi sự hoạt động hăng say của anh em tòa soạn. Về hình thức và nội dung tạm được. Nên để các cộng tác viên tự do viết thì rất hay. Một năm nên có 3, 4 số chủ đề. Rất hân hạnh được LM Chủ nhiệm mời cộng tác. Tôi sẵn sàng hợp tác. Hiện chưa thể viết nhiều được bởi công việc bề bộn, sức khỏe yếu kém, còn phải bảo trợ 5 sinh viên ban Tiến sĩ...

- Nhà văn **Toan Ánh**: *NCVH có những cố gắng đáng khen. Nên làm nhiều số chủ đề.* Hiện nay tạp chí về Văn học có rất ít, nếu nói theo đúng nghĩa thì có: *Văn, Văn Học, Nghiên Cứu Văn Học... Văn* có nhiều cố gắng. *NCVH* có những cố gắng đáng khen. Có điều hơi tiếc là trước đây hàng tuần ở một vài nhật báo có dành riêng một trang Văn học nhằm phát huy Văn học, giúp người muốn làm Văn học luyện ngòi bút của mình. Còn các sách về Văn học có vài cuốn có giá trị tuy chưa hoàn toàn nhưng đã đề cập đến Văn học hiện đại như: Bàng Bá Lân, Cao Thế Dung... dù ít nhưng có người chú ý tới. Về hình thức, *NCVH* tạm để y vậy. Nội dung hơi khô khan. Nên mở rộng phạm vi và thêm bài về Văn hóa, Văn minh. Nên làm nhiều số chủ đề. Sẽ gởi bài cho số chủ đề về Ca dao.

- Nhà văn **Vũ Hạnh**: *Sinh hoạt Văn học nghệ thuật nói chung đang gặp quá nhiều khó khăn. NCVH là một tạp chí can đảm nhưng nhiều thiện chí hơn sinh lực.* Sinh hoạt Văn học nghệ thuật đang gặp nhiều khó khăn. Vật chất eo hẹp, đời sống vất vả, mãi lực sa sút nặng nề trong khi giấy báo tăng cao, nhân công đắt đỏ. Tinh thần suy kiệt, chế độ kiểm duyệt quá khe khắt, sinh hoạt tinh thần quá rời rạc, không có trao đổi thực sự, đối thoại thực sự. Một ít nhiệt tình Văn hóa nếu có là khởi từ sự xuyên tạc, vu khống, bôi nhọ lẫn nhau. Chỉ có Văn nghệ, Văn hóa đích thực khi nào có sự cởi mở thực sự trong những ý tình xây dựng thực sự. Muốn vậy phải có những thay đổi lớn trong xã hội theo cái chiều hướng hòa bình, tự do, đúng theo với ý nghĩa của nó. Tờ NCVH là một tạp chí can đảm, nhưng nhiều thiện chí hơn sinh lực. Có nhiều bài nghiên cứu công phu bên cạnh những bài quá đơn giản. Sự có mặt của *NCVH,* trong lúc này đã là một điều ngoài cả mong đợi. Vì vậy không nên đòi hỏi ở nó quá nhiều.

NCVH chân thành cám ơn các vị đã đóng góp ý kiến quý báu trên đây. Tuy nhiên, nhiều nhà văn, nhà báo, nhà nghiên cứu văn học đang và sẽ sẵn sàng trả lời các câu hỏi, nhưng vì một lý do nào đó, chúng tôi chưa nhận được nên không trình bày ở đây.

Nhuệ Hương (thực hiện, tháng IV.1972))

Nguyễn Kiến Thiết (tóm lược, trích đăng, tháng I.2024)

KỶ NIỆM BUỒN VUI NGHỀ BÁO - TỪ TẬP SAN VĂN HỌC TỚI NGHIÊN CỨU VĂN HỌC

Lời tác giả: *Sau biến cố tháng 4/1975, trải qua bao cuộc bể dâu, tôi không còn giữ được bất cứ số Tập San Văn Học cũng như tờ Nghiên Cứu Văn Học nào. Nhờ một duyên may, GS Nguyễn Văn Trung còn giữ được và đã mang đầy đủ các số báo từ Việt Nam qua và giao cho ông Trịnh Viết Đức, nguyên Giám đốc nhà xuất bản Nam Sơn lo việc sao chụp xuất bản tại Montréal, năm 2000. Tôi nhận được tương đối đầy đủ báo Nghiên Cứu Văn Học sao chụp lại (chỉ thiếu các số 3, 8 và 13, bạn nào còn giữ xin vui lòng nhượng lại, rất cám ơn) nên đã sử dụng trong bài nầy. Xin được bày tỏ lời cám ơn sâu đậm và chân thành nhứt đến cố GS Nguyễn Văn Trung và cố Giám đốc Trịnh Viết Đức.*

Trên đời mọi việc đều có cái duyên, trong đó có duyên làm báo. Từ cái "duyên" làm báo sẽ dẫn tới "nghề" báo, rồi "nghiệp" làm báo. Đối với tôi, nói là nghề báo e không đúng - bởi vì đó là nghề tay trái, nói đúng hơn là nghiệp làm báo. Tôi muốn kể cho các bạn nghe nguyên do nào đã đưa đẩy tôi tới "nghề báo" rồi "nghiệp báo" cùng những thăng trầm, sướng khổ của nó.

Vào những năm bản lề của các thập niên 1960-1970, tại thủ đô Sài Gòn có hàng chục tạp chí văn học nghệ thuật ra đời. Hầu hết các tạp chí nầy đều phải tự "bơi", phải vững tay lèo lái nếu không muốn bị "chết đuối". Tờ *Nghiên Cứu Văn Học* Bộ cũ do Linh Mục Thanh Lãng làm Chủ nhiệm, nhà văn Thế Nguyên phụ trách Tòa soạn cũng không ngoại lệ. Sau một năm tự bơi (1967-1968) với 10 số báo phát hành, tờ báo đã tự đình bản. "Nghề báo" của tôi trải qua hai giai đoạn. Giai đoạn 1 với **7** số *Tập San Văn Học* (1967-1971) ấn hành không thường xuyên. Giai đoạn 2 với **16** số nguyệt san *Nghiên Cứu Văn Học* (1971-1972) do LM Thanh Lãng Chủ nhiệm kiêm Chủ bút. Còn tôi phụ trách Chủ biên *Tập San Văn Học* (*TSVH*) và Tổng Thơ ký tòa soạn tạp chí *Nghiên Cứu Văn Học*

TẬP SAN VĂN HỌC

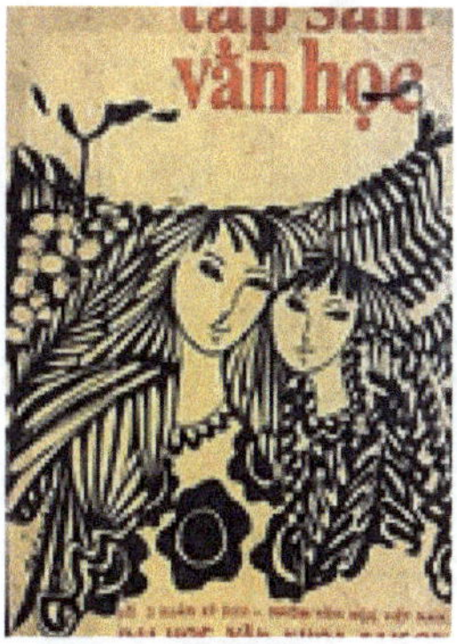

*Bìa Tập San Văn Học số **3** - Nhóm Văn Học Việt Nam ĐHVK Sài Gòn, Xuân Kỷ Dậu 1970 (Nguồn:vi.wikipedia.org).*

Vào niên khóa 1966-1967, một nhóm sinh viên chứng chỉ Văn chương Quốc âm chúng tôi thành lập Nhóm Văn Học Việt Nam Đại học Văn Khoa Sài Gòn (ĐHVKSG) do GS Thanh Lãng đỡ đầu. Tôi được anh em tín nhiệm bầu làm Phó Chủ Tịch. Người đứng đầu Nhóm là Nguyễn Văn Vịnh. Bạn Bùi Đức Uyên làm Tổng Thơ ký, còn bạn Nguyễn Tấn Vinh là một Ủy viên của Nhóm. Ngoài việc tương thân tương trợ trong học tập, tập tành viết văn, "làm báo", chúng tôi ra mắt được 6 số Nội San (in Ronéo) và 1 Đặc San (in Typo). Nội San do tôi làm Chủ bút; Chủ bút Đặc San do anh Bùi Đức Uyên phụ trách. Trên *NCVH* số **1** (tháng 3/1971) có phần quảng cáo *TSVH*:

"Nhóm cũng thiết tha kêu gọi các bạn sinh viên gia nhập Nhóm và mong mỏi sự đóng góp bài vở của các bạn.Thơ từ bài vở, thắc mắc xin liên lạc với:
*Ô. **Nguyễn Kiến Thiết**, Chủ biên TSVH*
TK8/34 Trần Hưng Đạo Saigon II" (tr.125).

Và trong bản tin đăng ở *NCVH* số **2** (15/4/1971) có ghi:

"Phát hành vào hạ tuần tháng 5-71 tại Đại học Văn Khoa Sài Gòn:
TẬP SAN VĂN HỌC Số 7, mùa thi 70-71
Chủ trương: Nhóm Văn Học Việt Nam
Chủ biên: NGUYỄN KIẾN THIẾT

Tài liệu học tập sát với chương trình học và thi của các bạn Sinh viên Văn Khoa:

- Năm thứ I ban Văn chương Việt Nam

- c/c Văn chương Việt-Hán

- c/c Văn chương Quốc Âm

- c/c Ngữ học Việt Nam

- c/c Văn Minh Việt Nam" (tr.112).

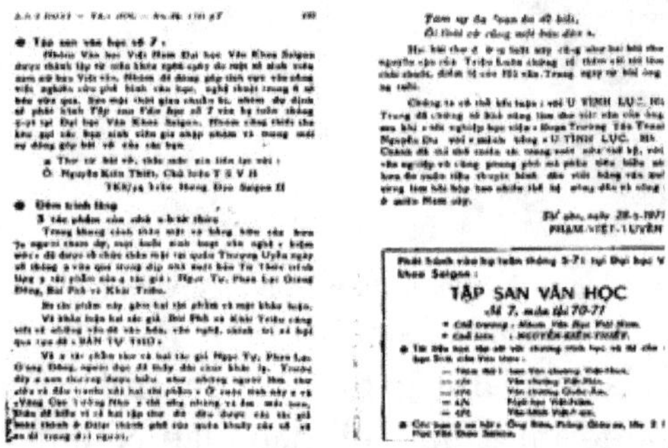

TẬP SAN VĂN HỌC

Hình trái và phải*: Quảng cáo Tập San Văn Học trên nguyệt san Nghiên Cứu Văn Học*

Điều đáng ghi nhận là hầu hết các thành viên trong Nhóm đều hăng say với công việc, thể hiện tinh thần phục vụ vô vị lợi và trách nhiệm cao. Kẻ liên lạc với các giáo sư và sinh viên để nhận bài đăng báo, người phụ trách in ấn, phân phối tài liệu học tập liên quan tới các chứng chỉ cử nhân. Một số bài nòng cốt do quý Thầy đóng góp. Chẳng hạn GS Thanh Lãng, GS Bửu Cầm, GS Đông Hồ, GS Lê Ngọc Trụ... Hầu hết bài vở còn lại do sinh viên chúng tôi đảm trách, có thể nói là "bao sân". Tôi còn nhớ GS Thanh Lãng với bài *"Văn hóa dân tộc là gì?"* đăng trên *TSVH* số 7, Hè 1970-1971, tr.1-9. Còn thầy Đông Hồ có một bài khảo cứu tựa đề "*Vai trò a hoàn trong các truyện thơ nôm bình dân*" đăng trên *TSVH* số 7 in Typo. Tiếc rằng số Đặc San nầy đã bị thất lạc. Trong phần Tiểu sử của thi sĩ Đông Hồ, **chưa ai nói** về bài nầy. Tôi tập tễnh viết bài nghiên cứu văn học đầu tiên tựa đề "*Tình yêu quê hương của các vua quan đời Trần*". Bài nầy được GS Phạm Văn Diêu khen ngợi và biểu dương trước tập thể sinh viên lớp Văn chương Việt-Hán đàn em. Tôi cũng có đăng bài khảo cứu văn học khác tựa đề "*Tư tưởng yếm thế của các nho thần đời Trần*". Ngoài ra một số sinh viên trong Nhóm như Bùi Đức Uyên, Nguyễn Văn Vịnh, Nguyễn Tấn Vinh, Trần Gia Văn cũng góp mặt với nhiều bài biên khảo, thơ và truyện đăng rải rác trên các số *TSVH*.

Việc làm của Nhóm chúng tôi hoàn toàn tự nguyện, nhằm mục đích phục vụ là chánh: Người đi trước giúp người đến sau; người có chút phương tiện giúp người thiếu phương tiện học tập, tránh tình trạng "học chay". Chúng tôi đã kết hợp giữa "học" và "hành"; từ "hành" mới có cơ hội để "học". Trong "hành" chúng tôi đã "học" rất nhiều điều: từ chữ "nhẫn" đến chữ "hòa" và tinh thần phục vụ vô vị lợi. Thời bấy giờ chúng tôi chưa biết tới tư tưởng cao xa trong giáo lý "tri" và "hành" của nhà Phật hoặc triết thuyết "tri hành hợp nhứt" do Vương Dương Minh đời nhà Minh đề xướng.

NGHIÊN CỨU VĂN HỌC

Với lòng thiết tha phục vụ văn hóa, và cũng để tránh vết xe đổ bởi cái chết non yểu của *NCVH* Bộ cũ, vào cuối năm 1970, Linh mục Thanh Lãng đã mở một Phiên họp bàn về việc tái bản tờ báo. Thành phần tham dự buổi họp hôm ấy gồm một số cựu sinh viên thuộc nhóm Văn Học Việt Nam ĐHVKSG do LM Thanh Lãng chủ trì. Nội dung chánh của buổi họp là bình chọn nhân sự phụ trách Tòa soạn. Nhóm Văn Học Việt Nam chúng tôi tất cả đều tốt nghiệp Cử nhân, hầu hết là giáo chức đã an phận nên không ai dám lãnh trách nhiệm nầy. Theo sự gợi ý của LM Chủ nhiệm, lần tái bản nầy phải mở rộng địa bàn hoạt động nên cần có sự hợp tác của những cây bút trẻ. Trong nhóm chỉ có tôi trẻ hơn các anh em khác, là dân Nam Kỳ Lục tỉnh *chánh hiệu*, gốc Phật giáo, nên dễ thích hợp với việc *mở rộng địa bàn hoạt động* của tờ báo - nhứt là ở các tỉnh miền Tây. Tôi muốn mở dấu ngoặc: Từ ông chủ báo đến các nhân viên khác - kể cả Nhà in, đều là dân gốc Bắc, theo Công giáo. Sau khi thảo luận, bàn cãi, tôi được mọi người tín nhiệm giao trọng trách trông coi Tòa soạn với muôn vàn cái khó. Đó là cái duyên đưa tôi dấn bước vào nghề báo, vào nghiệp làm báo.

- **Hoạt động của tờ báo.** Như đã thưa ở trên, tôi lãnh

nhiệm vụ Tổng Thơ ký Tòa soạn với vô số cái khó: **một** là vừa học (soạn Luận án Cao Học), vừa đi dạy, vừa học làm báo, phải sắp xếp thời gian sao cho hợp tình hợp lý trong việc điều hành tòa báo; **hai** là không có Tòa soạn và số điện thoại riêng để tiện liên lạc với cộng tác viên, với độc giả cũng như với nhà in và Ban Trị sự (Địa chỉ Tòa soạn và số điện thoại ghi trên báo là chỗ ở của LM Thanh Lãng - số 386/14 Trương Minh Giảng Saigon III. ĐT: 41756); **ba** là "không có thực" nhưng phải "vực được đạo". Đã mang lấy nghiệp vào thân, tôi và các anh em tòa soạn vẫn hăng say làm việc, lầm lũi làm việc. Có thể nói tôi là "nhà báo không chuyên", "nhà báo không tên", "nhà báo không lương" bước chập chững vào nghề nên đòi hỏi nhiều công phu, kiên trì và cố gắng. Riêng tôi vẫn lấy làm vui vì đó là tất cả sự đam mê, thích thú. Nhứt là được sự tín nhiệm của LM Chủ nhiệm, của một số cộng tác viên; và sau nhiều số báo, tôi được phần đông độc giả - đặc biệt là bạn đọc trẻ ở miền Tây dành cho bao mối cảm tình nồng hậu. Trong số ra mắt, tháng 3/1971, LM Thanh Lãng đã viết: "*Để tránh cho Nghiên Cứu Văn Học đỡ cái khuôn mặt cau có, nó đã may mắn tiếp nhận sự hợp tác của nhiều cây bút trẻ, mà sự nghiệp nghiên cứu cũng như sáng tác đang ở trong thời kỳ sáng giá*" (*Tái Ngộ*, tr.1). Tôi còn được sự cảm thông - hay là *sự nhận lỗi gián tiếp* của một trong những cộng tác viên khó tánh (?) là thi sĩ Nguyên Sa. Chính nhà thơ đã nhận xét về bảy tạp chí văn chương - trong đó có *Nghiên Cứu Văn Học* "đã và còn ở trong tình trạng vất vả", có thể nói là "bẩy tờ báo định kỳ là bẩy nhân với một ngàn lần khốn khổ". Theo tác giả tập thơ *Những Năm Sáu Mươi*, nỗi vất vả thứ nhứt là "sự cực nhọc về tài chánh"; nhưng "nặng nề hơn nữa là những khó khăn về bài vở". Xin trích một vài đoạn: "*Bài vở của tạp chí thật cực nhọc. Bởi vì số người viết có hạn, mà đã bị chia năm **sẻ** bẩy. Cái ông nhà văn hẹn đưa bài đầu năm Dậu, có khi qua năm Hợi mới nhớ đến nhau (...). Lấy tờ Nghiên Cứu Văn Học ra làm thí dụ điển hình thì có lẽ tôi đã để cho ông Tổng thơ ký tòa soạn báo này **đi lại cả chục lần** mà chưa viết cho nhau được một chữ*" (Nguyên Sa. *Nghiên Cứu Văn Học* số 6, tháng 8/1971, tr.4.

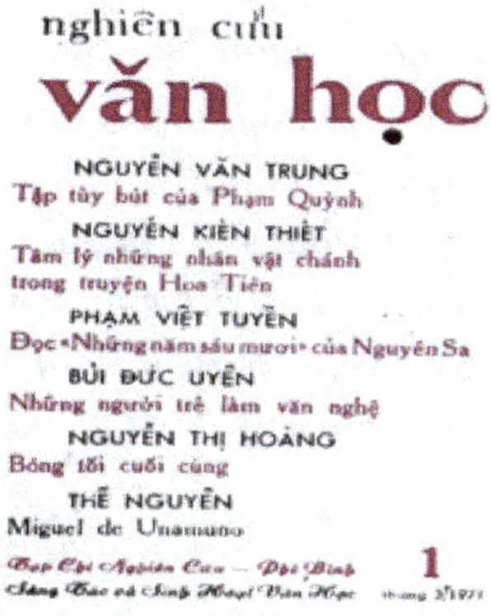

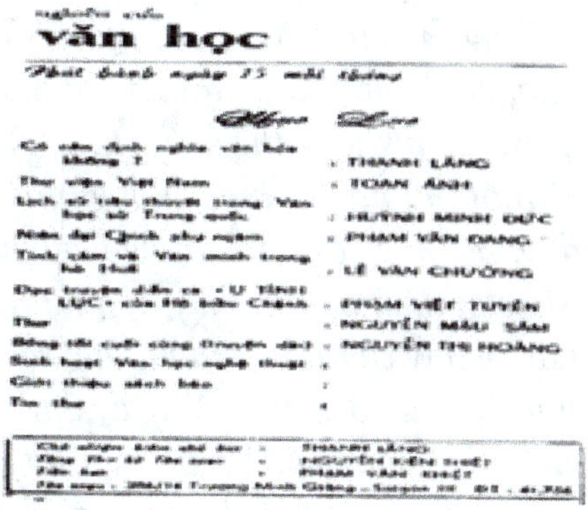

Hình trái: Bìa 1 Tạp chí Nghiên Cứu Văn Học số 1 (Bộ mới), tháng 3/1971. .Hình phải: Bìa 2 Mục lục tạp chí Nghiên Cứu Văn Học. Tòa soạn chỉ có ba người.

Trở lại việc điều hành tờ báo. Ngay cái tên của tờ báo như đã có luồng sinh khí mới: "*Nghiên Cứu Văn Học, Tạp Chí Nghiên Cứu – Phê Bình Sáng Tác và Sinh Hoạt Văn Học*". Muốn cho tờ báo được phát hành rộng khắp trong cả nước (từ Bến Hải tới Cà Mau), được đông đảo độc giả hưởng ứng, trước hết phải có **bài vở nòng cốt** của những cây bút tên tuổi; sau đó là bài viết của những cây bút mới ra lò, còn tập tễnh với cái nghiệp dĩ văn chương. Bài của các cây bút cổ thụ đều có nhuận bút hẳn hoi, còn bài của các cây bút mới coi như phải "cúng dường" để tạo phước báu. Lúc bấy giờ Tòa soạn chỉ có hai người, gồm anh Phạm Văn Khiết - chịu trách nhiệm về Tiền bạc, và tôi - chịu trách nhiệm tổng quát, đối nội lẫn đối ngoại. Từ việc nhận bài vở, chọn lọc sơ khởi rồi thông qua Chủ nhiệm, đến việc liên lạc với nhà in, làm "thầy cò" sửa morasse, rồi liên lạc với độc giả và phát hành báo, tôi phải đảm đương mọi thứ, có thể nói là cả gánh nặng quằn vai. Tôi không dám so câu thơ của ông Nguyễn Vỹ gởi Trương Tửu (1937) "Nhà văn An Nam khổ như chó" mà chỉ muốn nói làm báo, làm tạp chí về văn học là làm "những công tác bạc bẽo, khô khan", không sướng chút nào. Cụ thể là việc **nhận bài viết** của các cây bút thành danh. Đã nhiều lần đến hẹn lại lên, bị các "đấng văn hóa" hẹn lần hẹn lữa, cười trừ, bị làm tình làm tội đủ điều, phải học chữ "Nhẫn" mới khả dĩ đạt được mục đích. Chính nhà thơ Nguyên Sa đã thú nhận: *"Sống với tạp chí liên tục từ năm một ngàn chín trăm năm mươi sáu tới nay, số lần hẹn cuội, thất hứa, cười trừ, những tội lỗi lớn nhỏ đó mà tôi đã làm với anh em, xét ra đếm không thể xuể" (…). "Hẹn với Thanh Lãng là viết bài từ số một mà nay số một dường như đã đứng phía sau khá xa trong dĩ vãng, mới có can đảm ngồi gõ lọc cọc cho nhau được mấy hàng. Mà can đảm đó tìm thấy nó thật hãn hữu. Bạn Nguyễn Kiến Thiết nói kỳ này chủ nhiệm đau, ông ráng* [**rán**] dùm [(1)] *cho. Cái vụ chủ nhiệm đau đó có thiệt, ông ấy ốm tưởng chết" (…). "Nhưng tôi biết chắc là ông ấy còn cả tháng nữa mới viết lách được, đành "xâm mình" viết một bài cho tạp chí này bằng cách nói về những khốn khó của tạp chí"* (báo đã dẫn, tr.5). Tôi không muốn *vơ đũa cả nắm*, bởi cũng có một số cộng tác viên tương đối đúng hẹn (Toan Ánh, Nguyễn Thị Hoàng), một số vị chỉ hẹn vài lần nhưng dễ gần gũi, trò chuyện thân mật, cởi mở (Sơn Nam, Bình Nguyên Lộc), v.v... Đó là chưa kể sau khi phát hành, tôi phải *bao sân* lặn lội đem báo biếu, gởi trả nhuận bút cho các tác giả cộng tác (cho vài số báo đầu tiên), đồng thời xin bài mới. Nếu bài vở chưa có sẵn, phải lặp lại điệp khúc: "hẹn cuội - lần lữa – cười trừ - thất hứa".

Ngoài ra, có mục *Tin Thơ* nhằm bắc nhịp cầu giao cảm giữa *NCVH* với độc giả và các cây bút mới. Chuyên mục nầy khá quan trọng - mà *NCVH* Bộ cũ không có, nhằm thu hút, mời gọi và duy trì độc giả, bảo đảm phần nào sự sống còn của tờ báo. Ban đầu mục nầy do tôi phụ trách, mỗi tháng phải đọc hàng trăm lá thư của độc giả khắp nơi gởi về Tòa soạn ngõ hầu trả lời thỏa đáng. Đôi khi phải trả lời bằng thư riêng viết tay gởi qua đường bưu điện, nếu có độc giả yêu cầu và gởi kèm tem thư. Về sau công việc nầy *quá tải*, tôi cáng đáng không xuể nên LM Chủ nhiệm cử bạn Nhuệ Hương (Nguyễn Văn Vịnh) giúp tôi mục *Tin Thư* nầy. Nhằm tô điểm sắc hương cho tờ báo, *NCVH* còn có thêm các mục: *Giới thiệu sách báo, Sinh hoạt Văn học Nghệ thuật* do bạn Phú Hà phụ trách, cùng với sự tiếp tay của Nhuệ Hương, Uyên Minh và tôi, cũng như của một số đông bạn đọc. Tuy nhiên còn cái khó quyết định sự tồn vong của tờ báo, đó là **tài chánh**. *NCVH* không có nguồn tài trợ nào, mọi khoản chi phí từ A tới

Z đều do LM Thanh Lãng gồng mình gánh hết, cộng với công sức của đám môn sinh rất mực trung thành. Chính Nguyên Sa đã nhận xét: "*Một vài tạp chí thì được trợ giúp bởi cơ quan ngoại viện, theo lời đồn của dư luận mà tôi thực tình không biết thực hư, còn tờ Nghiên Cứu Văn Học đè trên vai ông chủ nhiệm là Linh mục Thanh Lãng, chẳng biết ông còn gánh được bao lâu*" (*NCVH* báo đã dẫn, tr.3-4). Vì mới học việc, chúng tôi phải tự bơi, lần dò tìm phương cách phát hành tương đối có hiệu quả. Đầu tiên là thiết lập một mạng lưới phát hành (Đại lý) ở một số tỉnh, thành phố, rồi tăng cường quảng cáo bằng cách đăng báo hoặc rỉ tai; sau hết là tự mang báo đi chào hàng nếu có thể. Tôi nhớ có lần mang 100 tờ *NCVH* về Cần Thơ và Vĩnh Long phát hành, nhờ sự quen biết với các văn thi hữu và giáo chức ở miền Tây, trong vòng hai ngày, báo đã bán hết. Tôi nghiệm ra rằng "cái khó làm ló cái khôn", trong cái cực nhọc đã mang lại niềm vui và sự khích lệ tinh thần!

- Một vài kỷ niệm

Sau hai năm phục vụ bạn đọc với 16 số báo phát hành, tờ *NCVH* Bộ mới cũng cùng chung số phận với Bộ cũ. Cho đến bây giờ tôi vẫn mãi ưu tư vì chưa thể giải thích căn nguyên của việc đình bản nầy. Có lẽ tôi quá chủ quan vì thấy độc giả vẫn không ngừng gởi bài vở, thư từ về Tòa soạn và nhiệt tình cổ võ. Mặt khác, *NCVH* đã kính cáo: "*Sau số 16 này, tạp chí NCVH sẽ nghỉ hè Ba tháng và số 17 sẽ là số Chủ đề HỒ XUÂN HƯƠNG phát hành ngày 15-10-1972*". Nghĩa là *NCVH* vẫn còn "sống" và phải tự "bơi" để phục vụ bạn đọc. Nhưng tờ báo đã nghỉ hè dài hạn, nghỉ hè vĩnh viễn. Thôi thì cứ đổ lỗi đủ thứ để tự an ủi: nào do chiến tranh ngày càng ác liệt, do nguồn tài chánh cạn kiệt bởi vật giá leo thang, nào do bài vở không đáp ứng thị hiếu của đại đa số bạn đọc và ngọn lửa nhiệt tình của người phục vụ không còn mãnh liệt như thuở ban đầu. Mỗi một yếu tố trên đây, vừa khách quan vừa chủ quan đã góp phần tác động đến sự tồn vong của tờ báo. Nhưng hình như sự thiếu sót lớn của các tạp chí văn chương, nói chung và của *NCVH*, nói riêng là sự thiếu vắng *linh hồn*, thiếu vắng *tinh thần* của một tạp chí văn học nghệ thuật.

Sự thiếu vắng linh hồn và thiếu vắng tinh thần của tờ

Nghiên Cứu Văn Học thể hiện bởi sự khiếm khuyết một Ban biên tập *có tâm có tầm,* cũng như một lực lượng cộng tác viên hùng hậu, trường kỳ. Qua sự dọ hỏi một số tạp chí văn học khác hoạt động cùng thời, tôi được biết sự thiếu vắng nầy đối với họ không quá trầm trọng. Bằng chứng là họ có một đội ngũ cộng tác viên đông đảo gồm những nhà văn, nhà thơ, nhà nghiên cứu phê bình văn học tên tuổi viết định kỳ cho tờ báo. Vì vậy các tạp chí ấy đều có nội dung dồi dào phong phú đáp ứng được thị hiếu của người mua. Một khi báo bán chạy, tiền "nhuận bút" cũng tăng để người viết có thể sống được bằng ngòi bút của mình. Chủ báo, nhân viên tòa soạn và người viết đều nương nhau mà sống, sống lâu hay chết yểu là nhờ độc giả ủng hộ nhiều hay ít. Mất độc giả, tờ báo sẽ chết. Đôi khi chết trong tức tưởi. Báo sống được, sống mạnh thì nhân viên Tòa soạn cũng được trả lương đầy đủ hằng tháng (theo thông lệ từ 10 ngàn tới 15 ngàn đồng một người) để tạm đủ sống, để *toàn tâm toàn ý* phục vụ hết mình cho tờ báo. Một khi có tiền, có thực lực sẽ dễ bề cải tiến cách trang trí tờ báo cho dễ nhìn, chữ in dễ đọc- nói chung là *dễ bắt mắt* làm hài lòng "Thượng đế"! Có như vậy, mọi người sẽ đều phấn khởi, ai nấy đều lên *tinh thần.* Một tờ báo có được cái *linh hồn* và cái *tinh thần* như vậy thì làm sao chết non yểu được? Có người cho rằng làm văn nghệ mà chỉ nghĩ đến tiền nong, nhuận bút thì mất đi "ý nghĩa thiêng liêng của nó"; nếu cần cũng "hít không khí để viết"(?). Vừa rồi tình cờ lướt trên mạng, đọc được bài viết của nhà văn Viên Linh "*Làm báo văn nghệ ở miền Nam trước tháng Tư 1975*", niềm ưu tư của tôi về việc đình bản của tờ *NCVH* giờ đây đã được giải tỏa. Xin cám ơn người làm báo kỳ cựu với hơn 50 năm trong nghề, Thư ký tòa soạn *lưu niên* cho rất nhiều tờ báo từ trong nước ra tới hải ngoại. Xin phép được sử dụng một số dẫn chứng trong bài báo của nhà văn (qua trang mạng www.litviet.org) để so sánh giữa tạp chí *NCVH* và báo do ông phụ trách tòa soạn cũng như vài tờ báo khác.

*Về **việc tài trợ**, *NCVH* (1971-1972) không có một Mạnh Thường Quân nào hỗ trợ, trong khi báo *Nghệ Thuật* (1966-1968) "được ông Thủ tướng Nguyễn Cao Kỳ tài trợ cho khoảng một triệu bạc". Đó là một số tiền rất lớn thời bấy giờ (tương đương với 60 cây vàng).

*Về **số lượng in**, báo *NCVH* chỉ in từ một tới hai ngàn số **mỗi tháng** (giá bán 60$, rồi 70$ mỗi số), trong khi báo *Khởi Hành* (1969-1973) với Thư ký tòa soạn Viên Linh in từ năm tới bảy ngàn số, có lúc lên đến mười ngàn **mỗi tuần** (giá bán 15$ mỗi số). Báo *Khởi Hành* sống tới số 156.

*Về **lực lượng cộng tác viên**, *NCVH* chỉ có 5-6 người có tên tuổi do Chủ nhiệm mời, nhưng không thường xuyên. Số còn lại là những cây bút trẻ còn trong thời kỳ thử nghiệm. *Khởi Hành* có ít nhứt 20 người cộng tác *trường kỳ* gồm những tên tuổi lớn, chẳng hạn như: Bình Nguyên Lộc, Nguyễn Hiến Lê, Mai Thảo, Võ Phiến, Sơn Nam, Thanh Tâm Tuyền, Cung Trầm Tưởng, CHÓE, Dương Nghiễm Mậu, Đỗ Khánh Hoan, Huỳnh Phan Anh, Lê Xuyên, Nguyễn Thị Hoàng, Lê Huy Oanh, Nguyễn Thị Thụy Vũ, Vũ Bằng, Văn Quang, Nhã Ca, Tuệ Sỹ, Cao Huy Khanh, v.v…

*Về **việc chọn bài vở, chi trả nhuận bút**. *NCVH* đăng 100% những bài của các cây bút "gạo cội" hoặc do Chủ nhiệm giao và có trả nhuận bút bèo bọt theo quy định của Ban Trị sự (mỗi bài từ 300 đồng tới 400 đồng). Bài của cộng tác viên khác do tòa soạn chọn đăng không cần thông qua Chủ nhiệm. Chỉ những bài khảo cứu, phê bình văn học được chọn đăng mới được trả nhuận bút "tượng trưng", còn thơ, văn thì đành chịu "cúng dường". Tôi có đăng mấy bài khảo cứu văn học và một số bài linh tinh cũng góp phần "công quả"[(2).] Báo *Khởi Hành* giao *toàn quyền* cho Thư ký tòa soạn như "*mời người cộng tác, chọn đăng bài và toàn quyền trong việc trả nhuận bút cho các tác giả cộng tác*". Có khi những cây bút "sáng giá" bị ràng buộc bởi tiền nhuận bút ứng trước, sau đó mới viết bài "trả nợ"- thường gọi là "nộp bài". Tuần báo *Khởi Hành* trả nhuận bút cho tác giả cộng tác *bất cứ thể loại nào* (từ thơ, văn đến biên khảo, dịch thuật…), có thể nói là cao chót vót so với *NCVH*. Thấp nhứt là 700 đồng một bài, trung bình 1000 đồng, và cao nhứt là 2500 đồng. Trong số người lãnh nhuận bút *hậu hĩnh* và *ngoại lệ*, có nhà văn Thanh Tâm Tuyền (2500 đồng). Nhà văn Nguyễn Đông Nhật, báo *Quảng Nam* có kể: "*Tôi còn nhớ vào năm 1971, nhuận bút cho một bài thơ in trên một tạp chí*

(...), tôi nhận được **3.000 đồng,** *đủ cho 2,5 tháng tiền cơm sinh viên nghèo (...). Đã nói tới, thì cũng phải nói lui cho... có vẻ công bằng. Bởi nếu không, thì các ban biên tập sẽ bỉu môi: Biết một mà chẳng biết hai. Là vì, nhuận bút nó bị "trói" bởi nhiều sợi dây lắm! Là vì theo quy định, mức nhuận bút dựa trên nhiều yếu tố, ví như "nguồn thu từ hoạt động báo chí; nguồn thu từ các hoạt động kinh tế của cơ quan báo chí; nguồn hỗ trợ, tài trợ của các tổ chức, cá nhân trong và ngoài nước; nguồn hỗ trợ từ ngân sách nhà nước"* (Cà kê... nhuận bút).

Tình trạng nầy giống như các đoàn hát lớn - các đại ban, sẵn sàng chi tiền *khủng* để mua/chuộc đào kép hạng siêu sao. Có nghệ sĩ được các "đại ban" ký giao kèo từ 1 tới 2 triệu đồng mỗi năm, có nghệ sĩ được trả cachet 5 cây vàng cho một xuất hát. Vì vậy mà khán giả sẵn sàng chi đậm để mua vé. Thành thử có đoàn hát "ăn nên làm ra", đêm diễn nào cũng *cháy vé*, có khi chỉ diễn một vở tuồng ăn khách liên tục mấy tháng. Chính khán giả đã "nuôi" cả đoàn hát, từ ông bầu, thầy tuồng tới tập thể nhân viên phục vụ cũng như trang trải mọi chi phí lớn nhỏ khác. Và hơn ai hết đào kép thượng thặng được dịp *hốt bạc*, ký giao kèo hàng triệu bạc, có cuộc sống sung túc, có nhà lầu, xe hơi, có kẻ hầu người hạ. Vậy mà có người đã miệt thị "xướng ca vô loài"! Những nhà văn, nhà báo đã thành danh cũng đều được hưởng ưu đãi tương tợ như vậy.

*Về **vấn đề lương lậu**, nói ra đôi khi cũng đau lòng! Theo thông lệ "bất thành văn", mỗi nhân viên tòa soạn một tạp chí - dầu làm nghề tay trái, cũng được lãnh lương bèo từ **15 ngàn đồng trở lên mỗi tháng**. Chính Nguyên Sa đã xác nhận: "*Nhân viên tòa soạn ít nhất là một hay hai người, tổng số lương chết đói không thể dưới mười lăm ngàn*" (*NCVH*, báo đã dẫn, tr.3). Trong hai năm làm báo *NCVH*, bộ ba nhân viên tòa soạn chúng tôi **không được hưởng một khoản tiền nào.** Có lần tiếp một cộng tác viên từ miền Trung vào, tôi "nổi hứng" xuất tiền túi ra để thù tạc tại một quán nhậu, bàn chuyện văn chương thế sự - đúng hơn là để "câu" bài, "câu" độc giả! Ông Thư ký tòa soạn Viên Linh báo *Khởi Hành* trái lại có phước hơn tôi nhiều - nếu không muốn nói là đại phước. **Mỗi tuần ông lãnh 20 ngàn đồng** để chi trả nhuận bút cho các tác giả cộng tác, kể cả lương của ông. Tôi không biết ông trả nhuận bút hằng tuần hết thảy bao nhiêu trong số 20 ngàn đồng đó; nhưng có thể phỏng đoán lương của ông ít nhứt khoảng 7 ngàn đồng một tuần, vị chi gần **30 ngàn đồng mỗi tháng** (?).

So sánh "thực lực" và "tiềm lực" giữa *NCVH* và nhiều tờ báo do nhà văn Viên Linh làm Thư ký tòa soạn, ai cũng thấy ngay báo nào yếu, báo nào mạnh, báo nào chưa đánh đã muốn thua, càng đánh càng thua, báo nào chưa đánh đã chắc thắng, càng đánh càng thắng. Đối với những ai sống bằng ngòi bút, phải "có thực mới vực được đạo", ngòi bút là "cần câu cơm" nuôi sống bản thân và gia đình. Ngòi bút càng sáng giá, lợi lộc càng vô ào ào. Từ đó giá trị được nâng cao, nổi tiếng trên văn đàn, có nhiều đầu sách xuất bản lưu danh hậu thế. Còn những cây bút chưa có tiếng tăm thì chút đỉnh tiền nhuận bút bèo cũng gây phấn khích tinh thần - phần thưởng của công sức đã bỏ ra. Chắc số tôi bị cái "nghiệp dĩ" văn chương đè nặng nên phải "làm chùa", "viết chùa" từ trong nước ra tới hải ngoại, trước và sau năm 1975. Và cho tới ngày nay. Nói theo nhà thơ Nguyên Sa là "có một tinh thần phước thiện to lớn". Đã viết chùa còn phải xuất tiền túi mua báo gọi là "ủng hộ" cho tờ báo mình yêu thích được sống còn. Chỉ có báo *Sài Gòn Nhỏ*, các tạp chí Đồng Nai-Cửu Long và *Tân Văn* là có báo biếu cộng với một số quà tinh thần khác. Đặc biệt hơn hai mươi năm nay, hằng năm tôi đều có ít nhứt một bài đăng trên *Thời Báo Canada* vào dịp Tết Nguyên đán. Ban đầu tôi tự nguyện làm "công quả", về sau được trả nhuận bút "hữu nghị". Chẳng hạn từ số Tết Tân Sửu (2021) tới số Tết Giáp Thìn (2024), *Thời Báo* đã lần lượt trả từ 100 - 200 - 150 Gia kim cho một bài báo của tôi. Hằng năm tôi còn nhận được thiệp chúc Xuân gởi qua Bưu điện của *Thời Báo*. Năm Quý Mão 2023 vừa qua, báo *Sài Gòn Nhỏ* đã chi trả cho tôi một số tiền nhuận bút là 200 Mỹ kim (khoảng 270 Gia kim) cho bài báo Tết với lời cám ơn nồng hậu. Thế là vật chất tinh thần đầy đủ, vẹn cả đôi đường! Xin cám ơn báo *Sài Gòn Nhỏ* và ông Chủ bút Nguyễn Mạnh Kim. Xin cám ơn *Thời Báo* và một số tạp chí khác đã "chơi" đẹp với cộng tác viên rất nhiều. Riêng tạp chí *Bách Khoa*, tôi không biết từ ông

Chủ nhiệm tới nhân viên tòa soạn nhận lương hằng tháng bao nhiêu, việc chi trả nhuận bút có cao ngất ngưởng hay không mà báo "sống" đến 18 năm, tổng cộng 426 số, với lực lượng cộng tác viên hùng hậu, trường kỳ. Hãy nghe Nguyễn Hiến Lê – cộng tác viên thường xuyên, liên tục với tạp chí *Bách Khoa* từ 1957 đến 1975 – nhận xét về ông Chủ nhiệm Lê Ngộ Châu: "*Ông Châu làm việc rất siêng, đọc hết bài nhận được, đăng hay không ông đều báo cho tác giả biết (...) Tôi mến ông vì ông có tinh thần trách nhiệm, làm việc đàng hoàng, biết cương quyết giữ vững chủ trương cả khi báo suy, biết xét người, xét văn và có tình với người cộng tác. Ai gặp nạn gì ông lại nhà thăm, tìm mọi cách giúp đỡ*" (Trích *Đời Viết Văn Của Tôi*).

Tôi thầm nghĩ, nếu các ông chủ báo thể hiện cái *tinh thần* của *Sài Gòn Nhỏ*, của *Thời Báo*, của *Bách Khoa* cũng như "*có tình với người cộng tác*" - người đã bỏ bao tâm huyết ra vun bồi cho tờ báo, thì hay biết mấy! Thật ra tiền tài như "phấn thổ" mà thôi; nó vừa là đầy tớ tốt, nhưng lại là ông chủ xấu. Tiền không thể mua được hạnh phúc, tuy nhiên không có tiền chưa hẳn có hạnh phúc. Đó là *chân lý*. Đó là *tinh thần* của một tờ báo. Tôi có thể khẳng định, nếu ông Viên Linh làm Thư ký tòa soạn cho tờ *NCVH* - mà chắc gì ông chịu "làm chùa" với tình trạng khốn khó như vậy - thì chắc chắn báo sẽ bị *chết yểu*, mặc dầu ông có lắm biệt tài và lăn lóc mấy mươi năm trong nghề.

Thật ra, làm nghề nào cũng có vui-buồn, sướng-khổ, ngọt bùi-cay đắng. Làm báo, dầu là nghề tay trái cũng không ngoại lệ. Như kiếp tằm vẫn cứ nhả tơ, đã mang lấy "nghiệp" làm báo, tôi đã "say" nghề, đam mê với nghề, vui sướng với cái nghề có chút vinh quang nhưng không kém phần cực nhọc. Tôi vui vì được tiếp xúc với các nhà văn hóa lớn, được học hỏi kinh nghiệm xương máu trong nghề cầm bút của họ, cũng như nhận được những ý kiến đóng góp quý báu và sự ân cần khích lệ. Một số nhà văn đã nhận xét, góp ý trên tờ *NCVH* số 14/1972, chẳng hạn như: "*Tờ Nghiên Cứu Văn Học là một tạp chí can đảm, nhưng nhiều thiện chí hơn sinh lực*". GS Bửu Cầm đã viết: "*NCVH là một tạp chí có giá trị, đóng góp nhiều cho Văn học. Thành thật khen ngợi sự hoạt động hăng say của anh em tòa soạn*". Nhà văn

Bình Nguyên Lộc đã nhận xét: "*Tôi có làm chủ báo mà báo của tôi bị dẹp tiệm... NCVH có nội dung tốt. Hình thức thì một tạp chí nhỏ không làm sao trình bày đẹp hơn được*". Còn nhà văn Sơn Nam cũng góp ý tương tợ: "*Tạp chí NCVH quá mỏng, bài quá ngắn, chữ sắp quá thưa. Nên làm một tạp chí dày hơn, với chủ đề, bán với giá 100 đ*" v.v... Tôi vui vì được *biết* rồi *quen biết* đông đảo người cộng tác và được bạn đọc dành cho bao mối cảm tình nồng hậu. Chẳng hạn những nhà văn, nhà nghiên cứu văn hóa tên tuổi như Nguyễn Văn Trung, Sơn Nam, Bình Nguyên Lộc, Huỳnh Minh Đức, Tam Lang, Nguyễn Thị Hoàng, Duyên Anh, Toan Ánh, Đông Tùng, Thái Bạch..., các bạn "trẻ" thời bấy giờ như Hoàng Xuân Sơn, Trần Hoài Thư, Lê Văn Chưởng, Vũ Đức Sao Biển, Mang Viên Long, Nguyễn Tất Nhiên, Nguyễn Tấn Vinh, Việt Chung Tử, Ngũ Lang, v.v... Tôi cũng vui vì có bài đăng báo giống như niềm vui sướng của thi sĩ Đông Hồ lần đầu tiên khi thấy bài của mình được đăng trên *Nam Phong tạp chí*. Nhưng trong niềm vui có ẩn chứa nỗi buồn, cái buồn âm ỷ đôi khi vô cùng cay đắng, biết tỏ cùng ai. Mang tiếng làm báo mà "báo hại" cho chính mình và cho người thân cũng không ít. Bởi cứ mãi "ăn cơm nhà vác ngà voi" từ năm nẩy sang tháng khác! Đó là chưa kể tôi không được giao *toàn quyền* như ông Thư ký tòa soạn Viên Linh của báo *Khởi Hành* trong việc điều hành tờ báo. Tôi nghĩ trong số nhân viên tòa soạn báo *NCVH*, người nắm *toàn quyền* sau LM Chủ nhiệm lại là người phụ trách tiền bạc, chịu trách nhiệm "báo cáo" riêng với LM Chủ Nhiệm về tài chánh cũng như việc chi trả nhuận bút cho cộng tác viên. Thành thử tôi không biết việc chi thâu ra sao, lời lỗ thế nào, tại sao độc giả vẫn còn nhiệt tình ủng hộ mà báo phải đình bản (?). Đoạn trường ai có qua cầu mới hay, mỗi người nếm trải mùi vị "đoạn trường" theo từng cung bậc khác nhau. Nhớ lại trong một buổi thuyết trình tại Đại học Văn Khoa Sài Gòn, nhà văn Tam Lang đã nói: "*Nghề nào cũng có cái vinh, cái nhục của nghề. Riêng về nghề báo, nhục quá nhiều, mà vinh rất ít*" (...) "*Nhục nhã đến thế mà chúng tôi, những người làm báo vẫn say mê như người nghiền a phiến say mê nàng tiên nữ Phù Dung*" (*Nghiên Cứu Văn Học* số 4, tháng 6-1971, tr.40-50).

Giờ đây nghĩ lại tôi vẫn thấy được an ủi phần nào vì mối quan hệ giữa chủ báo và nhân viên tòa soạn là quan hệ thầy-trò, là tình nghĩa thầy trò. Đã "theo thầy nấu sử xôi kinh", lại được dịp học nghề làm báo *miễn phí* vẫn còn hạnh phúc, dầu rằng hạnh phúc nhỏ nhoi, bởi lẽ "*Con người là kẻ học nghề. Mà thầy là nỗi ê chề đớn đau!*". Tôi vẫn không quên "món nợ ân tình" đối với LM Chủ nhiệm - mà cũng là thầy tôi, mặc dầu tôi đã trả phần nào bằng công sức của chính mình trong hai năm làm báo. Trong thời đại công nghệ thông tin toàn cầu hiện nay, việc làm báo có nhiều thuận lợi hơn trước - đặc biệt tại hải ngoại. Nhân viên phụ trách tòa soạn có thể "nằm nhà" và với cái máy tính vẫn nhận được vô số bài vở từ khắp nơi trên thế giới gởi về, tha hồ mà chọn đăng. Do vậy mà nội dung tờ báo luôn được dồi dào phong phú, đáp ứng thị hiếu của đại đa số bạn đọc. Hơn nữa, hầu hết các tạp chí ở hải ngoại đều *không trả tiền nhuận bút* cho tác giả cộng tác (nếu có cũng không nhiều và vô cùng hy hữu), cũng như không có "lệ" gởi báo biếu, nên chủ báo có thể dành tiền thuê họa sĩ trình bày cho tờ báo thêm phần trang nhã. Tôi không muốn vơ đũa cả nắm mà chỉ nhằm nói lên thực trạng chung của báo chí (báo in) – cụ thể tại hải ngoại trong cảnh chợ chiều của sách vở, của "văn hóa đọc". Thật ra, ngoài tờ *Thời Báo*, tôi muốn dành một điểm son cho hai tạp chí *Ngôn Ngữ* và *Văn Học Mới* mà tôi đã cộng tác hơn **ba** năm nay. Bởi lẽ các tạp chí nầy đều có "tinh thần Lê Ngộ Châu" của *Bách Khoa* như "có tình với người cộng tác". Đặc biệt, giữa Chủ biên Hà Nguyên Du và tôi, cái *tình văn nghệ* đã đơm bông và kết trái. Chúng tôi "dễ dàng trao đổi đối thoại" hàng giờ về mọi chuyện trên đời – dĩ nhiên trọng tâm vẫn là văn nghệ báo chí. Đôi khi chúng tôi trò chuyện lúc nửa đêm để "chỉnh sửa" **một chữ** còn nghi ngờ hoặc một **vài lỗi kỹ thuật** không đáng kể. Mặc dầu không muốn làm cái việc *mặc áo thụng vái nhau*, nhưng những nhận xét của tôi vẫn dễ gây ngộ nhận. Tôi muốn nói thêm về *VHM*, như đã *"có tình với người cộng tác"*, với các nhà Biên khảo bằng cách đăng quảng cáo thường xuyên, liên tục những tác phẩm đã xuất bản của họ.

Đó là chưa kể tạp chí *Văn Học Mới* đã đi *tiên phong* tổ chức "**Giải Thơ Văn Học Mới 2024**" – mà tôi là một thành viên trong

Ban Giám khảo - được đông đảo bạn thơ khắp nơi trên thế giới nhiệt tình hưởng ứng. Đây là *sự kiện lịch sử* đối với một tạp chí văn học. Nghe nói đến nay đã có **100** tác giả gởi bài dự thi. Đã gởi đăng bài, tôi còn mua báo dài hạn để ủng hộ bởi cái tình văn nghệ (dĩ nhiên không có báo biếu), vân vân... Nghe các báo "than" lỗ lã, tôi thấy "đau lòng" nên tiếp tục mua báo dài hạn 2 năm để bảo đảm sự sống còn của tờ báo mình yêu thích. Vậy thì nói gần nói xa chẳng qua nói thật. Các báo (như *Ngôn Ngữ, Văn Học Mới)* đã mở "sân chơi" cho các bạn tham dự thì phải chấp nhận "luật chơi" cho sân-chơi-văn-nghệ nở rộ với muôn hồng ngàn tía trong cảnh chợ chiều của sách vở. Có lần tôi đã cảm tác mấy câu thơ dành tặng người chủ trương *Văn Học Mới*: "*Năm năm chẵn vững tay lèo lái; Hà Chủ biên nào ngại trùng dương...*". Duy có điều đáng ghi nhận là tạp chí *Văn Học Mới* do Hà Nguyên Du "đơn thương độc mã" lèo lái, thiếu một Ban Biên tập hùng hậu, trường kỳ so với *Ngôn Ngữ*, chẳng hạn, không biết báo còn "sống" tới bao lâu?

Tóm, tôi muốn nói lên lời *Cám ơn* và *Xin lỗi muộn màng* đến bạn đọc báo *NCVH*. Lời cám ơn chân thành nẩy được ghi rõ trong ***Thơ Tòa soạn:*** *"Nghiên Cứu Văn Học tục bản trong nửa năm qua đã hân hạnh được sự đón tiếp niềm nở của độc giả bốn phương, sự đóng góp ý kiến và bài vở của các thân hữu xa gần, nhất là các bạn trẻ. Trước tấm thịnh tình của thân hữu và bạn đọc khắp nơi, chúng tôi xin chân thành ghi ân" (NCVH* số 6/1971*)*. Chúng tôi cũng thành thật *Xin lỗi* bạn đọc, các cộng tác viên về những sơ suất ngoài ý muốn, nếu có. Chẳng hạn một vài trường hợp báo trước bài *sẽ đăng* (hoặc *còn tiếp*) trong số báo tới, nhưng bị gác lại vì lý do "kỹ thuật" mà chưa kịp cáo lỗi. Ngay cả bài của chính tôi cũng không ngoại lệ. Sở dĩ có tình trạng "trống đánh xuôi, kèn thổi ngược" nầy vì tôi thường đi "công tác", bài vở đã giao cho anh em Tòa soạn, lại bị bỏ sót!

Cuối cùng tôi rút ra được bài học: Bạn hãy cứ thắp ngọn đèn tâm để chuyền ánh sáng, hãy cứ làm thật hoàn hảo công việc của mình đi, chắc chắn bạn sẽ nếm được những vị ngọt thơm lành của thành quả. Tôi cũng cám ơn cuộc đời đã cho tôi một *cơ hội*, một *vai diễn* để trả nợ cho đời, phục vụ cho đời, dầu phải *hy sinh thầm lặng*.

Chú thích:

(1) "**Dùm**": đáng lẽ phải viết "**giùm**". *Đại Nam Quấc Âm Tự Vị* (tr.385) và *Việt Nam Tự Điển* của Hội Khai Trí Tiến Đức (tr.224) đều viết "**giùm**". Cả hai bộ tự điển nầy đều không có từ "**dùm**". Ngay cả trong *Từ điển tiếng Việt* của GS Hoàng Phê: "**giùm**" là từ viết đúng *chính tả*. Người ta thường lẫn lộn **giùm/dùm** qua cách phát âm của từng vùng miền. Theo thiển ý **giùm/dùm** đều được chấp nhận; không có vấn đề đúng/sai. Nhưng theo đúng chánh tả thì nên viết "**giùm**".

(2) Đó là các bài: *Tâm lý những nhân vật chánh trong truyện Hoa Tiên* (*NCVH* số 1); *Những nét đặc thù trong Ca dao miền Nam* (*NCVH* số 7); *Câu hát Huê tình* (*NCVH* số 9).

MỘT KHỐI BUỒN

Tôi tới Sài đô một tối buồn
Ngó về quê cũ lệ sầu tuôn
Nhớ bao kỷ niệm thời thơ trẻ
Lòng vẫn mang mang một khối buồn.
Trúc Lan – Sài Gòn 1962

MỪNG THÔI NÔI CHÁU JAMES TRÍ TÚ

Mừng ngày James Nguyễn giáp Thôi nôi
Nội chúc cháu ngoan sớm chạy chơi
Chóng lớn - hay ăn - mau biết nói
Học hành chăm chỉ giỏi hơn người
Mẹ Cha trìu mến nâng niu trẻ
Gia đạo an vui rộn tiếng cười
Ước nguyện cháu yêu luôn Hạnh Phúc
Mai sau đỗ đạt điểm tô đời!
Trúc Lan - Montréal 20.X.2019

TÔI GIẢNG THƠ VĂN NGUYỄN ĐÌNH CHIỂU

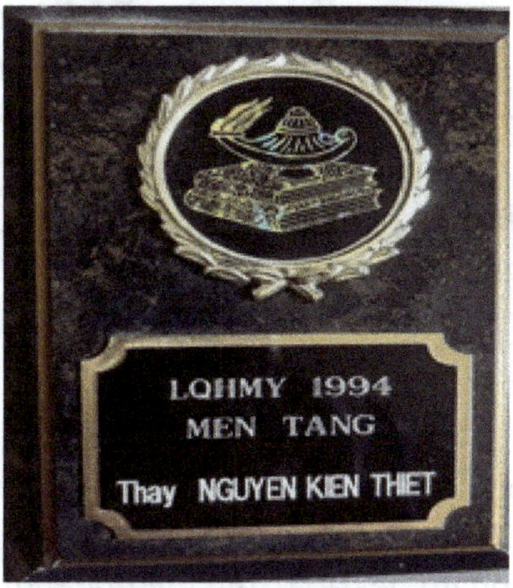

Tấm plaque kỷ niệm do sinh viên Lớp Quê Hương Mến Yêu 1994 tặng tác giả.

Sau nhiều năm tháng rời bục giảng sống kiếp lưu đày nơi đất khách, nỗi nhớ trường, nhớ lớp, nhớ học trò mãi canh cánh trong tôi. Thời gian trôi qua… Cuộc sống tất bật nơi xứ "đất lạnh tình nồng" này đã khiến tôi vơi đi phần nào nỗi nhớ triền miên ấy. Cho đến khi nhận lời mời của Cơ Sở Khuyến Học và Phát Huy Văn Hóa Montréal để giảng về Văn học Việt Nam, niềm mơ ước của tôi giờ đây đã thành sự thật. Tôi nhận dạy hai chuyên đề: một là Ca dao miền Nam; hai là Thơ văn Nguyễn Đình Chiểu. Đây là các đề tài tôi vô cùng tâm đắc bởi đã từng giảng dạy ở Đại học Cần Thơ trước kia. Vì những chuyên đề tôi nhận dạy thường rơi vào những tháng mùa Xuân, nên cứ mỗi độ Xuân về, lòng tôi lại nao nao nhớ lại những kỷ niệm đẹp khó phai mờ trên bục giảng. Đó cũng là nguồn gợi hứng để tôi có thể phóng bút tản mạn về những kỷ niệm đẹp không quên khi giảng dạy về thơ văn của nhà thơ lớn miền Nam Nguyễn Đình Chiểu.

Buổi sáng hôm ấy, một buổi sáng chủ nhựt (tháng Tư 1994) trời nắng đẹp- cái nắng ấm áp đầu xuân đã xua tan cái giá buốt của mùa đông lạnh lẽo vừa qua, tôi ăn mặc chỉnh tề, hớn hở tới lớp đặt tại trụ sở Cộng Đồng Người Việt Quốc Gia vùng Montréal. Sự đón tiếp nồng nhiệt của ban lãnh đạo lớp Quê Hương Mến Yêu, sự tham dự cổ võ của các bạn đồng nghiệp cùng sự có mặt khoảng mười hai sinh viên hôm ấy khiến tôi thêm ấm lòng và bồi hồi cảm xúc. Còn đang suy nghĩ miên man, BS Lâm Thu Vân đã bật đèn xanh cho tôi bắt đầu bài giảng của mình.

Sau khi điểm qua về bối cảnh lịch sử Việt Nam vào hậu bán thế kỷ XIX, cũng như giới thiệu thân thế và sự nghiệp văn chương của nhà thơ lớn miền Nam Nguyễn Đình Chiểu, tôi nêu bật hai nội dung chánh trong thơ văn ông qua hai câu thơ:

__Chở__ bao nhiêu __đạo__ thuyền không khẳm
__Đâm__ mấy thằng __gian__ bút chẳng tà.

Nội dung "Chở đạo": đề cao Trung Hiếu Tiết *Nghĩa

Trước hết, nội dung "**Chở đạo**" được thể hiện qua các tác phẩm *Lục Vân Tiên* và *Dương Từ – Hà Mậu*. Tôi tập trung phân tích *Lục Vân Tiên*, một tác phẩm đề cao trung hiếu tiết nghĩa:

Trai thời __trung hiếu__ làm đầu,
Gái thời __tiết hạnh__ là câu trau mình (cc 5-6).

Dưới ngòi bút sắc sảo của Nguyễn Đình Chiểu, quan niệm "trung hiếu tiết nghĩa" được vận dụng và mô tả thật sinh động qua các nhân vật chánh diện.

Lục Vân Tiên là một nhân vật lý tưởng, mang đầy đủ phẩm chất đạo đức cao quý mà nhà thơ mơ ước. Chàng là một thanh niên khôi ngô tuấn tú, văn võ song toàn, một bề tôi tận trung, một người con chí hiếu, trọn tình với vợ, trọn nghĩa với bạn. **Lòng hiếu** của chàng được khai thác rất nhiều bằng những câu thơ rất đẹp và cảm động:

Hai hàng lụy ngọc ròng ròng
Tưởng bao nhiêu lại đau lòng bấy nhiêu
Cánh buồm bao quản gió xiêu
Ngàn trùng biển rộng chín chiều ruột đau
Thương thay chín chữ cù lao
Ba năm nhũ bộ biết bao thâm tình (cc 581-586).

hoặc:

Suối vàng hồn mẹ có linh
Chứng cho con trẻ lòng thành ngày nay
Tưởng bề nguồn nước cội cây

Công cao ngàn trượng ngãi dầy chín trăng (cc 1699-1702).

Vì hiếu mà nghe tin mẹ mất phải bỏ thi về lo việc cư tang. Vì hiếu mà khóc mẹ đến mù mắt mặc cho "*nước trôi sự nghiệp hoa tàn công danh*". Lòng hiếu của Lục Vân Tiên thật là hiếm có và vô cùng đáng quý.

Đối với thầy học, vốn là một môn sinh từng "dựa kề" "cửa Thánh", thấm nhuần đạo lý ngàn đời của dân tộc, chàng hết lòng ***tôn sư trọng đạo***:

Bấy lâu cửa thánh dựa kề
Đã tươi khí tượng lại xuê tinh thần (cc 17-18).

Vân Tiên hứa với thầy ít nhưng làm rất nhiều:

Chí lăm bẳn nhạn ven mây
Danh tôi đặng rạng tiếng thầy bay xa (cc 21-22).

Chàng hứa sẽ thi đậu. Và chàng đã đậu Trạng nguyên, làm quan lớn trong triều, rạng rỡ tông môn, làm rạng danh tiếng thầy học. Cao hơn nữa chàng còn là một anh hùng cứu nước.

Kiều Nguyệt Nga là người con gái điển hình cho lòng ***chung thủy, trung trinh tiết liệt***. Mối tình của nàng đối với Vân Tiên là một mối tình vừa cao quý vừa đẹp đẽ. Một bên thì hào hiệp quên mình cứu người vì thấy việc nghĩa không thể không làm (*Nhớ câu kiến nghĩa bất vi*); một bên cũng quên mình để trả ơn người. Do vậy "ngộ biến phải tòng quyền", nàng vâng mệnh vua đi cống Phiên để giữ tròn trung hiếu, nhưng đã nhảy xuống sông trầm mình để giữ tròn tiết nghĩa thủy chung với Vân Tiên:

Sao cho một thác thời xong
*Lấy mình **báo chúa** lấy lòng **sự phu** (cc 1417-1418).*

Điều quan trọng là ở tấm lòng. Nàng lấy thân mình để báo đền ơn chúa và lấy tấm lòng ra để thờ chồng (*sự phu* ở đây có nghĩa là thờ chồng).

Tình bạn cũng là một tình cảm lớn được mô tả qua mối tình bạn thật cảm động của bộ ba Lục Vân Tiên – Vương Tử Trực – Hớn Minh:

Trong đời mấy bậc cố tri
Mấy trang đồng đạo mấy nghì đồng tâm (cc 1217-1218).

Những con người nghĩa khí như Tử Trực, Hớn Minh khi

nghe kể về những hoạn nạn của bạn mình đã đầm đìa nước mắt:

Minh nghe Tiên nói động tình
Hai hàng châu lụy như bình nước nghiêng (cc 1171-1172)

Tấm lòng nhân ái tràn trề của đông đảo quần chúng, của ông Quán, vợ chồng ông Ngư, ông Tiều và tiểu đồng đối với Vân Tiên cũng được tác giả khai thác…

Bên cạnh trung hiếu tiết nghĩa, Lục Vân Tiên còn lên án những cái bất nhân phi nghĩa (Ghét cay ghét đắng ghét vào tới tâm- c 480). Bằng một bút pháp trữ tình hiện thực, Nguyễn Đình Chiểu đã vẽ nên những nhân vật phản diện với tất cả lòng căm ghét của ông. Từ bộ ba trong gia đình họ Võ (Võ Công - mụ Quỳnh Trang - Võ Thể Loan), rồi hai người bạn xấu (Trịnh Hâm – Bùi Kiệm) và tên thái sư gian ác, cùng một lô những thầy thuốc, thầy bói, thầy phù thủy không có lương tâm đều được Nguyễn Đình Chiểu mô tả một cách sinh động và sắc nét.

Sau phần phân tích nội dung tôi không quên nêu lên đặc điểm nghệ thuật của tác phẩm Lục Vân Tiên, như tánh chất truyện kể, tánh chất dân gian cũng như ảnh hưởng rộng lớn của tác phẩm đối với mọi tầng lớp nhân dân từ Nam chí Bắc. Chính vì vậy mà chúng ta đã có điệu "Nói thơ Vân Tiên", có các vở cải lương "Lục Vân Tiên - Kiều Nguyệt Nga" và các làn điệu hò, vè, thơ, phú và trò chơi "Vân Tiên cõng mẹ" trong gia tài văn hóa dân tộc.

***Nội dung "Đâm gian": Thơ văn yêu nước**

Một buổi sáng chủ nhựt kế tiếp, cũng từ mười giờ sáng tới một giờ trưa, tôi tiếp tục giảng phần nội dung thứ hai: Đâm mấy thằng gian bút chẳng tà

Thật ra nội dung "Đâm gian" chẳng những được đề cập phần nào trong Lục Vân Tiên mà còn bàng bạc trong các tác phẩm khác như Dương Từ - Hà Mậu, Ngư Tiều Vấn Đáp. Tập trung nhứt vẫn là những bài văn tế, những bài hịch, những bài thơ điếu, tự thuật và xúc cảnh. Tôi muốn nói Thơ văn yêu nước của Nguyễn Đình Chiểu.

Thơ văn yêu nước của Nguyễn Đình Chiểu là khúc ca hùng

tráng của phong yêu nước chống Pháp ngay từ khi chúng đặt chân lên đất nước ta. Cuộc đời và sự nghiệp văn chương của ông gần như gắn liền với sự nổi trôi của vận nước trong giai đoạn lịch sử bi tráng thời bấy giờ.

Năm 1859, "Giặc Tây kéo tới Cần Giờ", hạ thành Gia Định mở đầu cuộc đánh chiếm Nam Kỳ. Trong bài "Chạy Tây", nhà thơ tự hỏi:

Hỡi trang dẹp loạn rày đâu vắng
Nỡ để dân đen mắc nạn này?

Đáp ứng lời kêu gọi của nhà thơ cũng như ý thức được bổn phận phải đánh giặc cứu nước nên toàn dân ta đã mạnh dạn gạt bỏ tình riêng, hăng hái tham gia vào cuộc chiến đấu gian khổ:

Giặc Tây kéo tới Cần Giờ
Biểu đừng thương nhớ đợi chờ uổng công
(Ca dao miền Nam).

Trong khi nhân dân miền Nam hăng say chiến đấu chống quân xâm lược thì triều đình Huế đã ký hòa ước đầu hàng năm 1862: Ba tỉnh miền Đông Nam kỳ (Biên Hòa - Gia Định - Định Tường) lọt vào tay Pháp; ta còn phải bồi thường chiến phí cho giặc trong mười năm. Không có mối nhục nào to tát cho bằng mối nhục của dân ta thời đó: *"Bất chấp lời khuyên dụ của triều đình Huế, Trương Định vẫn theo dân gian quyết đánh tới cùng, lấy địa bàn hoạt động ở các vùng Gò Công, Tân Hòa, gây cho kẻ thù nhiều tổn thất nặng nề..."*. Thuở ấy, ca dao miền Nam được truyền tụng nhằm biểu dương khí thế dũng cảm của dân ta, đồng thời lên án sự đầu hàng khiếp nhược của triều đình nhà Nguyễn:

Giặc Sài Gòn đánh xuống
Binh ngoài Huế không vô
Anh biểu em đừng đợi đừng chờ
Để anh đi lấy đầu thằng mọi trắng mà về tế cờ nghĩa quân
(Ca dao miền Nam).

Năm năm sau (1867), Pháp chiếm nốt ba tỉnh miền Tây Nam kỳ (Vĩnh Long - An Giang - Hà Tiên) khiến Phan Thanh Giản uống thuốc độc tự tử. Nước mất, nhà tan, bản thân bị mù lòa phải đi "tị địa" khi ở Cần Giuộc, lúc ở Ba Tri, nhưng lúc nào Nguyễn Đình Chiểu cũng lầm lũi mở trường dạy học, làm thuốc và theo sát cuộc kháng chiến chống Pháp của nhân dân ta.

Tấm thân đui tối tật nguyền không thể dùng gươm, ông đã dùng bút để đánh giặc. Ông thường giúp mưu cơ chiến lược dưới cờ Bình Tây Đại Nguyên soái Trương Định. Ông căm giận kẻ thù đã giày xéo lên quê hương, gây bao tang tóc:

Bến Nghé của tiền tan bọt nước
Đồng Nai tranh ngói nhuốm màu mây.

hoặc:

Từ thuở Tây qua cướp đất, xưng tân trào gây nợ oán cừu…
Phạt cho đến người hèn kẻ khó, thâu của quay treo; tội chẳng tha con nít đàn bà, đốt nhà bắt vật;
Kể mười mấy năm trời khốn khó, bị khảo, bị tù, bị đày, bị giết, trẻ già nghe nào xiết đếm tên;
Đem ba tấc hơi mỏn bỏ liều, hoặc sông, hoặc biển, hoặc núi, hoặc rừng, quen lạ thảy đều rơi nước mắt

(Văn tế nghĩa sĩ trận vong Lục tỉnh).

Lòng căm thù có lúc còn dâng cao đến mức "*muốn tới ăn gan*", "*muốn ra cắn cổ*", muốn "*sống đánh giặc, thác cũng đánh giặc muôn kiếp nguyện được trả thù kia*".

Ngòi bút Nguyễn Đình Chiểu còn chĩa thẳng vào bọn tay sai nối giáo cho giặc:

Xin chớ phân bì kẻ sĩ, hoặc ra làm phủ hoặc ra làm huyện
Ấy là đồ hư, đồ bỏ, đồ thúi, đồ nhơ...

(Hịch kêu gọi nghĩa sĩ đánh Tây).

Điển hình cho giới sĩ phu sớm ra hợp tác với "tân trào" ngay sau khi ba tỉnh miền Đông Nam kỳ bị mất là Tôn Thọ Tường, đã bị Nguyễn Đình Chiểu mai mỉa: "*Chỉ có người Nam chúng ta mới thích ăn mắm, chớ thằng Tường đâu có thích ăn*" (Giai thoại giữa Đồ Chiểu và Cử Trị).

Ông cũng lên án những kẻ "ăn bơ liếm sữa", cam tâm làm tôi mọi cho giặc:

Sống làm chi theo quân tả đạo, quăng vùa hương, xô bàn độc thấy lại thêm buồn
Sống làm chi ở lính mã tà, chia rượu lạt, gặm bánh mì, nghe càng thêm hổ.

Càng căm thù giặc và tay sai bán nước, nhà thơ đã hết lời

ca ngợi cuộc kháng chiến chống Pháp của nhân dân ta. Ông đã ca ngợi các lãnh tụ nghĩa quân bằng những lời thơ hết sức thiết tha và vô cùng cảm động.

Với Trương Định:

Vì nước tấm thân đã gởi, còn mất cũng cam
Giúp đời cái nghĩa đáng làm, nên hư nào nại.

và Phan Tòng:

Làm người trung nghĩa đáng bia son
Đứng giữa càn khôn tiếng chẳng mòn…
Tinh thần hai chữ phau sương tuyết
Khí phách ngàn thu rỡ núi non.

Nhưng hình ảnh đẹp đẽ nhứt, hiên ngang nhứt vẫn là hình ảnh người nghĩa binh thời ấy. Tôi muốn nói đến hình ảnh người nghĩa sĩ Cần Giuộc. Tôi đã dừng lại khá lâu để phân tích bài "Văn tế nghĩa sĩ Cần Giuộc" nổi tiếng nầy.

Nhân vật chánh là nông dân Cần Giuộc với cuộc sống hẩm hiu, chưa quen trận mạc, chưa tới trường nhung:

Cui cút làm ăn, toan lo nghèo khó
Việc cuốc, việc cày, việc bừa, việc cấy, tay vốn quen làm
Tập khiên, tập súng, tập mác, tập cờ, mắt chưa từng ngó.

Thế mà họ đã "*mến nghĩa làm quân chiêu mộ*". Họ ý thức về nhiệm vụ và quyền lợi của mình. Họ chiến đấu để bảo vệ những gì gần gũi, thiết thân nhứt như "*tấc đất ngọn rau*", "*bát cơm manh áo*", bảo vệ vùa hương bát nước và cao hơn nữa là chủ quyền đất nước.

Trang bị của họ thật thô sơ "*một manh áo vải*", "*một ngọn tầm vông*", một "*rơm con cúi*", một "*lưỡi dao phay*", nhưng tinh thần chiến đấu của họ thật dũng cảm với tư thế làm chủ rất cao:

Kẻ đâm ngang, người chém ngược làm cho mã-tà, ma-ní hồn kinh;
Bọn hè trước, lũ ó sau, trối kệ tàu thiết tàu đồng súng nổ.

Họ đã thất bại vì sức yếu, thế cô, trang bị sơ sài, nhưng sự hy sinh oanh liệt của họ đã lưu danh thiên cổ:

Ôi! Một trận khói tan, ngàn năm tiết rỡ.

Trong bài văn tế, tác giả đả bày tỏ niềm tiếc thương vô

hạn đối với những chiến sĩ đã trọn nghĩa với dân. Những đoạn sau đây đầm đìa nước mắt:

Đoái sông Cần Giuộc cỏ cây mấy dặm sầu giăng; nhìn chợ Trường Bình già trẻ hai hàng lụy nhỏ.

Cảnh mẹ khóc con, vợ khóc chồng thật lâm ly thống thiết:

Đau đớn bấy mẹ già ngồi khóc trẻ, ngọn đèn khuya leo lét trong lều;

Não nùng thay vợ yếu chạy tìm chồng, cơn bóng xế dật dờ trước ngõ.

Văn tế nghĩa sĩ Cần Giuộc quả là một áng văn lớn trong lịch sử văn học Việt Nam. Đó là "*khúc ca những người anh hùng thất thế nhưng vẫn hiên ngang*" trong giai đoạn lịch sử bi tráng của dân tộc. Trước mắt, họ tạm thời thất bại. Nhưng một dân tộc với tinh thần bất khuất như vậy chỉ có thể là một dân tộc chiến thắng. Và ***lịch sử đã nhiều lần chứng minh rằng họ là những người chiến thắng.***

***Tổng kết Thơ văn Nguyễn Đình Chiểu**

Tổng kết về thơ văn Nguyễn Đình Chiểu, tôi rút ra được bài học lớn ở nhà thơ là đem văn chương chuyên chở đạo lý thánh hiền (Văn dĩ tải đạo). Duy có điều khác biệt là nhà Nho xưa quan niệm Đạo là đạo của Trời, còn Đồ Chiểu cho là đạo làm người đáng quý, đáng trân trọng. Ngoài ra còn có *bài học thương-ghét.* Có yêu thương mới biết căm thù, yêu thương rất mực nhưng cũng căm thù rất mực. Đó chính là bài học của một con người ở vào thế bi kịch đã không đầu hàng trước số phận nghiệt ngã, mà trái lại đã giúp ích cho đời đến mức tối đa. Cuộc đời và sự nghiệp của ông mãi mãi là tấm gương ngời sáng xứng đáng cho chúng ta noi theo.

Tuy nhiên vì căm thù rất mực, "ghét cay ghét đắng ghét vào tới tâm" nên nhà thơ đã có ngôn ngữ, thái độ và hành động *quá đà.* Cụ Đồ Chiểu đã gọi thực dân Pháp là loài "bạch quỷ" (mọi trắng), "man di", "thói mọi", đạo Thiên chúa là "đạo Tây", là "tà đạo", người theo Tây là "quân tả đạo". Cũng như thánh Gandhi đã từng tẩy chay hàng hóa Anh thuở nọ, Nguyễn Đình Chiểu cũng bài ngoại triệt để: cụ không dùng xà-bông mà chỉ dùng nước tro để giặt đồ, thà lội sình chớ nhứt định không đi trên đường Tây đắp, không cho phép con là Nguyễn Đình Chiêm theo học chữ Quốc ngữ vì cho đó là "lối phát minh man rợ"? Chưa hết, nhà thơ còn khước từ mọi hứa hẹn, giúp đỡ của thực dân Pháp qua đề nghị của viên chủ tỉnh Bến Tre Michel Ponchon, như yêu cầu cụ *nhuận chính* quyển thơ *Lục Vân Tiên* cũng như ngỏ ý trao trả lại đất đai mà họ đã chiếm đoạt. Chính cụ đã khảng khái trả lời: "*Đất vua còn không ai trả thì đất riêng của tôi có sá gì!*".

Để buổi giảng thêm phần phong phú, sinh động cũng như tìm hiểu phần nào về trình độ tiếp thâu của sinh viên, tôi đã dành khoảng hai tiếng đồng hồ để các em phát biểu những cảm nghĩ của mình về tác phẩm *Lục Vân Tiên*. Các em Nguyễn Phương Nga, Nguyễn Hạnh Nga, Nguyễn Thị Ngọc Diệu và Nguyễn Thanh Quang đã lần lượt tóm tắt cốt truyện và phân tích nội dung, nghệ thuật tác phẩm. Điều ngạc nhiên thú vị là các em đã sử dụng trôi chảy tiếng Việt, trình bày một cách mạch lạc, khúc chiết về những điều mình tiếp thâu được, đồng thời nêu lên một số thắc mắc về nội dung và nghệ thuật tác phẩm. Bất giác tôi liên tưởng tới khả năng sử dụng tiếng Việt nhuần nhuyễn của sinh viên Đại học Cần Thơ đã từng học với tôi về chuyên đề nầy, đã nhiệt tình tham gia *Hội thảo khoa học* về Nguyễn Đình Chiểu. Trong hơn hai mươi bài tham luận do chính các em viết, có nhiều bài thật súc tích. Có em sinh viên miền Bắc đã sáng tác mấy câu vọng cổ "*Lục Vân Tiên*". Một số em còn trình diễn trích đoạn vở cải lương "*Kiều Nguyệt Nga*" thành công mỹ mãn.

Tôi lấy làm vui mừng vì các em mặc dầu lớn lên ở hải ngoại, ngoài việc tiếp thụ văn hóa xứ người, còn tích cực trau giồi và phát huy văn hóa dân tộc. Sau này tôi được biết mười hai sinh viên có mặt hôm ấy đã là những Kỹ sư, Bác sĩ, những chuyên viên thượng thặng của ngành cao kỹ Bắc Mỹ. Các em là những hạt ngọc, những bông hoa tươi thắm ngoài việc phục vụ cộng đồng, phục vụ xã hội, rồi đây chắc chắn sẽ góp phần vào việc tô điểm một nước Việt Nam huy hoàng hơn, tươi đẹp hơn…

Thời gian vẫn lạnh lùng trôi qua… Thấm thoắt đã gần ba mươi năm. Mười hai hạt ngọc của lớp Quê Hương Mến Yêu năm ấy giờ đây chắc đã đạt nhiều thành tựu đáng kể làm vẻ vang dân

Việt, đền ơn phần nào cho đất nước đã cưu mang mình. Nếu có dịp gặp lại những viên ngọc ấy, chắc gì tôi nhớ hết ngoài những cái tên còn lưu lại trong danh sách, như những Nguyễn Phương Nga, Nguyễn Hạnh Nga, Bùi Kiến Nghĩa, Trương Minh Dũng, Trương Minh Trí, Kiều Khánh Giao, Huỳnh Hòa, Nguyễn Thanh Quang, Nguyễn Thị Ngọc Diệu, v.v…

Tôi xin mượn những dòng này để chân thành cám ơn BS Lâm Thu Vân và GS Hoàng Chiều Nhân đã tạo cơ hội cho tôi thực hiện ước mơ bé nhỏ của mình. Tôi cũng cám ơn sự có mặt và đóng góp ý kiến quý báu của các cựu đồng nghiệp như Khiếu Đức Long, Nguyễn Viết Ninh, Quản Hùng, Nguyễn Đôn Phong, Phạm Thị Quế, Nguyễn Trung Hiếu. Và sau cùng xin cám ơn mười hai em sinh viên đã cho tôi sống lại kỷ niệm của một thời huy hoàng đã mất. Chính các em đã giúp tôi xoa dịu phần nào nỗi ưu tư khắc khoải trong những mùa Xuân nơi đất khách:

Tết về giữa mùa Đông
Chúa Xuân có hay không?
Nàng Xuân chưa trở lại
Non sông bặt tiếng hồng!
Tết về giữa mùa Đông
Ta nhấp chén rượu nồng
Say men đời lữ thứ
Phá thành sầu ly hương!
Trúc Lan - Tết Về Giữa Mùa Đông

Đó cũng là "Nỗi lòng Đồ Chiểu":
Mùa Xuân mà cảnh chẳng Xuân
Mưa sầu gió tủi, biết chừng nào thanh?

Chính các em đã thắp sáng trong tôi niềm tin mãnh liệt vào tiền đồ xán lạn của dân tộc như niềm tin của Đồ Chiểu:
Một trận bão rồi bờ cõi sạch…
Một trận mưa nhuần rửa núi sông.

Montréal, quý Xuân 2023

Tài liệu tham khảo:

*Đồ Chiểu: *LỤC VÂN TIÊN*. Nxb Tân Việt Sài Gòn, 1968
(Sửa đúng theo bản của cụ Trương Vĩnh Ký phát hành năm 1889 gồm có 21 đoạn 2076 câu).

*Lữ Phương: *Người miền Nam chống cướp nước qua ca dao.* Tạp chí *Nghiên Cứu Văn Học* Sài Gòn số 6-1968.
*Nguyễn Ngọc Chi:
Một nhà thi sĩ trứ danh nước ta: cụ Nguyễn Đình Chiểu. Nam Phong Tạp Chí số 76 tháng 10-1923.
*Hà Huy Giáp: *Giới thiệu về Nguyễn Đình Chiểu và truyện Lục Vân Tiên*. Nxb. Đại học và THCN, Hà Nội 1975.
*Dương Quảng Hàm: *Việt Nam Văn Học Sử Yếu*. Sài Gòn. Bộ QGGD xb. 1968.
*Đông Hồ: *Văn Học Miền Nam*. Sài Gòn. Quình Lâm xb. 1970.
*Nhiều tác giả: *Kỷ yếu Nguyễn Đình Chiểu*. Phủ Quốc Vụ Khanh Đặc Trách Văn Hóa Sài Gòn xb. 1973.
*Ca Văn Thỉnh: *Điếu văn* đọc trong *Lễ viếng mộ cụ Nguyễn Đình Chiểu* tại Ba Tri ngày 27-6-1943. *Đại Việt Tạp Chí* số 19 ngày 16/7/1943.

MỪNG TÂN HÔN CÁC CON MINH TRIẾT – KIM VI

Đạo vợ chồng tình sâu nghĩa ái*
Nghĩa phu thê con phải khắc ghi
Nay mừng ***MINH TRIẾT – KIM VI***
*Trăm năm vẹn chữ Xướng –Tùy**, nghe con!*
Dù cho bao cảnh đời dâu bể
Hai con nên quyết chí cùng nhau
Yêu nhau không phải nhìn nhau
Mà nhìn cùng hướng tình sâu nghĩa dài.
Trúc Lan - Sài Gòn (Việt Nam), 02.V.2009

***ĐẠO VỢ CHỒNG**: Gia đình là tế bào, là nền tảng của xã hội. Còn Đạo Vợ Chồng là giềng mối của gia đình Việt Nam. Do vậy, để duy trì được sự bền chặt hạnh phúc gia đình, người chồng phảiluôn giữ đúng mực, có trách nhiệm với gia đình; người vợ ngoài vấn đề chu toàn việc chăm sóc miếng cơm manh áo, còn phải biết cách cư xử khéo léo và khôn ngoan của người vợ: vừa là nội tướng đảm đang, vừa là người sành tâm lý, am hiểu gỡ rối những khó khăn cho chồng.

Sách có chữ: "Phu phụ tương kính như tân" (Vợ chồng kính nhau như khách). Lại có câu: "Phu phụ hòa nhi hậu gia đạo thành" (Vợ chồng có hòa thuận thì mới nên gia đạo).

**Xướng-tùy: Xướng là ca hát, cất tiếng hô; tùy là tòng theo.

Do câu "Phu xướng phụ tùy" theo quan niệm phong kiến: Chồng nêu việc gì thì vợ vui vẻ nghe theo, làm theo. Theo quan niệm ngày nay thì "Chồng/vợ nêu việc gì thì vợ/chồng vui vẻ làm theo, nếu thấy hợp tình hợp lý". Bà Nội đã có câu nói bình dân nhưng bất hủ, có thể nói là chân lý, mỗi lần chúc mừng Hôn lễ các con: "Chồng nói vợ nghe, vợ nói chồng nghe, thuận vợ thuận chồng tát biển Đông cũng cạn".

NHÀ SƯU KHẢO NHẤT TÂM NGUYỄN BÁ THẾ

Lời người viết: *Để thực hiện bài nầy, ngoài mối giao tình giữa tôi và nhà sưu khảo được lần lượt tái hiện qua trí nhớ, còn có sự tiếp tay của văn hữu Lê Cần Thơ (tức Lê Hoàng Viện, Huyền Vân Thanh) qua việc cung cấp nhiều nguồn tư liệu quý cũng như sao chụp một số bìa sách và thủ bút của ông Nguyễn Bá Thế. Ngoài ra cô Nguyễn Thị Băng Trinh - ái nữ của nhà sưu khảo đã cho phép Nguyễn Văn Nở sao chụp trong* ***Quyển sổ lưu niệm*** *của ông, bài thơ do Trúc Lan tôi sáng tác để dành tặng người bạn văn vong niên ngày 16/9/1976. Xin gởi lời cám ơn nồng hậu nhứt đến nhà văn Lê Cần Thơ, cháu Nguyễn Thị Băng Trinh và cựu môn sinh Đại học Cần Thơ - PGS TS Nguyễn Văn Nở.*

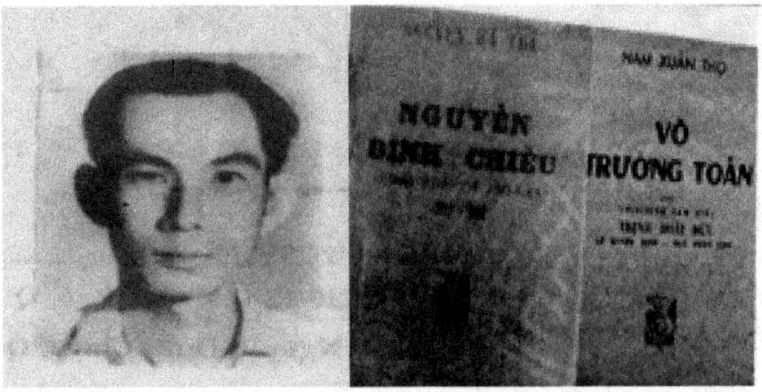

.Hình trái: *Ảnh nhà sưu khảo Nguyễn Bá Thế (1925-1996)*
.Hình phải: *Tên các đầu sách do Nguyễn Bá Thế soạn. Ảnh do nhà phê bình văn học Nguyễn Vy Khanh và văn hữu Lê Cần Thơ cung cấp. Cám ơn các bạn rất nhiều.*

Lịch sử văn chương Việt Nam cũng như thế giới đều ghi nhận một thực tại vô cùng chua xót: Phần lớn các văn thi sĩ trước khi thành danh thường trải qua cảnh ngặt nghèo khốn khó. Nguyễn Công Trứ đã từng sống cảnh "ngày ba bữa vỗ bụng rau bình bịch", Trần Tế Xương phải "chạy ăn từng bữa", Vũ Trọng Phụng đã chết trong cảnh lầm than… Và Nguyễn Bá Thế cũng không ngoại lệ. Đó là đề tài tôi muốn viết về nhà sưu khảo văn học **Nhất Tâm Nguyễn Bá Thế.**

*** Duyên lành gặp gỡ.**

Tôi quen nhà sưu khảo Nguyễn Bá Thế từ trước năm 1975 lúc về giảng dạy ở Đại học Cần Thơ. Có lần tôi chở ông trên chiếc xe gắn máy đến viếng mộ cụ Thủ khoa Bùi Hữu Nghĩa, sau đó mời ông một tách cà-phê để làm quen và kết tình văn nghệ. Bấy giờ ông đi đứng không vững và lãng tai nặng. Phải kể miệng sát lỗ tai và nói lớn tiếng ông mới nghe được. Sau biến cố tháng 4/1975, đúng ra là từ giữa cuối năm 1976, chúng tôi mới được dịp tái ngộ. Cứ vài ba tuần tôi đến gặp người bạn văn vong niên để mạn đàm thế sự, bàn luận văn chương. Từ chỗ sơ giao đến chỗ thân tình, chúng tôi thật sự quý mến nhau qua mối duyên văn nghệ. Thật ra lúc bấy giờ là cao điểm của *thời kỳ bao cấp*, ai nấy đều phải thắt lưng buộc bụng, thiếu thốn mọi bề, phải vật lộn với cuộc sống, với cái ăn, cái mặc. Đặc biệt là cái ăn. Cơm gạo không đủ, phải độn khoai, độn bắp và bo bo vi bản. Cái điệp khúc ai nấy đều đã nếm trải: *sổ hộ khẩu – sổ gạo – xếp hàng*, đôi khi phải chen lấn, giành giựt mới mua được một món hàng "khiêm tốn". Cho nên bàn chuyện văn chương là bàn chuyện hái sao trên trời, mò kim dưới biển xa rời thực tế. Bấy giờ ông hoàn toàn không còn khả năng nghe được nên chỉ trò chuyện qua *bút đàm*. Thính giác của ông dầu bị khép lại, nhưng bù vào đó là đôi mắt tinh anh, đầu óc mẫn tiệp- nhứt là giọng nói trong trẻo, nồng ấm có sức lôi cuốn và chiếm trọn cảm tình người được tiếp xúc. Tôi có thể mượn ý thơ cụ Đồ Chiểu để viết về nhà văn hóa Nguyễn Bá Thế: "*Sự đời đà khép đôi tai thính; Nghiệp văn giữ tròn một tấm gương*". Ông nhắc tôi nên ghi một vài cảm nghĩ trong **Quyển sổ lưu niệm** của ông. Nhưng tôi chỉ hẹn lần hẹn lữa.

*** Vài nét về Tiểu sử.**

Nguyễn Bá Thế sanh ngày 19/11/1925 tại làng Thường Thạnh, thị trấn Cái Răng, Cần Thơ. Ngoài tên họ thật, hầu hết tác phẩm của ông còn ký các bút danh Thế Nguyên, Nhất Tâm, Nam Xuân Thọ. Thời niên thiếu, ông có cuộc sống nghèo khổ nhưng hiếu học - nhứt là **tự học** không ngừng, có thể so sánh với sức tự học dẻo dai bền bỉ của GS Bửu Cầm và thi sĩ Đông Hồ ở Đại học Văn Khoa Sài Gòn. Là cựu học sinh trường Trung học Phan Thanh Giản Cần Thơ, vốn lưu loát chữ quốc ngữ, ông còn đọc thông, viết thạo tiếng Pháp và chữ Hán. Thừa hưởng tinh hoa của thân phụ - tức nhà thơ, nhà soạn kịch Nguyễn Bá Thọ (Nam Sơn), ông nung nấu ý chí trở thành một nhà văn hóa. Lúc còn mài ghế nhà trường, ông đã bắt đầu sáng tác thơ văn. Sau đó viết tiểu thuyết, dịch sách và miệt mài sưu tầm, biên soạn văn học- cụ thể là các tác gia miền Nam, cũng như danh nhân lịch sử Việt Nam và Trung Quốc. Từ đó về sau, ông đã thành danh nhà văn, nhà sưu khảo không riêng gì ở miền Tây mà còn lan rộng khắp cả nước. Đến thăm ông, ai cũng cảm thấy đau lòng khi nhìn tận mắt nơi ăn, chốn ở và nghe tận tai về hoàn cảnh kinh tế gia đình của một nhà văn hóa. Căn nhà trệt mái tôn lụp xụp ở hẽm Vú Sữa mang số 15/59 đường Duy Tân (nay là Hoàng Văn Thụ, quận Ninh Kiều, TP Cần Thơ) do nhạc phụ ông mua cho, vào mùa nắng thì nóng như đổ lửa, "bóng nắng giọi trứng gà trên vách", còn mùa mưa thì nước len lỏi trên vách, xuống sàn nhà lót gạch Tàu, bốc mùi ẩm mốc khó chịu. Vậy mà "căn nhà kỷ niệm" ấy đã gắn bó với ông suốt cả đời để ông yên lòng viết lách, theo đuổi nghiệp văn. Còn vợ ông từ thời bao cấp phải bỏ nghề giáo, đi buôn bán hàng rong ở chợ Ninh Kiều để phụ giúp việc sanh kế gia đình. Bất giác tôi liên tưởng tới hình ảnh thân cò lặn lội của bà Tú Xương mà cảm tác mấy câu thơ: "*Quanh năm quần quật gánh hàng rong / Bươn chải nuôi con với một chồng!*"

Những năm tháng gần cuối đời, số phận nghiệt ngã ập đến đời ông. Bị *nhĩ tật* chưa đủ, tạo hóa khéo cơ cầu bắt ông phải *liệt thân* nên mọi sanh hoạt hằng ngày đều bị hạn chế. Mặc dầu ở thế bi kịch, ông không đầu hàng số phận, mà trái lại vẫn lạc quan vui sống, miệt mài làm việc, phục vụ cho đời đến mức tối đa! Sau một thời gian dài chống chọi với bịnh tật, ông trút hơi thở cuối cùng vào ngày 02/03/1996 tại Cần Thơ, hưởng thọ 71 tuổi, để lại niềm tiếc thương vô hạn của người vợ hiền đảm đang và các con hiếu hạnh cũng như của đông đảo bằng hữu, văn thi hữu từ Nam chí Bắc. Ông được an táng tại nghĩa trang Từ thiện, bót số 10, Châu Thành, Cần Thơ.

***Văn nghiệp**: Trong giai đoạn đầu cuộc đời cầm bút, ông Nguyễn Bá Thế làm thơ, viết báo, tiểu thuyết và dịch thuật. Về sau ông nghiêng hẳn về sưu khảo văn học và soạn Từ điển. Văn phong bình dị, trong sáng, không cầu kỳ trau chuốt. Văn nghị luận đanh thép, rạch ròi, tham khảo nhiều nguồn tư liệu quý hiếm - kể cả tư liệu sống, "nói có sách, mách có chứng".

. **Về thơ**. Ông làm thơ không nhiều lắm, đăng rải rác trên các báo địa phương và Sài Gòn. Một số bài thơ khác chưa hề phổ biến vì ông muốn viết cho riêng mình, cho bè bạn tâm giao. Ông có tập *Thơ Vịnh Kiều* độ 200 trang viết tay trên giấy tập học trò, định có dịp sẽ xuất bản. Vì quá *tốt bụng và tin người*, ông cho một văn hữu ở Sài Gòn mượn để tham khảo, nhưng quên trả lại. Một thời gian sau, ông vô cùng ngạc nhiên khi thấy tập thơ của mình đã được xuất bản, tác giả không phải ông, mà là một "nhà văn hóa" có chút tiếng tăm- tức N.V.Y. (Tôi thuật lại việc "cầm nhầm" nầy với sự dè dặt, cẩn trọng dựa theo lời kể của chính ông và sự xác nhận của văn hữu Lê Cần Thơ). Tập thơ duy nhứt được xuất bản của ông là *Một Kiếp Tằm Tơ* (ký Nhất Tâm - 1996).

. **Về báo chí.** Nhà báo Nguyễn Bá Thế đã cộng tác với rất nhiều nhựt báo và tạp chí ở miền Nam từ năm 18 tuổi (1943) như *Điện Tín, Thời Cuộc, Chuông Mai, Việt Bút, Buổi Sáng, Đuốc Nhà Nam, Tiếng Dân, Hoà Đồng, Văn Đàn, Thế Giới, Phổ Thông, v.v...* Các bài đăng báo cũng như các đầu sách xuất bản khi thì ông ký tên thật, lúc với bút danh Thế Nguyên, Nam Xuân Thọ hoặc Nhất Tâm. Hãy nghe ông tâm sự với Lê Cần Thơ: "*Tên họ thật của tôi là NGUYỄN BÁ THẾ, ký tên THẾ NGUYÊN, tức là tên THẾ với họ NGUYỄN bỏ bớt dấu ngã. NAM XUÂN THỌ là một cửa hiệu của thân phụ tôi, cũng là nhà thơ, nhà soạn kịch, tên thật là NGUYỄN BÁ THỌ, bút hiệu Nam Sơn. Năm 1945 ông thân tôi mất. Do tấm lòng hiếu thuận, tôi mang danh NAM XUÂN THỌ để biểu dương tinh thần thân phụ tôi sống mãi với đời. Còn bút hiệu NHẤT TÂM, vì tên tôi là THẾ, về mặt chữ Hán, chữ THẾ có một nét ngang, tượng trưng cho chữ NHẤT; vòng chữ THẾ tượng trưng cho chữ TÂM, vì vậy NHẤT TÂM tức là chữ THẾ chiết ra. Lại nữa, tôi dùng phương châm với câu "NHẤT sanh háo đức TÂM như thạch", và "Thường bả NHẤT TÂM hành chánh đạo"* (1). Năm 1973, tại Cần Thơ, ông đứng tên chủ biên tạp chí *Miền Tây Thăng Hoa* với tôn chỉ: "Tô điểm non sông VIỆT, Bồi dưỡng văn hóa VIỆT", Huyền Vân Thanh - tức Lê Cần Thơ phụ trách kỹ thuật. Đến số thứ tư đang lên khuôn ở nhà in Cần Thơ ấn quán thì đành phải đình bản bởi biến cố 30/4/1975.

. **Về tiểu thuyết:** Nhà văn Nguyễn Bá Thế đã "trình làng" vào giữa thập niên 50 những bộ tiểu thuyết như: *Lá Cờ Hồng*

Thập, Lột Vỏ, Tình Và Nghĩa Vụ, Son Sắt Một Lòng... Nhà xuất bản Nguồn Sáng ở Sài Gòn lo việc in ấn và phát hành các bộ tiểu thuyết nầy từ năm 1949. Ngoài ra nhiều báo ngày đã in feuilleton các tiểu thuyết của ông như: *Nghị Lực, Cô Giáo Ánh, Cô Ký Hiền, Một Chữ Đồng, Oán Tình, Gió Nghĩa Trăng Tình, Chim Việt Cành Nam*...

. **Về dịch thuật:** Ban Tu Thư Tân Việt đã in một số tác phẩm của dịch giả Nguyễn Bá Thế như *Tam Quốc Bình Giải, Kim Cổ Kỳ Quan, Thủy Hử* và *Tế Điên Hòa Thượng*. Theo nhà văn Lê Cần Thơ, truyện dịch *Tế Điên Hòa Thượng* đã được xuất bản ngay tại Cần Thơ trước năm 1975. Báo *The Viet Nam Post* ở Houston (Texas) đã in lại tác phẩm nầy rất nhiều kỳ, mang tựa *Tế Công Hòa Thượng;* nhưng chẳng ai thèm chi trả tiền nhuận bút cho người dịch, cũng không có một tiếng xin phép cho phải lẽ! (2)

. **Về sưu khảo văn học:** Đây là phần trọng tâm trong văn nghiệp của Nguyễn Bá Thế tiên sinh. Họ Nguyễn đã soạn nhiều đầu sách về danh nhân Việt Nam- hầu hết ở Lục tỉnh, và giao cho nhà Tân Việt của ông Lê Văn Văng lo việc xuất bản. Đó là những bộ sách trong Tủ Sách NHỮNG MẢNH GƯƠNG dùng tham khảo trong chương trình bậc Trung học như: *Sương Nguyệt Anh (1956), Huỳnh Thúc Kháng (ký Thế Nguyên,* 1956), *Phan Văn Trị* (ký Nhất Tâm, 1956), *Bùi Hữu Nghĩa* (1956), *Huỳnh Mẫn Đạt* (ký Thế Nguyên, 1956), *Võ Trường Toản* (ký Nam Xuân Thọ), *Nguyễn Đình Chiểu* (1956), *Nguyễn Văn Vĩnh* (1957), *Tôn Thọ Tường* (1957), *Phan Thanh Giản* (ký Nam Xuân Thọ, 1957), *Học Lạc* (1958), *Phan Bội Châu (1958), Phan Chu Trinh* (ký Thế Nguyên, 1959). Ngoài ra, từ năm 1963, tuần báo *Văn Đàn* của Phạm Đình Tân đã giới thiệu nhiều bài biên khảo giá trị của ông như *Nguyễn Trường Tộ*, và loạt bài *Khảo Về Tiếng Việt* gây được tiếng vang trong văn giới. Chưa hết, nhà sưu khảo Huỳnh Minh (nhà xuất bản Cánh Bằng ở Sài Gòn) còn "lợi dụng" ông trong việc hợp tác biên soạn một số sách loại sưu khảo "Xưa và Nay", nhưng chỉ một mình ông Huỳnh Minh được hưởng lợi từ tác quyền tới tiền nhuận bút. Cụ thể là các quyển *Cần Thơ Xưa Và Nay, Gia Định Xưa Và Nay*. Theo nhà văn Lê Cần Thơ, để soạn cuốn *Gia Định Xưa Và Nay, "ông Huỳnh Minh đã mời ông Nguyễn*

Bá Thế lên Sài Gòn, ở hẳn tại nhà ông trong một hẽm trên đường Phan Đình Phùng để viết liền một mạch trong mấy đêm, xong thì mang đi nhà in nên quyển nầy còn đúng với sự sắp xếp của ông Thế. Như vậy, việc xuất hiện những quyển sách trong tủ sách nhà xuất bản Cánh Bằng của ông Huỳnh Minh ***phần nhiều có sự biên soạn của ông Nguyễn Bá Thế, nhưng không có ông đứng tên***"-[3]

. Một số bản thảo: *Chí Sĩ Trên Đường Duy Tân Cứu Nước, Gương Nữ Lưu, Gương Nghĩa Liệt, Cao Hiền Xử Sĩ, Giai Thoại Văn Chương…* và những *di cảo* mang chủ đề: *Gương Chí Sĩ, Tinh Hoa Nòi Việt, Những Bậc Cao Tăng, Những Bậc Tiết Nghĩa, Phụ Nữ Lỗi Lạc, Nước Non Nhà, Lối Kim Cổ, Lắng Tiếng Đàn Lòng, Tên Tự, Hiệu Danh Nhân, Cây, Hoa Trái…* Cũng theo nhà văn Lê Cần Thơ, được sự ủy nhiệm của gia đình nhà sưu khảo ở quê nhà qua cô Nguyễn Thị Băng Trinh - ái nữ của ông, tác phẩm di cảo *Gương Chí Sĩ*, trong tủ sách TINH HOA VIỆT NAM được giới thiệu đầu tiên ở hải ngoại (BNS *Dân Ta* tại Houston, Texas, Hoa Kỳ từ số 158, bộ mới, năm thứ 16, phát hành từ 28/6/1997 đến 11/7/1997).

. Về Từ điển-đặc biệt bộ *Từ Điển Nhân Vật Lịch Sử Việt Nam*

Học giả Nguyễn Bá Thế còn là tác giả hai bộ sách giá trị: *Từ Điển Nhân Vật Lịch Sử Việt Nam (TĐNVLSVN)* và *Từ Điển Nhân Vật Lịch Sử Trung Quốc (TĐNVLSTQ)*. Đây là những công trình tâm huyết được ông bắt tay biên soạn từ lúc ông 30 tuổi (1955), mãi đến 20 năm sau (1975) mới hoàn thành. Sau đó được chỉnh sửa, bổ sung cẩn thận và sẵn sàng xuất bản. Tưởng cũng nên biết, bộ *Từ Điển Nhân Vật Lịch Sử Việt Nam* đã khởi đăng trên tạp chí *Miền Tây Thăng Hoa* số 3, 1974 (tr.53-93) với tựa đề ***Việt Sử Nhân Danh Từ Điển*** để "trước bạ" (Giấy phép xuất bản số 473/74/BDVCH/PHBCNT/ALP/TP ngày 27/8/1974, dầy 100 trang). Số nầy đã phổ biến: *Biệp tập đại ý, Lời nói đầu, Phàm lệ, Bản liệt kê danh hiệu các vị Hoàng đế, vương công cự khanh (gồm A. Đế hiệu, B.Vương hiệu, Vương tước, C. Công tước, D. Hầu tước, Đ. Bá tước, E. Tử tước, Ê. Nam tước, Phụ chú (tước hiệu các nhân vật Trung Hoa và các Võ quan Pháp có mặt trên lịch sử ta, có phong tước)* [3]. Chỉ với hai bộ Từ điển đồ sộ nầy được biên soạn công phu với tinh thần khoa học nghiêm cẩn, tôi có thể nói ông Nguyễn Bá Thế xứng đáng đạt danh hiệu học giả. Bởi vận nước và gia cảnh tới hồi đen đủi không đủ phương tiện xuất bản, lại thêm **quá tin người** nên hai bộ sách quý của ông bị thiên hạ "đoạt" gần hết. Chỉ nói riêng về bộ *Từ Điển Nhân Vật Lịch Sử Việt Nam*. Bản thảo được thai nghén suốt 20 năm với hơn 4500 nhân vật chưa kịp và không thể chào đời bởi biến cố tháng 4/1975. Rồi *thời kỳ bao cấp* kéo dài suốt 10 năm (1976-1986), cả nước phải khốn đốn vì cơm ăn áo mặc nên mọi ước mơ sách được xuất bản của nhà sưu khảo đã tan theo mây khói. Tôi muốn nói rõ, **bộ Từ điển nầy chỉ một mình** ông Nguyễn Bá Thế biên soạn. Mãi đến năm 1980, nhờ một "duyên may", ông được "nhà văn hóa" Nguyễn Q. Thắng - Giảng viên Đại học Cần Thơ, đến thăm và bàn việc "hợp tác" xuất bản sách. Nhờ "công lao" của ông Nguyễn Q. Thắng trong việc "chạy lo giấy phép, lo vốn in v.v..." nên đến năm 1991, bộ Từ điển được nhà xuất bản Khoa Học Xã Hội ấn hành lần đầu năm 1991 (1094 trang), sau đó tái bản tới 14 lần, tác giả theo thứ tự là Nguyễn Q. Thắng - Nguyễn Bá Thế (Ông Thắng **đứng trước** ông Thế). Có dịp tôi sẽ bàn về việc "tiếm danh" gây lùm xùm trong văn giới một thời.

***Kỷ niệm không quên.** Vào buổi xế trưa nọ - ngày 16/9/1976, trời nắng đẹp, tôi đến thăm nhà sưu khảo Nguyễn Bá Thế. Cũng với cái siết tay nồng ấm, nụ cười thân thiện nở trên môi của hai người bạn văn vong niên. Chúng tôi trò chuyện qua *bút đàm* về văn chương, thế sự vô cùng tương đắc. Tôi *viết* một câu, ông *nói* thao thao vài chục phút. Cứ thế mà cuộc trò chuyện kéo dài, có khi cả tiếng đồng hồ. Hôm ấy, nhà sưu khảo say sưa điểm qua một số tác phẩm đã, đang và sẽ xuất bản, công trình nào thực hiện được, công trình nào còn dang dở cùng hoài bão của mình. Ông không quên đem bản thảo hai bộ Từ điển ra "khoe" với tôi. Tôi choáng ngợp với công trình đồ sộ nầy và vô cùng ngưỡng mộ sự cống hiến của ông.

- Bộ ***Từ Điển Nhân Vật Lịch Sử Việt Nam*** gồm 4500 nhân vật lịch sử, có người tốt lẫn kẻ xấu, cùng 300 ảnh chân dung. Việc "hợp tác" không mấy vui vẻ, kém sòng phẳng giữa ông Nguyễn Q. Thắng và Nguyễn Bá Thế trong việc xuất bản bộ Từ điển nầy khiến ông càng ngao ngán rồi mang *tâm bịnh*...

- Bộ ***Từ Điển Nhân Vật Lịch Sử Trung Quốc*** gồm khoảng

10 ngàn nhân vật lịch sử từ cổ xưa đến cận đại, *lưu phương* (để lại tiếng thơm, tiếng tốt) lẫn *lưu xú* (để lại tiếng xấu) cùng vô số ảnh chân dung. Điều đáng nói, hai bộ Từ điển nầy được soạn giả chép tay bằng mực tím, chữ nhỏ rõ nét nghiêng nghiêng đều đặn trên hàng ngàn trang giấy tập học trò, kể cả phần chữ Hán. Riêng về ảnh chân dung, phải nói là cả một kỳ công, cả niềm đam mê: nhà sưu khảo phải chi hết số tiền chắt mót để mua đầy đủ báo ngày, báo tháng rồi mày mò, sưu tập, cắt dán; ảnh nào còn thiếu thì hỏi xin bè bạn, v.v…

Thình lình trời đổ cơn mưa. Mưa như trút nước. Mưa nặng hột rơi rào rào trên mái tôn cũ kỹ. "Võ vô kiềm tỏa năng lưu khách". Mưa không kiềm khóa đã giữ chân tôi lại để được dịp trò chuyện với ông nhiều hơn. Ông đem **Quyển sổ lưu niệm** ra nhắc tôi ghi vào một vài cảm nghĩ của mình. Tưởng cũng nên biết, nhà sưu khảo có tới mấy Quyển sổ lưu niệm để "lưu giữ lại những suy nghĩ riêng tư, rất thật và cũng rất quí đối với riêng ông" của hàng trăm tao nhân mặc khách thuộc nhiều thế hệ từ Nam chí Bắc. Dĩ nhiên không thể thiếu những "nhà văn hóa" như: Huỳnh Minh, Nguyễn Văn Y, Nguyễn Q. Thắng. Để đáp tạ cái tình tri ngộ, thay vì viết mấy dòng, tôi ghi vội bài thơ trong **Sổ lưu niệm** để tặng ông. Tôi lấy cảm hứng từ mấy câu thơ đề nơi trang đầu Quyển sổ lưu niệm ấy. Vì ghi vội nên có chỗ bôi xóa. Thiệt tình tôi không nhớ hết. Cũng may, nhờ sự tốt bụng của ái nữ nhà sưu khảo cho phép một cựu môn sinh của tôi sao chụp bài thơ ấy và gởi qua Canada cho tôi vào tháng 03/2022. Đó là *bài thơ lịch sử tình bạn* giữa ông và tôi. Bài thơ ấy như sau:

Với Nhất Tâm Nguyễn Bá Thế
Tôi đến nhà anh, trời đổ mưa
Xem qua tác phẩm- sánh sao vừa!*
Đời anh là cả đời văn nghiệp
Nên sính văn - mà cũng rất ưa thơ.
Mưa xuống thật nhiều, mưa thật lâu
Anh - tôi trao đổi thật tâm đầu
Xưa, anh sáng tác không ngừng nghỉ
Nay, phải làm gì cho mai sau
"Tâm sự Thế Nguyên, ai có thấu

Nỗi lòng Nguyễn Bá Thế, biết ai hay?
Còn non, còn nước, còn người,
Còn tôi mến mộ đời đời Nhất Tâm"**.
Cần Thơ, chiều 16.9.76
Trúc Lan (N.K.T.)

'Mặc dầu tôi đã ghi bút danh **Trúc Lan** (N.K.T.), nhưng vì sợ lẫn lộn trong đống "tàng thư", ông Nguyễn Bá Thế đã ghi thêm tên họ tác giả: ***Nguyễn Kiến Thiết.***

*Xem qua tác phẩm: xem qua bản thảo hai bộ *Từ điển TĐNVLSVN và TĐNVLSTQ.*

**Bốn câu thơ cuối nầy được đưa vào tập thơ *Một Kiếp Tằm Tơ* của Nhất Tâm, xuất bản năm 1996, tr.54. Tên tác giả là Nguyễn Kiến Thiết (thay vì Trúc Lan).

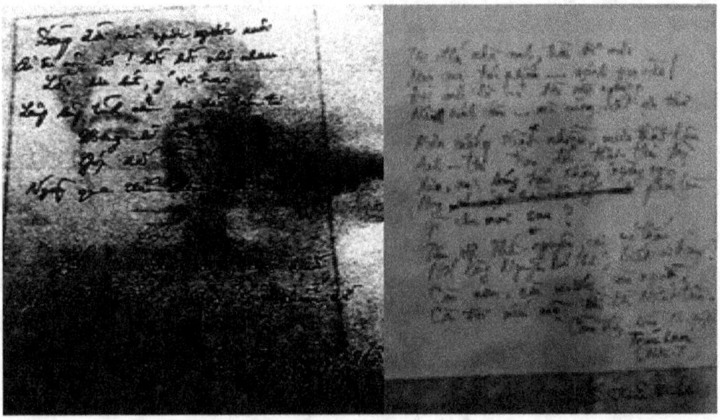

.Hình trái: *Mấy câu thơ đề ở trang đầu **Quyển sổ lưu niệm**: "Dòng đời xuôi ngược ngược xuôi; Ai tri âm đó! bồi hồi nhớ nhau. Lời lưu bút, ý vị trao; Lâng lâng tình cảm dạt dào tâm tư...".*

.Hình phải: *Thủ bút bài thơ của Trúc Lan (N.K.T.) ngày 16/9/76 trích từ **Quyển sổ lưu niệm.***

Bẵng đi một dạo, tôi đến thăm ông rất nhiều lần trong giai đoạn 1980-1986. Vẫn *bút đàm*. Người viết, kẻ nói. Trong phần bút đàm, tôi có sáng tác một bài thơ thứ hai dành tặng ông trên một tờ giấy rời. Qua bao cuộc bể dâu, nay đã thất lạc. Tôi chỉ còn nhớ mang máng và soạn lại bài thơ nầy lấy tựa đề ***Với Bạn Văn*** – *Tặng Nhất Tâm Nguyễn Bá Thế* rồi đưa vào tập sách *Những Trang Văn Đời Tôi* do nhà Văn Học Mới Hoa Kỳ xuất bản năm

2021 (tr.127). Hết bàn chuyện văn chương thế sự tới *khoa học huyền bí.* Để chia sớt gánh nặng áo cơm cùng người vợ tảo tần thời bao cấp, có lúc Nguyễn tiên sinh đành phải bắt chước Tản Đà kiếm sống bằng cách *Hướng dẫn phương pháp chấm Tử vi* cũng như lấy Lá số Tử vi cho một số người quen biết - trong đó có tôi. Tôi còn giữ bốn Lá số Tử vi của bốn đứa con trai. Mỗi Lá số độ 4-5 trang luận đoán công phu, khoa học được viết tay bằng mực tím trên giấy tập học trò với nét chữ nghiêng đều đặn, có cả mấy câu chữ Hán. Đối với tôi, đó là một trong những kỷ niệm không quên. Vốn là người yêu sách, học giả Nguyễn Bá Thế cũng có Thú mua sách và Thú chơi sách - đặc biệt loại sách biên khảo văn học. Trên trang đầu mỗi cuốn sách, ông đều ghi hai câu thơ ngũ ngôn: "*Khi xem xin giữ kỹ; Nghĩ đến kẻ xem sau*"; rồi ký tên cẩn thận. Ngoài ra, ông còn trao tặng tôi bốn cuốn sách *Kho Tàng Truyện Cổ Tích Việt Nam* của Nguyễn Đổng Chi do nhà xuất bản Khoa Học Xã Hội Hà Nội -1976 với thủ bút và chữ ký theo thứ tự: "*Trao về* ***Bạn*** *Nguyễn Kiến Thiết kỷ niệm đời văn* (ký tên) *Nhất Tâm Nguyễn Bá Thế 28/10/1980*". Tôi vô cùng trân quý các cuốn sách ấy. Trải qua bao biến cố, tôi vẫn còn gìn giữ chúng coi như là kỷ vật thiêng liêng của tình bạn được kết nối qua mối duyên hàn mặc.

Tóm, Nguyễn Bá Thế với hơn 30 tác phẩm trong đó có hai bộ Từ điển đồ sộ xứng đáng đạt danh hiệu *học giả.* Số phận dẫu có nghiệt ngã vẫn không dập tắt ngọn lửa nhiệt tình, tận tụy với nghiệp dĩ văn chương nơi ông - như con tằm vẫn cứ nhả tơ phục vụ cho đời liên tục trên 54 năm cầm bút, khởi đầu lúc 18 tuổi. Nhiều người quý mến ông về cách đối nhân xử thế, bởi sự tốt bụng và lạc quan yêu đời; nhưng cũng lấy làm tiếc vì ông *quá tin người* nên dễ bị thua thiệt trong cuộc sống. Dựa vào nhận xét của GS Thanh Lãng: "*Nếu Nhất Linh đã làm đẹp mặt miền Bắc, thì ít ra Đông Hồ cũng làm đẹp mặt miền Nam*", tôi có thể nói thêm: "*Chính Nguyễn Bá Thế - nhà văn hóa bị bỏ quên - đã làm đẹp mặt Tây đô, nói riêng và miền Nam, nói chung*". Ông xứng đáng có một vị trí đặc biệt trong văn học sử Việt Nam. "Của César nên trả lại cho César". Tôi nghĩ "Những gì của Nguyễn Bá Thế nên trả lại cho Nguyễn Bá Thế". Ngay cả nhà phê bình

Nguyễn Vy Khanh cũng đã vô tình bỏ quên ông khi phân loại ba dòng văn học tại miền Nam (giai đoạn Văn Học Miền Nam 1954-1975), trong đó có một (dòng) thuần Nam - cụ thể là đã liệt kê 10 tác giả "*từ Trương Vĩnh Ký qua Hồ Biểu Chánh đến Phi Vân, Bình-Nguyên Lộc, Sơn Nam, Vương Hồng Sển, Trang Thế Hy, Lê Xuyên, Phương Triều, Thanh Việt Thanh*" (4) mà quên nhắc tới nhà sưu khảo Nguyễn Bá Thế. Xin thắp nén hương lòng để tưởng nhớ đến người bạn văn vong niên, một đàn anh văn nghệ đã về miền tiên cảnh:

Còn non, còn nước, còn người
Còn tôi mến mộ đời đời Nhất Tâm!

Kỷ niệm húy nhựt thứ **26** của nhà sưu khảo Nguyễn Bá Thế (tháng III.2022).

Chú thích:

[(1), (2)] và [(3)] Lê Cần Thơ: *Những Bạn Văn Nghệ Ngang Qua Đời Tôi* (Tâm Bút). Thư Ấn Quán – 2010 & 2016. Ngoài ra, chúng tôi còn tham khảo một số bài viết của Lê Cần Thơ đăng trên: BNS *Dân Ta* số **100** xuất bản tại Houston, Texas, Hoa Kỳ (Bộ mới, năm thứ 14 ra ngày 11/03/1995 – 24/03/1995); *Vĩnh Biệt Nhà Sưu Khảo Văn Học NGUYỄN BÁ THẾ, Dân Ta* số **128** (ra ngày 13/04/1996 – 26/04/1996). Một lần nữa xin thành thật cám ơn văn hữu Lê Cần Thơ rất nhiều.

[(4)] Nguyễn Vy Khanh: *Văn Học Quốc Ngữ Thời Đầu & Miền Nam Lục Tỉnh.* Nhân Ảnh Hoa Kỳ xuất bản năm 2021. tr.92.

HOA VÀ NGƯỜI YÊU HOA

Ngạt ngào hoa nở xinh tươi
Hoa khoe sắc thắm, hoa phơi ánh vàng
Đời hoa sớm nở tối tàn
Người yêu kẻ chuộng - bẽ bàng kiếp hoa!
Gió vùi sóng dập thân hoa
Đời ta đâu khác đời hoa hỡi người!
Tự tạo hạnh phúc vui tươi
Hoan ca vỗ nhịp cho đời lên hương!
Trúc Lan

NGUYỄN BÁ THẾ - NHÀ VĂN HÓA BỊ BỎ QUÊN

Lời người viết: *Tôi là người bạn văn vong niên của nhà sưu khảo văn học Nguyễn Bá Thế, nên cũng như văn hữu Lê Cần Thơ, chúng tôi biết khá rõ về quá trình biên soạn hai bộ Từ điển đồ sộ của ông. Đặc biệt là bộ Từ Điển Nhân Vật Lịch Sử Việt Nam đã gây nhiều tranh cãi trong văn giới. Do vậy những nhận định trong bài nầy hoàn toàn vô tư, khách quan, tôn trọng sự thật, chân lý. Đôi khi vì muốn bảo vệ lập luận của mình, người viết phải trưng ra những dẫn chứng cụ thể. Đáng lý ra chuyện "lùm xùm" nầy đã khép lại từ lâu vì ái nữ của nhà sưu khảo - cô Nguyễn Thị Băng Trinh, không muốn nhắc lại quá khứ đau buồn, nhưng tôi thấy có bổn phận phải lên tiếng.*

Trong quyển *Văn Học Quốc Ngữ Thời Đầu & Miền Nam Lục Tỉnh,* khi phân loại ba dòng văn học tại miền Nam (giai đoạn Văn Học Miền Nam 1954-1975), trong đó có một (dòng) thuần Nam, nhà biên khảo văn học Nguyễn Vy Khanh đã liệt kê 10 tác giả "*từ Trương Vĩnh Ký qua Hồ Biểu Chánh đến Phi Vân, Bình-Nguyên Lộc, Sơn Nam, Vương Hồng Sển, Trang Thế Hy, Lê Xuyên, Phương Triều, Thanh Việt Thanh*" (1). Vì không thấy bóng dáng một nhà sưu khảo văn học nổi tiếng thời bấy giờ trong "dòng thuần Nam", nên chúng tôi viết bài nầy với nhan đề: **Nguyễn Bá Thế - Nhà Văn Hóa Bị Bỏ Quên.**

Về Tiểu sử, Văn nghiệp của ông, chúng tôi đã giới thiệu tương đối đầy đủ trên *Văn Học Mới* số **18,** tháng 6/2022 (tr.60-70) cũng như trong tập sách này. Trong bài nầy chỉ nhắc lại một số chi tiết quan trọng cùng vài nhận định mới.

* **Sơ lược cuộc đời.** Nguyễn Bá Thế sanh ngày 19/11/1925 tại làng Thường Thạnh, thị trấn Cái Răng, Cần Thơ. Ngoài tên họ thật, hầu hết tác phẩm của ông còn ký các bút danh: Thế Nguyên, Nhất Tâm, Nam Xuân Thọ. Ông bị lãng tai từ nhỏ. Sau cơn bạo bịnh, ông không còn khả năng nghe được nên phải tiếp xúc qua *bút đàm*. Thời niên thiếu, ông có cuộc sống nghèo khổ nhưng hiếu học- nhứt là **tự học** không ngừng. Là cựu học sinh trường Trung học Phan Thanh Giản Cần Thơ, vốn lưu loát chữ quốc ngữ, ông còn đọc thông, viết thạo tiếng Pháp và chữ Hán. Thừa hưởng tinh hoa của thân phụ- tức nhà thơ, nhà soạn kịch Nguyễn Bá Thọ (Nam Sơn), ông nung nấu ý chí trở thành một nhà văn hóa. Lúc còn mài ghế nhà trường, ông đã bắt đầu sáng

tác thơ văn. Sau đó viết tiểu thuyết, dịch sách và miệt mài sưu tầm, biên soạn văn học- cụ thể là các tác gia miền Nam, cũng như danh nhân lịch sử Việt Nam và Trung Quốc. Từ đó về sau, ông đã thành danh nhà văn, nhà sưu khảo không riêng gì ở miền Tây mà còn lan rộng khắp cả nước. Sau một thời gian dài chống chọi với bịnh tật, ông trút hơi thở cuối cùng vào ngày 02/03/1996 tại Cần Thơ, hưởng thọ 71 tuổi. Sự ra đi của ông đã để lại niềm tiếc thương vô hạn của người vợ hiền đảm đang và các con hiếu hạnh, cũng như của đông đảo bằng hữu, văn thi hữu từ Nam chí Bắc. Ông được an táng tại nghĩa trang Từ thiện, bót số 10, Châu Thành, Cần Thơ.

*** Con người suốt đời lo "Gìn Vàng Giữ Ngọc" với một văn nghiệp đáng trân trọng**

"Gìn Vàng Giữ Ngọc" là nhan đề một bộ phim tư liệu về văn nghiệp của nhà sưu khảo Nguyễn Bá Thế được trình chiếu trên Đài Truyền hình Cần Thơ do nhà văn Lê Cần Thơ giới thiệu vào khoảng năm 1991. Trong giai đoạn đầu cuộc đời cầm bút, ông Nguyễn Bá Thế làm thơ, viết báo, viết tiểu thuyết và dịch thuật. Về sau ông nghiêng hẳn về sưu khảo văn học và soạn Từ điển. Văn phong bình dị, trong sáng, không cầu kỳ trau chuốt. Văn nghị luận đanh thép, rạch ròi, tham khảo nhiều tư liệu- kể cả tư liệu sống, "nói có sách, mách có chứng" (Xin xem *Văn Học Mới,* báo đã dẫn). Người viết muốn nhắc lại công trình sưu khảo văn học của ông để "gìn vàng giữ ngọc".

. Về sưu khảo văn học: Đây là phần trọng tâm trong văn nghiệp của Nguyễn Bá Thế tiên sinh. Họ Nguyễn đã soạn nhiều đầu sách về danh nhân Việt Nam- hầu hết ở Lục tỉnh, và giao cho nhà Tân Việt của ông Lê Văn Văng lo việc xuất bản. Đó là những bộ sách trong Tủ Sách NHỮNG MẢNH GƯƠNG dùng tham khảo trong chương trình bậc Trung học như: *Sương Nguyệt Anh* (1956), *Huỳnh Thúc Kháng* (ký Thế Nguyên, 1956), *Phan Văn Trị* (ký Nhất Tâm, 1956), *Bùi Hữu Nghĩa* (1956), *Huỳnh Mẫn Đạt* (ký Thế Nguyên, 1956), *Võ Trường Toản* (ký Nam Xuân Thọ), *Nguyễn Đình Chiểu* (1956), *Nguyễn Văn Vĩnh* (1957), *Tôn Thọ Tường* (1957), *Phan Thanh Giản* (ký Nam Xuân Thọ, 1957), *Học Lạc* (1958), *Phan Bội Châu* (1958), *Phan Chu Trinh* (ký Thế

Nguyên, 1959). Ngoài ra, từ năm 1963, tuần báo *Văn Đàn* của Phạm Đình Tân đã giới thiệu nhiều bài biên khảo giá trị của ông như *Nguyễn Trường Tộ*, và loạt bài *Khảo Về Tiếng Việt* gây được tiếng vang trong văn giới, v.v...

***Nhà văn hóa bị bỏ quên.**

Tưởng cũng nên biết, nhà sưu khảo Nguyễn Bá Thế có tới mấy **Quyển sổ lưu niệm** để "lưu giữ lại những suy nghĩ riêng tư, rất thật và cũng rất quí đối với riêng ông" của hàng trăm tao nhân mặc khách thuộc nhiều thế hệ từ Nam chí Bắc. Xin tạm kể như các cụ Đào Duy Anh, Đào Đăng Vỹ, Phạm Văn Diêu, Phạm Đình Tân (báo *Văn Đàn)*, Thái Văn Kiểm (*Văn Hóa Nguyệt San*), Đông Hồ (nxb. Bốn Phương và Yễm Yễm Thư Trang), Trần Tấn Quốc (*Buổi Sáng, Tiếng Dội, Đuốc Nhà Nam*), Huỳnh Hoài Lạc (*Chuông Mai, Thời Cuộc*), Nguyễn Vỹ (*Phổ Thông, Dân Ta, Thằng Bờm*), Huỳnh Minh (nxb. Cánh Bằng), Tương Phố, Vũ Anh Khanh, Thuần Phong, Nguyễn Văn Y, Nguyễn Văn Hầu, Sơn Nam, Thanh Việt Thanh, Trúc Lan (Nguyễn Kiến Thiết), Nguyễn Tài Năng, Hà Thủy, Việt Chung Tử, Huyền Vân Thanh, Lê Trúc Khanh, Phương Giang, Nguyễn Bạch Dương, Lưu Quốc Bình, Trịnh Bửu Hoài, Khế Iêm, Nguyễn Q. Thắng, v.v…

Ông Nguyễn Bá Thế là người *quá tốt bụng* và *dễ tin người*, như nhận xét của Lê Văn Quới, giáo sư môn Quốc văn trường Phan Thanh Giản Cần Thơ: "*Nói chung những sách vở, những bài sưu khảo, những sáng tác của anh, dù là bạn văn ở Nam, Trung, Bắc ở xa đến, hễ nói một vài lời là anh cho mượn. Cho mượn mà không cần biết có trả lại hay không. Cho nên từ đó mới thất thoát một số rất nhiều*". Oái oăm thay trong **Quyển sổ lưu niệm** đó có tới ba "nhà văn hóa" đã "mượn" và "sử dụng" tài liệu hoặc "hợp tác" với ông nhưng cuối cùng đã "bỏ quên" ông! Chẳng hạn như:

- Ông có tập *Thơ Vịnh Kiều* độ 200 trang viết tay trên giấy tập học trò, định có dịp sẽ xuất bản. Vì quá *tốt bụng và tin người*, ông cho một văn hữu ở Sài Gòn mượn để tham khảo, nhưng quên trả lại. Một thời gian sau, ông vô cùng ngạc nhiên khi thấy tập thơ của mình đã được xuất bản, tác giả không phải ông, mà là một "nhà văn hóa" có chút tiếng tăm ở Sài Gòn thời bấy giờ?

- Nhà sưu khảo Huỳnh Minh (nxb. Cánh Bằng) còn "lợi

dụng" ông trong việc hợp tác biên soạn một số sách loại sưu khảo "Xưa và Nay", nhưng chỉ một mình ông Huỳnh Minh đứng tên và hưởng lợi từ tác quyền (!). Cụ thể là các quyển *Cần Thơ Xưa Và Nay, Gia Định Xưa Và Nay.* Theo Lê Cần Thơ, để soạn cuốn *Gia Định Xưa Và Nay,* "ông Huỳnh Minh đã mời ông Nguyễn Bá Thế lên Sài Gòn, ở hẳn tại nhà ông trong một hẽm trên đường Phan Đình Phùng để viết liền một mạch trong mấy đêm, xong thì mang đi nhà in nên quyển nầy còn đúng với sự sắp xếp của ông Thế. Như vậy, việc xuất hiện những quyển sách trong tủ sách nhà xuất bản Cánh Bằng của ông Huỳnh Minh *phần nhiều có sự biên soạn của ông Nguyễn Bá Thế, nhưng không có ông đứng tên*" (2).

- Truyện dịch *Tế Điên Hòa Thượng* của Nguyễn Bá Thế đã được xuất bản ngay tại Cần Thơ trước năm 1975. Báo The Viet Nam Post ở Houston đã in lại tác phẩm nầy rất nhiều kỳ, mang tựa *Tế Công Hòa Thượng,* nhưng chẳng ai thèm chi trả tiền nhuận bút cho người dịch! (3).

- Về hai bộ Từ điển đồ sộ: ***Từ Điển Nhân Vật Lịch Sử Việt Nam và Từ Điển Nhân Vật Lịch Sử Trung Quốc.*** Điều đáng ghi nhận là hai bộ Từ điển nầy được soạn giả chép tay bằng mực tím, chữ nhỏ rõ nét nghiêng nghiêng đều đặn trên hàng ngàn trang giấy tập học trò, kể cả phần chữ Hán. Riêng về ảnh chân dung, phải nói là cả một kỳ công, cả niềm đam mê: nhà sưu khảo Nguyễn Bá Thế phải chi hết số tiền chắt mót để mua đầy đủ báo ngày, báo tháng, sách nghiên cứu văn học… rồi mày mò, sưu tập, cắt dán; ảnh nào còn thiếu thì hỏi xin người thân, bè bạn gần xa. Thời bấy giờ chưa có Internet nên việc sưu tầm, tra cứu tư liệu, hình ảnh minh họa là cả một công lao khó nhọc!

- ***Từ Điển Nhân Vật Lịch Sử Việt Nam*** gồm 4500 nhân vật lịch sử, có người tốt lẫn kẻ xấu, cùng 300 ảnh chân dung. Tưởng cũng nên biết, bộ *Từ Điển Nhân Vật Lịch Sử Việt Nam* đã khởi đăng trên tạp chí *Miền Tây Thăng Hoa* số 3 tại Cần Thơ, 1974 (tr.53-93) với tựa đề *Việt Sử Nhân Danh Từ Điển* để "cầu chứng" (Giấy phép xuất bản số 473/74/BDVCH/PHBCNT/ALP/TP ngày 27/8/1974, dầy 100 trang. Bản thảo được thai nghén suốt 20 năm (1955-1975) chưa kịp và không thể chào đời bởi biến cố tháng 4/1975. Tôi muốn nói rõ, bộ Từ điển nầy **chỉ một mình ông Nguyễn Bá Thế biên soạn.** Mãi đến năm 1980, nhờ một "duyên may", ông được "nhà văn hóa" Nguyễn Q. Thắng- Giảng viên Đại học Cần Thơ, đến thăm và bàn việc "hợp tác" xuất bản sách. Nhờ "công lao" của ông Nguyễn Q. Thắng trong việc "chạy lo giấy phép, lo vốn in, v.v...", nên đến năm 1991, bộ Từ điển được nhà xuất bản Khoa Học Xã Hội ấn hành lần đầu (1094 trang), sau đó tái bản tới 14 lần, tác giả theo thứ tự là Nguyễn Q. Thắng - Nguyễn Bá Thế (Ông Thắng **đứng trước** ông Thế, có nghĩa ông Thắng là người biên soạn chánh).

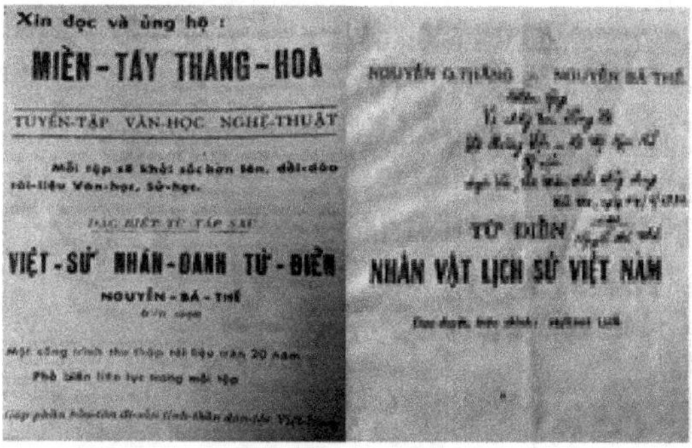

.Hình trái: *Quảng cáo trên tạp chí Miền Tây Thăng Hoa về quyển Việt Sử Nhân Danh Từ Điển của Nguyễn Bá Thế.*
.Hình phải: *Thủ bút của ông Nguyễn Bá Thế ký tặng sách ngày 04/I/1992 cho vợ chồng văn hữu Song Lê: Lê Hoàng Viện (Lê Cần Thơ) và Lê Thị Ngọc Nữ (Kiều Diễm Phượng).*

Để rộng đường dư luận, mời quý bạn theo dõi bài phỏng vấn ông Nguyễn Q. Thắng [về quyển *Từ Điển Nhân Vật Lịch Sử Việt Nam*] của nhà báo Nguyễn Giao Thủy (tức nhà thơ Tần Hoài Dạ Vũ) đăng trên tuần báo *Thanh Niên* (TN) Sài Gòn số 31 ra ngày 2 tháng 8 năm 1992 (4):

-TN: *Xin ông vui lòng cho biết quá trình biên soạn và sự ra đời của bộ sách?*
- Ông Nguyễn Q. Thắng (N.Q.T.): Đây là công trình dài hơi và cũng là mối duyên hàn mặc của anh Nguyễn Bá Thế và tôi. ***Từ trước 1970, khi về giảng dạy ở Đại học Văn khoa Cần Thơ,*** tôi gặp anh Nguyễn Bá Thế, và chúng tôi nảy ra ý định cùng nhau

hợp soạn bộ tự điển này.

Như đã dẫn trên, bộ Từ điển nầy **chỉ một mình** ông Nguyễn Bá Thế biên soạn khởi thảo từ năm 1955 trong khi ông Nguyễn Q. Thắng (theo lời ông Thắng kể) mới đến gặp ông Thế từ "**trước năm 1970**" để ***"nảy ra ý định cùng nhau hợp soạn bộ tự điển này"***. Nhưng không hiểu sao trong **Quyển Sổ lưu niệm** của ông Nguyễn Bá Thế lại có những dòng chữ và chữ ký của ông Thắng ghi lại lần đầu gặp gỡ là ngày 31-1-84 (nghĩa là 14 năm sau):

Cần Thơ 31-1-84
Nguyễn Bá Thế tiên sinh kính mến!
Nghe tiếng ông từ lâu, nhưng chưa gặp mặt, hồi gần đây mới gặp nhau nên càng quí mến ông nhiều hơn. Tuy có trễ, vẫn hơn. Với tấm lòng quí mến văn học, văn hoá… tôi tin sẽ có nhiều người trong chúng ta sẽ noi gương ông.
Kính
(ký tên)
Nguyễn Q. Thắng
(ĐH Cần Thơ).

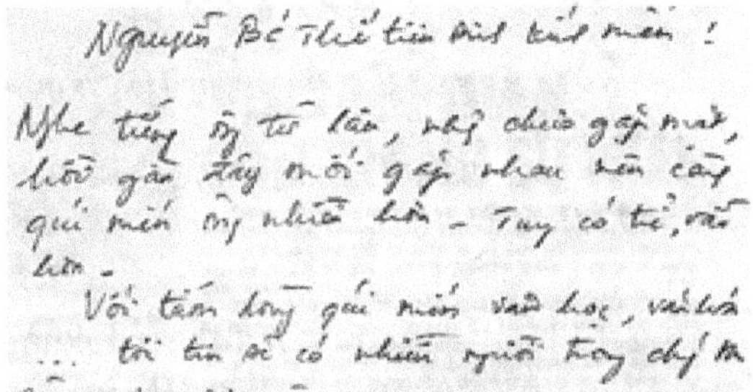
Nguyễn Bá Thế tiên sinh kính mến!
Nghe tiếng ông từ lâu, nhưng chưa gặp mặt, hồi gần đây mới gặp nhau nên càng quí mến ông nhiều hơn - Tuy có trễ, vẫn hơn -
Với tấm lòng quí mến văn học, văn hoá … tôi tin sẽ có nhiều người trong chúng ta sẽ noi gương ông.
Kính
Nguyễn Q. Thắng
(ĐH Cần Thơ)

.Thủ bút của Nguyễn Q. Thắng ngày 31.1.1984.

Chính ông Nguyễn Bá Thế đã tâm sự: "*Bộ Từ Điển Nhân Vật Lịch Sử Việt Nam đúng ra có tới hơn bốn ngàn năm trăm nhân vật, nhưng lúc đầu mới hợp tác với ông Nguyễn Q. Thắng, chỉ đưa ra khoảng 1/3 số lượng mà thôi. Bản in lần 2 có bổ sung một số nhân vật nhưng không phải ông đưa vô (mà do ông Thắng đưa vô các nhân vật cận đại của chế độ!). Hy vọng sau nầy sẽ phối hợp chặt chẽ và nghiêm túc hơn!*". Ông đánh giá ngắn gọn: "*Còn nhiều sai sót, sắp xếp lộn xộn, mẫu tự không tiện tra cứu; sai nhiều chi tiết so với bản thảo ban đầu;* ***một số sai sót khác về kiến thức*** *mà đúng lý ra không thể có đối với cuốn từ điển*" (Theo tư liệu do Lê Cần Thơ cung cấp).

-***Từ Điển Nhân Vật Lịch Sử Trung Quốc*** gồm khoảng 10 ngàn nhân vật lịch sử từ cổ xưa đến cận đại, *lưu phương* (để lại tiếng thơm, tiếng tốt) lẫn *lưu xú* (để lại tiếng xấu) cùng vô số ảnh chân dung. Chúng tôi chưa biết đích xác bộ Từ điển nầy đã được xuất bản hay chưa, nếu đã ấn hành thì do nhà xuất bản nào và ai đứng tên tác giả. Cũng theo ông Nguyễn Q. Thắng, sau khi bộ *Từ Điển Nhân Vật Lịch Sử Việt Nam* ra đời được độc giả đón nhận nồng nhiệt, dù bịnh nặng (vừa bị liệt tai, vừa liệt thân phải ngồi hoặc nằm một chỗ), ông Thế vẫn thường viết thư đôn đốc ông Thắng cùng ông lo hoàn tất các đề tài đã làm, nhất là bộ *Từ Điển Nhân Vật Lịch Sử Trung Quốc*, "*nhưng do tôi* [tức ông Thắng] *bận các công trình biên khảo riêng, nên tôi cứ lần lữa mãi và chỉ hứa với ông là tôi sẽ chỉ xin làm cái việc* ***bổ sung, hiệu đính*** *cho tác phẩm*". Trước khi xuất ngoại, tôi có nghe ông Nguyễn Bá Thế nói có nhiều "nhà văn hóa" muốn "hợp tác" để xuất bản. Cũng có người muốn "mua đứt" bản quyền quyển Từ điển nầy với số tiền khá cao. Nhưng ông vẫn chưa quyết định.

Ở hải ngoại, chúng tôi thấy có bộ ***Từ Điển Nhân Danh, Địa Danh & Tác Phẩm Văn Học Nghệ Thuật Trung Quốc*** (dầy 718 trang) của Bác sĩ Hoàng Xuân Chỉnh, do Hương Tuấn Hoa Kỳ xuất bản năm 2000. Tưởng cũng nên biết, trước năm 1975, BS Chỉnh không có bất cứ sinh hoạt nào về văn học văn hóa, cũng không có vốn liếng chữ Hán. Từ khi định cư tại Hoa Kỳ "năm 1990, ông bắt tay vào việc biên soạn bộ Từ điển nầy và đã hoàn thành vào năm 1998". Tôi không biết bộ Từ điển của BS Chỉnh có "liên hệ" gì tới bộ Từ điển của ông Thế hay không. Nếu đem ra so sánh: nhà văn hóa Nguyễn Bá Thế miệt mài soạn bộ Từ điển nầy phải mất **20 năm** (1955-1975), còn bác sĩ Tây y Hoàng Xuân Chỉnh chỉ mất **8 năm** (1990-1998). Đó là "kỳ tích" của BS Chỉnh!

Tóm, Nguyễn Bá Thế với hơn 30 tác phẩm trong đó có hai bộ Từ điển đồ sộ, có nên xếp ông vào vị trí *học giả* hay không. Số phận dẫu có nghiệt ngã vẫn không dập tắt ngọn lửa nhiệt tình, tận tụy với nghiệp dĩ văn chương nơi ông - như con tằm vẫn cứ nhả tơ phục vụ cho đời liên tục trên 54 năm cầm bút, khởi đầu lúc 18 tuổi. Nhiều người quý mến ông về cách đối nhân xử thế, bởi sự tốt bụng và lạc quan yêu đời; nhưng cũng lấy làm tiếc vì ông *quá tin người* nên dễ bị thua thiệt trong cuộc sống. Tôi có thể nói: "*Chính Nguyễn Bá Thế - nhà văn hóa bị bỏ quên - đã làm đẹp mặt Tây đô, nói riêng và cả nước, nói chung*". Ông xứng đáng có một vị trí đặc biệt trong văn học sử Việt Nam. "Của César nên trả lại cho César". Tôi nghĩ "Những gì của Nguyễn Bá Thế nên trả lại cho Nguyễn Bá Thế". Nguyễn Bá Thế mãi mãi là *nhà văn hóa bị bỏ quên* nếu không được chánh quyền, văn giới nhắc nhở, tưởng thưởng. Đặc biệt đối với giới nghiên cứu văn học, các nhà viết văn học sử và biên soạn Từ điển Việt Nam, chúng tôi tha thiết đề nghị quý vị nên có cái nhìn khoa học, khách quan hầu đánh giá đúng mức sự cống hiến của nhà sưu khảo Nguyễn Bá Thế. Xin kết thúc bài viết với nhận định sắc sảo của ông: "*Trong lãnh vực sưu khảo, đòi hỏi phải tốn nhiều công phu nghiên cứu, đòi hỏi nhiều sách vở, và phải chịu khó nhọc dài hạn (...). Dân tộc nào cũng cần có một nền văn hóa. Di sản văn hóa dân tộc là điều đáng trân trọng. Do đó vấn đề sưu khảo tôi say mê hơn hết, nhằm cống hiến cho đời sau, để khỏi phải nhọc lòng đi tìm những cái di sản văn hóa còn rải rác nhiều nơi. Làm lãnh vực công tác khảo cứu văn học giúp ích cho người sau đỡ vất vả đi tìm, và di sản văn hóa dân tộc được bảo toàn*".

Kỷ niệm húy nhựt thứ **27** của nhà sưu khảo Nguyễn Bá Thế (tháng III.2023).

Chú thích:

(1) Nguyễn Vy Khanh: *Văn Học Quốc Ngữ Thời Đầu & Miền Nam Lục Tỉnh*. Nhân Ảnh Hoa Kỳ xuất bản năm 2021. tr.92. Thật ra trong điện thư gởi cho chúng tôi ngày 22/10/2022, nhà phê bình Nguyễn Vy Khanh đã viết: "*Tôi*

không bàn đến thời 1954-75, chỉ là nhắc qua loa ở phần đó, các trang 91+... Khi phân chia các khuynh hướng thì chỉ là gợi ý và thiên về văn-chương hơn là biên khảo. Nếu nhắc tên ông NB Thế thì phải dài dòng cả mấy chục danh xưng khác".

(2), (3) và (4) Lê Cần Thơ: *Những Bạn Văn Nghệ Ngang Qua Đời Tôi* (Tâm Bút). Thư Ấn Quán – 2010 & 2016. Ngoài ra, chúng tôi còn tham khảo một số bài viết của Lê Cần Thơ đăng trên: BNS *Dân Ta* số **100** xuất bản tại Houston, Texas, Hoa Kỳ (Bộ mới, năm thứ 14 ra ngày 11/03/1995 – 24/03/1995); *Vĩnh Biệt Nhà Sưu Khảo Văn Học NGUYỄN BÁ THẾ, Dân Ta* số **128** (ra ngày 13/04/1996 – 26/04/1996). Một lần nữa xin thành thật cám ơn văn hữu Lê Cần Thơ, cháu Nguyễn Thị Băng Trinh và một môn sinh ở Đại học Cần Thơ - PGS TS Nguyễn Văn Nở, rất nhiều.

MỪNG TÂN HÔN CÁC CON TRUNG TÍN - THÙY PHƯƠNG

Chúc mừng TRUNG TÍN-THÙY PHƯƠNG
Bền duyên tơ tóc chung lòng dựng xây
Chúc con HẠNH PHÚC lâu dài
Như chim liền cánh, như cây liền cành
Chúc con LOAN PHƯỢNG HÒA MINH
SẮT CẦM HẢO HIỆP tao khang mặn nồng
Chúc con thuận vợ thuận chồng
Cùng nhau tát cạn biển Đông không sờn
Dù cho sông cạn núi mòn
Yêu nhau tới thác - vẫn còn yêu nhau!
Trúc Lan - Montréal, 24.V.2003

*LOAN PHƯỢNG HÒA MINH: Chim loan chim phượng cùng hót. Ý nói vợ chồng đoàn kết thương yêu nhau.

**SẮT CẦM HẢO HIỆP: Sắt, tức cây đờn Sắt, xưa có 50 dây, sau sửa lại còn 25 dây. Cầm, tức cây đờn Cầm, xưa có 5 dây, sau thêm 2 dây thành 7 dây.

Ý nói vợ chồng hòa hợp êm ấm như tiếng đàn Cầm, đàn Sắt đánh hòa nhau.

***Tao khang (đọc trại thành Tào khang): Tao là bã rượu; khang là cám. Hai thức ăn dùng để nuôi heo. Người nghèo dùng 2 thức ăn nầy để sống.

Ý nói vợ chồng ăn ở với nhau từ thuở hàn vi tấm mẳn thì không bao giờ quên hay bỏ nhau.

TỪ DẠ CỔ HOÀI LANG ĐẾN VỌNG CỔ

Trên đời, mọi việc đều có cái duyên trong đó có cái duyên để viết và xuất bản một quyển sách. Đối với tôi, ngoài cái duyên để viết và xuất bản một quyển sách, còn có cái duyên gắn bó với bài Vọng Cổ - là mối ưu tư hàng đầu mãi đeo đẳng trong tôi từ năm nẩy sang tháng khác.

***Tâm sự Nguyễn Hiến Lê**

Trong cuốn *Bảy Ngày Trong Đồng Tháp Mười,* khi viết Lời tựa xuất bản, Nguyễn Hiến Lê có trích dẫn tư tưởng của người xưa: *"Phải có duyên mới viết được một cuốn sách"*, và kết luận: *"Tôi muốn nói thêm: Phải có duyên mới xuất bản được một cuốn sách"*.

Thật vậy, cuốn du ký và biên khảo *Bảy Ngày Trong Đồng Tháp Mười* được Nguyễn Hiến Lê khởi thảo có lẽ từ năm 1939, khi ông về đo đạc tỉnh Đồng Tháp mấy năm sau khi tốt nghiệp trường Cao Đẳng Công Chánh. Mãi đến năm 1944, ông mới viết xong bản thảo đầu tiên. Năm 1945 lại bị Việt Minh cướp lấy mất tại Đồng Tháp Mười. Tám năm sau ông mới viết lại bản thảo mới và giao cho nhà Ban Mai ở Tân Định xuất bản (tháng 3 năm 1954). Như vậy, chỉ có cái duyên để viết xong một quyển sách chưa đủ. Phải đợi đến hơn 15 năm sau, Nguyễn Hiến Lê mới có cái duyên để xuất bản quyển sách của ông.

Cách đây hơn 50 năm (1971) tôi đã có cái duyên viết xong quyển *Tánh Cách Đặc Thù Của Ca Dao Miền Nam.* Mãi đến năm 1972 tôi mới có cái duyên để in quyển sách dầy 230 trang ấy (lưu hành nội bộ) để nộp lưu chiểu tại các thư viện như Viện Đại học Sài Gòn, Viện Đại học Cần Thơ cũng như để tặng thầy học và bằng hữu. Rồi những cái duyên khác đưa đẩy. Trong thời gian giảng dạy tại Đại học Cần Thơ và Đại học Hòa Hảo (An Giang), tôi đã có dịp đưa nhiều nhóm sinh viên đi điền dã sưu tầm, bổ sung và chỉnh sửa quyển sách ấy để sẵn sàng xuất bản. Tánh tôi quá cầu toàn và hơi lề mề, làm cái gì cũng *chờ thời đợi số* nên đợi đến đầu năm 1975 mới đặt vấn đề với các nhà xuất bản. Trong thư gởi Giáo sư Nguyễn Thanh Liêm, Chủ biên Tập san *Đồng Nai - Cửu Long* (Hoa Kỳ) ngày 28/06/2004 tôi có viết:

"Ký hợp đồng với nhà Khai Trí xuất bản quyển "Tánh Cách

Đặc Thù Của Ca Dao Miền Nam" vào thời điểm nóng bỏng lịch sử tháng 4 năm 1975. Dĩ nhiên là không thực hiện được. Bản thảo duy nhứt còn lại bị thất lạc trong một chuyến vượt biển không thành công vào tháng 4 năm 1987".

Thời gian trôi qua thấm thoắt mà đã hơn 50 năm. Sau khi tạm ổn định cuộc sống nơi xứ người, tôi đã thu thập thêm tài liệu trong và ngoài nước về Ca dao xuất bản trước và sau năm 1975 ngõ hầu sửa chữa, bổ sung quyển sách cho thật sự hoàn chỉnh. Nhưng đứa con tinh thần mà tôi hằng kỳ vọng vẫn chưa được *chánh thức* chào đời trước đông đảo bạn đọc toàn cầu.

Sở dĩ tôi phải kể lể dông dài như vậy vì nhiều lẽ:

-Một là tôi không có đủ duyên lành như Nguyễn Hiến Lê để viết và xuất bản được một quyển sách;

-Hai là trong quyển *Tánh Cách Đặc Thù Của Ca Dao Miền Nam,* tôi có đề cập đến "**bài**" Dạ Cổ Hoài Lang và "**bản**" Vọng Cổ trong đó có *một vài chi tiết* ít người đề cập tới. Thôi thì thay vì ngồi *"nguyền rủa bóng tối"* trách cứ cái duyên, xin hãy cho tôi thắp ngọn nến nhỏ, đốt ngọn đèn tâm với mục đích duy nhứt là thêm chút ánh sáng về nét đặc thù của cổ nhạc miền Nam.

Tôi muốn nói tới "bài" Dạ Cổ Hoài Lang và "bản" Vọng Cổ hầu giải tỏa phần nào cái "tâm sự Nguyễn Hiến Lê" mà tôi hằng ấp ủ từ lâu.

***Ai là tác giả đích thực của bài Dạ Cổ Hoài Lang?**

Từ trước đến nay khi viết về Dạ Cổ Hoài Lang, hầu hết các tác giả đều mặc nhiên khẳng định nhạc sĩ Cao Văn Lầu (Sáu Lầu) - đã sáng tác *cả nhạc lẫn lời* bài hát bất hủ nầy. Theo ông Trần Văn Khải và Giáo sư Trần Văn Khê thì ông Sáu Lầu sanh ra lối 1890 tại xã Thuận Lễ tỉnh Tân An, năm lên 6 tuổi ông theo cha về Bạc Liêu (1). Theo *Bách khoa Toàn thư mở*, Cao Văn Lầu sanh ngày 22/12/1890 và mất ngày 13/8/1976. Ông sáng tác bài Dạ Cổ Hoài Lang vào năm 1920 tại nhà đèn Bạc Liêu (2). Giáo sư Nguyễn Thuyết Phong cho rằng ông Sáu Lầu sáng tác Dạ Cổ Hoài Lang vào khoảng 1919-1920 (3). Soạn giả Nguyễn Phương đã dẫn lời của nghệ sĩ Bảy Cao cho rằng lúc nhỏ ông Sáu Lầu làm sa di ở chùa Vĩnh Phước (Bạc Liêu) cách nhà Bảy Cao ở xóm

Hàng Cóc độ 50 thước và là **cha đẻ bài Dạ Cổ Hoài Lang**. Ông Sáu Lầu là học trò của nhạc sư nổi tiếng Hai Khị ở Bạc Liêu và là thầy dạy cổ nhạc của nghệ sĩ Bảy Cao (4).

Thật ra cho đến nay vẫn còn một số nghi vấn về ***lời*** của bài Dạ Cổ Hoài Lang. Có người cho rằng lời bài hát do ông Trần Xuân Thơ đặt ra. Người khác cho nói lời bài hát vốn là một bài **từ** của nhà sư Nguyệt Chiếu. Để rộng đường dư luận, chúng tôi xin chép bài *"Thử tìm xuất xứ bài Vọng Cổ"* của ông Nguyễn Tử Quang đăng trong tạp chí *Bách Khoa* số 63 ngày 15/8/1959:

"... Vào khoảng năm 1920 tại chùa làng Hòa Bình, tỉnh Bạc Liêu có một nhà sư tại [**tên**] *họ thật là gì, người ta không được biết mà chỉ biết pháp danh là Nguyệt Chiếu. Vì ở xa lại nên người ta không rõ được tông tích nhà sư. Nhưng thấy nhà sư Nho học uyên thâm với tư tưởng ẩn dật, người ta đoán chừng là một "văn thân" chống Pháp trong thời Cần Vương, nay thất thời nên tạm lánh mình vào cửa Phật.*

"Tuy đã đi tu nhưng vẫn mang nặng tình non nước, lòng còn hoài bão chí khí lớn lao với một cuộc đổi thay, nên nhà sư mới đem tâm sự của mình ký gởi trên một bài ***từ*** *đề là "Dạ cổ hoài lang" nghĩa là "Đêm khuya nghe tiếng trống nhớ chồng". Đại ý của nó cũng tựa như tác phẩm "Chinh phụ ngâm" của bà Đoàn Thị Điểm.*

"Bài thơ nầy lại được vào tay ông Sáu Lầu, một nhạc sĩ có tiếng lúc bấy giờ. Lời thơ tuy tầm thường nhưng có lẽ lúc bấy giờ, giữa đôi bên thông cảm được mối tình "thương nhà nhớ nươc", nên ông Sáu Lầu mới đem bài thơ ấy phổ ra nhạc [chúng tôi in chữ đậm]. *Đó là bài Dạ cổ hoài lang, nhịp đơn, âm điệu mường tượng hai bài Hành Vân và Xuân Nữ. Bài ấy lời lẽ như thế này:*

"Từ phu tướng,
Báu kiếm sắc phong lên đàng
Vào ra luống trông tin chàng
Thêm đau gan vàng.
Trông tin chàng,
Gan vàng thêm đau!
Chàng dầu say ong bướm,
Xin đó đừng phụ nghĩa tào khang.

Đêm ngóng trông tin bạn,
Ngày mỏi mòn như đá vọng phu.
Vọng phu, vọng luống trông tin chàng,
Năm canh mơ màng,
Chàng hỡi, chàng có hay.
Đêm thiếp nằm luống những sầu tây.
Bao thuở đó đây sum vầy,
Duyên sắc [**sắt**] *cầm tình thương.*
Nguyện cho chàng
Đặng chữ bình an.
Trở lại gia đàng,
Cho én nhạn hiệp đôi".

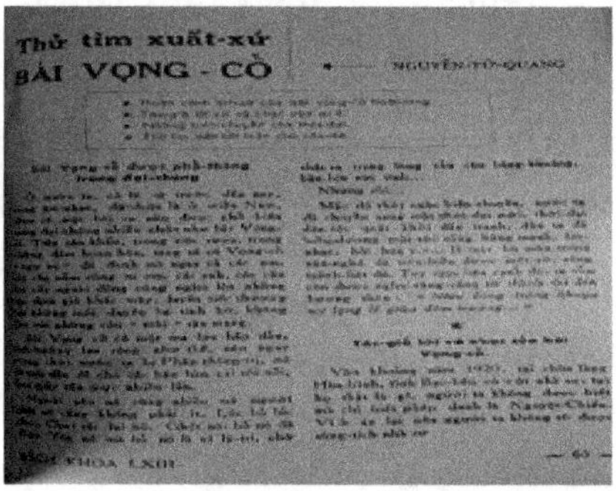
Thử tìm xuất-xứ
BÀI VỌNG-CỔ
NGUYỄN-TỬ-QUANG

— 63 —

Trở lại trường hợp sáng tác "bài" Dạ Cổ Hoài Lang cũng có nhiều ý kiến khác nhau. Ký giả Thanh Cao trong bài phỏng vấn ông Sáu Lầu về ngày chào đời của "bản" Vọng Cổ đăng trong báo *Dân Mới* ngày 20/12/1953 có viết câu trả lời của ông Sáu Lầu: *"Tôi không nhớ rõ là đã được bao nhiêu lâu, nhưng lại nhớ năm ấy tôi được 29 tuổi và bây giờ tôi đã 63"*. Dựa vào bài báo, ta có thể đoán biết ông Sáu Lầu chào đời năm 1890. Và năm ông sáng tác bài Dạ Cổ Hoài Lang vào năm 1919 lúc *"khủng hoảng tinh thần"* trong *"hoàn cảnh đau thương"* bị cha mẹ bắt buộc phải bỏ vợ sau 8 năm chung sống vì lý do bà vợ không sanh con nối dòng. Ông buồn nhớ bạn lang nên đặt ra bài ca tên *Hoài Lang*. Sau đó ông Bảy Kiến đề nghị thêm vô hai chữ *Dạ Cổ* tức là *Dạ Cổ Hoài Lang*.

Giáo sư Nguyễn Thuyết Phong thì cho rằng: *"Ông Sáu Lầu*

sáng tác bài Dạ Cổ Hoài Lang vào khoảng năm 1919-1920, không phải vì thương nhớ bạn lang, nhớ vợ bị bắt buộc phải ly dị, mà nhân dịp có một nhóm nghệ sĩ từ Huế vào trình diễn trong Nam, ông Sáu Lầu sáng tác bài Dạ Cổ Hoài Lang để đáp lễ nhóm nghệ sĩ Huế" (5).

Theo soạn giả Nguyễn Phương và nghệ sĩ Bảy Cao thì sau ba năm chung sống mà không có con nên ông Sáu Lầu bị cha mẹ buộc phải *để vợ* (ly dị vợ). Nhưng hai người *"Cái căn không bỏ, cái nợ không rời"* nên thường lén lút gặp nhau. Và *cái chái nhà* của ông Lê Văn Đại - thân phụ nghệ sĩ Bảy Cao, chính là điểm hẹn hò cũng như tiếng đàn kìm điêu luyện của ông Sáu Lầu đã kết nối mối tình dang dở của vợ chồng ông (6).

Về hoàn cảnh sáng tác bài Dạ Cổ Hoài Lang, chúng tôi và tác giả Vương Thư Sinh đều thống nhứt nhận định: *Ông Sáu Lầu chỉ đặt ra* ***bài nhạc*** *còn* ***lời ca*** là của một nguồn gốc khác (7).

Thật vậy đọc toàn lời ca của bài Dạ Cổ Hoài Lang, ta thấy toát lên lời thở than thương nhớ của một người vợ có chồng đi chinh chiến phương xa. Nàng ở nhà mòn mỏi trông tin, luôn mong mỏi phút giây trùng phùng. Đây cũng là tâm trạng chung của nhiều thiếu phụ Việt Nam thời bấy giờ, khi người chồng vì bổn phận, vì nhiệm vụ phải *"chấp kiếm lên đường"* đi ra biên ải... Đây không phải tâm sự ai oán của người chồng vì hoàn cảnh phải sống xa lìa người vợ thủy chung gắn bó. Ông Sáu Lầu không thể đặt ra lời một người đàn bà nhớ chồng để gởi gấm tâm sự nhớ vợ của ông.

Hơn nữa ông còn sáng tác cả nhạc lẫn lời những bài như "Minh Hoàng thưởng nguyệt", "Giọt mưa đêm..." thì hẳn nhiên ông có thừa khả năng để sáng tác một bài "Dạ Cổ Hoài Thê" thay vì "Dạ Cổ Hoài Lang"! Qua những điều vừa dẫn trên, chúng tôi hoàn toàn đồng ý với nhận định của ông Nguyễn Tử Quang nên đã viết trong quyển *Tánh Cách Đặc Thù Của Ca Dao Miền Nam* (1972) cũng như phát biểu tại Trung Tâm Văn Hóa Giáo Dục Hồng Đức Montréal (Canada) về Ca dao miền Nam ngày 13 tháng 5 năm 2001 như sau: *"Thật ra lúc đầu bản Vọng Cổ nầy chỉ là một* ***bài thơ*** *tựa đề là Dạ Cổ Hoài Lang của nhà sư Nguyệt Chiếu ở chùa làng Hòa Bình, tỉnh Bạc Liêu, sáng tác vào khoảng* *năm 1920. Bài thơ nầy được ông Sáu Lầu một nhạc sĩ danh tiếng cũng ở Bạc Liêu phổ ra nhạc...*”[8].

Sau năm 1975 có dịp tới Sóc Trăng, tôi lại có cái duyên lành gặp được ông Nguyễn Tử Quang, người cùng thời với ông Sáu Lầu và được nhà nghiên cứu xác nhận chi tiết về tác giả bài Dạ Cổ Hoài Lang như đã đăng trong báo *Bách Khoa* năm 1959 là đúng sự thật. Tưởng cũng nên biết Nguyễn Tử Quang (1918-2006) tên thật là Quang Bảo Phong, người xã Vĩnh Mỹ, huyện Vĩnh Lợi, tỉnh Bạc Liêu. Từ những năm 1940, ông đã có nhiều bài đăng ở các báo như: *Trung Bắc chủ nhật*, tạp chí *Nam Phong* ở Hà Nội và *Nam Kỳ tuần báo, Thanh niên Đông Pháp*, các tạp chí *Đại Việt, Bách Khoa, Phổ Thông* ở Sài Gòn. Ông ký nhiều bút hiệu: Quang Phong, Vô Ngã, Lão Nguyệt, Nguyễn Thảo Lư, v.v... Ông viết đủ thể loại, từ sách học làm người, giáo dục, khảo luận đến truyện ngắn, nhi đồng. Nhưng thành công nhứt là viết khảo luận với những nhận xét tinh tế và bình luận sâu sắc (Theo Nguyễn Ngọc Phan, *Phật Giáo Bạc Liêu,* 2014).

***Từ Dạ Cổ Hoài Lang đến Vọng Cổ**

Miền Nam là miền đất mới màu mỡ, phì nhiêu với những kho tàng vô tận như đồng ruộng bao la, cây lành trái ngọt và sông nước hữu tình đã nổi tiếng là miền trù phú bậc nhứt nước Nam Chính vì vậy Nguyễn Văn Xuân đã viết trong cuốn *Khi Những Lưu Dân Trở Lại: “Cái lợi lớn của miền Nam là được thu nhập một nền giáo dục Khổng Mạnh song ít khắt khe hơn mà đồng thời nhờ sinh hoạt xa triều đình lại ở vào khu vực cây ngọt trái lành, vườn rộng đồng xanh thênh thang nên tình cảm cũng nẩy nở phong phú hơn nhiều lắm*”[9].

Dân tộc miền Nam luôn gặp gỡ nhiều dân tộc khác lại có một tâm hồn cởi mở phóng khoáng, cho nên gặp một dân tộc nào, họ cũng muốn tìm cái điệu nhạc của dân tộc đó với mục đích làm sao phối hợp làm giàu cho cái vốn của mình. Do đó chúng ta thấy âm nhạc tài tử từ miền Trung đi vào trong Nam nó biến thành màu sắc đậm đà hơn vì cấu trúc trong Nam là *cấu trúc phóng khoáng*. Đó là *cấu trúc động và mở*. Nó khác với *cấu trúc tịnh và đóng* của âm nhạc tài tử miền ngoài.

Chẳng hạn như một bài Lưu Thủy ở miền Trung, ban đầu

chỉ đơn sơ mấy nét:

Hò xự xang xế xang hò xự xang
Xế xang xự xang xáng xự
Hò cống cống xang cống xê xang cống líu.

Tới chừng sang qua Lưu Thủy thục giang lại theo phong cách Huế:

Hò (là) hò xự xang
Xế xang hò (là) hò xự xang
Xê cống xang xê xang xự hò xang.

Từ Lưu Thủy thục giang vô trong Nam biến thành Lưu Thủy đoản (Lưu Thủy vắn). Từ Lưu Thủy đoản biến ra thành Lưu Thủy trường, dài hơn nhiều. Từ Lưu Thủy trường nó biến hóa không ngừng từ nhịp 4 rồi nhịp 8, v.v… Không thích giữ nguyên xi, biến chuyển mà vẫn giữ cái gốc, đó là cái **cấu trúc phóng khoáng**, **động và mở** của âm nhạc miền Nam (theo GS Trần Văn Khê). Bài Dạ Cổ Hoài Lang cũng không vượt ra ngoài cái quy luật nói trên. Ở đây có vấn đề được đặt ra: Tại sao bài Dạ Cổ Hoài Lang của ông Sáu Lầu được nhiều người ưa thích và truyền tụng đến ngày nay trong khi bài Dạ Bán Chung Thinh (Nửa đêm nghe tiếng chuông) của thầy ký Trần Quang Quờn bị mai một không còn ai nhắc tới? Theo GS Trần Văn Khê có ba lý do để giải thích:

- Một là bài Dạ Bán Chung Thinh theo hơi Nam nhưng *bí hiểm* còn Dạ Cổ Hoài Lang cũng theo hơi Nam nhưng *dính liền với tiếng ru của bà mẹ*, cũng như dính liền với bài Hành Vân lúc đó rất thịnh hành.

- Hai là thế chiến thứ nhứt (1914-1918) bùng nổ, nhiều thanh niên Việt Nam bị bắt đi làm lính đánh thuê cho Pháp. Cảnh biệt ly diễn ra khắp mọi gia đình. Tâm sự ai oán của người chinh phụ diễn tả trong Dạ Cổ Hoài Lang ai nghe cũng xúc động.

Ca dao Nam Kỳ Lục tỉnh thời bấy giờ đã là chứng nhân lịch sử cho những cảnh biệt ly:

Trách A-lơ-măn [**Allemand**] *nó lăng xăng làm loạn*
Thiếp đưa chàng lai láng dòng châu.

Hoặc: *Tàu xúp-lê* [**souffler**] *một, còn thương còn nhớ*

Tàu xúp-lê hai, còn đợi còn chờ
Tàu xúp-lê ba, tàu ra biển Bắc
Tay vịn song sắt, chắt lưỡi kêu trời
Đôi ta mới ngộ mà trời đày đi xa!

- Ba là thời bấy giờ có mấy gánh hát cải lương ra đời như gánh hát của André Thận (1917) và gánh hát của thầy Năm Tú (1918). Đặc biệt thầy Năm Tú có công trong việc đưa nhạc cải lương đến với mọi tầng lớp người Việt từ Nam chí Bắc qua dĩa hát Pathé Phono 78 vòng. Và không ai ngờ rằng chính thầy Năm Tú đã đi tiên phong trong việc đưa Dạ Cổ Hoài Lang lên sân khấu như nhận định của Toan Ánh trong *Cầm Ca Việt Nam: "Bài này* (tức Dạ Cổ Hoài Lang) *được đưa lên sân khấu bởi gánh hát thầy Năm Tú ở Mỹ Tho lần đầu tiên rồi lần lượt các gánh hát khác cũng sử dụng nhất là trong các tuồng cải lương"* [(10)].

Bài Dạ Cổ Hoài Lang lúc đầu chỉ có nhịp đôi được phổ biến rộng rãi trong giới cải lương khoảng năm 1925-1927, dần dần thay thế bản Tứ Đại Oán. Về sau nó biến chuyển không ngừng từ nhịp 2 được tăng lên nhịp 4 với bài *"Tiếng Nhạn Kêu Sương"* của soạn giả Tư Chơi (Huỳnh Thủ Trung). Từ nhịp 4 lên nhịp 8 do thầy Giác khởi xướng khoảng năm 1929-1930 và phát triển khoảng 1935 -1937 với bài *"Văng vẳng tiếng chuông chùa"* do nghệ sĩ Năm Nghĩa phổ biến. Từ năm 1938 nghệ sĩ Bảy Hàm tăng lên thành *"Vọng Cổ nhịp 16"* với tiếng hát cô Tư Sạng trong bài *"Tình mẫu tử"*. Sau thế chiến thứ hai (1939-1945), Vọng cổ nhịp 16 càng được phổ biến rộng rãi hơn với tiếng hát điêu luyện của nghệ sĩ Út Trà Ôn với các bài *"Tôn Tẫn giả điên"*, *"Thái sư Văn Trọng"* do hãng dĩa Asia phát hành. Theo soạn giả Viễn Châu từ năm 1947 dĩa *"Tôn Tẫn giả điên"* bán chạy như tôm tươi, còn dĩa «*Thái sư Văn Trọng*" cũng tạo cơn sốt trong giới mộ điệu Lục tỉnh [(11)].

Từ đó cải lương miền Nam đã có một đệ nhứt danh ca Út Trà Ôn, một giọng ca đi vào lòng bao thế hệ. Đến khi dĩa *"Tình Anh Bán Chiếu"* được hãng Hồng Hoa phát hành, ký giả Nguyễn Ang Ca gọi Út Trà Ôn là *"Vua Vọng Cổ"*. Từ năm 1954 *"Vọng Cổ nhịp 32"* xuất hiện, tiêu biểu nhứt là bài *"Đội gạo đường xa"* của Kiên Giang được Hữu Phước hát rất ngọt, rất muồi. Từ năm 1964, soạn giả Viễn Châu là người đầu tiên đưa Tân nhạc vào Vọng Cổ tạo thành loại hát Tân Cổ giao duyên. Tuy nhiên các bản Tân Cổ giao duyên được rút ngắn thành Vọng Cổ 4 câu thay vì 6 câu nhịp 32 như trước.

Như trên đã nói, cấu trúc âm nhạc miền Nam là *Cấu trúc phóng khoáng, động và mở*. Nó biến chuyển không ngừng nhưng vẫn giữ cái gốc ban đầu. Soạn giả Nguyễn Phương đã viết: "*Đặc điểm của bài Vọng Cổ là tự do trong khuôn phép. Bản Dạ Cổ Hoài Lang được dùng như một cái khung (còn được gọi là lòng bản) để trên đó mỗi người nghệ sĩ tự do sáng tạo theo cảm hứng của mình. Bởi vậy khi mới nghe thì bản Vọng Cổ có vẻ giống nhau, nhưng thật ra thì không ai đờn giống ai, không ai ca giống ai nhưng cũng không ai thoát ra khỏi những chữ nhạc đã được qui định trong mỗi khung nhạc nên không làm mất đi cái bản sắc của bài Vọng Cổ*" (*Thời Báo* Montréal số 743 ngày 26/03/ 2004).

Thật vậy, về giọng ca *nức nở* của Vua Vọng cổ Út Trà Ôn, hai soạn giả Nguyễn Phương và Viễn Châu đã hết lời ca ngợi. Đó là "*giọng ca có hơi đồng trầm ấm, phong cách ca ngâm khoan thai, chững chạc (...), giọng ca không chân phương quá mà cũng không luyến láy kỹ thuật quá, nhưng từng lời từng chữ rõ ràng truyền cảm khiến cho người nghe thấm sâu ý nghĩa của bài ca*" (Nguyễn Phương, *Thời Báo* số 743).

Riêng soạn giả Viễn Châu đã viết: "*Bài bản Cải lương có nhịp nhàng, ai ca cũng trúng nhịp được, giống như con tàu cứ vô ga là phải ghé, nhưng ảnh [Út Trà Ôn] không ghé như công thức như người ta mà về trước một chút, lòn ở phía sau một chút, rồi lại lướt lên trên để rồi mới ghé về đích, nên đường đi của ảnh lả lướt không ai bằng*" (*Thời Báo* số 612 ngày 21/09/2001).

Nếu Út Trà Ôn lên ngôi "*Vua Vọng Cổ*" thì soạn giả viễn Châu với hơn 2000 bài ca mà bài nào cũng êm ái quyến rũ lòng người được giới mộ điệu tặng luôn danh hiệu "*Vua viết bài ca Vọng Cổ*". Hai ông Vua ấy quả thật có mối duyên kỳ ngộ, là một cặp tri âm Bá Nha-Tử Kỳ thời đại. Sau sự thành công của Vua Vọng cổ Út Trà Ôn đặc biệt trong hai thập niên 1960-1970, nhiều nghệ sĩ thành danh và "*hốt bạc*" nhờ tài ca vọng cổ (Xin xem *Thời*

Báo số 743).

Vọng Cổ và Cải Lương là một cặp không thể thiếu như hình với bóng. Nó đã đi sâu vào mọi tầng lớp dân chúng từ bình dân đến trí thức, từ Nam chí Bắc: "*Vọng Cổ giọng buồn não nùng, tha thiết, dễ cảm, dễ xót xa... Vọng Cổ đã có ma lực mãnh liệt để quyến rũ giới bình dân miền Nam và cả giới trí thức nữa*" (Toan Ánh, *Cầm Ca Việt Nam*). Và "*Cái môn Cải lương ở ngoài Bắc rất được ưa chuộng. Cũng như dân Nam Kỳ, dân Bắc Kỳ cũng khoái 6 câu Vọng Cổ mùi* [**muồi**] *rệu*" (Tô Ngọc, *Chọn Lọc* số 51).

Ngoài ra giới Cải Lương còn biến hóa Dạ Cổ Hoài Lang thành những bản Vọng Cổ hài (Xin xem *Thời Báo* số 717). Theo thiển ý chúng tôi, đây là sự biến chuyển sau cùng của Dạ Cổ Hoài Lang nhưng vượt ra ngoài cái quy tắc vì không còn giữ nguyên xi cái gốc là ***nét sầu*** của bài ca nguyên thủy. Bài Vọng Cổ hài đầu tiên là: "*Cộp Cộp, Bonjour thầy Ba*" do ca sĩ Hồng Châu hát, hãng dĩa Asia phát hành năm 1940. Nhưng phải đợi đến năm 1960, hãng dĩa Lam Sơn phát hành bài Vọng Cổ hài "*Đêm Tân Hôn*" của soạn giả Viễn Châu do Văn Hường hát có thể nói rất ăn khách - một hiện tượng hiếm thấy trong thị trường dĩa nhạc thời bấy giờ. Sau đó với sự thành công hàng loạt về hát vọng cổ hài, Văn Hường còn được người đời phong tặng danh hiệu "*Vua Vọng Cổ Hài*".

***Kết**

Vọng Cổ là một hiện tượng độc đáo, là bản ruột, là cái nhụy của cải lương. Sau hơn 100 năm, bản Vọng Cổ vẫn là vị *hoàng đế không ngai* của nền âm nhạc miền Nam. Viết đến đây, chúng tôi hầu như được giải tỏa phần nào cái "*Tâm sự Nguyễn Hiến Lê*". Âm nhạc miền Nam nói chung, và Vọng Cổ nói riêng, có cái lịch sử của nó. Và lịch sử âm nhạc miền Nam là lịch sử tâm hồn dân tộc. Ở đây là lịch sử tâm hồn dân tộc miền Nam. Tìm hiểu những nét độc đáo của âm nhạc miền Nam trong đó có bài Vọng Cổ là tìm hiểu tâm hồn, tánh cách của dân tộc ở một vùng đất mới để làm giàu cho nền văn hóa dân tộc của cả nước Việt Nam thân yêu.

Bất giác tôi nhớ tới mấy câu thơ:

Khi đất Bắc vang lên lời cò lả
Khi miền Nam Vọng cổ ấm hương tình
Khi miền Trung vững lời thề sắt đá
Trong câu Hò mái đẩy hẹn ba sinh.

Tôi cũng thấm thía lời phát biểu của giáo sư Nhựt Bổn Kishibe Shigeo trong hội nghị UNESCO tại Téhéran năm 1961 về bảo vệ vốn cổ: "*Người Nhựt từ hơn một trăm năm nay đã cố gắng trèo lên những ngọn núi cao và đẹp của âm nhạc phương Tây. Các đỉnh ấy là Beethoven, Mozart, Chopin. Khi đến đỉnh, chúng tôi thấy ở chân trời có một đỉnh núi khác cũng cao, cũng đẹp như đỉnh núi chúng tôi đang đứng. Đó là núi nhạc truyền thống Nhựt Bổn. Các bạn Châu Á, Châu Phi đừng mất một trăm năm như chúng tôi mới thấy trong nước các bạn cũng có những đỉnh núi cao đẹp như núi nhạc phương Tây*" (12).

Miền Nam nói riêng, Việt Nam nói chung đều có sẵn những núi nhạc truyền thống. Chúng ta khỏi mất công tìm kiếm, đôi khi cả trăm năm, những núi nhạc khác. Vấn đề ở đây là làm sao dung hòa được hai nền nhạc Âu và Việt trên căn bản vẫn giữ *cái gốc* của nó. GS Trần Văn Khê đã đánh giá về bài Dạ Cổ Hoài Lang-Vọng Cổ như sau: "*Trong Cổ nhạc Việt Nam chưa có bài nào bản nào được như bài Dạ Cổ Hoài Lang biến thành Vọng Cổ, từ một sáng tác cá nhân đã biến thành một sáng tác tập thể, sanh ra từ đầu thế kỷ, lớn lên, sống mạnh, phát triển không ngừng, biến hóa thiên hình vạn trạng mà sẽ còn sống mãi trong lòng người Việt trong nước và rải rác khắp năm châu*" (*Thời Báo* số 476). Chúng tôi tin chắc như vậy

Cuối cùng, chúng tôi muốn góp "thêm chút ánh sáng" về xuất xứ của "bản" Vọng Cổ mà tên gọi đầu tiên của nó là "bài" Dạ Cổ Hoài Lang. Từ sau năm 1975 đến nay, các nhà nghiên cứu văn hóa, âm nhạc cả hai miền Nam-Bắc đều khẳng định: Chính ông Cao Văn Lầu (Sáu Lầu) sáng tác cả nhạc và lời bài Dạ Cổ Hoài Lang bất hủ nầy. Để rộng đường dư luận, tránh sự ngộ nhận, chúng tôi muốn có một cái nhìn mới khi viết:

"***Lời của Dạ Cổ Hoài Lang ban đầu là bài từ - tức một thể loại thơ, do nhà sư Nguyệt Chiếu viết, nhạc sĩ Sáu Lầu chỉ có công phổ nhạc mà thôi".*** Ước mong các nhà biên khảo văn hóa, văn học sử làm sáng tỏ vấn đề trên.

*Đã đăng nhiều lần trên các tạp chí: Thời Báo, Đồng Nai-Cửu Long, Sài Gòn Nhỏ, SaiGon Times và một vài tạp chí ở Sài Gòn cũng như sách. *Những Trang Văn Đời Tôi.*

Chỉnh sửa tại Montréal, quý Xuân 2022.

Chú thích:

(1) Trần Văn Khải: *Nghệ Thuật Sân Khấu Việt Nam*. Sài Gòn, Khai Trí xuất bản 1970;
(2) Trần Văn Khê: *Dạ Cổ Hoài Lang, một xuất xứ buồn. Thời Báo* số 476 ngày 12/02/1999;
(3) và (5) Thuyết Phong: *Thế Giới Âm Thanh Việt Nam*. Hoa Cau CA xuất bản;
(4)và (6) *Nguyễn Phương: Ngũ Đại Gia Sân Khấu Cải Lương*. Montréal 2004;
(7) Vương Thư Sinh: *Dạ Cổ Hoài Lang. Đồng Nai-Cửu Long* số 3, tháng 1/2006;
(8) Nguyễn Kiến Thiết: *Tánh Cách Đặc Thù Của Ca Dao Miền Nam*. Luận án Cao học Văn Chương, Đại học Văn Khoa Sài Gòn 1972;
(9)Nguyễn Văn Xuân: *Khi Những Lưu Dân Trở Lại*. Sài Gòn, Thời Mới xuất bản, 1969;
(10)Toan Ánh: *Cầm Ca Việt Nam. Sài Gòn,* Lá Bối xuất bản, 1969;
(11) Người Tân Định: *Lá Thư Sài Gòn. Thời Báo* số 612 ngày 21/09/2001;
(12) Trần Văn Khê: *Âm Nhạc Đông Nam Á*. Đông Nam Á xuất bản.

PHỎNG VẤN GIÁO SƯ TRẦN VĂN KHÊ

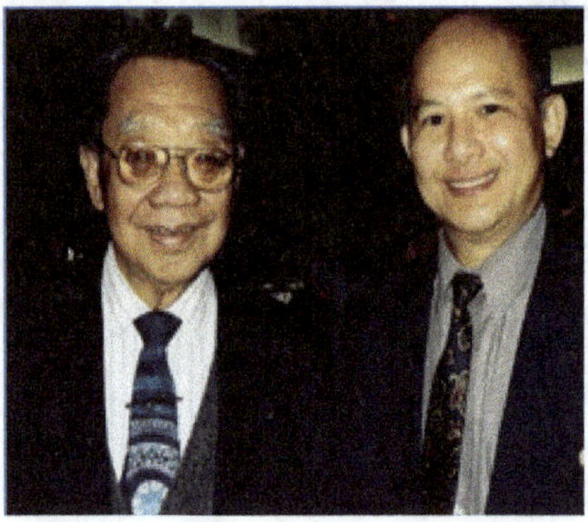

GS Trần Văn Khê và tác giả. Ảnh do tác giả chụp tại Montréal, 2001.

Nhận lời mời của Hội AHCHS Trung học Mỹ Tho, GS Trần Văn Khê đã đến Montréal nói chuyện về Âm Nhạc Tài Tử Miền Nam tại nhà hàng Lotté Furama vào tối thứ bảy 13 tháng 10 năm 2001. Về tiểu sử của nhà dân tộc âm nhạc học lừng danh nầy, người viết không thể giới thiệu đầy đủ trong khuôn khổ hạn hẹp của một bài báo. Muốn biết thêm nhiều chi tiết về cuộc đời và sự nghiệp của Giáo sư, mời bạn đọc tham khảo các tư liệu như: *HỒI KÝ TRẦN VĂN KHÊ I, II, III, IV* (Nxb. Trẻ. TP Hồ Chí Minh 2001); *Lá Thư Sàigòn* của Người Tân Định (*Thời Báo* số 545 ngày 09/06/2000)... Tuy nhiên chúng tôi xin được nêu lên vài chi tiết về cuộc đời và sự nghiệp của nhà "truyền đạo nhạc" nầy.

Trong lời tựa cuốn *Hồi Ký Trần Văn Khê I,* tác giả có viết: *"Tôi may mắn được sanh ra trong một gia đình có bốn đời nhạc sĩ, nhưng nếu không nhờ người cậu thứ năm và má tôi thực hiện việc giáo thai bằng âm nhạc, chưa chắc tôi đã có được ngọn lửa tình yêu âm nhạc nung nấu trong lòng như ngày nay (...) Trong mọi việc làm thì không vì danh hay vì lợi mà chỉ vì tình, tình đối với người thân, với dân tộc, đất nước, và rộng hơn nữa là với nhân loại"*. Ngoài ra thiết tưởng cũng nên bổ sung một số chi tiết về bậc đại sư phụ... thứ dữ nầy.

-Năm 1954, GS Trần Văn Khê đã phổ nhạc bài thơ *"Đi chơi*

chùa Hương" của Nguyễn Nhược Pháp, con của học giả kiêm nhà báo Nguyễn Văn Vĩnh (đừng lầm với bài "*Chùa Hương*" của Hoàng Quý, anh ruột nhạc sĩ Tô Vũ).

-Năm 1958 khi chủ biên bộ "*Bách Khoa Tự Điển Âm Nhạc Thế Giới*" , Giáo sư đã dành ra 9 trang để viết về âm nhạc Việt Nam.

-Năm 1959, GS Khê lại được mời viết cho bộ "*Từ Điển Âm Nhạc Đông Nam Á*" với chuyên mục Trung Quốc, Nhựt Bổn, Triều Tiên, Việt Nam.

-Năm 1975, Giáo sư đã được Đại học Ottawa trao bằng Tiến sĩ danh dự về âm nhạc.

-Năm 1999, Giáo sư cũng được Đại học Moncton trao thêm một bằng Tiến sĩ danh dự về âm nhạc học nữa.

Những năm gần đây, thỉnh thoảng có xuất hiện những bài viết của Giáo sư trên mặt báo Sàigòn được Người Tân Định nhận xét rất xác đáng: "*Ông viết cũng như ông nói, thắm đượm cái chất mộc mạc, giản dị của quê hương Nam Kỳ, phảng phất giọng điệu của Hồ Biểu Chánh ngày trước và Sơn Nam sau này*" (*). Trở lại vấn đề, vì chương trình buổi nói chuyện dự liệu không có phần đặt câu hỏi nên tôi đã viết sẵn một lá thư để kính nhờ Giáo sư trả lời hai câu hỏi về Dân ca miền Nam.

Để quý bạn đọc tiện theo dõi, tôi xin ghi ra nội dung lá thư ấy như sau:

Thưa Giáo sư Trần Văn Khê kính mến,

Đã từ lâu, tôi là người rất hâm mộ và kính phục Giáo sư, một nghệ sĩ đa tài, một nhà âm nhạc học lừng danh, một sứ giả văn hóa, một học giả uyên bác có cái đáng kính của một đại lão sư phụ và cái thân mật của ông thầy giáo làng đáng yêu đáng quý.

Đây là lần thứ hai tôi được may mắn nghe Giáo sư nói chuyện về âm nhạc cổ truyền Việt Nam. Đề tài nầy chắc chắn sẽ đem lại cho tôi cũng như tất cả cử tọa những khám phá bất ngờ và lý thú. Lần thứ nhứt tại Viện Đại Học Cần Thơ, Giáo sư đã thao thao bất tuyệt "miệng nói, tay đờn, chân gõ nhịp", giảng giải từ ngọn nguồn lạch sông, phân tích rạch ròi chân tơ kẽ tóc suốt ba tiếng đồng hồ về "cái gõ nhịp song lang và cây đờn bầu". Riêng về tính năng của cây đờn bầu, Giáo sư đã giải thích một cách đơn giản nhưng dễ hiểu, đó là "tiếng lòng của dân tộc, một dây nhưng thống nhứt, réo rắt đầu nầy nhưng trầm ấm đầu kia".

Thưa Giáo sư,

Đã từ lâu tôi hằng để tâm nghiên cứu và đã từng giảng dạy về ca dao miền Nam nhưng dưới cái nhìn của người nghiên cứu văn học hơn là nghiên cứu âm nhạc. Theo nhạc sĩ Phạm Duy, dân ca dân nhạc miền Nam ít nhiều chịu ảnh hưởng dân nhạc Chàm và dân nhạc Khmer nên mang tính chất buồn và nằm trong hệ thống ngũ cung oán. Nói khác đi hầu hết những thể ca của dân ca miền Nam như: Hát ầu ơ (tức hát ru), nói thơ, nói vè, nói Lô tô, các điệu hò, điệu lý và ngay cả điệu hò lờ v.v... giai điệu đều nằm trong ngũ cung hơi Nam giọng oán (2). Hôm nay được gặp lại Giáo sư lòng tôi mừng vui như mở hội, như cá gặp nước, như rồng gặp mây.Thật là phỉ nguyền mơ ước! Kính mong Giáo sư vui lòng giải đáp các câu hỏi sau đây:

1.- Nhận xét của nhạc sĩ Phạm Duy trên đây có hữu lý và xác đáng hay không? Nói khác đi hầu hết các thể loại dân ca miền Nam đều dùng hệ thống ngũ cung hơi Nam giọng oán?

2.- Miền Nam có rất nhiều điệu hò như: Hò Cần Thơ, hò Vĩnh Long, Hò Bến Tre, hò Gò Công, hò Tân An, hò Đồng Tháp, v.v… Làm thế nào phân biệt được các điệu hò kể trên? Thành thật cám ơn Giáo sư và kính chúc Giáo sư luôn khỏe mạnh, sống lâu để đóng góp không ngừng vào việc đề cao và phổ biến di sản văn hóa dân tộc và nhân loại.

Montréal (Canada) ngày 13 tháng 10 năm 2001
Một người yêu thích dân ca dân nhạc Miền Nam
Nguyễn Kiến Thiết

Sau gần một tuần lễ đợi chờ trong hy vọng, may mắn làm sao, vào lúc 9 giờ tối thứ sáu ngày 19/10/2001, qua sự sắp xếp của Bà Trần Ngọc Sương - bào muội của Giáo sư, tôi được GS Trần Văn Khê trả lời các câu hỏi chánh và một câu hỏi phụ được tóm lược như sau:

TVK đáp câu 1:

Đại đa số nó không phải là hơi *Nam* hay là hơi *oán* gì hết.

Đại đa số là nó dính liền với cấu trúc của tiếng hát ru của bà mẹ. Tỉ như:

Ầu ơ ... Ví dầu cầu ván đóng đinh
Cầu tre lắc lẻo, ờ ơ ớ... gập ghình khó đi ớ, ơ, ơ, ớ...
Hò xự xang xê cống mà Hò xự xang (rung) xê cống (non).

Đó là cấu trúc của thang âm miền Nam Việt Nam trong điệu ***oán***. Tất cả những vùng gần gần đó đại đa số đều giống như thế. Cho nên từ *câu hò* tới *lý con sáo* cho tới bài *vọng cổ* cấu trúc đều giống như thế. Tuy nhiên không phải bài nào cấu trúc cũng giống như vậy. Tỉ như ***Lý quạ kêu***, không phải là điệu *Nam* nữa:

Quạ kêu cái mà quạ kêu
Quạ kêu nam đáo, tắc đáo nữ phòng
Người dưng khác họ, chẳng nọ thời kia
Nay dìa (về) *mai ở. Ban ngày*
mắc cở tối ở quên dìa (về) ...
Lý cây bông, Lý Cái Mơn thì giọng cũng khác nữa.

Cho nên nếu mà nói tất cả những điệu ca ở Nam Bộ đều dùng hệ thống ngũ cung *hơi Nam giọng oán* thì hơi quá một chút. Nhưng mà ĐẠI SA SỐ THÌ ĐÚNG.

TVK đáp câu 2:

Làm thế nào phân biệt được những câu hò khi thì ở Đồng Tháp, khi thì ở Bến Tre, khi thì ở Cần Thơ?

Trong một bài hò luôn luôn có những câu như ***câu kể*** và ***câu xô***. Câu kể do người hò gọi là hò mái, hò cái. Câu xô là hò con. Câu kể và câu xô tức cái với con, cũng như âm với dương. Câu xô mỗi nơi mỗi khác.

Câu xô trong hò Đồng Tháp: ***Hòa hơi***... không có chỗ nào có. Câu xô trong Hò Bến Tre: Ờ ớ ơ ơ ớ ơ ...

Ngoài ra, câu xô ở Bến Tre còn có *điệu hò lý*. Hết một câu thì tất cả câu xô:

Hò xự xang hò xang xê cống
Cống xê xang (là) xang xế hò
Hò xự xang
Hay: Hò hố khoan bống trống bởi bang Hò xang xế xự, quân tử tồn (là) xự xế xang.

Câu đó chỉ có Bến Tre có thôi.

Câu xô trong hò Cần Thơ giọng không lên cao tức ***hò liu:***

Hò hơ hớ hơ.. Đèn nào cao bằng đèn Châu Đốc
Đất nào dốc bằng đất Nam Vang
Một tiếng ai than hai hàng lụy nhỏ ơ ơ ơ...
Có chút mẹ già biết bỏ ai nuôi.

Câu xô khác nhau làm cho người ta biết được câu hò đó ở tỉnh nào. Đại khái cấu trúc của nó cũng lọt vô tiếng hát ru của bà mẹ. Rồi rốt cuộc hò Đồng Tháp, hò Bến Tre tới chừng đi ra câu kể thì nó cũng gần giống như điệu hát ru. Có điều khác hơn: Hát ru thì ***hò xang*** mà câu hò thì ***hò xư***. Hò xang, hò xư như thế nầy:

Ầu ơ... Ví dầu con cá nấu canh (Hò xang).

Nhưng mà trong cải lương người ta biến hát ru thành ra trong câu hò (Hò xư chớ không phải hò xang):

Ờ ơ ơ ...Ví dầu cầu ván đóng đinh
Cầu tre lắc lẻo ờ ơ ơ... gập ghình khó đi.

(Chỉ có khúc chót mới trở về hò xang. Khúc đầu là hò xư).

Trong cải lương không phải ru để cho em ngủ, mà ru cũng muốn cho người ta để ý mà nghe. Hò xư thêm hò xang để người ta không ngủ. Hò xang, hò xê êm tai quá thì người ta ngủ hết. Ngoài ra trên thế giới người ta nhìn nhận hai quãng tư và quãng năm là cơ bản đem lại sự bình tâm cho con người. Cho nên tất cả những tiếng hát ru trên thế giới đều không lọt khỏi hò quãng tư hay quãng năm. Riêng cái quãng ba (thiếu) Hò xư xư là quãng gợi cho người ta tìm cái hò xang làm cho họ thích. Cho nên trong cải lương mặc dầu hát ru họ cũng muốn người ta thích mà nghe chớ không phải ru để người ta ngủ hết là không được. Có điều người ta tưởng trong cải lương hát như vậy là hát hay nên tất cả những người ru em trong nhà cũng bắt chước theo hò. Ru như vậy là **ru trật.** Ru trật bởi vì bắt chước cải lương mà không hiểu tại sao cải lương hát như vậy. Thành ra câu hò vùng nầy vùng kia khác nhau vì hai lý do:

Thứ nhứt: tại câu xô (nhiều nhứt)

Thứ hai:_Giáo sư Phong cách hát mỗi vùng mỗi khác. Tỉ như:

Hò Đồng Tháp nó lên cao xuống thấp *xự xề xang xê ho*.

Ơ ớ ơ ơ...*Gặp mặt em đây không biết chừng nào anh gặp nữa.*

Nầy bạn chung tình em có phân điều chi thì phân một bữa ơ ơ… cho tận tình...ờ (hò Mỹ Tho, hò Bến Tre).

Nhưng qua tới Đồng Tháp thì: cho tận… ờ ơ ơ… tình ờ... (Đồng Tháp đặc biệt chỗ đó).

Tất cả những cái đó là những cái cá biệt trong mỗi một chỗ nhưng chung qui những câu *hò đối đáp trên sông, trên cạn* gì cũng căn cứ trên tiếng hát ru của bà mẹ. Cái cấu trúc: Hò xự xang xê cống (Xự lên cao thành xư; xang thì già mà rung; cống thì non). *Hệ thống đó gọi là hệ thống điệu Nam hơi Oán*.

NKT: Như vậy thì tất cả đều là hơi Nam giọng oán phải không, thưa Giáo sư?

TVK: Phải rồi! Vọng cổ cũng là như thế đó. Vọng cổ hồi xưa ông Sáu Lầu đặt khác. Khi đưa ra dân chúng hát, họ chuyển theo tiếng hát ru của bà mẹ. Ông Sáu Lầu đặt:

Hò xê cống, xang xang xự xự
Xang xự cống xế xự xang xự
Xang xự cống xế
xang hò Xự xang xế
(là) hò xế hò.

Nhưng mà đưa ra dân chúng hát riết rồi bây giờ thành:

Hò xê cống xang xang xự xự
Xang xự cống xế xự xang xự
Xang xự cống xế

xang hò Xự xang xế

(là) hò xế hò.

Thì "Hò xự xang xê cống", quần chúng đã chuyển cái đó thành hơi hát ru. Nhờ vậy mà người ta ưa thích.

NKT: Như vậy, hát ru *bao trùm* hết tất cả dân ca?

TVK: Không phải là bao trùm hết. Nó chính là *nền tảng*. Bởi vì người mẹ rót vào đầu đứa trẻ cấu trúc thang âm, điệu hát đó. Bây giờ lớn lên người nông dân muốn đi hát hò, muốn đi hát lý con sáo, lý này lý kia, cái căn bản âm nhạc ở đâu mà có? *Họ không học ở trường lớp dạy âm nhạc nào, cũng không học ở conservatoire nào. Họ chỉ nhớ trong đầu bà mẹ hát ru làm sao thì lấy cái đó ra làm căn bản mà hát.* Mỗi vùng đều như vậy hết. Giả tỉ như hát ru ở ngoài Bắc:

Ạ ời à ơi... Ru con con ngủ cho say
Mẹ mày vất vả ớ… chân tay tối ngày
Hò xự xang cống xang xang.
Bài "Mời giầu" của Quan họ:
Tay (á a ...) em nâng cái cơi có đựng (à) giầu
Mắt em nhìn (nhìn) em liếc (liếc) em
trông cái cơi có đựng (à) giầu.
thì cũng "Ạ ời à ơi ... Ru con con ngủ cho say".

Quan họ và những bài cơ bản trong dân gian cũng trùng với tiếng hát ru, kể cả ca trù. Câu đầu tiên trong hát ả đào:

Tính tinh tang, tình tính tinh tang

Hồng hồng tuyết tuyết, mới ngày nào chưa biết cái chi chi thì cũng "Ạ ời à ơi... Ru con con ngủ cho say".

Coi kỹ lại cái cấu trúc của tiếng hát ru nó in sâu vào trong đầu của đứa con trong mỗi vùng. Cho nên muốn hò hát nhưng không có cái gì làm căn bản, làm chất liệu, làm nền tảng, người nông dân chỉ lấy tiếng hát ru của bà mẹ ra mà hát rồi lần lần nhờ đó mới phát triển lên.

Miền Trung cũng vậy. Giả tỉ như hát ru Huế:

À ớ ơ ... Ru em (mà) ru em à ớ ơ Ru em (em) théc cho muồi
Để mẹ đi chợ (mà) mua vôi ăn trầu.

Miền Trung có hai cái quãng tư: Tình tang, tang tính.

Người thanh niên ra bắt đầu chọc một cô gái đâu có biết cái gì khác hơn tiếng hát ru của bà mẹ. Chẳng hạn câu *hát thai*, trêu chọc đầu tiên:

Ờ ơ ... Chẳng thà không thấy thời thôi
Chớ thấy rồi mỗi đứa mỗi nơi cũng buồn.

Từ hát ru của bà mẹ họ chuyển sang hát thai, hát tình, hát dạo, hát ghẹo, v.v…

Trong miền Nam không phải hết thẩy đều là điệu Nam hơi Oán. Điệu Nam hơi oán thật, nhưng mà thật ra không phải tại điệu Nam hơi oán. Bởi vì trong hát ru hay dân ca, họ đâu có biết gì về nhạc là nam hay oán, mà ***chỉ căn cứ trên cấu trúc tiếng hát ru của bà mẹ là điệu Nam hơi oán.***

Tóm lại, nếu nói căn cứ trên tiếng hát ru của bà mẹ ở tại vùng đó mà tiếng hát ru thuộc về điệu Nam hơi oán thì đúng. Còn nói rằng dân ca ở vùng đó đều thuộc về điệu Nam hơi oán thì trật. Bởi vì dân ca đâu có học nhạc, đâu có biết điệu Nam điệu Bắc là gì, nó cứ hát là hát thôi.

Thành ra hai câu hỏi của em rất thú vị. Nếu viết ra thơ cũng không cắt nghĩa được, bởi vì không có giọng nói, không có minh họa cái nầy cái kia. Vì vậy không trả lời bằng thơ mà bằng điện thoại cho em.

NKT: (Câu hỏi phụ) Giáo sư trả lời bằng điện thoại rất là lý thú. Giáo sư nghĩ sao về *Tương lai của nền âm nhạc dân tộc Việt Nam?*

TVK: Tương lai của nền âm nhạc dân tộc là tùy theo mình hết trọi. Tùy theo người dân trước, kế đó phải có xã hội, sau hết phải có chánh quyền nữa. Chánh quyền mà xao lãng, vọng ngoại, mở cửa cho bên ngoài nó vô đàn áp bên trong thì tự nhiên nó sẽ chết. Bên trong giống như người bịnh chưa có chích miễn dịch mà mở cửa để cho cái dịch bên ngoài nó nhảy đi vô làm sao chịu nổi. Chích miễn dịch rồi thì bên ngoài vô bao nhiêu cũng không sợ. Bây giờ chích miễn dịch mình chưa có tức là mình chưa trang bị cho thanh niên của mình có được một cái vốn dân tộc, yêu dân tộc và hiểu dân tộc. Bên ngoài nó đưa vô một cái hào nhoáng thấy chớp chớp áp nhau phục rồi tự nhiên thấy *tự ti mặc cảm*, cho tới bây giờ chưa gột rửa được. Thành ra bây giờ phải trang bị cho nó vững chắc. Gột cái tự ti mặc cảm rồi thì bên ngoài vô cũng không sợ. Như vậy bên trong mới phát triển. Làm sao cho người ta trở lại thương nhạc dân tộc. Cái đó là *bịnh mãn tính*. Phải **trị căn** chớ không phải **trị chứng**, tức là *phải trị nó từ cái gốc*. Tại sao phải làm như vậy?

Tại 100 năm nay bị chánh sách thuộc địa nó đưa văn hóa

thuộc địa vô quảng cáo và đẩy lùi văn hóa mình vào bóng tối. Nó làm một cách nhẹ nhàng khéo léo đến đỗi mình thấy cái gì của phương Tây cũng hay hết (nhà Tây cũng tốt, trái cây của Tây, rượu Tây cũng ngon, cái gì của Tây cũng ngon hết thảy). Tự ti mặc cảm đủ thứ hết. Đờn piano, đờn violon thấy sang trọng quá. Còn cái đờn cò, đờn độc huyền của mình coi nó nghèo nàn. Thành ra, tất cả những cái đó là cái tự ti. Trong cái thô sơ của nó có cái giá trị rất lớn về mặt nghệ thuật, về mặt khoa học. Tự ti mới đẻ ra trong cái xã hội tất cả tổ chức tự ti hết. Ca sĩ ca nhạc dân tộc được trả tiền rất rẻ, ca âm nhạc mới thì trả tiền rất nhiều, mà ca được nhạc Tây thì trả tiền rất cao. Thầy dạy nhạc dân tộc thì đi xe đạp, đi bộ. Thầy dạy piano, violon thì đi xe hơi. Tổ chức xã hội tiếp tục theo cái tự ti đó làm cho có sự hấp dẫn về kinh tế. So sánh giữa việc học nhạc dân tộc và học nhạc Tây thì đi học nhạc Tây sẽ kiếm tiền nhiều hơn. Cái đó là cái bịnh. Phải trị ngay từ gốc. Mà cái gốc nó bỏ hát ru mất rồi. Trẻ em không còn hát đồng dao nữa. Trẻ em được dạy hát toàn những bài do người đặt được đào tạo từ bên Tây hết. Trò chơi trên télévision là cho trẻ em vui chơi "Đồ rê mi fa sol, sol mi đồ". Chưa biết nói tiếng Việt Nam, cho học tiếng Tây. Lớn lên đi ra ngoài vườn ngoài ruộng không còn hò hát nữa mà chỉ để cái transistor (tức radio) nghe hát nhạc mới tầm bậy tầm bạ. Tất cả những cái đó gọi là bịnh. Làm thế nào để chữa trị?

.Thứ nhứt: Phải lập lại tiếng HÁT RU
.Thứ hai: Phải cho trẻ em hát những bài ĐỒNG DAO
.Thứ ba: Dựng lại các SINH HOẠT HÒ HÁT, ĐỐI CA
.Thứ tư: ĐEM ÂM NHẠC VÔ HỌC ĐƯỜNG (Trong các trường Đại học, Trung học và Tiểu học).

Phải cho học sinh biết cái nó không biết cũng như phải cho nó biết Việt Nam có cái gì độc đáo. Rồi Đài phát thanh, Đài truyền hình phải dành cho nó có thì giờ nghe nói chuyện về âm nhạc dân tộc. Báo chí cũng ít đề cập đến nhạc dân tộc. Có người nào được giải thưởng bên Tây lại phục, quảng cáo rầm rộ. Còn người nào được giải thưởng dân tộc, ít người nói tới.

Nhạc cụ cũng vậy. Đóng đờn guitare thì đóng hàng loạt nhiều vô số kể. Còn đóng đờn bầu, đờn kìm thì rất ít mà giá rất mắc. Thành ra tất cả phải đồng bộ trở lại. Phải có những buổi nói chuyện làm cho người ta ý thức được giá trị của dân tộc mình. Khi người ta thương cái giá trị đó mới bỏ công tìm hiểu và gìn giữ nó. Ngoài ra chánh quyền cũng coi thường nhạc dân tộc. Cụ thể là *ngân quỹ*. Xin tiền để dựng một cái concerto theo Tây, chỉ một bài thôi, Bộ Văn Hóa có thể cho 68 triệu đồng. Khi muốn lập ra một ban nhạc dân tộc cả năm trời mà xin mười triệu còn không được chớ đừng nói tới 68 triệu. Dở là chỗ đó. Xã hội nó vậy đó. Cái xã hội mà hễ đá vô một trái banh trong "gôn" thì 30 triệu dám cho. Còn xin mua cả một giàn nhạc dân tộc 5-10 triệu không ai dám cho. Đó là do thiếu ý thức dân tộc. Thành ra bây giờ phải tổ chức trở lại, đổi cả trong xã hội, đổi cả cái nầy cái kia...

Coi như Nhựt Bổn, tất cả những người nào giữ vững nhạc dân tộc cổ truyền thì chánh phủ cho cái "quốc gia chi bửu", mỗi năm được cho chút đỉnh tiền, thuốc uống khỏi trả tiền mà dân chúng kính nể vô cùng. Ở Ấn Độ, người nào giữ nhạc dân tộc, đi hát nhạc dân tộc mấy chục năm được chánh phủ cho một cái chức cũng y như vậy, được người ta tôn trọng. Triều Tiên cũng vậy. Những người nào hát nhạc dân tộc cũng được phong cái chức giống như ở Nhựt.

Còn Việt Nam, những người học nhạc dân tộc thiệt giỏi, đàng hoàng rồi thì chết đói, làm sao được? Cái đó phải hết sức trị từ gốc. Tôi đưa mấy thang thuốc đó phải uống hết mà ***phải đồng bộ***. Có một thang nào không được là hỏng.

.Chánh quyền ủng hộ mà dân chúng không nghe cũng hỏng
.Dân chúng nghe mà chánh quyền không ủng hộ cũng hỏng
.Tổ chức xã hội không theo cũng hỏng.

Đài phát thanh, Đài truyền hình, những tổ chức về âm nhạc, tất cả phải có ý thức. Nếu không có ý thức thì trước sau gì nó cũng chết. Mà nếu nó [tức âm nhạc dân tộc - NKT] chết thì mình mang tội với lịch sử.

NKT: Dạ thưa, những ý kiến Giáo sư mới vừa nói, Giáo sư đã có viết hoặc phát biểu ở đâu chưa?

TVK: Báo chí phỏng vấn tôi nói không biết bao nhiêu lần ở Việt Nam. Tôi cũng viết rất nhiều lần, nhưng mà điều *bụt chùa nhà không thiêng*. Tôi đi nói chuyện ở các nước khác, họ đều làm: Ba Tư nó làm, Nam Dương nó làm... Tất cả những chuyện gì tôi nói ở nước ngoài, người ta nghe và làm theo hết, còn trở về Việt Nam nói không ai nghe. Em còn hỏi điều gì nữa không?

NKT: Dạ, những câu trả lời của Giáo sư rất là quý báu, rất chí lý. Những điều Giáo sư vừa trình bày, giải thích rất là cặn kẽ. Xin thành thật cám ơn Giáo sư rất nhiều. Kính chúc Giáo sư luôn mạnh khỏe, sống lâu để cống hiến nhiều hơn nữa cho âm nhạc dân tộc.

TVK: Bữa nay em viết thơ nghe cảm động lắm. Cái thơ viết rất chân tình. Người hiểu biết là như vậy đó. Tôi đi nói chuyện rất nhiều nơi. Cái mà nói chuyện tôi không thích bằng chờ câu hỏi rồi trả lời. Mà trong câu hỏi có những đề tài rất thiết thực. Tôi nói cả đống chuyện đó, nhưng mà không bằng một hai chuyện nó "gãi đúng chỗ ngứa".

Thay lời kết

Bài phỏng vấn trên đây được thực hiện vào năm 2001. Từ đó đến nay, chắc hẳn đã có những thay đổi cũng như cách nhìn về tầm quan trọng của việc bảo tồn và phát triển âm nhạc dân tộc. Chúng tôi tin chắc rằng trong nước chúng ta còn có những núi nhạc truyền thống cao đẹp như núi nhạc phương Tây đầy sức sống và tiềm ẩn những điều lý thú về mặt học thuật cần được tiếp tục nghiên cứu.

Montréal, quý Đông năm 2008

(*) Người Tân Định: "Lá thư Sài Gòn", *Thời Báo* số 545 ngày 09/06/2000.

NGUYỄN VĂN SÂM - NGƯỜI ĐẦU TIÊN GIỚI THIỆU VÀ CHÚ GIẢI TRUYỆN THƠ U TÌNH LỤC

*Lời người viết:** *Theo lẽ thường, khi nhận định phê bình một tác phẩm, ai nấy đều có xu hướng "khen hết lời" và "kiệm tiếng chê". Nghĩa là họ "mặc áo thụng vái nhau" vì đọc chưa kỹ hoặc sợ mất lòng nhau. Đôi khi sự thẳng thắn góp ý của người phê bình thể theo yêu cầu của tác giả, dầu rằng với tinh thần xây dựng, khách quan vẫn bị phản tác dụng! Đối với tôi, nếu ai phát hiện được những sai sót trong tác phẩm của mình "với tinh thần xây dựng, khách quan", tôi sẽ vô cùng biết ơn và trân quý tấm lòng của họ. Đặc biệt đối với những góp ý "có lý có tình", những phản hồi tích cực "nói có sách mách có chứng", tôi sẽ thành tâm lắng nghe để học hỏi. Nói khác đi sẽ "tâm phục khẩu phục" khi nhận ra chân lý. Bài viết dưới đây về một tác phẩm tâm đắc của đồng môn đàn anh Nguyễn Văn Sâm cũng trên tinh thần đó.*

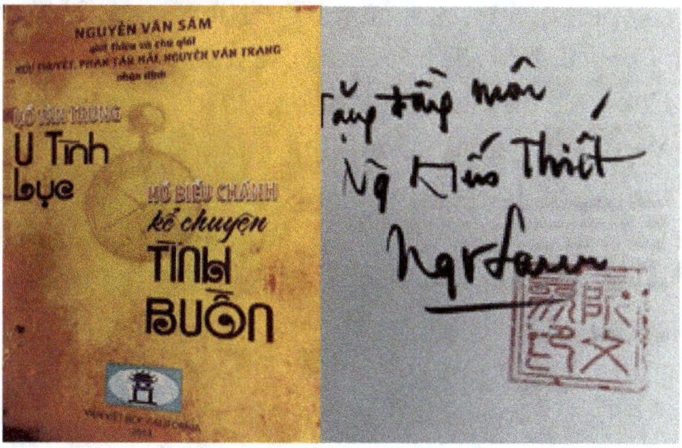

Truyện thơ do Hồ Biểu Chánh viết năm 1910 [đáng lý 1909], xuất bản năm 1913.

幽情錄

U TÌNH LỤC

ROMAN ANNAMITE

par

HỒ VĂN-TRUNG

Nouvelle édition

TOUS DROITS RÉSERVES SAIGON

IMPRIMERIE F.-H. SCHNEIDER 1913

www.vietnamvanhien.net

Trên bầu trời văn học, cái tên Nguyễn Văn Sâm đã tỏa sáng từ trong nước trước 1975 và tại hải ngoại, cho tới ngày nay. Ngoài **sáng tác**, ông còn **biên khảo** nhiều tập sách văn học có giá trị cũng như biên soạn cuốn *Tự Điển Chữ Nôm Trích Dẫn* (soạn chung với một nhóm học giả). Với hơn mười cuốn sách biên khảo, ông đặc biệt chú trọng **Phiên âm từ sách Nôm**, hầu hết do Viện Việt Học California Hoa Kỳ xuất bản. Đó là: *Trương Ngáo* (2008); *Tội Vợ Vợ Chịu* (2010); *Người Hùng Bình Định* (2012); *Mà Lòng Tôi Thương* (2013); *Tỉnh Mê Một Cõi* (2015); *Thạch Sanh Lý Thông* (2019); *Báo Ứng Nhân Quả (*Gió Việt, 2016), v.v... Riêng trong hai cuốn **Chú giải sách xưa,** tôi muốn nói tới quyển *U Tình Lục* của Hồ Văn Trung mà Nguyễn Văn Sâm đã dày công chú giải và giới thiệu (Viện Việt Học California Hoa Kỳ xuất bản, 2014).

Trước tiên, người đọc được "mở đường khai lối" với ba Nhận định sắc bén của ba nhà văn: Ngự Thuyết viết *U Tình Lục, đứa con đầu lòng của Hồ Biểu Chánh* (các trang 25-32), Phan Tấn Hải với bài *Đọc "Kể Chuyện Tình Buồn, 2013*" (các trang 34-46) và Nguyễn Văn Trang qua bài *U Tình Lục của Hồ Biểu Chánh: Tình Đất, Tình Người* (các trang 47-54). Đây là những nhận định công phu, súc tích, "biểu đồng tình" với Nguyễn Văn Sâm. Nó tiếp tay tác giả giới thiệu, phân tích đặc điểm nổi bật về nội dung, hình thức và bước đầu đánh giá truyện thơ cũng như phần chú giải rất công phu của người giới thiệu. Độc giả có thể làm quen, hiểu và cảm được "chuyện tình buồn" qua "lối viết nôm na, bộc trực" nhưng "không phải nhất thiết là dở" của Hồ Biểu Chánh.

Ngự Thuyết dẫn dắt người đọc "nhập truyện" qua tóm tắt cốt chuyện bằng văn xuôi mà một số người vẫn thường làm. Ông cũng không quên dẫn "U Tình Lục chịu ảnh hưởng Truyện Kiều", cho rằng "cái bóng lớn của Truyện Kiều trùm lên U Tình Lục" (tr.29). Và ông đã kết luận: "Phần chú giải rất công phu của Nguyễn Văn Sâm đã giúp cho *U Tình Lục (Kể Chuyện Tình Buồn)* trở thành một tài liệu giá trị và hữu ích cho việc nghiên cứu văn học Việt Nam đầu thế kỷ 20" (tr.32). Còn Phan Tấn Hải phân tích vấn đề tự do luyến ái vì đã "thấy tức khắc" U Tình Lục "đã đụng vào một số cấm kỵ thời đầu thế kỷ 20" (tr.34). Sau cùng ông đã nhìn nhận: "U Tình Lục là một truyện thơ xuất sắc, cốt truyện ly kỳ gay cấn, ngôn ngữ điển hình Nam Bộ và đã mang nhiều tư tưởng cấp tiến, đặc biệt là gỡ rào cho phụ nữ - tới mức độ, ngay bây giờ, cũng sẽ có nhiều bậc ba mẹ không hài lòng" (tr.45). Sau cùng nhận định của Nguyễn Văn Trang nhằm giới thiệu cái "thông điệp" của người chú giải qua phân tích từ khóa "Tình Đất, Tình Người" trong U Tình Lục. Theo ông, "toàn bộ nội dung, tình tiết và chữ nghĩa đều xuất phát và gắn kết với vùng đất này" (tr.47). Đó là Đất Phương Nam. Đó là "Tình Đất" của người dân Nam Kỳ Lục Tỉnh. Còn về "Tình Người", ông cho rằng "trong một xã hội giao thời, Hồ Biểu Chánh vẫn lấy cái gốc đạo lý của dân tộc ta: Thiện thắng Tà, Nhân-Quả nhỡn tiền, để răn thói đời và hậu thế" (tr.50). Ông còn đi xa hơn khi viết: "Vấn đề cốt lõi của U TÌNH LỤC là nêu lên chân dung của đạo đức xã hội từ thời xa xưa mà có lẽ tác giả không ngờ nó vẫn tồn tại và xuống cấp thảm hại như ngày nay" (tr.54), v.v...

Bằng cách nhập đề lung khởi trước khi giới thiệu và chú giải truyện thơ, nhà chú giải Nguyễn Văn Sâm nêu rõ lý do, mục đích và phương pháp làm việc của mình qua 17 trang giấy (tr.7-23) với tiêu đề: "***U Tình Lục, thí nghiệm về đất trời phương Nam***". Có 6 điểm đáng lưu ý:

1. Đất trời phương Nam ẩn chứa trong các tác phẩm của vùng nầy mà không phải lúc nào ta cũng thấy được. Ngôn từ tác giả sử dụng và con người được mô tả giống với ca dao hay những tác phẩm bình dân đã đi vào lòng người Nam Kỳ Lục Tỉnh. Ông nêu lên hai vấn đề chánh làm trở ngại cho sự thưởng ngoạn. Một là "Có quá nhiều chữ được viết theo giọng đọc Nam Kỳ thời đó, hiểu theo ngày nay thì là sai chánh tả và sai cả âm Hán Việt chuẩn". Hai là vì được sáng tác theo lối văn vần, bác học nên không tránh khỏi "sự đòi hỏi của vần điệu, điển tích cũng như thành ngữ xưa mà ngày nay không phải ai cũng có điều kiện để biết..." (tr.10). Trong tập sách *U Tình Lục/Kể Chuyện Tình Buồn,* Nguyễn Văn Sâm đã tìm cách khắc phục hai trở ngại đó khi chú giải tác phẩm.

2. Tác giả giải thích cái tựa "U Tình Lục, kể lại mối tình buồn, mối tình không giải tỏa được". Với sự khiêm tốn cố hữu, với lòng mong muốn tác phẩm tới tay đông đảo người đọc,

Nguyễn Văn Sâm đã "xin vô phép với tác giả để gọi lại *U Tình Lục* của Hồ Văn Trung là *Kể Chuyện Tình Buồn* của Hồ Biểu Chánh cho có nhiều người biết hơn, nhiều người để ý hơn..." (tr.12). Ông cũng đề cập đến ý hướng chủ đạo là viết văn răn đời, ý hướng "văn dĩ tải đạo" của tác giả mà ông lấy làm tâm đắc.

3. Độc giả sẽ thích thú với chữ "bắt giò". Nguyễn Văn Sâm rất thành thật khi thú nhận trong phần chú thích *Kể Chuyện Tình Buồn* chắc chắn sẽ có, và có thể có nhiều "hạt sạn" (những chi tiết mình chưa biết, chưa truy cứu được hoặc không đọc được). Ông tự binh vực: "*Thôi thì hoàn mỹ tất nhiên là quý, bất toàn một chút cũng chẳng sao, người sau có lý do thúc đẩy để bắt tay làm lại công việc của người đi trước, có dịp để* ***bắt giò*** *người đi trước, bắt giò không vì ghét, vì phách lối, tự cao tự đại, mà để cùng nhau hiểu hơn những ngõ ngách của lâu đài văn hóa kỳ bí của dân tộc*" (tr.15)

4. Đến đây Nguyễn Văn Sâm chú trọng đề cập đến nội dung và nghệ thuật tác phẩm. Về nội dung, "*Kể Chuyện Tình Buồn* có cái đặc sắc là Nam Kỳ Lục Tỉnh trong nhân vật, trong thời đại và trong tình tiết". Đó là con người Việt bình dân sống, di chuyển trên quê hương mình, "từ Mỹ Tho lên Sài Gòn, từ Nam ra Bắc, từ Bắc vô Nam". Họ sanh trưởng trên quê hương Việt, có đời sống Việt miền Nam. Nếu họ có giàu lên thì của cải không tính bằng vàng ngàn lượng bạc trăm xe mà là "*ruộng đo kể dặm, lúa đong kể vàn*" (c.46). Về hình thức, *Kể Chuyện Tình Buồn* sử dụng loại văn chương thuần Việt, chữ viết thuần Việt mà người dân thường dùng trong cuộc sống bình nhựt.

5. Người chú giải nêu ra hai điểm đáng chú ý: *Chữ dùng* và *Cách nói Nam Kỳ*. Về *Chữ dùng*, ông cho rằng quyển sách chứa đựng nhiều *âm của vùng đất cực Nam;* phong phú những *từ riêng của Nam Kỳ Lục Tỉnh;* chứa nhiều *từ xưa* khó thấy trong những tác phẩm sau này. Ông định nghĩa *âm của vùng đất cực Nam* là những âm khác với âm chuẩn đã có ở vùng khác, hay âm đã được sử dụng trong cả nước. Ông đã dẫn chứng hàng trăm thí dụ mà Hồ Biểu Chánh đã sử dụng trong *Kể Chuyện Tình Buồn*, như: bôn chôn, chê dè, trướng huê, bịt bùng, phưởng phất, căn dươn, thày lay, ướm lòng, bưng khuâng, nhập tràng, vó cu, xét lợi, bất nhứt, héo liễu xù đào, lu lờ, công toại danh thiếng, tiu hiu, nần

nì, bất bường, lá lay, héo don, trở bườm, nhúm bịnh, hún hín, vẹn tuyền…

Về *Cách nói Nam Kỳ*, theo ông, là những cách thế diễn tả mà chỉ có tác giả dùng hay những tác giả Nam dùng, ta không thấy người miền Bắc Trung sử dụng cách nói nầy. Chúng có thể bị chê là quê kệch, miệt vườn, nhà quê... nhưng chúng hiện diện như một sự đứng thẳng xác định **thế đứng của ngôn ngữ** của vùng. Ông cũng dẫn hàng trăm thí dụ, như: tranh thế cạnh thì, hiếm kẻ, thói cải lương, lòng son nẻ, dạ mực băng, non nhớt, trong ngoài khít khao, lân la qua lại, bậu bạn, dạ nọ lăm le, lời nói thẳng băng, dùn thẳng, còn đương xẩn bẩn, hơi gió chen lòn, làm phường gái lanh, lụy ứa thâm bâu, việc lăng quẳng, quân bình bồng, xúp lê giục giã, ruột xàu như dưa, v.v...

6. Tóm, ông cho rằng *Kể Chuyện Tình Buồn* có sự **vừa phải** trong mô tả nhân vật, tình cảm được "diễn tả sương sương, nhẹ nhàng không bi thiết". Còn về hình thức, nó mang được cái "không khí nhẹ nhàng lãng đãng" trong từng câu thơ mà phần tiếng Nôm chiếm đa số đã lấn át phần gốc chữ Hán thiểu số. Về việc sửa lỗi chánh tả truyện thơ, ông đã "sửa lại theo chánh tả thông dụng" vì sợ người đọc quen với chánh tả ngày nay hiểu lầm cách viết xưa. Ông kết luận: "*Người đọc chỉ cần lướt qua Kể Chuyện Tình Buồn mà thấy trân quí U Tình Lục thì chúng tôi đã đạt được kỳ vọng trong việc làm của mình*" (tr.23).

Phần trọng tâm của tập sách vẫn là **Giới thiệu và chú giải** cuốn *U Tình Lục* (Hồ Văn Trung) / *Kể Chuyện Tình Buồn* (Hồ Biểu Chánh) của Nguyễn Văn Sâm như trên bìa sách có ghi.

* **Về việc giới thiệu:** Nguyễn Văn Sâm chép 1790 câu "thượng lục hạ bát" của truyện thơ *U Tình Lục*, kể cả bốn bài thơ Đường luật thất ngôn bát cú xướng-họa giữa Lê Tấn Nhơn và Triệu Luân. Hai bài xướng ở giữa các câu 1540 và 1541; còn hai bài họa ở giữa hai câu 1542 và 1543. Dựa vào câu "người đọc có thể dò kiểm lại theo bản in xưa năm 1913" (tr.203), văn bản nầy được ông "đánh máy lại" để giới thiệu. Do một cơ duyên, lúc phụ trách Tòa soạn tạp chí *Nghiên Cứu Văn Học*, chúng tôi được đọc một bản *U Tình Lục*, một truyện thơ gồm 1790 vần thơ lục bát không kể 4 bài thơ Đường luật thất ngôn bát cú xướng-

họa của các nhân vật, được *Hồ Văn Trung viết năm 1909 và do "Imprimerie F.-H. Schneider" in năm 1913, "nouvelle édition"*; nơi trang hai có lời đề tặng như sau:

À mes deux amis P.D. Thiệu et Đ.T. Phong,
Je dédie ce poème.
Sàigòn, Trung thu 1909
Hồ Văn Trung.

Bản nầy do GS Phạm Việt Tuyền cho tôi mượn để tham khảo lúc làm "thầy cò" sửa morasse bài viết của ông để đăng trên tạp chí *Nghiên Cứu Văn Học,* tại nhà in.

***Về việc chú giải**: Đây là công việc bạc bẽo khô khan, đòi hỏi nhiều thời gian, công sức và niềm đam mê không ngừng nghỉ của Nguyễn Văn Sâm. Như kiếp tằm vẫn cứ nhả tơ phục vụ cho đời. Tuy vậy, nó cũng có nhiều điều thú vị và hấp dẫn, ít ra đối với người có tâm huyết muốn mang một "thông điệp" gởi tới người đọc. Cái thông điệp đó là việc giới thiệu một tác phẩm hoàn toàn Việt Nam, xuất hiện ở vùng Đất Phương Nam, mô tả con người với đầy đủ cá tánh, bản chất Nam Kỳ Lục Tỉnh trong buổi giao thời Cũ-Mới. Giữa Hồ Biểu Chánh và Nguyễn Văn Sâm hình như có *sự đồng điệu* của sợi đàn tâm để ngân lên những cung bậc của hòa điệu, hòa hợp. Tác phẩm ra đời trên 100 năm ít người biết hầu như đã chìm sâu vào quên lãng, giờ đây được lôi ra ánh sáng, được khai thác/chú giải cặn kẽ để độc giả thấy được cái diện mạo, vóc dáng đáng yêu của vùng đất phương Nam, của tình người Lục tỉnh. Nguyễn Văn Sâm cho biết: vẫn giữ nguyên cách phát âm xưa của miền Nam Kỳ Lục Tỉnh; tôn trọng từ xưa; chỉ sửa lỗi chánh tả; không sửa chữ mình cho là vô lý hay khác ngày nay; các chữ đã chỉnh sửa được **in đậm** (tr.203). Từ đây *U Tình Lục* của Hồ Văn Trung đã "lột xác" trở thành *Kể Chuyện Tình Buồn* của Hồ Biểu Chánh do bàn tay phù phép "nhào nặn" của người chú giải - tôi mạn phép gọi là *nhà Nam Kỳ học* Nguyễn Văn Sâm.

Với 761 chú giải đã chứng tỏ sự cần cù mẫn cán và kiến thức uyên bác của Nguyễn Văn Sâm. Ông đã vận dụng ca dao, thành ngữ, cổ văn - đặc biệt vốn Hán Nôm thâm cứu để *chú giải rạch ròi từ chân tơ kẽ tóc* những từ, ngữ, câu cú khó hiểu hoặc không thông dụng để người đọc dễ tiếp cận và yêu thích tác phẩm (xin xem 761 chú giải trong tập sách). Làm công việc "đãi cát tìm vàng", Nguyễn Văn Sâm đã thâu lượm được cả khối *vàng ròng*. Tuy nhiên, nói theo Baudelaire "*Tác phẩm đã hoàn thành chưa hẳn đã hoàn tất*" (Une oeuvre faite n'était pas nécessairement finie), ngoài việc "khen hết lời", tôi muốn mạo muội có đôi lời **góp ý** thật thà, thẳng thắn với nhà Nam Kỳ học Nguyễn Văn Sâm. Việc thật thà góp ý nầy không phải "bắt giò", cũng không phải "sửa lưng". Đó là công việc "đãi vàng tìm cát" để thỏi *vàng thiệt* không còn sót hột cát nhỏ li ti nào. Tuy nhiên thói thường hễ "trung ngôn" lại bị "nghịch nhĩ", *lời nói thẳng, nói phải* của mình dễ làm *nghịch lỗ tai, chướng tai khó nghe*, nên chúng tôi thành thật xin lỗi trước.

Giữa Nguyễn Văn Sâm (NVS) và Nguyễn Kiến Thiết (NKT) tôi có nhiều điểm gần giống nhau: cùng được đào tạo chánh quy tại Đại học Văn Khoa Sài Gòn, cùng nghiên cứu về Văn học Miền Nam - Nam Kỳ Lục Tỉnh. NVS tốt nghiệp Cử nhân Triết học Tây Phương, Cao học Văn Chương Việt Nam, NKT tốt nghiệp Cử nhân Văn chương, Cao học Văn chương Việt Nam. Ngoài tình đồng hương, chúng tôi còn có *tình đồng điệu* nên dễ dàng trao đổi đối thoại, đọc và hiểu nhau - nếu không muốn nói là *tâm đắc*. Tôi có "duyên" và "nợ" với Nguyễn Văn Sâm. Cái "duyên" được cùng một vị thầy khả kính, một trí thức khoa bảng - tức Giáo sư Linh mục Thanh Lãng - bảo trợ soạn Luận án Cao học và Tiến sĩ văn chương cùng chung một mảng văn học Nam Kỳ Lục Tỉnh; nhưng bị dở dang vì vận nước tháng Tư năm ấy. Bởi được đào tạo chánh quy nên hầu hết các đầu sách từ sáng tác đến phiên âm sách Nôm và chú giải sách xưa, NVS đã miệt mài làm việc với tinh thần khoa học nghiêm cẩn, "nói có sách mách có chứng" ngõ hầu chiếm trọn lòng tin của người đọc. NVS xứng đáng là đàn anh của NKT về mọi phương diện: từ tuổi tác, nghề nghiệp đến văn nghiệp. Tôi còn mang nặng trong lòng bởi hai món "nợ tinh thần" đối với Nguyễn huynh. Một là nhận sách *U Tình Lục/Kể Chuyện Tình Buồn* do Viện Việt Học CA xuất bản, 2014 với Lời đề tặng, chữ ký và triện son của tác giả: "*Tặng đồng môn Nguyễn Kiến Thiết*"; nhưng từ lúc nhận sách vào đầu năm

2021 đến nay vẫn chưa viết được lời nào cho phải phép. Hai là anh đã vui vẻ nhận lời viết *Lời Tựa* cuốn *Những Trang Văn Đời Tôi* của NKT tôi mặc dầu đa đoan với biết bao việc [1]. Bài nầy không ngoài mục đích đáp tạ phần nào món nợ tinh thần ấy

Nhận xét chung

Hồ Biểu Chánh viết *U Tình Lục* là vì ông muốn cho «*người mình đọc chuyện xẩy ra ở nước mình bằng chữ nước mình*». Cốt chuyện xoay quanh chủ đề "có hậu", nêu cao mệnh trời và khuyên lành răn ác. Ngay từ 1909, Hồ Biểu Chánh vẫn để cho hai nhân vật chánh, sống vào cuối thế kỷ XIX được *tự do luyến ái* và có những *hành động táo bạo* ngoài khuôn khổ lễ giáo phong kiến (tiền dâm hậu thú). Ông tìm cách dung hòa cái mới và cái cũ bởi lẽ cái mới và cái cũ đều có ưu điểm riêng của nó. Theo Bùi Đức Tịnh thì "*mặc dầu thơ có nhiều câu chững chạc, khá trau chuốt nhưng sự mô phỏng quá sát sao một tác phẩm đã phổ biến rộng khiến U Tình Lục chưa vượt khỏi giai đoạn sáng tác **ấu trĩ***" [2]. Phạm Việt Tuyền đã có nhận định sắc sảo đăng trên tạp chí *Nghiên Cứu Văn Học*: "*Với U TÌNH LỤC, Hồ Văn Trung đã chứng tỏ khả năng làm thơ viết văn của ông. Và, sau khi "tốt nghiệp học viện" Đoạn Trường Tân Thanh của Nguyễn Du với "mảnh bằng" U TÌNH LỤC, Hồ Biểu Chánh đã thi thố thiên tài trong suốt nửa thế kỷ, với một văn nghiệp vô cùng phong phú mà phần tiêu biểu nhất là hơn 60 cuốn tiểu thuyết bình dân viết bằng văn xuôi đã xứng làm hồi hộp bao nhiêu thế hệ nông dân và công nhân ở miền Nam này*" [3].

Người viết rất đồng ý với Võ Võ Văn Nhơn qua nhận định: "U Tình Lục chịu nhiều ảnh hưởng từ Truyện Kiều của Nguyễn Du và cũng rất gần với Lục Vân Tiên của Nguyễn Đình Chiểu trong mọi phương diện như đề tài, ngôn ngữ nghệ thuật, bố cục, khuynh hướng tư tưởng". Tuy nhiên chúng tôi muốn nói thêm: ***U Tình Lục* chẳng những chịu ảnh hưởng *Truyện Kiều* và *Lục Vân Tiên* mà còn rất gần với *Song Tinh Bất Dạ* của Nguyễn Hữu Hào về mọi phương diện.** Tôi còn một nghi vấn: **Phải chăng *Truyện Song Tinh* có trước *Truyện Kiều*?** Có 2 lý do để giải thích:

Nguyễn Hữu Hào (?-1713) viết *Truyện Song Tinh* vào thế kỷ XVIII, trong những năm làm trấn thủ Quảng Bình (1704-1713). Đây là tác phẩm diễn nôm từ truyện *Định Tình Nhân* (những người có tình gắn bó) của một tác giả không rõ tên, người Trung Hoa sống vào khoảng cuối nhà Minh đầu nhà Thanh. Tác phẩm nầy từng bị thất lạc trong nhiều năm. Đầu thế kỷ XX, nhà nho Lâm Hữu Lân phát hiện được bản in năm Gia Long thứ nhứt (1802) nhan đề *Song Tinh Truyện* và phiên âm. Đến năm 1962, cháu ông là nhà thơ Đông Hồ đã cho công bố bằng quốc văn tại Sài Gòn [(4)]. Nhưng đó là bản chưa sát với bản Nôm. Phải đến năm 1987, Hoàng Xuân Hãn mới công bố tiếp bản phiên âm chính xác hơn [(5).] Chính Hoàng Xuân Hãn đã viết trong *Lời tựa* của bản phiên âm *Truyện Song Tinh* như sau: "*Văn Nôm cổ rất hiếm... Nếu còn tồn tại mà lại biết gốc tích, thời đại và tác giả, thì lại càng hiếm. TRUYỆN KIỀU thuộc loại này, được ta coi là của quý bậc nhất trong kho văn phẩm. Thế mà trước truyện ấy chừng* ***một trăm năm*** [tôi tô đậm], *ta còn biết một truyện khác có đủ các tính cách trên; tuy không hay bằng, (...) Ấy là TRUYỆN SONG TINH*" (tr.5).

Theo Wikipedia Tiếng Việt, Nguyễn Du viết *Truyện Kiều* sau khi đi sứ Trung Hoa (1814–1820). Lại có thuyết nói ông viết trước khi đi sứ, có thể vào khoảng cuối thời Lê đầu thời Tây Sơn. Thuyết sau được nhiều người chấp nhận hơn [(6).] Truyện dựa theo bộ truyện văn xuôi *Kim Vân Kiều Truyện* của Thanh Tâm Tài Nhân, lấy bối cảnh Trung Hoa thời vua Gia Tĩnh Đế đời nhà Minh (1521-1567). Đây được xem là truyện thơ nổi tiếng nhứt và xếp vào hàng kinh điển trong văn học Việt Nam. Tác phẩm được viết bằng chữ Nôm, theo thể lục bát, gồm 3254 câu. Như vậy phải nhìn nhận **Truyện Song Tinh *có trước* Truyện Kiều và có trước *hàng trăm năm.*** Vấn đề đặt ra là Truyện Song Tinh/Nguyễn Hữu Hào đã ảnh hưởng đến Truyện Kiều/Nguyễn Du, hay ngược lại? Ước mong các bậc thức giả lên tiếng để nghi vấn nầy được sáng tỏ. Chúng tôi cũng tin rằng một khi *U Tình Lục* chịu ảnh hưởng *Truyện Kiều* thì đương nhiên phải chịu ảnh hưởng của *Truyện Song Tinh*.

Nguyễn Văn Sâm chú giải *Kể Chuyện Tình Buồn* với *lời lời châu ngọc,* trước và sau ông không ai có thể làm hơn được. Với lòng mong muốn viên ngọc "*Kể Chuyện Tình Buồn*" được sáng rỡ, tôi chỉ làm cái việc phủi những hột bụi bám nhỏ li ti một cách tự nguyện với tất cả thành tâm thiện ý, qua một vài góp ý nho nhỏ.

1. Một số lỗi chánh tả được **in đậm**, theo thiển ý *nên chua thêm chữ sai* của bản gốc ở kế bên để độc giả tiện so sánh khỏi mất thời gian truy tìm bản gốc.

2. Có mấy hột bụi nhỏ. Chúng tôi tra cứu hai bộ tự điển: *Đại Nam Quấc Âm Tự Vị* (*TV* -1895) và *Việt Nam Tự Điển* (*VNTĐ* -1931).

- Thuyền/**thoàng** (ch 503): đáng lý nên viết là "thuyền/**thoàn**" (*TV*, tr.406; *VNTĐ* tr.571).
- **Giồi** dập (c 1145): viết đúng là "**dồi** dập" (*TV*. Dồi, tr.240: đưa lên, quăng lên).
- **Giở** xem (c 122): đáng lý phải sửa là "**Dở** xem" (*TV*, tr.238; *VNTĐ* tr.157).
- **Giãi** nắng (c 413): viết đúng là "**dãi** nắng" (*TV*, tr.216: dan ra ngoài nắng).
- *Đại Nam* ***Quốc*** *Âm Tự Vị* (tr.225) tên quyển Tự điển nên chép nguyên văn, tức *Đại Nam* ***Quấc*** *Âm Tự Vị*.
- **Sôi** kinh nấu sử (c198). Thành ngữ nguyên gốc là "**xôi** kinh nấu sử" hoặc "nấu sử **xôi** kinh", để chỉ việc khổ công học tập kỹ lưỡng nhiều lần như nấu cơm, đồ xôi cho thật chín. Tuy nhiên, cách ghi "xôi/sôi" vẫn chưa thống nhứt.

. ***Xôi*** (*TV* tr.587): Lấy hơi nước sôi mà làm cho chín, nếp đã nấu chín cách ấy.

Xôi kinh nấu sử: chuyện việc học hành.

. ***Sôi*** (tr.304): Trào lên, nổi bọt, tiếng nước xao động, khí xao động.

. ***Xôi*** (*VNTĐ* tr.657):Thứ đồ ăn bằng gạo nếp nấu cách thủy: *Thổi xôi. Mâm xôi. Cố đấm ăn xôi.*

. ***Sôi*** (tr.494): Nói về nước đun nóng, sủi sùng sục lên. *Sôi gan. Sôi nổi*

Tôi chọn ***xôi kinh nấu sử*** vì nhiều lẽ.

[1].- Người miền Bắc ***khi phát âm*** ít phân biệt được X/S, TR/CH; người miền Nam khi phát âm thường lẫn lộn Hỏi Ngã, V/D. Chẳng hạn: *Sinh* ***xôi*** *nảy nở* (*VNTĐ*). Đáng lẽ phải viết *Sinh* ***sôi*** *nảy nở*.

[2].- Về cấu trúc của ***Nấu sử xôi kinh***, đây là câu tiểu đối:

Nấu – xôi (động từ) và sử - kinh (danh từ). Ở đây *Nấu sử* và *xôi kinh* cũng đều là nấu / thổi / xôi từ trạng thái đang "sống" chuyển qua "chín". Hiểu theo nghĩa bóng, từ cái không biết, ù ù cạc cạc chuyển qua học thuộc/thuộc làu làu, tức sức học đã "chín".

[3].-Khi còn đi học, giáo sư trước 1975 đều dạy *Nấu sử xôi kinh*. Đến lúc đi dạy tôi vẫn sử dụng y chang thành ngữ nầy. Nói khác đi "***Nấu sử xôi kinh***" đã thấm vào máu. Tôi chưa hề nghe nói "*Nấu sử* sôi *kinh*".

[4].- Trong *Lục Vân Tiên*, cụ Đồ Chiểu đã viết: "*Theo thầy nấu sử **xôi** kinh*" (c.11). Các nhà nghiên cứu Nguyễn Quảng Tuân, Nguyễn Khắc Thuần cũng có viết: "*Người ta vẫn dùng thành ngữ **Nấu sử xôi kinh** để chỉ sự cần mẫn học hành*" (*Từ điển truyện Lục Vân Tiên*, nxb. TP/HCM 1989, tr.221).

Tóm, *U Tình Lục/Hồ Văn Trung* mặc dầu có một số hạn chế nhứt định nhưng đã có một chỗ đứng đặc biệt trên văn-thi đàn Việt Nam buổi giao thời cũ-mới. *Kể Chuyện Tình Buồn/Hồ Biểu Chánh* với phần giới thiệu súc tích và dày công chú giải của nhà Nam Kỳ học Nguyễn Văn Sâm đã có diện mạo sáng sủa hơn trước để dễ dàng đến tay số đông người đọc. Xin cám ơn anh Nguyễn Văn Sâm rất nhiều.

Montréal, Trung Thu 2023

Chú Thích:

(1) Xem Nguyễn Văn Sâm: Nợ Văn Chương (trích Nguyễn Kiến Thiết. *Những Trang Văn Đời Tôi*. Văn Học Mới, Hoa Kỳ xuất bản, 2021, tr. 11-13).

(2) Bùi Đức Tịnh: *Những bước đầu của báo chí, tiểu thuyết và thơ mới (1865-1932)*. nxb TP/HCM, 1992.

(3) Phạm Việt Tuyền: Đọc truyện diễn ca "U Tình Lục". Tạp chí *Nghiên Cứu Văn Học* (Bộ mới) số 2, tháng 4/1971, tr.85-112.

(4) *Truyện Song Tinh*, nhà xuất bản Bốn Phương, Sài Gòn, 1962, gồm 2216 câu.

(5) *Truyện Song Tinh*, nhà xuất bản Văn Học, Hà Nội 1987. Bản nầy gồm 2396 câu thơ lục bát (còn thiếu đoạn cuối), có xen vài bài Đường luật, thư và văn tế bằng biền văn.

(6) Nguyễn Lộc, mục từ "Truyện Kiều" in trong *Từ điển văn học* (bộ mới), nhà xuất bản Thế Giới, 2004, tr.1844.

NGUYỄN VY KHANH VỚI "VĂN HỌC QUỐC NGỮ THỜI ĐẦU & MIỀN NAM LỤC TỈNH"

Gần hai thập niên nay cái tên Nguyễn Vy Khanh đã rực sáng trên vòm trời văn học Việt Nam tại hải ngoại về lãnh vực biên khảo và phê bình văn học. Theo lẽ thường, một tác giả viết về nơi mình xuất thân, về các tác gia có gốc gác tại địa phương của mình, dầu rằng hết sức trung thực, với tinh thần nghiêm cẩn khách quan vẫn bị ngộ nhận là mang nặng đầu óc địa phương, phe nhóm. Nguyễn Vy Khanh không phải xuất thân từ Lục tỉnh nhưng đã mạnh dạn nói thay cho người dân Nam Kỳ *chánh hiệu* về nỗi đau đáu khôn nguôi: "*Cả một thế hệ văn học bị bỏ quên*" *(tr.89)* qua tác phẩm ***"Văn Học Quốc Ngữ Thời Đầu & Miền Nam Lục Tỉnh"*** (Nhân Ảnh, 2021).

Đây là cuốn sách tôi vô cùng *tâm đắc* bởi Tiểu sử của tác giả, bởi sự đồng điệu ở nội dung, chủ đề của tác phẩm. Nguyễn Vy Khanh chắc sanh ra trong một gia đình khá giả, được may mắn sống chung với cha mẹ ở thủ đô Sài Gòn để xôi kinh nấu sử, không *nặng nợ áo cơm* nên "đường vân trình" rộng bước thênh thang như đã dẫn trên. Phải là người thông minh xuất chúng, có ý chí cầu tiến, cộng thêm "số đỏ", sinh viên Nguyễn Vy Khanh mới chiếm được mỗi năm một mảnh bằng danh giá. Chưa hết, ra hải ngoại, sau khi tạm ổn cuộc sống, thừa thắng xông lên, ông tốt nghiệp Cao học Thư viện và Khoa học Thông tin (1978) rồi trở thành chuyên viên Thư viện từ năm 1978 cho đến khi về hưu. Ngoại trừ nhiều bài viết đăng rải rác đây đó, trong khoảng thời gian "nở rộ" về văn nghiệp (1997-2021), ông đã trình làng 10 cuốn sách biên khảo, dịch thuật và nhận định văn học có giá trị - trong đó có cuốn sách đồ sộ và nặng ký: ***"44 Năm Văn Học Việt-Nam Hải Ngoại"*** (7 tập, thực hiện chung với Khánh Trường và Luân Hoán; San Jose CA: Mở Nguồn, 2019). Có thể nói trong ba yếu tố quyết định hoặc tác động đến sự thành bại của một đời người: Thiên thời – Địa lợi – Nhân hòa, Nguyễn Vy Khanh chắc được đẻ bọc điều nên đã chiếm trọn. Và ở lãnh vực nào, ông cũng thành công. Nhiều người cho rằng, ở Đại học Văn Khoa Sài Gòn trước năm 1975, Nguyễn Vy Khanh là đệ tử ruột của

GS Nguyễn Văn Trung. Điều nầy hoàn toàn đúng. Bởi lẽ ông đã tắm gội trong dòng suối ngọt ngào của tình nghĩa thầy-trò, tiếp nhận, thừa hưởng trọn vẹn "y bát" của GS Nguyễn Văn Trung, từ trong nước ra tới hải ngoại, như được đỡ đầu để soạn Luận án Cao học Triết Tây, được chuyển giao nhiều tài liệu quý hiếm mà nếu có tiền muôn bạc vạn cũng không thể nào sở hữu được. Trong khoảng thời gian gần 20 năm công tác tại các Thư viện ở Montréal và Québec, với môi trường vô cùng thuận lợi, hằng ngày trong giờ làm việc, Nguyễn Vy Khanh đã hít thở không khí sách, làm bạn với sách nên nghiền ngẫm, nung nấu ý chí trở thành một nhà biên khảo phê bình văn học. Do vậy, độc giả sẽ không lấy làm ngạc nhiên khi thấy ông đã trình làng một loạt 10 cuốn sách như đã kể.

Về tiểu sử và tác phẩm đã xuất bản của ông, độc giả có thể tham khảo ở các trang mạng Internet cũng như ở Bìa 4 cuốn sách nầy. Ngoại trừ nhiều bài viết đăng rải rác đây đó, trong khoảng thời gian "nở rộ" về văn nghiệp (1997-2021), ông đã trình làng hàng chục cuốn sách biên khảo, dịch thuật và nhận định văn học có giá trị - trong đó có tập sách đồ sộ và nặng ký: ***"44 Năm Văn Học Việt-Nam Hải Ngoại"*** như đã dẫn. Người viết muốn bắt chước nhà thơ Luân Hoán qua việc "*Dựa Hơi Bè Bạn*" để nhận định về một tác giả qua tác phẩm đã "gãi đúng chỗ ngứa" cho mình.

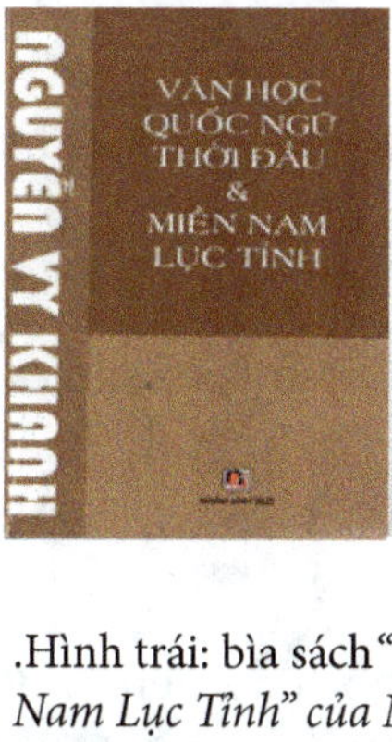

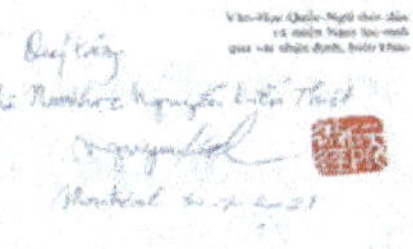

.Hình trái: bìa sách "*Văn Học Quốc Ngữ Thời Đầu & Miền Nam Lục Tỉnh*" *của Nguyễn Vy Khanh*
.Hình phải: *thủ bút của Nguyễn Vy Khanh.*

Tập sách ***"Văn Học Quốc Ngữ Thời Đầu & Miền Nam Lục Tỉnh"*** gồm 20 đề mục, mỗi đề mục là một *mảnh vụn văn học* được tác giả khéo lồng ghép một cách có dụng ý, tập trung vào trọng tâm của chủ đề. Trong *Lời mở đầu*, tác giả khiêm tốn cho rằng cuốn sách nầy *"không phải là một công trình phê bình văn học hay văn học sử đúng nghĩa"* mà chỉ là *"ghi lại một số cảm tưởng về một số hiện tượng văn hóa, văn học, về một số tác giả và tác phẩm, về khuynh hướng của một thời cũng như nhận định, cổ võ những cố gắng làm mới văn học và dân tộc của một số tác giả, của một vài tập thể"* (tr.9). Để hiểu phần nào nội dung của tác phẩm, ngoài Lời mở đầu, độc giả có thể lướt qua Mục lục và tham khảo các đề mục, cụ thể là:

-013 Văn-Học chữ quốc-ngữ thời đầu; -061 Miền Nam khai phóng; -107 Miền Nam đạo lý; -141 Văn-học yêu nước;-201 Tiếng Việt qua một số tác-phẩm chữ quốc-ngữ thời đầu; -225 Báo-chí từ thời bình minh văn-học chữ quốc-ngữ đến buổi qua phân 1954; -325 Về Nguyễn Đình Chiểu và lý-luận văn-học; -335 Trương Vĩnh Ký và các tác-phẩm văn xuôi tiền-phong; -381 Huình Tịnh Paulus Của; -407 Trương Minh Ký; -427 Nguyễn Trọng Quản, Hồ Biểu-Chánh và Ảnh hưởng Âu-Tây trong thể-loại tiểu-thuyết thời đầu; -507 Ngôn-ngữ của tiểu thuyết Hồ Biểu-Chánh (...); -569 Đôi nét về Văn-học Công Giáo Việt-Nam, v.v…

Ngay Lời mở đầu, tác giả xác định Văn học miền Nam một phần được giới hạn ở tính "miền Nam lục-tỉnh" để từ đó đưa ra một số nhận định như sau:

-Văn-học chữ quốc-ngữ đã khởi đầu từ Miền Nam Lục-tỉnh (Nam kỳ, Cochinchine), từ 1869 với Gia Định Báo - là tờ báo chữ Quốc-ngữ đầu tiên ở Việt-Nam, từ ngày 15-4-1865.

-Nền văn-học chữ quốc-ngữ này xuất hành từ báo chí: các truyện kể, truyện ngắn, thơ, vè, bút ký, nghị luận đã xuất hiện trên các báo thời đầu này trước khi được xuất bản và được gọi là tác phẩm văn học:

-Tác phẩm văn xuôi mang tính văn học đầu tiên được xuất bản là Chuyện Đời Xưa của Trương Vĩnh Ký năm 1866, 74 văn bản bằng chữ Quốc-ngữ, sau đó đến tác phẩm của Trương Minh

Ký và Huình Tịnh Của;

-Tiểu-thuyết chữ Quốc-ngữ đầu tiên được xuất bản là truyện Thầy Lazaro Phiền của tác giả tiên phong Nguyễn Trọng Quản vào năm 1887;

-Văn bản kịch nói đầu tiên được xuất bản là Tuồng Joseph của Trương Minh Ký, vào năm 1887;

-Thể loại tự truyện xuất phát với Chơn Cáo Tự Sự (1910) của Michel Tinh (tr.10).

Để tránh bị hiểu lầm là phân biệt vùng miền, kỳ thị địa phương, tác giả đã biện minh: *"Văn-học là một phần quan trọng của văn-hóa và lịch sử một dân tộc và phê bình, nghiên cứu đặc tính địa lý được nhiều nhà phê bình văn học Âu Mỹ xem trọng"*, và *"chúng tôi làm công việc văn-học sử, mục-đích phân tích và nhận định, chớ không nhắm kỳ thị địa phương hay đề cao, hạ giá tác-giả nào cả!"* (tr.11). Nguyễn Vy Khanh đã "nhứt quán" trong việc khẳng định "miền Nam đi trước", mọi lãnh vực đều "khởi sự/khởi xướng ở miền Nam": Từ báo chí, tác phẩm văn xuôi, tiểu thuyết rồi thơ, thơ mới, dịch thuật (đặc biệt truyện Tàu) đến văn nghệ kháng chiến, tự truyện, kịch nói [tức thoại kịch – NKT], … nhứt nhứt đều bắt đầu tại Miền Nam Lục tỉnh bằng dẫn chứng xác đáng của mình với tinh thần nghiêm cẩn khoa học với ước vọng sẽ làm hài lòng đông đảo độc giả khó tánh và kỳ thị địa phương. Xin dẫn vài thí dụ cụ thể:

*__Nguyễn Vy Khanh__: *"Miền Nam đã có tờ Gia-Định Báo được xem là tờ báo đầu tiên bằng chữ Quốc-ngữ"* (tr. 63). *"Miền Nam đã tiếp nhận văn hóa Tây-phương sớm hơn miền ngoài"*, *"Nguyễn Hữu Hào viết truyện Song Tinh, là tác phẩm văn học dài hơi đầu tiên của miền đất mới và cũng là tiểu-thuyết văn vần đầu tiên của Việt-Nam"* (tr.62). *"Chính miền Nam là đất nẩy mầm, bắt gốc của báo chí, tiểu thuyết văn xuôi và cả phong trào Thơ Mới mà các sách văn học sử xuất bản từ gần thế kỷ nay thường bỏ qua hoặc đánh giá không đúng mức"* (tr.62-63). *"Phong trào Thơ Mới cũng đã xuất phát từ Sài-Gòn"* (tr.64). *"Kháng chiến chống Pháp khởi xướng ở miền Nam-bộ"* (tr.54). *"Miền Nam kháng chiến trước miền Bắc hơn một năm!"* (tr.147). Tiểu thuyết chữ quốc ngữ đầu tiên là truyện *Thầy Lazaro Phiền* của Nguyễn Trọng Quản xuất bản năm 1887 "*không được nhiều nhà văn học sử trước nay nhắc tới và sự đóng góp của tác giả Nguyễn Trọng Quản đã không được đánh giá công bằng*" (tr. 69).

Ngoài ra, ông còn trích dẫn một số nhận định của một số nhà văn, nhà biên khảo khác trong tập sách nầy:

. **Vũ Ngọc Phan** trong bộ *Nhà Văn Hiện Đại* (1941- tr.37) đã nhìn nhận: "*người Nam kỳ là những người Việt-Nam đã dùng chữ Quốc-ngữ trước nhất*" (tr.75).

. **LM Thanh Lãng** trong *Bảng Lược Đồ Văn Học Việt Nam*, Quyển Hạ (1967- tr.32) đã xem Trương Vĩnh Ký là "*ông tổ văn học mới*", "*bậc chỉ đạo của thời này, là linh hồn của thế hệ 1862, ông thầy khai đường mở lối cho thế hệ đến sau tức thế hệ 1913*" (tr.77).

. **Nguyễn Văn Xuân** trong tập *Khi Những Lưu Dân Trở Lại* (Thời Mới xuất bản, Sài Gòn 1969) đã nhận ra rằng "*miền Nam vốn có một địa vị văn nghệ và có ảnh hưởng sâu rộng trong quảng đại quần chúng lan tràn đến cả miền Trung lẫn miền Bắc*" (tr. 78-79). Ông nhận định từ năm 1862 đến 1932 thì miền Nam đã vọt lên vai trò tiền phong của cả hai miền: "*Định lại giá trị văn học miền Nam, chính là trở về sự thật, chính là biết tỏ lòng yêu quý và lo lắng cho đời sống tinh thần của dân miền Nam trong hoàn cảnh hiện tại, đó là lực lượng chủ yếu của mọi thăng trầm*" (tr.79).

. **Phan Khôi** trong "Chữ Quốc-ngữ ở Nam Kỳ với thế lực của phụ nữ". *Phụ-Nữ Tân-Văn*, số 28, 7-11-1929, tr.8-10 đã khẳng định: "*Tôi muốn nói xứ Nam Kỳ là thầy dạy chữ Quốc-ngữ cho cả và dân Annam cũng không phải là quá đáng*" (tr.590)…

Văn Học Quốc Ngữ Thời Đầu & Miền Nam Lục Tỉnh là một tập sách có giá trị, sử dụng nhiều nguồn tư liệu quý, hiếm được soạn thảo công phu - đặc biệt vô số chú thích với tinh thần nghiêm cẩn khoa học "nói có sách, mách có chứng" của Nguyễn Vy Khanh. Một quyển sách nên có trong Tủ Sách Gia Đình của những ai yêu quý sách - đặc biệt là các nhà nghiên cứu phê bình văn học, các nhà viết văn học sử. Sau hết, để biện minh cho việc làm của mình, nhà biên khảo Nguyễn Vy Khanh đã viết: "*Chúng tôi viết bài này đưa ra một số sự kiện bị bỏ quên cũng như những thiếu sót, bất công trong quá khứ với hy vọng công việc viết văn học sử Việt-Nam từ nay và về sau sẽ công bằng hơn, "của Cesar trả cho Cesar" và đối với công lao người đi trước, kẻ hậu sinh cần phải biết ơn, ghi nhận. Độc giả đọc bài này, xin vô tư, đừng thiên kiến, đừng kẻ thắng kẻ thua, đừng phe phái, bỏ chiếu trên chiếu dưới, hãy quên mình gốc Bắc hay Nam, hãy rời xa những "quan điểm Tống Nho", "văn-hóa Bắc Hà" ,... sẽ không thấy chúng tôi lý luận vì mặc cảm hoặc kỳ thị địa phương*" (tr.99).

. **Nguyễn Kiến Thiết** tôi xin mạo muội góp thêm một số nhận định để biểu đồng tình với tác giả:

- Trong bài "Từ Một Tấm Ảnh Cũ Nhớ Về Đông Hồ" đăng trên Đặc san Giáo chức Québec Xuân Quý Tỵ 2013, khi đề cập đến *Truyện Song Tinh*, tôi có viết: "*Truyện Song Tinh được xem là truyện thơ nôm đầu tiên của văn học viết Việt Nam đến nay còn lưu truyền văn bản (...) Đây là tập truyện ra đời trước cả Truyện Kiều khoảng 100 năm*".

- Trong Luận án Cao học Văn chương *Tánh Cách Đặc Thù Của Ca Dao Miền Nam* in năm 1972, tr.159, tôi có trích Tô Ngọc - một tác giả miền Bắc đăng trên báo *Chọn Lọc* số 51: "*Đi tiên phong trong phong trào dịch truyện Tàu phải nói tới mấy ông Nam kỳ - Sách của nhà Tín Đức Thư Xã*".

***Một vài góp ý:**

Để đáp ứng lời mời gọi của tác giả: "*Chúng tôi mong tiếp tục được quí độc giả chỉ giáo những sai lầm và thiếu sót...*" (tr.11), tôi không dám "chỉ giáo" nên có vài góp ý. Việc "góp ý" nầy chỉ nhằm bổ sung hoặc biểu đồng tình với tác giả vì cái *tình đồng điệu* mà thôi.

- *Về Thơ và phong trào Nói thơ.* Nguyễn Vy Khanh đã nhận xét về truyện *Lục Vân Tiên*: "*Lục Vân Tiên đơn sơ gần gũi người đọc hơn là truyện Kiều phức tạp, bác học*" và cho rằng "*Truyện của Nguyễn Đình Chiểu được viết ra để đọc và có thể nói nặng phần trình diễn hơn là để ngâm nga, tra cứu một mình*" (tr.82). Ông có đề cập đến một số chữ dùng rất đắc như: "thơ", "nói thơ Vân Tiên" (chú thích trang 333: "*Thơ Vân Tiên*" *thường được "nói" trước người khác hay đám đông chứ không "ngâm thơ" một mình như "ngâm Kiều"*) mà *ít* nhấn mạnh đến phong trào "nói thơ" rộng khắp Nam kỳ. Đặc biệt đối với các tập thơ có nội dung phản kháng chế độ - như *Thơ Sáu Trọng, Thơ Thầy Thông Chánh,* khiến thực dân Pháp phải ra lịnh tịch thâu các cuốn thơ đã xuất bản, cấm lưu hành tàng trữ và cấm chỉ triệt để những ai nói thơ. Chúng tôi đã viết trong Luận án dẫn trên: "*Thơ, đối với người bình dân miền Nam, là những bài văn vần, thể lục bát. Người bình dân miền Nam rất sành điệu nói thơ Vân Tiên*" (...) *Lối "nói thơ" nầy ngày càng lan rộng và làm mầm mống cho những loại thơ Sáu Trọng, thơ Sáu Nhỏ, thơ Thầy Thông Chánh, v.v...*" (tr.161). Trong Nam không ai nói "ngâm thơ Vân Tiên" mà chỉ nghe "nói thơ Vân Tiên". Giai điệu Nói thơ cũng nằm trong *hệ thống ngũ cung oán* và ít nhiều chịu ảnh hưởng điệu hát bài chòi ở Bình Định. Trước năm 1975, một số nhà văn, nhà nghiên cứu văn học đã đề cập đến hai tập thơ bình dân nầy. Chẳng hạn Phạm Long Điền viết "*Hai Tập Thơ Bình Dân Đã Làm Rung Rinh Chế Độ Thực Dân Miền Nam Vào Đầu Thế Kỷ 20*" (Giai phẩm *Bách Khoa* số 412 ra ngày 30/8/1974); Nguyễn Văn Hầu với bài "*Thơ Trong Phong Trào Nói Thơ Miền Nam Với Một Số Tác Phẩm Mang Tính Chất Đối Kháng*" (*Bách Khoa* số 415 ra ngày 27/9/1974, và số 416 phát hành ngày 19/10/1974). Ngoài ra, học giả Vương Hồng Sển và nhà văn Sơn Nam cũng có nói tới các tập thơ kể trên, nhưng "trích dẫn một cách chắt mót". Trong những chuyến đi "điền dã" sưu tầm văn hóa dân gian ở các tỉnh Đồng bằng sông Cửu Long, nhóm chúng tôi có sưu tập gần hai trăm câu *Thơ Thầy Thông Chánh* với các đoạn rời rạc, chắp vá; nhưng chưa kịp phổ biến bởi biến cố tháng 4/1975. Giai phẩm *Văn Học,* số 188 chủ đề Chế Lan Viên ra ngày 20/8/1974, Nguyễn Hữu Hiệp đã giới thiệu 75 câu *Thơ Thầy Thông Chánh.* Chúng tôi may mắn có trong tay copy bổn đánh máy "Thơ Thầy Thông Chánh" do nhà văn Sơn Nam trao tặng tại tòa soạn nhựt báo *Tia Sáng* ngày 25/8/1974. Tập thơ nầy gồm 262 câu lục bát (thiếu 4 câu chót). Ông Sơn Nam cho biết "do một bạn văn tặng bổn thơ nầy". Dựa vào nội dung tư liệu, tôi có thể xác nhận "bạn văn" ấy chính là Nguyễn Hữu Hiệp, đã "tìm được trong dân gian, do bà Đào Thị Mười, một nhân sĩ ở Thủ Thừa, Long An" kể. Sau 1975, Huỳnh Ngọc Trảng trong

Về Nam Bộ (nhà xuất bản TP HCM, 1988) có giới thiệu nhưng chưa đầy đủ tập *Thơ Thầy Thông Chánh* nầy (gồm 242 câu). Theo Huỳnh Ngọc Trảng, bổn thơ nầy do ông Lê Quang Năm ở Hưng Phong, Giồng Trôm, Bến Tre kể (sách đã dẫn, các trang 315-324).

- *Một nhà văn hóa bị bỏ quên.* Về giai đoạn **Văn Học Miền Nam 1954-1975** (tr.91-101), khi phân loại ba dòng văn học tại miền Nam, trong đó có một (dòng) thuần Nam, họ Nguyễn đã liệt kê 10 tác giả "*từ Trương Vĩnh Ký qua Hồ Biểu Chánh đến Phi Vân, Bình-Nguyên Lộc, Sơn Nam, Vương Hồng Sển, Trang Thế Hy, Lê Xuyên, Phương Triều, Thanh Việt Thanh*" (sách đã dẫn, tr.92). Hình như ông đã *quên* một nhà văn, nhà sưu khảo nổi tiếng thời bấy giờ. Đó là Nguyễn Bá Thế (1925-1996) bút hiệu Nhất Tâm, Thế Nguyên, Nam Xuân Thọ, người gốc Cần Thơ, đã có gần 30 đầu sách do nhà Tân Việt và Nguồn Sáng xuất bản tại Sài Gòn. Năm 1973, ông còn Chủ biên tạp chí *Miền Tây Thăng Hoa* được 3 số thì đình bản. Chưa hết, nhà sưu khảo Nguyễn Bá Thế còn là tác giả hai bộ sách giá trị: *Từ Điển Nhân Vật Lịch Sử Việt Nam* và *Từ Điển Nhân Vật Lịch Sử Trung Quốc.* Đây là những công trình tâm huyết được ông bắt tay biên soạn từ lúc ông 30 tuổi (1955), mãi đến 20 năm sau (1975) mới hoàn thành. Vì nhà nghèo không đủ phương tiện xuất bản, lại thêm **quá tin người** nên hai bộ sách quý của ông lần lượt bị thiên hạ "đoạt" gần hết. Chỉ nói về bộ *Từ Điển Nhân Vật Lịch Sử Việt Nam* được nhà xuất bản Khoa Học Xã Hội ấn hành lần đầu tiên năm 1991 (1094 trang), sau đó tái bản hơn mười lần. Oái oăm thay tác giả lại là Nguyễn Q. Thắng - Nguyễn Bá Thế (ông Thế đứng sau ông Thắng). Thật ra trong điện thư gởi cho chúng tôi ngày 22/10/2022, nhà phê bình Nguyễn Vy Khanh đã viết: "*Tôi không bàn đến thời 1954-75, chỉ là nhắc qua loa ở phần đó, các trang 91+... Khi phân chia các khuynh hướng thì chỉ là gợi ý và thiên về văn-chương hơn là biên khảo. Nếu nhắc tên ông NB Thế thì phải dài dòng cả mấy chục danh xưng khác*"). Mời bạn đọc tham khảo bài biên khảo của chúng tôi trong tập sách nầy.

- *Một số nhà xuất bản và tạp chí văn học bị bỏ quên.* Cũng trong giai đoạn văn học 1954-1975 nầy, nhà biên khảo Nguyễn Vy Khanh có nhắc tới một số nhà xuất bản và nhiều tạp chí thuộc dòng văn học "miền Nam cộng hòa". Nhưng không thấy nhắc đến các nhà xuất bản như: Tân Việt (in nhiều đầu sách của Nguyễn Bá Thế, Nhất Tâm, Thế Nguyên, Nam Xuân Thọ); và Cánh Bằng (in hàng loạt sách "Xưa và Nay" của Huỳnh Minh - trong đó có nhiều đầu sách do Nguyễn Bá Thế soạn nhưng không được đứng tên tác giả). Nhà phê bình Nguyễn Vy Khanh cũng *quên* kể đến tạp chí *Nghiên Cứu Văn Học* bộ cũ (1971) do nhà văn Thế Nguyên (nhóm Trình Bày) làm Thư ký Tòa soạn, và bộ mới (1971-1972) do Tổng Thơ ký Tòa soạn Nguyễn Kiến Thiết phụ trách. Cả hai bộ đều do LM Thanh Lãng Chủ nhiệm kiêm Chủ bút.

Tôi lấy làm sung sướng có trong tay tập sách nầy. Tôi cũng vô cùng tâm đắc bởi sự đồng điệu với tác giả, mặc dầu họ Nguyễn không phải xuất thân từ Nam Kỳ Lục tỉnh nhưng đã nói lên nỗi đau đáu khôn nguôi của mình: "*Cả một thế hệ văn học bị bỏ quên*" (tr.89). Để phản bác lập luận cho rằng *"Miền Nam không có dĩ vãng văn hóa*" (Trần Thanh Hiệp*)*, chúng tôi muốn bổ sung trong việc biểu đồng tình với Lời kêu gọi của báo *Đồng Nai Văn Tập:* "*Viết lại bộ Văn học sử Việt Nam trong đó các cụ miền Nam có chỗ ngồi đầy đủ và xứng đáng*" (Tạp chí đã dẫn, số 5, tháng Tư, 1966, tr.7).

Tóm, chúng tôi xin dẫn nhận định của nhà phê bình Nguyễn Hưng Quốc để kết thúc bài viết: *Một điều mà nhà phê bình cần làm hơn chính là tranh đấu cho một trật tự mới, cái trật tự vừa mới chớm, chưa được nhiều người thấy và chưa được ủng hộ. Làm công việc đó, nhà phê bình có thể ít nhiều gây ra sự bất an. Nhưng đó không phải là điều đáng lo lắng. Không có bất an thì sẽ không có sáng tạo*" (*Nhiệm vụ của nhà phê bình*). Trên tinh thần đó, chúng ta sẽ không lấy làm ngạc nhiên với một Thanh Lãng đã hết lời ca ngợi Trương Vĩnh Ký là "*ông tổ văn học mới*", xem "*Đông Hồ như Nhất Linh của miền Nam*"; một Nguyễn Văn Trung đã phản tỉnh về việc đánh giá lại Trương Vĩnh Ký, tha thiết với *Lục Châu Học*; một Nguyễn Văn Xuân đã khẳng định vai trò *tiền phong* của văn nghệ miền Nam… để đối lại "một cái nhìn mang tính xã hội-chính trị" của ai đó khi đã xóa tên mười "biệt kích" văn nghệ!

Montréal, cuối Thu 2022

TĂNG HƯNG VÀ NGHỆ THUẬT THƯ-ẢNH

Trong bài "Từ Một Tấm Ảnh Cũ Nhớ Về Thầy Đông Hồ", chúng tôi có viết: "*Nói đến Đông Hồ, người ta nghĩ ngay tới nhà thơ, nhà giáo, nhà nghiên cứu văn học. Nói đến Đông Hồ, người ta nghĩ ngay tới "một người có công với Quốc văn" (Nam Phong Tạp chí số 173), đã "tự nguyện làm một người tri kỷ với Quốc văn, (...) cùng với Quốc văn ước nguyền sông núi" (Trọng Toàn, Nam Phong số 175). Có người còn cho rằng* ***Đông Hồ là một trong những tiền bối có công đầu khai phá cho bộ môn Thư pháp chữ Quốc ngữ*** (...)" và ghi chú: "*Tăng Hưng - nhiếp ảnh gia, học trò ruột và được đích thân thầy Đông Hồ chỉ dạy cho cách viết thư pháp Việt*" [(1)]. Nghệ thuật Thư-Ảnh hiểu nôm na là nghệ thuật kết hợp giữa *nhiếp ảnh*, *thi ca* và *viết thư pháp* để tạo thành một tác phẩm nghệ thuật. Đó là sự kết hợp hài hòa nhằm tạo nên một thể loại mới mang tính nghệ thuật cao hơn. Thư-Ảnh khác biệt đôi chút với Thư-Họa. Theo Wikipedia "*Thư-Họa là sự kết hợp của thư pháp và hội họa cổ của vùng văn hóa Đông Á*".

Để ý sẽ thấy Thư-Họa viết bằng chữ Hán, còn Thư-Ảnh viết bằng chữ Quốc ngữ.

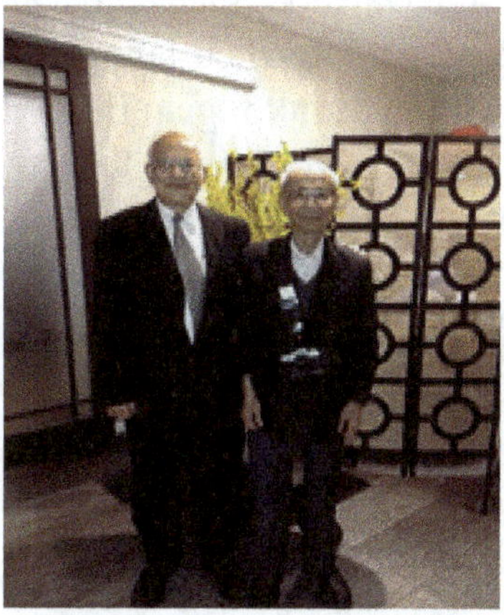

**Ảnh tác giả (người có thắt cà-vạt) và thư-pháp gia Tăng Hưng (người mang máy ảnh) – Montréal, 2023.*

Như đã dẫn, Đông Hồ là ông tổ của nghệ thuật "viết thư pháp Việt" và Tăng Hưng là truyền nhân của thầy Đông Hồ. Nhưng "đệ tử chân truyền" Tăng Hưng chẳng những viết thư pháp Việt với "tay Tiên nắn nót chữ Thần" như thầy mình mà còn kết hợp một cách sáng tạo giữa *nhiếp ảnh, thi ca* và *viết thư pháp* để tạo thành một tác phẩm nghệ thuật: Nghệ thuật Thư-Ảnh. Tưởng cũng nên biết, Tăng Hưng sanh năm 1934 tại xã Phước Hải (Bà Rịa-Vũng Tàu). Trong thời gian theo học tại Đại học Văn Khoa Sài Gòn (1964-1968), chính thầy đồ Đông Hồ đã truyền cảm hứng cho đệ tử ruột Tăng Hưng niềm đam mê "múa chữ" bằng bút lông, mực tàu. Sau khi tốt nghiệp Cử nhân Văn chương Việt-Hán, ông trở thành thầy giáo dạy môn Văn ở các trường bán công Thủ Đức, tư thục Bác Ái Sài Gòn... Về *nhiếp ảnh* thì Tăng Hưng cũng tự học, tự làm buồng tối. Ông đã nếm được vị ngọt của thành quả về nhiếp ảnh tại Việt Nam cũng như quốc tế. Đó là Giải ACCU Nhật Bổn 1994: Tác phẩm "Thực hành sửa xe gắn máy"; Giải quốc tế RIGA (Liên Xô cũ 1989): Nhóm bốn bức ảnh "Con người và biển cả"; Giải Nhứt ảnh chân dung 1999: "Chăm chỉ"; Huy tượng Hội Nhiếp ảnh TP.HCM 1993: "Đón mừng", v.v...

Tôi vô cùng ngưỡng mộ một bạn đồng môn lại cùng là môn sinh của thầy Đông Hồ tại Đại học Văn Khoa Sài Gòn. Ngoài đời anh Tăng Hưng là một người hiền lành dễ mến, dễ gần gũi, nụ cười hoà ái luôn nở trên môi khi giao tiếp. Mặc dầu tuổi đời quá cửu tuần, người cựu giáo chức dạy Quốc văn với vóc dáng thon nhỏ, chiều cao khiêm tốn nhưng vẫn năng nổ, tích cực phục vụ cộng đồng. Trong các sinh hoạt của Hội Giáo chức Québec, anh đã miệt mài ghi lại những tấm ảnh đẹp và có ý nghĩa. Tôi nhớ có lần đã viết: "*Những thước phim và hình ảnh sống động được thực hiện bởi nhà nhiếp ảnh mẫn cán Tăng Hưng - một thành viên tích cực Hội, một nhà thư pháp có tầm cỡ*".

Với tinh thần phục vụ vô vị lợi, anh đã thực hiện các cuộc Triển lãm Thư-ảnh "bỏ túi" trong các kỳ Đại hội Giáo chức Québec và tặng một số quà Thư-ảnh cho các thành viên tích cực của Hội (tôi may mắn có trong số đó). Hãy nghe anh giải bày về kinh nghiệm và khó khăn gặp phải: "*Ảnh chụp và Thi Ca, không có thứ nào trội bật hơn thứ nào, chúng "hòa điệu sống" để thoát ra khỏi chính mình và tạo nên một tác phẩm mới (...) Có hai trường hợp: Hình chụp được rồi đi tìm thơ, nghĩa là khi chụp được một số hình ảnh đẹp đắc ý thì sau đó phải cố lục lọi tìm thơ thích hợp để đưa vào. (Chụp hoa súng có chuồn chuồn đậu, tìm mãi mới được câu ca dao miền Nam tương ứng. Chụp cảnh Sông Hương Núi Ngự có con thuyền, nghĩ mấy tháng mới đưa được câu thơ của Hàn Mặc Tử vô. Ngược lại, thấy câu thơ bài thơ hay ho của ai đó, mình đắc ý thì phải cố gắng săn tìm, chụp thật nhiều ảnh, chọn lựa đến khi vừa ý mới đưa thơ vào (số 13, Áo Trắng Bay, v.v...*" (Nguyễn Văn Sâm, nguồn: https://sangtao.org/2017/05/05/bong-dong-ho-trong-nghe-thuat-thu-anh/#more-95605).

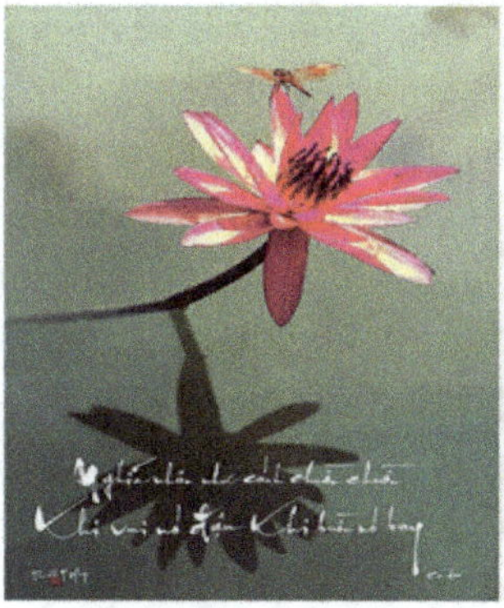

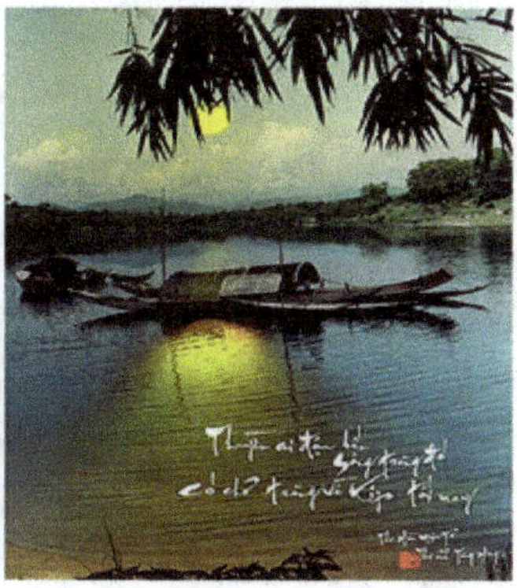

**Ảnh trái: Hình chụp được rồi đi tìm thơ "Hoa súng có chuồn chuồn đậu" (tìm được câu ca dao miền Nam tương ứng)*

** Ảnh phải: "Cảnh sông Hương núi Ngự" (tương ứng với câu thơ của Hàn Mặc Tử).*

Chưa hết, nghệ nhân Tăng Hưng còn được người đời biết đến qua các cuộc Triển lãm Thư-ảnh từ trong nước tới hải ngoại. Trong nước, cuộc Triển lãm Thư-ảnh của anh được trưng bày tại Hội Nhiếp ảnh TPHCM từ ngày 5 đến 15/11/2006. Triển lãm nầy đã "*trưng bày **55** bức ảnh chụp các thể loại: hoa cỏ, tĩnh vật, phong cảnh thiên nhiên và chân dung con người... hòa quyện cùng những câu thơ được viết trong bức ảnh, nên có tên là Thư-Ảnh*". Nguồn https://www.sggp.org.vn/trien-lam-nghe-thuat-thu-anh-cua-tac-gia-tang-hung-post19437.html.

Đáng chú ý nhứt là cuộc Triển lãm với gần **40** bức Thư-ảnh được trưng bày tại Viện Việt Học/CA Hoa Kỳ vào ngày 6 tháng Năm, 2017. Đã có nhiều bài tường thuật khá đầy đủ về cuộc Triển lãm nầy. Nguyễn Văn Sâm trong bài "Bóng Đông Hồ Trong Nghệ Thuật Thư-Ảnh" đã nhận định sắc sảo, so sánh Thư pháp Đông Hồ và Thư-ảnh Tăng Hưng: "*Nhìn chữ viết, tôi nhớ tới những bức thư pháp tiếng Việt của Thi sĩ Đông Hồ treo ở quán sách Yiễm Yiễm Thư Trang trên đường Kitchener đầu thập niên 50 (...) Tôi gọi đó là **thư pháp Đông Hồ**. Loại chữ viết ngó vô là biết nét chữ Đông Hồ, cao ốm thon thon của nét xuống chữ **g**, chữ **y**, của nét lên chữ **h**, chữ **l**. Để cho nét thư pháp của mình đặc biệt hơn, Đông Hồ cho những nét cong của chữ **n, d, đ** được kéo xuống nhiều, và ngòi bút lông được điều khiển sao chữ đều đặn mà như bay nhảy. Phân tích sự yêu chuộng trong nét thư pháp Việt, chắc ai cũng đưa ra đặc tính thanh thoát, dễ đọc, không cầu kỳ để người xem phải bóp trán giải bài toán khó"* (Nguồn đã dẫn).

Ngoài ra, Nguyễn Huy/báo *Người Việt* với bài tường thuật khá chi tiết về "một bộ môn nghệ thuật tương đối còn mới, có thể được coi như xuất hiện lần đầu trong sinh hoạt nghệ thuật tại Nam California". Đặc biệt câu hỏi/đáp rất hay, rất bổ ích giữa Nguyễn Huy/Tăng Hưng nhằm *gãi đúng chỗ ngứa* cho những ai muốn tìm hiểu về nghệ thuật thư-ảnh. Hãy đọc phần trả lời của Tăng Hưng: *"Khi tôi chụp được một bức ảnh ưng ý, tôi bắt đầu "lùng sục" trong trí những lời thơ mà mình tâm đắc đã đọc và nhớ được từ những tác giả kim cổ. Khi kiếm được rồi sẽ trân trọng phóng bút viết trên ảnh chỉ một vài câu thơ ngắn gọn, trọn ý. Nếu trí nhớ không giúp được cho sự ưng ý của mình thì lại tra cứu sách vở cho đến khi tìm được (...) Nhưng đến phần viết lời thơ trên ảnh cũng lại là sự sáng tạo nữa. Phần thư trên ảnh sẽ chiếm bao nhiêu chỗ để bức ảnh không bị ảnh hưởng mà trái lại còn như tô vẽ thêm cho bức ảnh. Nếu chỉ phóng bút trên một tờ giấy hoa tiên như các nghệ nhân thư họa ở trong nước mỗi độ Xuân về đi bán chữ trên những vỉa hè các thành phố lớn, thì kể như dễ dàng. Ở đây phải là nghệ thuật. Nghệ thuật không chỉ trên sự bay bướm phổ vào từng chữ mà phải là "ý tại ngôn ngoại" theo các cách viết nữa..."*. Nguồn: https://www.nguoi-viet.com/little-saigon/trien-lam-thu-anh-cua-giao-su-tang-hung/

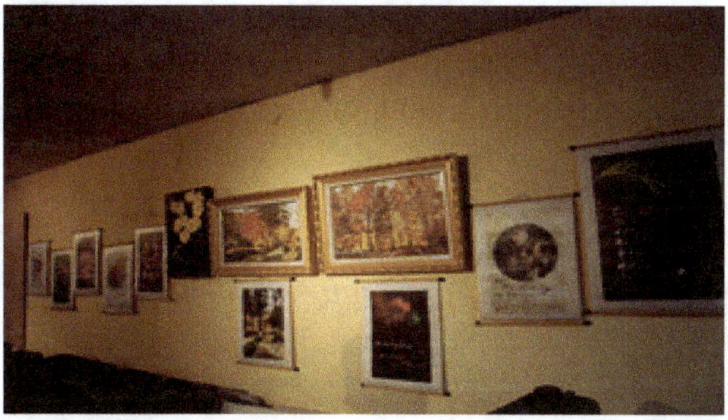

**Một số tác phẩm thư-ảnh trong phòng triển lãm (Hình: Nguyễn Huy/ Người Việt).*

Nhớ lại vào dịp Tết năm Nhâm Dần 2022, nhà thư pháp Tăng Hưng có tặng tôi một bức ảnh chụp những đóa mai vàng nở rộ tô điểm bởi hai câu thơ thư pháp với nét chữ như phượng múa rồng bay:

Mạc vị xuân tàn hoa lạc tận
Đình tiền tạc dạ nhất chi mai

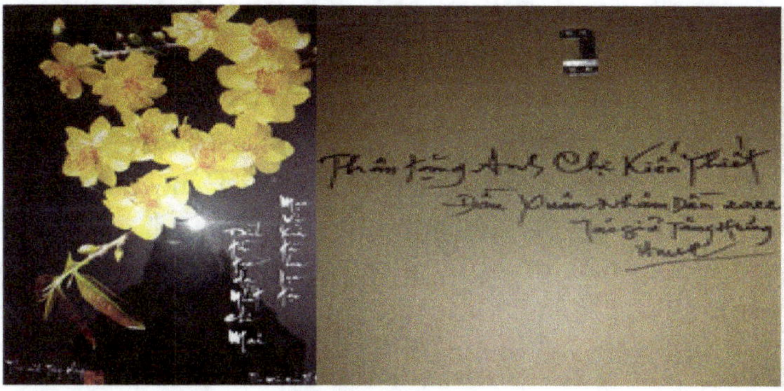

**Thư-ảnh do thư-pháp gia Tăng Hưng tặng tác giả nhân Tết Nhâm Dần 2022.*

Thật ra đây là hai câu chót của bài kệ 6 câu không có đầu đề trích trong *Thiền Uyển Tập Anh* của thiền sư Mãn Giác (1052-1096). Trong số nhiều bản dịch, có lẽ bản dịch của Ngô Tất Tố được nhiều người biết đến:

Đừng bảo xuân tàn hoa rụng hết
Đêm qua, sân trước một nhành mai.

Tôi mê mẩn ngắm nghía bức "Thư-ảnh" đẹp lung linh với

lời đề tặng "*Thân tặng Anh Chị Kiến Thiết*" coi như kỷ niệm đẹp không thể nào quên. Tôi treo bức Thư-ảnh ấy tại phòng khách nơi trang trọng và bắt mắt nhứt giống như tấm ảnh "Hoa Phong Lan" của Nhiếp ảnh gia Lê Quang Xuân. Có lần tôi đã cảm tác sau khi xem ảnh và thư-ảnh của hai nghệ sĩ họ Lê và họ Tăng:

Tay Tiên nắn nót chữ Thần,
Đích danh thủ pháp Tăng Hưng - Hội nhà!
Nhiếp ảnh gia - thư pháp gia
Song gia hợp bích (2), *giao hoà ý-thơ.*

Trúc Lan.

Trong bài thuyết trình "Thú Chơi Câu Đối" tại Đại hội Giáo chức Québec năm 2017, chúng tôi có nhấn mạnh một đặc điểm: Câu đối của ta mượn "*xác Trung Hoa*" nhưng vẫn giữ cái "*hồn Việt Nam*". Cái "*hồn Việt Nam*" đã thoát khỏi cái "*xác Trung Hoa*" thể hiện ở Câu đối trên ba phương diện: chữ viết, cách đọc và cách phân loại. **Về cách đọc**: câu đối chữ Hán hoặc chữ Nôm khi dán (treo) hoặc khắc trên cột, bắt buộc phải đọc ngược **từ phải sang trái** - theo cách đọc của người Tàu. Còn câu đối chữ Quốc ngữ phải đọc thuận **từ trái sang phải** - theo cách đọc của ta.

Hai câu thơ của thiền sư Mãn Giác là một đôi câu đối hoàn chỉnh. Như vậy đọc theo âm Hán thì phải viết/đọc ngược **từ phải sang trái**, từ trên xuống dưới. Nghệ nhân họ Tăng khi để thư pháp Việt đã "theo đúng sách vở" chữ Hán, nhưng khi phiên âm từ Hán sang Việt (thành thư-pháp Việt) đã vô tình dẫn dắt người đọc phải đọc vế dưới/vế 2 (Đình tiền tạc dạ nhất chi mai) **trước** cả vế trên/vế 1 (Mạc vị xuân tàn hoa lạc tận) mà không đọc thuận **từ trái sang phải**, từ trên xuống dưới.

***

Cám ơn bạn hiền Tăng Hưng đã tặng bức Thư-ảnh nghệ thuật nhân ngày Xuân muộn. Cám ơn các bạn Nguyễn Văn Sâm và Nguyễn Huy với những bài tường thuật, nhận định sắc sảo về các cuộc Triển lãm Thư-ảnh. Thư pháp gia Tăng Hưng đích thực là cái "bóng Đông Hồ trong nghệ thuật Thư-ảnh". Cái bóng nầy quá lớn khiến Nguyễn Văn Sâm muốn làm "cái bóng" của Đông Hồ (mặc dầu anh không có cơ duyên theo học với Thầy, nhưng đã từng giảng dạy về Văn chương miền Nam như Thầy). Nguyễn

Kiến Thiết tôi cũng dựa hơi muốn làm "cái bóng của Đông Hồ" bởi lẽ hội đủ các yếu tố để "núp bóng" thầy Đông Hồ: học Chứng chỉ Văn chương Quốc âm với Thầy; làm thơ đủ thể loại; giảng dạy và nghiên cứu về Văn học miền Nam (bác học và bình dân) ... Nhứt là có duyên nợ với thầy mình qua việc cho/nhận ảnh để gợi nhớ đến kỷ niệm xưa trong bài viết "Từ Một Tấm Ảnh Cũ Nhớ Về Thầy Đông Hồ".

Montréal, sau Tết Ất Tỵ - tháng II.2025

Chú thích:

[1] Nguyễn Kiến Thiết: *Những Trang Văn Đời Tôi*, Nxb Văn Học Mới Hoa Kỳ 2021, tr.74-88.

[2] Hợp bích: có nghĩa Phối hợp tinh hoa hai thứ khác nhau, đem hai bên đối chiếu.

NẾU NHƯ CÒN CHIẾN TRANH*

Nếu như còn chiến tranh
Dân chúng mình điêu linh
Anh em mình xào xáo
Non sông mình điêu tàn.
Nếu như còn chiến tranh
Cha mất con, vợ khóc chồng
Nhà cửa hoang tàn xơ xác
Ruộng vườn đổ nát hoang sơ
Xóm làng mình đâu còn bao cảnh đẹp nên thơ
Và còn đâu nữa những ngày vui thôn dã!
Người ta thấy:
Mắt mẹ già sâu thẳm
Trán người cha nhăn mau
Tóc muối nhiều tiêu ít
Vì thời gian, sương gió nhuộm màu!
*
Nếu như còn chiến tranh
Dân chúng còn điêu linh
Cuộc chiến nồi da xáo thịt
Ai là kẻ thắng - người thua?
Trúc Lan - Trà Ôn 1965?
*Đã đăng trên Đặc San Trung Học Hòa Đồng – Gò Công.

VÀI NÉT VỀ CÂU HÁT HUÊ TÌNH Ở NAM KỲ

Hát huê tình nghĩa là gì? Đã có những tác giả nào giới thiệu, nhận định về câu hát huê tình? Nội dung và Nghệ thuật gồm những đặc điểm gì. Chúng tôi sẽ lần lượt bàn đến trong bài "Vài Nét Về Câu Hát Huê Tình Ở Nam Kỳ" như dưới đây.

***Định nghĩa:**

Huê tình - còn gọi Hoa tình: "*Lẳng lơ trai gái*" (*Việt Nam Từ Điển*, tr.239), là "*Lời trai gái chọc ghẹo nhau, dâm từ, những câu hát ghẹo*" (*Đại Nam Quốc ÂmTự Vị* [*ĐNQATV*], tr.428). Hát huê tình là "*hát lời nói xa gần làm cho cảm động ý nhau, cùng là chọc ghẹo nhau*" (*ĐNQATV*, tr.410).

Gặp lúc trăng thanh gió mát
*Thú nào vui bằng thú **hát huê tình***
Trời xui hội ngộ hai đứa mình kết duyên.

Người miền Bắc gọi lối hát nẩy là Tự tình, Hát hoa tình hoặc Hát trao tình tức là "*những bài hát hoa tình giữa trai và gá trao đổi nhau những khi có dịp gặp nhau*" (1).

Toan Ánh cũng gọi lối hát nẩy là Hát trao tình. Hát trao tình gồm có hát ví, hát quan họ, hát trống quân và những biến thể của nó tùy từng vùng, từng nơi như hát ở hội, hát giải, hát vận, hát đố, hát cò lả, hát các phường (phường vải, phường củi, phường cấy, phường buôn), hát giặm (hát giặm ứng khẩu, hát giặm thời sự, hát giặm vè) và hò Huế (hò mái nhì, mái đưa, mái đẩy), hò miền Nam (hò cấy, hò chèo thuyền). Riêng ở các tỉnh vùng trung châu Bắc Việt, những giọng hát trao tình nẩy gồm có ba loại chánh là Hát ví, Hát quan họ, Hát trống quân và những biến thể của nó (2). Theo Thuần Phong, Hát huê tình thông dụng nhiều nhứt ở miền Nam, còn gọi là hát đố, hát đối đáp, hát chèo ghe (3).

Chúng tôi có thể cắt nghĩa như sau: Hát Huê tình ở Nam Kỳ là hát đối đáp trao đổi nhau giữa đôi trai gái hay giữa hai phe nam nữ "những khi có dịp gặp nhau" trên sông rạch, trong những lúc cùng làm việc ngoài đồng áng, trên sân nhà, trong các lễ hội, trong những dịp thi tài cao thấp. Hát huê tình ở đây là "hát lời nói xa gần làm cho cảm động ý nhau", không hẳn là "lẳng lơ trai gái" cũng không dùng những "dâm từ" để "chọc ghẹo nhau". Từ "cảm động ý nhau" sẽ dẫn tới tình bạn rồi tình yêu và hôn nhân là lẽ đương nhiên. Nam Kỳ Lục Tỉnh là vùng đất mới mầu mỡ phì nhiêu, với ruộng đồng "cò bay thẳng cánh", với cây lành trái ngọt, sông nước hữu tình, cho nên mặc dầu nơi đây không có nhiều hội mùa như ở miền Bắc [(4),] nhưng những câu hò điệu hát - đặc biệt là hát huê tình - đã phát triển không ngừng và tạo thành một loại hình dân ca độc đáo ở miền Nam. Câu hát huê tình phát triển mạnh ở Miệt Vườn đồng bằng sông Cửu Long, *nằm trong hệ thống ngũ cung hơi Nam giọng Oán và phảng phất hơi hướm ca dao miền Trung*. Ta có thể tìm được sự liên hệ giữa điệu hát bài chòi (Trung) và điệu nói thơ Vân Tiên (Nam), giữa điệu hò mái đẩy (Trung) và các điệu hò ở Cái Bè, Cai Lậy (Nam) [(5)].

***Thư mục:**

Câu Hát huê tình ở miền Nam thật dồi dào phong phú, nhưng vì nó là một thứ dân ca truyền khẩu nên khi lưu hành, biên soạn đã bị *tam sao thất bổn* khá nhiều. Một số lớn câu hát đã bị chìm sâu vào trong quên lãng. Để làm sống lại những câu hát đang ngoắc ngoải chờ ngày tắt nghỉ cũng như nhằm mục đích bảo vệ cái di sản lý thú của ông cha, một vài bậc thức giả đã để công *sưu tầm, biên soạn, phổ biến* câu hát huê tình. Chúng tôi thử thiết lập một thư mục sau đây mặc dầu chưa đầy đủ hoặc tồn nghi.

- Đặng Lễ Nghi: *Câu Hát Huê Tình,* 1907 (?).
- Văn Tư: *Câu Hát Huê Tình,* 1923.
- Đinh Thái Sơn: *Câu Hát Huê Tình*. Sài Gòn, Xưa Nay xb. 1928.
- Nguyễn Công Chánh: *Câu Hát Huê Tình*: có ý vị và có tình nghĩa, bổn cũ soạn lại. Chợ Lớn, Thuận Hòa xb. 1956, 18 trang.
- **Đinh Thái Sơn: *Câu Hát Huê Tình*. Chợ Lớn, Thuận Hòa xb. 1966, 18 trang** (Chúng tôi có trong tay và sử dụng văn bản nầy).

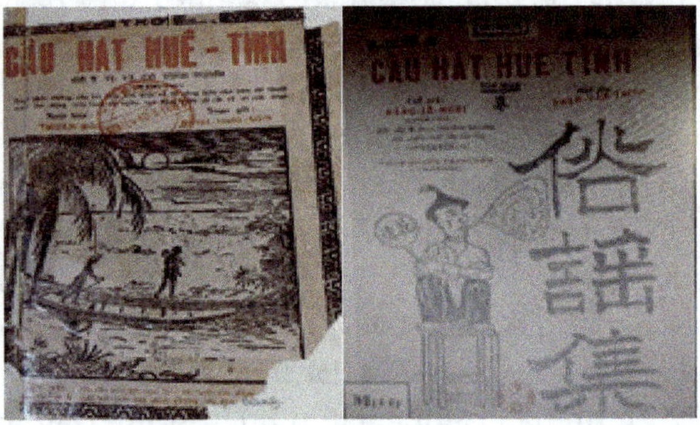

**Hình trái: do tác giả cung cấp.*

**Hình phải: trích https://tieulun.hopto.org. Thành thật cám ơn chuyên viên thư viện Phạm Lệ-Hương rất nhiều.*

Nơi bìa 1 có ghi hàng chữ nêu rõ mục đích của người soạn: *CÂU HÁT HUÊ TÌNH, có ý vị và có tình nghĩa. Góp nhặt những câu hát hoặc kim hoặc cổ để cống hiến cho nam nữ thanh niên lao động cơn hành sự ngâm nga đặng quên cả vất vả và mệt nhọc.*

Cuối bìa 1 có ghi:

CÂU HÁT: *Cần câu trúc sợi nhợ bạc, cái lưỡi câu đồng*
Nầy bớ bạn ôi! Anh móc mồi con chim phụng câu rồng trên mây.

- Đặng Lễ Nghi: *Câu Hát Huê Tình* (Tân Soạn). SG, Xưa Nay 60-64 Boulevard Bonard Saigon (Nguyễn Háo Vĩnh) 8e Indochine Pièce, 1932
Chủ bút: Đặng Lễ Nghi
Bổn nầy M. Đinh Thái Sơn nhường đứt quyền xuất bản cho tôi [Đặng Lễ Nghi]
Chủ bổn: Phạm Văn Thình
.Sách dày 18 tr. Đầy đủ 361 câu
.In lần thứ ba   Mỗi cuốn 0$30
.Bìa 1: *Thôi thôi đây anh hát huê tình*
Đêm thanh trăng rạng, bạn mình đối chơi.
DEPOT LEGAL INDOCHINE No.17226.
- Khấu Võ Nghi: *Hát Huê Tình Đối Đáp*, 1933 (?).
- Nguyễn Kiến Thiết: Câu Hát Huê Tình Ở Miền Nam. *Nghiên Cứu Văn Học*, số 8 tháng 10/1971, tr.76-102.

- Nguyễn Kiến Thiết: *Tánh Cách Đặc Thù Của Ca Dao Miền Nam* (mục Hát Huê Tình). Luận án Cao học Văn chương. Đại học Văn Khoa Sài Gòn 1972, tr.103-111.
- Nguyễn Tấn Bi: Tiếng Hát Huê Tình Trên Ruộng Đồng Miền Nam. *Đồng Nai-Cửu Long,* số 9 tháng 9/2008, tr.273-280.
- Hà Phương Hoài. Sưu Tầm Tài Liệu và Web Design *Câu Hát Huê Tình* (http://e-cadao.com), 2003.
- Huỳnh Ngọc Trảng – Phạm Thiếu Hương: *Tổng Tập Văn Học Dân Gian Nam Bộ - Ca Dao-Dân Ca Nam Bộ*. Quyển 4. Nxb Tổng Hợp TP/HCM, 2022.

Nhìn chung, những công trình của các tác giả trên đây chỉ *góp nhặt, sưu tầm* và *phổ biến* Câu hát huê tình. Các ông Đinh Thái Sơn, Đặng Lễ Nghi, Nguyễn Công Chánh đã *giới thiệu* đầy đủ 361 câu hát huê tình.

Các tác giả Huỳnh Ngọc Trảng - Phạm Thiếu Hương (Nhóm HNT) đã *sao chép* đầy đủ 361 câu hát huê tình của Đinh Thái Sơn (sách đã dẫn). Có mấy chi tiết đáng để ý:

1.- Trong Lời giới thiệu, Nhóm HNT đã viết: *"Các văn bản được chọn đưa vào sách đều giữ nguyên bản trừ một số trường hợp thấy cần phải chỉnh lý (...). Rất mong nhận được sự chỉ bảo của bạn đọc"* (tr.10). Thay vì *mặc áo thụng vái nhau*, chúng tôi không dám "chỉ bảo" mà chỉ mạo muội góp vài ý kiến nho nhỏ. Chẳng hạn như Nhóm nầy khi sửa lỗi chánh tả hoặc "chỉnh lý" đã không ghi chú những chữ *sai* hoặc tùy ý thêm/bớt một, hai chữ. Sự thiếu cẩn trọng nầy sẽ gây khó khăn cho giới nghiên cứu trong việc tham khảo. Thí dụ:

Câu 361: *"Tại thiên nguyện tác* ***bỉ*** *dực điểu / Tại địa nguyện* ***tác liêng*** *lý chi"* (nguyên văn bản gốc *CHHT*). Đây là một trong những trường hợp "tam sao thất bổn". Dân gian hát huê tình (hoặc người biên soạn) vì "nghe lóm" nên đã đổi chữ **tỷ** thành chữ **bỉ** ở câu đầu, cũng như đổi chữ **vi** thành **tác** và in sai chánh tả chữ **liên** (không phải **liêng**) ở câu sau.

Thật ra đây là hai câu thơ lấy trong bài *Trường hận ca* của Bạch Cư Dị, nguyên văn là:

Tại thiên nguyện tác ***tỷ*** *dực điểu,*

*Tại địa nguyện **vi** liên lý chi."*
在天願作比翼鳥
在地願為連理枝。

Trường hận ca là một danh tác của Bạch Cư Dị (772-846), một nhà thơ nổi tiếng thời Đường. Trong bài nầy, ông sử dụng bút pháp ước lệ tự sự, đem lịch sử cùng điển tích văn học, thông qua câu chuyện giữa vua Hán Võ Đế (Lưu Triệt) và Lý phu nhân, nhưng dụng ý miêu tả câu chuyện tình yêu giữa Đường Huyền Tông (tức Đường Minh Hoàng) và Dương Quý Phi.

Nhóm Huỳnh Ngọc Trảng đã "tam sao" *cái sai* của bản gốc *CHHT,* nghĩa là trong câu 7 chữ (trên) không đổi chữ **bỉ** thành chữ **tỷ** cho đúng câu thơ của Bạch Cư Dị (sách đã dẫn, tr.230). Đó là chưa kể Nhóm nẩy đã biến câu 7 chữ (dưới) thành câu **8** chữ bằng cách *tự ý* thêm hai chữ **tác** và **bỉ** (đáng lẽ là **vi**). Thành ra câu 361 "tam sao" của Nhóm HNT lại biến thành: "*Tại thiên nguyện tác **bỉ** dực điểu; Tại địa nguyện **tác bỉ** liên lý chi*".

2. Cũng câu 361: "***E** là **e** đó đa nghi, bớ anh ôi, Đây anh quyết giữ, trọn nghì sắt son*" (nguyên văn *CHHT*). Nhóm HNT đã tự ý sửa lại là "***Em** là đó đa nghi*" (bớt hai chữ "**e**", thế bằng chữ "**Em**"; vậy câu 6 chữ nẩy chỉ còn **5** chữ), v.v...

Còn Nguyễn Tấn Bi nhận xét sơ khởi về Câu hát huê tình và gọi Tiếng hát huê tình là "Những câu đối lắt léo" (chữ "câu đối" ở đây chưa hoàn toàn đúng). Toàn bài báo 8 trang (tr.273-280) của ông đã đi *xa đề* khi bàn về *Câu đối, Hát/**Hò** đối đáp* và thể *nói lái* (ông gọi là *nói **láy***) và dẫn hầu hết ca dao miền Nam (khoảng 99%). Ông chỉ dẫn **một** câu trong 361 câu hát huê tình mà **không** ghi số thứ tự. Đó là câu 301: "*Con cá đối **nằm** trên cối đá; Con mèo đuôi cụt nằm mục đuôi kèo / Anh mà đối đặng dẫu **có** nghèo em cũng ưng*" (tr.276). So với bản gốc *CHHT* in là: "*301 – Con cá đối **để** trên cối đá; mèo đuôi cụt nằm mục đuôi kèo, **bớ anh ôi**, Anh mà đối đặng dẩu [**dẫu**] nghèo cũng ưng*" (tr.15). Chỉ Nguyễn Kiến Thiết (NKT) đã để ý *nhận định* và *phân tích sơ khởi* về Nội dung và đặc điểm Nghệ thuật của Câu hát huê tình. Ông cũng ghi rõ *xuất xứ* từ nguyên bản gốc tập sách mà ông may mắn có trong tay. Khi dẫn các câu hát huê tình, NKT ghi số thứ tự hẳn hoi cũng như sửa một số lỗi chánh tả và chú thích rõ ràng. Thí dụ:

Câu 18: *Ngày ngày qua lại em anh, bớ bảy ôi, có* **su** *có lúi mới thành gió trăng.* Ông đã chú thích chữ "su": đáng lẽ phải viết "**xu**" (tr.80, báo đã dẫn). Có thể nói NKT là người *đầu tiên* nhận định, đánh giá về Câu hát huê tình từ năm **1971**. Tuy nhiên đây là công việc *tiên phong*, tài liệu/văn bản còn hạn chế nên chưa đủ độ sâu, rộng của một bài biên khảo văn học. Cho tới nay chúng tôi không hoặc chưa thấy tác giả nào khác biên khảo về Câu hát huê tình theo đúng nghĩa của nó. Ước mong các bậc thức giả vui lòng bổ khuyết. Xin đa tạ.

***Đặc điểm về Nội dung và Nghệ thuật:**

Để tránh khiếm khuyết dẫn trên, nhằm mục đích giúp cho giới nghiên cứu phê bình văn học (**không/chưa có** văn bản in trong tay) tiện việc tham khảo, chúng tôi không ngần ngại giới thiệu bài biên khảo nầy. Chúng tôi sử dụng bản *CÂU HÁT HUÊ TÌNH* của Đinh Thái Sơn, Chợ Lớn, Thuận Hòa xb. 1966, 18 trang (nơi dưới câu 361 có in chữ "**CHUNG**") để phân tích về Nội dung và đặc điểm Nghệ thuật. Trong khi phân tích Nội dung đã mặc nhiên nói đến Nghệ thuật, cái nầy bổ sung cho cái kia; và ngược lại.

Hát Huê tình là hát đối đáp trao đổi nhau giữa trai và gái "những khi có dịp gặp nhau". "Dịp gặp nhau" đó có khi là để "đối chơi" cho vui (*Đêm thanh trăng rạng, bạn mình đối chơi*); có khi để "ngâm nga đặng quên cả vất vả và mệt nhọc" trong khi lao động. Và cũng có khi để "kết duyên", như duyên bạn bè, duyên chồng vợ (*Thú nào vui bằng thú hát huê tình; Trời xui hội ngộ hai đứa mình* ***kết duyên***). Hát Huê tình cũng giống hát Quan họ là "một loại hình dân ca phong phú về giai điệu", nhưng có điểm khác biệt là trai gái quan họ mặc dầu để ý thương nhau nhưng chỉ xem nhau như bạn bè (bạn hát) và các "liền anh", "liền chị" thường là *không được phép* cưới hỏi nhau. Trái lại chung cuộc của Hát Huê tình vẫn là tình yêu nam nữ. Tình yêu đôi lứa của người dân Lục tỉnh thể hiện ở nhiều cung bậc, dạng thức khác nhau. Bối cảnh là nông thôn Nam Kỳ. Nói khác đi đó là thứ tình yêu thôn dã. Nơi bắt đầu của tình yêu thôn dã thường là trong lao động sản xuất, từ trong sân nhà (xay lúa, giã gạo), trên đồng ruộng bao la (cấy lúa, gặt lúa) đến sông nước hữu tình giữa "trai thương hồ" và "gái bán vàm" *(Hai đứa mình ngồi xuống một ghe; Khoan khoan ngớt mái để nghe huê tình).* Cũng có khi qua những cuộc hò hát đối đáp trong một vạn cấy, trong mùa gặt, trong các cuộc thi hò hát đối đáp, các chàng trai - cô gái có dịp gặp gỡ, trò chuyện, *để ý thương* nhau: *"Sông sâu sóng bủa láng Cò; Thương em vì bởi câu hò có duyên"* ...

Để bạn đọc tiện theo dõi, chúng tôi theo các quy tắc sau đây:

1.- Đánh số câu trích dẫn và ghi ở đầu hàng.

2.- Cuối các câu 4 - 5 – 6 – 7 chữ phải xuống hàng.

3.- Như vậy các chữ đầu câu của hàng kế tiếp đều viết chữ hoa.

4.- Chữ đầu mỗi "cụm" tiếng đệm như "bớ em ôi", "bớ bậu ôi", "bớ quân tử ôi" đều viết hoa và mỗi "cụm" đều **in đậm, chữ nghiêng.**

5.-Những chữ sai chánh tả đều được sửa đúng, in đậm, chữ nghiêng và chú giải cẩn thận. Riêng các chữ còn gây tranh cãi hoặc sử dụng theo thói quen từng vùng miền hay phương ngữ thì vẫn giữ nguyên (duơn, nguơn, ngãi, ngỡi, quới, thoàn,kiểng)

6.- Các địa danh, nhân danh trong bản gốc sẽ **bỏ gạch nối,** được **in đậm, chữ nghiêng** và đều in chữ hoa. Chẳng hạn:

(câu 29). Năm canh qua lăn lộn phòng loan

Bớ em ôi, *Bậu về* ***Vĩnh Long*** *nọ dặm đàng xa* ***xuôi*** (nguyên bản in sai "Vĩnh-long").

7.- Trường hợp sách **in sai** từ Hán-Việt, cách ngôn Khổng-Mạnh hoặc điển tích đều được sửa lại, ***in đậm, chữ nghiêng*** và ghi chú hẳn hoi.

Cũng như ca dao cả nước, cái "tôi" trữ tình trong Câu hát huê tình thể hiện những cảm xúc "chủ đạo", tinh tế và đa dạng. Từ "tôi"/ "tui" dẫn đến những cặp nhân xưng đại từ đối xứng trong cách xưng hô của người bình dân: "tui"/"mình", "qua"/"bậu", "anh/em", "chàng"/"thiếp", "quân tử", "anh hùng"/"thuyền [**thiền**] quyên", "người nghĩa", "nhơn tình", "cựu tình"

Một vài thí dụ:

- (câu 7) "qua"/"bậu": *Bây giờ cầu xây nọ nó thôi xây,*
Thời qua với bậu dứt dây **cang** *thường* (nguyên bả "*can*").
-(câu 285) "***Thiền*** quyên"/"anh hùng":
Thân em mỏng mảnh, quê cảnh lạ lùng,
Thiền *quyên mong sánh anh hùng,*
Bớ anh ôi, *Lại e như nàng Kiều nọ, bạn cùng Thúc* **Sanh**
(nguyên bản: "*Thuyền*").

Điều đáng lưu ý là Câu hát huê tình được làm theo mọi thể loại thơ: từ tứ tự, ngũ ngôn, lục ngôn đến lục bát, lục bát biến thể rồi đến song thất, song thất biến thể hoặc hỗn hợp hai ba thể trên một cách phóng túng. Những tiếng đệm như: *bớ mình ôi, bớ anh ôi, bớ bậu ôi, bớ ai ôi, bớ em ôi, bớ nàng ôi, bớ nhơn tình ôi,* v.v... được lồng vào trong câu hát một cách ý vị và duyên dáng:

-***Bớ bậu ôi*** (câu 12): *Chỉ tơ đứt mối thình lình*

Bớ bậu ôi, *Vì nghèo nên phải xa mình sanh phương.*
Bớ nhơn tình ôi (câu 42): *Tiếc công anh vun quén cây tùng*
Bớ nhơn tình ôi, *Anh săm soi trên ngọn, dưới gốc sùng không hay.*

Hát huê tình là một loại hát đối đáp giữa nam và nữ; nhưng tại sao trong những câu do chính người bình dân hát lại có những từ Hán-Việt, cách ngôn Khổng Mạnh và điển tích Trung Hoa.

Như chúng ta đã biết, Nam Kỳ là vùng đất mới, nhưng mọi lãnh vực đều "khởi sự/khởi xướng" ở miền Nam: Từ chữ quốc ngữ, văn học chữ quốc ngữ, báo chí, tiểu thuyết rồi thơ, thơ mới, dịch thuật (đặc biệt sách Tàu, truyện Tàu) đến văn nghệ kháng chiến, tự truyện, thoại kịch... nhứt nhứt đều *bắt đầu* tại Lục Tỉnh. Nói khác đi Nam Kỳ đã đóng vai trò *tiền phong* của văn nghệ miền Nam. Khi phân tích Câu hát huê tình, chúng tôi muốn nhấn mạnh vai trò **chữ quốc ngữ** và phong trào dịch **sách Tàu, truyện Tàu** (ra chữ quốc ngữ) vào đầu thế kỷ XX đã ảnh hưởng rất lớn đến hò hát.

Chữ quốc ngữ - tức tiếng Việt viết theo mẫu tự Latin - được truyền sang nước ta vào cuối thế kỷ XVII do các giáo sĩ phương Tây nhằm mục đích phục vụ cho truyền giáo; và "*người*

Nam kỳ là những người Việt Nam đã dùng chữ Quốc ngữ trước nhất" (Vũ Ngọc Phan: *Nhà Văn Hiện Đại*, 1941, tr.37). GS Thanh Lãng cũng đã khẳng định: "*Chữ quốc ngữ được công nhận và phổ biến trước nhất ở miền Lục tỉnh...*" [(6)]. Các dịch giả **Sách Tàu** sang quốc ngữ tiêu biểu có Đoàn Trung Còn dịch *Minh Đạo Gia Huấn* do Trình Di đời nhà Tống biên soạn; Trương Vĩnh Ký phiên dịch *Minh Tâm Bửu Giám* được biên soạn từ cuối đời nhà Tống. **Truyện Tàu** - tức tiểu thuyết chương hồi hay "tiểu thuyết cổ điển" của Trung Hoa. Dịch giả truyện Tàu sang chữ quốc ngữ đầu tiên là một người Pháp, Canavaggio, chủ báo *Nông Cổ Mín Đàm* dịch *Tam Quốc Chí Tục Dịch* đăng từ số báo ra mắt (1/8/1901). Nhưng theo Vương Hồng Sển trong *Thú Chơi Sách*, người dịch Truyện Tàu đầu tiên chính là cụ Dũ Thúc Lương Khắc Ninh (1862-1943). "Những tay dịch thuật trứ danh ở Nam Kỳ" với số lượng nhiều nhứt chính là ba ông **Nguyễn Chánh Sắt, Trần Phong Sắc** và **Nguyễn An Khương.** Nhà phê bình văn học Nguyễn Vy Khanh (dẫn sách của Bằng Giang) cho rằng: **Nguyễn Chánh Sắt** đã dịch *Tây Hớn* rồi *Đông Hớn, Chung Vô Diệm, Tam Quốc Chí, Ngũ Hổ Bình Tây, Nhạc Phi, Mạnh Lệ Quân...*; còn **Trần Phong Sắc** dịch *Truyện Nhạc Phi* (xuất bản tại Sài Gòn, 1905), đồng dịch với Phụng Hoàng San, sau một mình dịch thêm 18 truyện Tàu (hơn 5000 trang) như: *Tam Hạ Nam Đường Diễn Nghĩa, Phong Thần Diễn Nghĩa* (1906), *Tiết Đinh San Chinh Tây...*; và **Nguyễn An Khương** dịch *Phấn Trang Lầu Diễn Nghĩa, Thủy Hử Diễn Nghĩa, Vạn Huê Lầu Diễn Nghĩa,* v.v... Ngoài ra còn có Nguyễn Liên Phong và Nguyễn An Cư dịch *Tam Quốc Diễn Nghĩa* do nhà Tín Đức Thư Xã tại Sài Gòn in từ 1927-1928 gồm 31 cuốn [(7)]. Có thể nói có chữ quốc ngữ mới có phong trào dịch sách Tàu, truyện Tàu để phổ biến rộng rãi trong đại chúng. Từ đó phong trào mê truyện Tàu bùng phát khắp Nam Kỳ: người người "mê" truyện Tàu, nhà nhà "mê" truyện Tàu, "mê" nghe "nói truyện" Tàu. Những cách ngôn Khổng-Mạnh, những tấm gương trung hiếu tiết nghĩa, những điều thường thức về nhân – nghĩa - lễ - trí -tín, về tam cang ngũ thường được người bình dân tình cờ tiếp thu từ sách, truyện Tàu, đợi có dịp đem ra thi thố. Cũng có khi qua những cuộc "đấu trí" của các bậc văn nho, thầy đồ trong các dịp giỗ chạp, ma chay, cưới hỏi hay hội hè đình đám mà người dân quê "nghe lóm" được rồi đem ra áp dụng trong ca dao, hò hát. Trong Luận án về *Ca Dao Miền Nam*, chúng tôi đã nhận định: "*Ca dao miền Nam thường dùng những tiếng Hán-Việt hay những câu chữ Hán để làm nhập đề, để gợi hứng mà gieo vần hay để biện minh cho một tư tưởng, một tình cảm. Những bài hát hò như trên gọi là* ***hát chữ*** *(...) tức là những bài dùng cách ngôn Khổng-Mạnh lấy trong Minh Tâm Bửu Giám hay Minh Đạo Gia Huấn để gợi ý đưa vào đề*" (sách đã dẫn, tr.176). Hát huê tình đối đáp – một bộ phận của ca dao miền Nam, cũng nằm trong mô-típ (motype) nói trên. Tuy nhiên với cố tật "xấu hay làm tốt", "dốt hay nói chữ" của người bình dân Nam Kỳ, nên khi "hấp thụ" sách, truyện Tàu là họ đem ra ứng dụng,"thi thố" ngay, nhiều khi vô thưởng vô phạt. Một nhà văn "chuyên trị" Miệt Vườn đã nhận định: "*Thật bực mình khi nghe những câu hò dẫn chứng nhiều điển tích sai lạc, vô nghĩa hoặc nhiều cách ngôn của Khổng Tử, Tư Mã Ôn Công, với danh từ lẫn lộn, ép vận, sai văn phạm cổ văn*"(8).

Từ những nhận định kể trên, chúng tôi có thể nói câu hát huê tình đối đáp gồm một số đặc điểm về Nghệ thuật như: **hát chữ, hát tích** và **hát đố/hát đối đáp.** "*Khi cuộc hát đã đến lúc hào hứng, hễ bên trai "buộc vào", thì bên gái "mở ra", bên trai "bẻ vô" thì bên gái "xô ra", bên nầy* ***hát chữ, hát tích*** *thì bên kia tìm cách đối lại; bên nầy dùng những câu* ***hát đố*** *hóc búa, thì bên kia tìm câu* ***hát đáp*** *lại một cách tài tình*" (Nguyễn Kiến Thiết, sách đã dẫn tr.107).

- **Hát chữ**: dùng thành ngữ nước ta hoặc cách ngôn cûa Khổng-Mạnh (thường lấy trong sách *Tam Tự Kinh, Minh Tâm Bửu Giám* hoặc *Minh Đạo Gia Huấn*) để gợi hứng gieo vần.

Thí dụ:

.(câu 157): ***Chữ*** * ***tích ác có ngày phùng ác*****
Hễ * *mưu thâm ắt họa diệt thâm*
Vì anh không dạ tu tâm
Anh theo người hoang ***đãng***, *anh phải cầm để lao.*
*Sách *CHHT* in sai: *Chử; Hể; đảng.*
** Dẫn ý sách *Minh Đạo Gia Huấn*, tr.53: *Tích thiện*

phùng thiện; Tích ác phùng ác.
.(câu 261): ***Tửu phùng tri kỷ thiên bôi thiểu***
Thoại bất đầu cơ bán cú đa*
Miễn* *cho anh nói thiệt thà*
Anh ôi, *Dầu cho Hồ Việt một nhà lạ chi.*

*Trích *Minh Tâm Bửu Giám* (tr.271): Rượu gặp bạn biết mình, ngàn chén cũng còn ít; Lời nói chẳng gài máy lập mưu, dầu có nửa câu cũng đã nhiều.

**Nguyên bản *CHHT* in sai: *Miếng*.

- **Hát tích**: dùng điển tích của sách vở Trung Hoa hoặc các truyện thơ Việt Nam vừa để gợi hứng gieo vần hay nêu câu hỏi. Những bộ **truyện Tàu** như: *Tam Quốc, Tây Du, Phong Thần, Thủy Hử, Tiền Đường, Hậu Tống, Tây Hớn, Nhạc Phi,* v.v... được lồng vào trong các câu hò điệu hát cùng với phong trào dịch truyện Tàu sang quốc ngữ nở rộ ở Nam Kỳ đầu thế kỷ XX. Khi khảo sát về điển tích trong ca dao (thiên về ca dao miền Bắc), GS Thanh Lãng đã viết: "*Văn chương bình dân rất **kỵ** những điển tích (...) Tuy nhiên đôi khi ta cũng thấy nhà văn bình dân dùng điển*" [(9)]. Trong những chuyến đi "điền dã" sưu tầm, nghiên cứu Ca dao miền Nam, chúng tôi có thể khẳng định: Hát huê tình, một bộ phận của Ca dao miền Nam rất "**sính**" dùng điển tích. Phạm Văn Đang, một tác giả gốc miền Bắc cũng đã nhìn nhận: "*Có điều đáng chú ý là ca dao miền Nam lại **sính** dùng thành ngữ điển tích **hơn** cả ca dao miền Bắc*" [(10)]. Một vài thí dụ:

- Điển tích lấy từ **Truyện Tàu:**

. (câu 283): *Chẳng thà em chịu đói chịu rách*
Học theo cách bà Mạnh, bà Khương
Chẳng thèm như chị Võ Hậu đời Đường
Anh ôi, *Làm cho bại hoại, cang thường hư danh.*

. (câu 300): *Trương Lương, Anh Bố, **Hàn** Tín*, Tiêu Hà*
Bốn ông giúp Hớn nên nhà
Em ôi, *Văn hay **võ**** giỏi, em đà hiểu chưa?*

* và **: Sách *CHHT* in sai: *Hàng* và *vỏ*.

Các truyện thơ Việt Nam Nam như: *Truyện Kiều, Lục Vân Tiên, Lâm Sanh-Xuân Nương, Phạm Công-Cúc Hoa,* v.v... cũng được sử dụng trong hát huê tình.

- **Truyện Kiều:**

. (câu 285): đã dẫn trên.

. (câu 286): *Cái lòng của qua chắc thật*
Không phải **bậc*** *phong lưu*
Dốc cho tròn ***chữ hảo**** *cừu*
Tỷ như chàng Kim Trọng, không phải đồ Sở Khanh

và **: Sách *CHHT* in sai: *bật, chử, hạp.*

- **Truyện Lục Vân Tiên:**

. (câu 287): *Quân vi thần cang*
Phụ vi tử cang
Phu vi thê cang
Cố viết Tam cang
Bớ anh ôi, *Lòng em* **giữ*** *trọn như nàng Nguyệt Nga*

*Sách *CHHT* in sai: *giử* (dấu hỏi).

. (câu 288): Nhơn, Nghĩa, Lễ, Trí, Tín
Thị vị ngũ thường
***Em ôi**, Đây anh cũng dốc, sánh bường Vân Tiên.* -

Truyện Lâm Sanh-**Xuân Nương:**

. (câu 290): *Chàng* ***Lâm Sanh**** *hiếu hạnh*
Dẫu hiu quạnh chi sờn
Bớ anh ôi, *Trước sao, sau vậy như đờn lên dây.*

*Sách *CHHT* in: *Xuân-Sanh.*

Ngoài ra Câu hát huê tình đã nhắc đến *địa danh* hoặc *tên các triều đại* trong lịch sử Trung Hoa để nói về tình yêu đôi lứa cũng như sự xa cách, chia lìa trong tình yêu, như: Hồ, Hớn (c.108), Tề, Sở, Đằng (câu 325), Châu Trần (c.331), Tấn, Tần (c.317), Trụ, Châu (c.170), hoặc ở dạng đối sánh như: Tần - Tấn (câu 316), Hớn - Hồ (c.108), Hồ-Việt (c.261), hay kết hợp với các địa danh có tính ước lệ khác như: *duyên Tần Tấn, Châu Trần* (câu 317), *kẻ Tấn người Tần* (câu 316), *phản Trụ đầu Châu...*

Tên *nhân vật* và các *sự kiện lớn* trong lịch sử Trung Hoa hay các *thành ngữ* có tính ước lệ cũng có mặt rất nhiều trong Câu hát huê tình: *Nguyệt lão* (c.80), *Tơ Nguyệt* (c.222), *ông Tơ bà Nguyệt* (c.355*), dây tơ đỏ* (c.359), *Ngô Khởi* (c.295*), Tống Hoằng* (c.296), *Thái Ung* (c.277), *Mạnh Quang* (c.276), *Tể Ngã, Phàn Trì* (c.282), *Võ Hậu, bà Mạnh bà Khương* (c.283*), Thầy Tăng, thầy Lộ, Vương*

Khải-Thạch Sùng (c.284), *Tử Cầm, Tử Cống ...* (c.299), *Trương Lương, Anh Bố...* (c.300), *loan phụng* (cc.115-349), *tào khang* (cc.121-296), *tào khương* (c.125*), Tam cang ngũ thường* (cc.287-288), *xướng tùy* (c.251*), đạo phu thê* (c.75*), thung huyên* (c.117), *xuân huyên* (c.273), *đồng thinh (thanh)-đồng khí* (c.229), *v.v...*

Các cuộc "hôn nhân dị chủng" do quá trình giao lưu Hoa-Việt đã phản ảnh phần nào khuôn mặt xã hội Nam Kỳ thời bấy giờ. Thí dụ:

. (c. 168): *Căn nợ đâu xe thấu tới bên* ***Tàu***
Bớ mình ôi, *Hay là mình thấy* ***Chệt*** *giàu mình mê.*
. (c.173): Thân em lấy ***Khách*** *không suy*
Chàng rể kêu cha vợ tao mi anh thấy thường.

Thứ đến, các cuộc "hôn nhân dị chủng" giữa "người Tây" và "An Nam" (c.234) trong giao lưu văn hóa Pháp-Việt:

. (c.41): ***Bạc-lê vẽ, sửa*** *(?) em giận đứa* ***măn-tơ***
Làm sao mà nghi ngại bá vơ
Châu Thành *em dạo cảnh, nó nghi ngờ em bán duyên.*
Bạc-lê: Parler (nói); vẽ, sửa (có thể hiểu): mentir (nói dối); măn-tơ: menteur (người nói dối). Châu Thành: sách *CHHT* in *Châu-thành*).

. (c.98): ***Ô-rờ-hoa*** *đây giã bạn ra về*
Bớ ai ôi, *Căn dươn chưa bén mựa hề* ***phát-sê****.*
Ô-rờ-hoa: Au revoir (chào tạm biệt); phát-sê: fâcher (buồn giận).

Ngoài ra còn có ***xúp-lê***: souffler (thổi):
. (c.13): *Nhìn anh nước mắt rưng rưng*
Bớ anh ôi, Xúp-lê *xe chạy, em ngó chừng theo xe.*
Và ***A-lơ-măn:*** Allemand (người Đức):
. (c.188): *Trách* ***A-lơ-măn*** *nó* ***lăng xăng**** *làm loạn*
Thiếp đưa chàng lai láng ***dòng**** *châu.*
* Sách *CHHT* in: *lăn xăn, giòng* (tr.10).

Câu hát huê tình còn thể hiện "dấu ấn" của văn hóa vật chất của Pháp với những tiến bộ của văn minh công nghiệp như *xe lửa/ga (cc.10-218), tàu (c.144), tàu lặn/xe hơi (c.33), Nhà hát bóng/Sở chụp hình (c.9)*, hoặc các vật dụng cần thiết trong sinh hoạt hằng ngày như *đồng bạc (c.348), đồng bạc đầu hình (c.327), tiền bạc giấy tờ (c.328), vài cặp hột/ít lượng vàng/nhiễu lụa (c.246), chuỗi đeo tay (c.356)* cùng những sinh hoạt giải trí và tệ nạn xã hội buổi giao thời như: *thuốc phiện (cc.162-164), bài cào/á phiện (c.311), ghiền (c.164), đèn hồng, liều nhựa (c.160), ngáp dài/mua nhựa (c.162), sa mê tửu sắc (c.313), mảng mê cờ bạc (c.103), bài cạc-tê/tứ sắc (c.312), tào kê (c.194), lầu xanh (cc.52-63), bán hoa cho Chà (c.177), bán lý buôn đào (c.199)...*

Sau cùng, nét đặc thù về ngôn ngữ trong Câu hát huê tình đã phản ảnh phần nào quá trình ra đời và phổ biến chữ quốc ngữ thời kỳ đầu ở Nam Kỳ như: chánh tả tiếng Việt (nguyên bản *CHHT* có **vô số** lỗi chánh tả và **rất nhiều** dẫn chứng cách ngôn Khổng-Mạnh sai); một số từ Việt cổ: ***mựa, mảng*** (cc.103-202), khá nhiều chữ kiêng húy, nhiều từ địa phương đọc trại và phương ngữ: ***bường*** (c.288*), kết* ***ngãi*** (c.25), ***ngỡi*** *xưa* (c.46), ***trước*** *mai* (c.11), *căn* ***dươn*** (c.57), *vô* ***nghì*** (c.24), *phú* ***quới*** (c.78), ***quờn quới*** (c.121)...

- Hát đố/Hát đối đáp:

Hát đối đáp là một loại hát huê tình giữa trai và gái "những khi có dịp gặp nhau". Nam Kỳ là vùng đất mới, vùng "đất phước" với đồng ruộng bao la, cây lành trái ngọt, sông nước hữu tình đã nổi tiếng là miền trù phú bậc nhứt nước Nam. Những dịp gặp gỡ của chàng trai-cô gái khi diễn ra trên đồng ruộng, lúc trên sông nước. Nhưng nhiều nhứt là trên những dòng sông hiền hòa thơ mộng giữa "trai thương hồ" và "gái bán vàm" để diễn ra cuộc hát đố/đối đáp lý thú. Đại thể, mỗi cuộc hát đối đáp thường chia làm ba giai đoạn : **Hát chào mời** (bắt đầu chào hỏi, mời mọc) ; **Hát đối đáp** (đáp câu đố, nêu câu đố mới, khen tặng) ; **Hát tiễn** (từ giã, xe kết). Khi cuộc hát đã đến lúc hào hứng, hễ bên trai "buộc vào" thì bên gái "mở ra", bên trai "bẻ vô" thì bên gái "xô ra", bên nầy **hát chữ**, **hát tích** thì bên kia tìm cách đối lại; bên nầy dùng những **câu đố** hóc búa, lắt léo thì bên kia kiếm **câu hát đáp** lại một cách cân xứng [(11).] Xin tạm dẫn một vài thí dụ.

. Gái (hát đố): dùng các thuật ngữ **nhiều/ít, non/già.**

(câu 303): *Bánh* ***nhiều*** *quá sao kêu bánh* ***ít***
Chuối ***non*** *nhớt cũng gọi chuối* ***già***
Trượng phu đối đặng mới là đáng khen.

. Trai (hát đáp): dùng các thuật ngữ **chua/ngọt, cao/lùn**.
(c.304): *Canh* ***chua*** *lét sao kêu canh* ***ngọt***
Cây ***cao*** *nghệu cũng nói cau* ***lùn***
Đối chơi với bậu anh hùng há thua.
. Gái: sử dụng **nói lái** *hát đố:*
(c.301): *Con* ***cá đối*** *để trên* ***cối đá***
Mèo đuôi cụt *nằm* ***mục đuôi kèo***
Bớ anh ôi, *Anh mà đối đặng,* ***dẫu**** *nghèo cũng ưng.*
*Sách *CHHT* in sai: *dẩu.*
. Trai dùng **nói lái** *hát đáp lại:*
(c.302): *Con* ***mỏ kiến*** *đậu trong* ***miếng cỏ***
Chó vàng lông đáp dựa vồng lang
Bớ em ôi, *Đây anh đối đặng e nàng chẳng ưng...*

Cuộc hát đối đáp giữa trai thương hồ và gái bán vàm cứ thế mà tiếp diễn. Nhờ sự ứng đối tài tình, họ bắt đầu để ý, cảm mến nhau và tình yêu bắt đầu chớm nở giữa hai người. Cũng có khi vì bên trai, hay bên gái bị "buộc vào" mà không tìm được cách "xô ra", nên cuộc hát đối đáp mất đi phần hào hứng. Dĩ nhiên sự gặp gỡ giữa đôi nam nữ sẽ không đi tới đâu. Và lúc bấy giờ cuộc hát đối đáp chỉ để "giải sầu", "cầu vui": "*Hát mấy trăm câu* ***giải sầu*** *chư vị; Việc hát hò có ý* ***cầu vui***" (c.227).

***Kết**: Tập sách mỏng chỉ vỏn vẹn 18 trang với 361 câu thơ lục bát biến thể, *Câu Hát Huê Tình* – một bộ phận của ca dao miền Nam – đã phản ánh trung thực bức tranh xã hội Nam Kỳ buổi giao thời Pháp-Việt. Mặc dầu người sưu tầm chỉ với mục đích khiêm tốn là "để cống hiến cho nam nữ thanh niên lao động cơn hành sự ngâm nga đặng quên cả vất vả và mệt nhọc"; nhưng độc giả có thể tìm thấy **Nội dung** "văn dĩ tải đạo" bàng bạc trong tác phẩm. Đó là đạo quân thần (quân xử thần tử), lòng ái quốc, đạo hiếu (ơn cha nghĩa mẹ, xuân huyên, thung đường), đạo phu thê, tình nghĩa vợ chồng (chữ xướng-tùy, lòng chung thủy, dạ sắt son), trọng nghĩa khinh tài (kiến nguy vô dõng, tiền tài như phấn thổ/nhơn nghĩa tợ thiên kim), làm lành lánh dữ (tích thiện phùng thiện/tích ác phùng ác). Đó là tất cả cái "điệu nghệ" (đạo nghĩa) của người Lục tỉnh. Thỉnh thoảng phê phán "thói hư tật xấu" (cờ bạc, tửu sắc, á phiện, lầu xanh), thói mê tín dị đoan (tam hạp, tứ hành xung) và "hôn nhân dị chủng" (Tây-Tàu-Khách-Thanh-Chệt-Chà //An

Nam, Việt). Nhưng phê phán là để xây dựng: vạch ra cái xấu, cái dở để gián tiếp đề cao cái tốt, cái hay nhằm giáo dục khuyên răn người đời.

Về **Nghệ thuật,** hát huê tình đối đáp thiên về "diễn xướng" cần phải "câu giờ" để "bẻ lại" câu hát lắt léo, hóc búa, phải sử dụng *tiếng đệm, tiếng láy cũng* như vận dụng kiến thức và khả năng sẵn có của mình để thi tài cao thấp. Vì vậy câu hát huê tình sử dụng gần như *nguyên xi* lời ăn tiếng nói của dân gian Lục tỉnh: lời lẽ bình dị, mộc mạc, không trau chuốt nên dễ đi sâu vào lòng người. Chúng ta sẽ không thấy những câu hát *tròn trịa mềm mại* thể sáu tám trong Câu hát huê tình, nói riêng và trong Ca dao miền Nam Lục Tỉnh, nói chung. Trong một bài nghiên cứu về Ca dao miền Nam, chúng tôi đã nhận định: *Hò hát đi trước ca dao; và* ***ca dao lục bát thành hình sau hò hát***. Người sưu tầm/phổ biến (Đinh Thái Sơn) mặc dầu phải "tam sao thất bổn" do sự giao lưu văn hóa, do "trình độ văn hóa"; nhưng đã đạt được thành tựu đáng kể trong việc bảo tồn cái di sản lý thú của ông cha. Chúng tôi tin rằng *Câu Hát Huê Tình* là một văn bản quý hiếm cho các nhà nghiên cứu văn hóa dân gian, các nhà ngôn ngữ học, xã hội học và văn học sử. *Câu Hát Huê Tình* chính là *bản sao* thâu gọn của ca dao Nam Kỳ Lục Tỉnh vậy.

Chú Thích:

(1) Thanh Lãng: *Văn Chương Bình Dân*. In lần II. Sài Gòn, Văn Hợi xb. 1957, tr.90.

(2) Toan Ánh: *Cầm Ca Việt Nam*. SG, Lá Bối xb. 1969, tr.92.

(3) Thuần Phong: *Ca Dao Giảng Luận*. Kỳ II, SG, Á Châu xb.1970.

(4) Xem Lê Văn Hảo: *Một số cổ tục của người Việt Nam qua các hội mùa. Đại Học* số 37 (tháng 2/1964); 39 (tháng 6/1964); 40 (tháng 8/1964).

(5) Sơn Nam: *Văn Minh Miệt Vườn*. Sài Gòn, An Tiêm xb. 1970, tr.61-62.

(6) Thanh Lãng: *Thay Lời Bạt. Văn Học Miền Nam* của Đông Hồ. Sài Gòn, Quình Lâm xb, 1970.

(7) Xin xem Nguyễn Vy Khanh: *Văn Học Quốc Ngữ Thời Đầu & Miền Nam Lục Tỉnh*. Hoa Kỳ, Nhân Ảnh xb. 2021, tr.110-111; và Bằng Giang: *Văn Học Quốc Ngữ Ở Nam Kỳ 1865-1930*. Nxb Trẻ, 1992, tr.237.

(8) Sơn Nam: *Nói Về Miền Nam*. SG, Lá Bối xb. 1967, tr.59.

(9) Thanh Lãng: *Văn Chương Bình Dân*. In lần II. Sài Gòn, Văn Hợi xb. 1957, tr.118.

(10) Phạm Văn Đang: *Nghệ Thuật Xây Dựng Từ Hoa Trong Ca Dao Việt Nam*. Luận án Cao học Văn chương ĐH Văn Khoa Sài Gòn, 1965, tr.149-150.

(11) Xin xem Nguyễn Kiến Thiết (sách đã dẫn, tr.107-111).

CÂU HÁT HUÊ TÌNH ĐỐI ĐÁP Ở NAM KỲ

Huê tình - còn gọi Hoa tình: "*Lẳng lơ trai gái*" (*Việt Nam Từ Điển*, tr.239), là "*Lời trai gái chọc ghẹo nhau, dâm từ, những câu hát ghẹo*" (*Đại Nam Quấc Âm Tự Vị*, tr.428). Hát huê tình là "*hát lời nói xa gần làm cho cảm động ý nhau, cùng là chọc ghẹo nhau*" (*ĐNQATV*, tr.410). Người miền Bắc gọi lối hát nầy là Tự tình, Hát hoa tình hoặc Hát trao tình tức là "*những bài hát hoa tình giữa trai và gái trao đổi nhau những khi có dịp gặp nhau*" [(1)]. Theo Thuần Phong, Hát huê tình thông dụng nhiều nhứt ở miền Nam, còn gọi là hát đố, hát đối đáp, hát chèo ghe. [(2)] Chúng tôi có thể cắt nghĩa như sau: Hát huê tình ở Nam Kỳ là hát đối đáp trao đổi nhau giữa đôi trai gái hay giữa hai phe nam nữ "những khi có dịp gặp nhau" trên sông rạch, lúc lao động ngoài đồng áng, trên sân nhà, hoặc trong các lễ hội, hay trong những cuộc thi tài cao thấp. Câu hát huê tình phát triển mạnh ở Miệt Vườn đồng bằng sông Cửu Long, *nằm trong ngũ cung hơi Nam giọng oán và phảng phất hơi hướm ca dao miền Trung.*

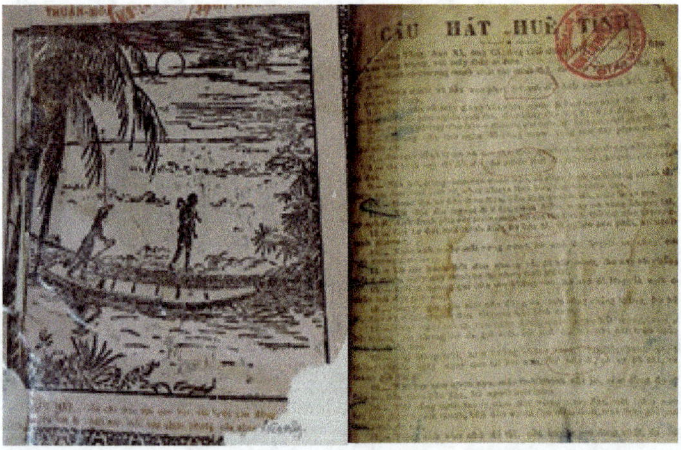
CÂU HÁT HUÊ TÌNH

**Ảnh bìa 1 và trang 1 tập sách Câu Hát Huê Tình do tác giả cung cấp.*

Người viết sử dụng bản *CÂU HÁT HUÊ TÌNH* của Đinh Thái Sơn, Chợ Lớn, Thuận Hòa xb. 1966 cũng như một số ca dao miền Nam để thực hiện bài nầy. Hát huê tình là hát đối đáp trao đối nhau giữa trai và gái để "đối chơi" cho vui (*Đêm thanh trăng rạng, bạn mình đối chơi*) hay để "ngâm nga đặng quên cả vất vả và mệt nhọc" trong khi lao động. Và cũng có khi để "kết duyên", như duyên bạn bè, duyên chồng vợ. Hát Huê tình cũng giống hát Quan họ là "một loại hình dân ca phong phú về giai điệu", nhưng có điểm khác biệt là trai gái hát quan họ mặc dầu để ý thương nhau nhưng chỉ xem nhau như bạn (bạn hát) và theo tục lệ khắc nghiệt có ghi trong hương ước, "liền anh", "liền chị" thường *không được phép* lấy nhau. Trái lại chung cuộc của Hát Huê tình vẫn là tình yêu nam nữ (*Thú vui nào bằng thú hát huê tình; Trời xui hội ngộ hai đứa mình* ***kết duyên***).

Cũng như ca dao cả nước, cái "tôi" trữ tình trong Câu hát huê tình thể hiện những cảm xúc "chủ đạo", tinh tế và đa dạng. Từ "tôi"/"tui" dẫn đến những cặp nhân xưng đại từ đối xứng trong cách xưng hô của người bình dân: "tui"/"mình", "qua"/"bậu", "anh"/"em", "chàng"/"thiếp", "quân tử"/"thục nữ", "anh hùng"/"thiền quyên", "người nghĩa", "nhơn tình", "cựu tình"...

-(câu 7): *Bao giờ cầu xây nọ nó thôi xây*

Thời qua với bậu dứt dây ***cang*** *thường* (bản gốc in: "can"). Điều đáng lưu ý là Câu hát huê tình được làm theo mọi thể loại thơ: từ tứ tự, ngũ ngôn, lục ngôn đến lục bát, lục bát biến thể rồi đến song thất, song thất biến thể hoặc hỗn hợp hai ba thể trên một cách phóng túng. Những tiếng đệm như: *bớ mình ôi, bớ anh ôi, bớ bậu ôi, bớ bạn ôi, bớ ai ôi, bớ em ôi, bớ nàng ôi, bớ nhơn tình ôi, bớ cựu tình ôi*... được lồng vào trong câu hát một cách ý vị và duyên dáng. Chẳng hạn như:

- (câu 12): *Chỉ tơ đứt mối thình lình*

Bớ bậu ôi*, Vì nghèo nên phải xa mình sanh phương.*

Hát huê tình là một loại hát đối đáp giữa nam và nữ; nhưng tại sao trong những câu do chính người bình dân hát lại có những từ Hán-Việt, cách ngôn Khổng Mạnh và điển tích Trung Hoa? Như chúng ta đã biết, Nam Kỳ là vùng đất mới, nhưng mọi lãnh vực đều "khởi sự/khởi xướng" ở miền Nam. Từ chữ quốc ngữ, văn học chữ quốc ngữ, báo chí, tiểu thuyết rồi thơ, thơ mới, dịch thuật (đặc biệt sách Tàu, truyện Tàu) đến văn nghệ kháng chiến, tự truyện, thoại kịch... nhứt nhứt đều *bắt đầu* tại Lục Tỉnh. Nói khác đi Nam Kỳ đã đóng vai trò *tiền phong* của văn nghệ miền Nam. Khi phân tích Câu hát huê tình, chúng tôi muốn nhấn mạnh vai trò **chữ quốc ngữ** và phong trào dịch **sách Tàu**, **truyện Tàu** (ra chữ quốc ngữ) vào đầu thế kỷ XX đã ảnh hưởng rất lớn đến hò hát. Để tránh trùng lặp, mời bạn đọc xem bài biên khảo *Vài Nét Về Câu Hát Huê Tình* đã đăng trên tạp chí *Ngôn Ngữ* số 31, tháng 5/2024 (tr.267-275).

Có thể nói mỗi một cuộc hát huê tình đối đáp gồm một số đặc điểm như: **hát chữ**, **hát tích** và **hát đố/hát đối đáp.**

- **Hát chữ**: dùng thành ngữ, tục ngữ nước ta hoặc cách ngôn của Khổng-Mạnh (thường lấy trong sách *Tam Tự Kinh*, *Minh Tâm Bửu Giám*, *Minh Đạo Gia Huấn* hoặc *Tứ Thư*, *Ngũ Kinh*) để gợi hứng gieo vần hay thách đố, thi tài cao thấp…
- **Hát tích**: dùng điển tích của sách vở Trung Hoa hoặc các truyện thơ Việt Nam vừa để gợi hứng gieo vần hay thách đố. Khi khảo sát về điển tích trong ca dao, GS Thanh Lãng đã viết: "*Văn chương bình dân rất kỵ những điển tích (...) Tuy nhiên đôi khi ta cũng thấy nhà văn bình dân dùng điển*" [(5)]. Trong những chuyến đi "điền dã" sưu tầm, nghiên cứu Ca dao miền Nam, chúng tôi có thể khẳng định: Hát huê tình - một bộ phận của Ca dao miền Nam - rất "**sính**" dùng điển tích. Phạm Văn Đang, một nhà giáo gốc Bắc cũng đã nhìn nhận: "*Có điều đáng chú ý là ca dao miền Nam lại **sính** dùng thành ngữ điển tích **hơn** cả ca dao miền Bắc*" [(6)].
- **Hát đố/hát đối đáp:** Hát đối đáp là một loại hát huê tình giũa trai và gái "những khi có dịp gặp nhau". Những dịp gặp gỡ của chàng trai-cô gái khi diễn ra khi trên đồng ruộng, lúc trên sông nước. Nhưng nhiều nhứt là trên những dòng sông hiền hòa thơ mộng giữa "trai thương hồ" và "gái bán vàm". Đại thể, mỗi cuộc hát đối đáp thường chia làm ba giai đoạn: **Hát chào mời** (bắt đầu chào hỏi, mời mọc) ; **Hát đối đáp** (trả lời câu đố, khen tặng) ; **Hát tiễn** (từ giã, xe kết). Có thể nói "*Khi cuộc hát đã đến lúc hào hứng, hễ bên trai "buộc vào" thì bên gái "mở ra", bên trai "bẻ vô" thì bên gái "xô ra", bên nầy **hát chữ**, **hát tích** thì bên kia tìm cách đối lại; bên nầy dùng những câu **hát đố** hóc búa thì bên kia tìm câu **hát đáp** lại một cách tài tình*" [(7)].

***

Để bài viết thêm phần sinh động, chúng tôi thử "phác họa" lại là diễn tiến cuộc hát huê tình đối đáp giữa chàng trai thương hồ và cô gái bán vàm trên dòng sông Hậu.

Trong khoảng đêm trường tịch mịch ở một khúc sông vắng miệt Hậu Giang, anh thương hồ thả lái buông chèo cho chiếc *ghe tam bản* nhẹ nhàng trôi theo dòng nước, mắt lơ đãng nhìn ánh trăng vàng vọt chìm xuống đáy sông, hồn lâng lâng khoái cảm với trăng nước hữu tình. Bỗng từ trong vàm một tiếng hát rao hàng cất lên lòn trong gió bay đến tai anh. Ghe anh lướt tới gần, tiếng hát đó càng ngày càng rõ, càng thanh, càng nồng, càng ấm như vuốt ve, như mời gọi. Khách thương hồ chú ý lắng nghe và ngó quanh quất tìm nơi phát ra tiếng hát. Rất may từ trong vàm, một chiếc *xuồng ba lá* từ từ bơi ra. Rồi tiếng hát rao hàng lảnh lót của một cô gái:

Chè đậu xanh đường cát
Ngọt mát tợ đường phèn
Ăn giùm một chén làm duyên
***Nầy chú lái kia ơi,** Lên doi xuống vịnh kiếm em mà ăn chè.*

* Để ý *thán từ* "**ơi**" (khẩu ngữ) chỉ tiếng đáp lại cao giọng, tiếng gọi ngụ ý than thở. Biết người con gái "mở đường" cho mình và vốn sẵn có "máu giang hồ", chàng trai thương hồ liền cất tiếng hát huê tình để chào mừng, làm quen:

Bớ chè đậu xanh đường cát
Giọng em rao hát mát tợ đường phèn
Đối chơi một hiệp làm duyên
***Nầy cô gái kia ơi,** Lên doi xuống vịnh, gặp em anh xin chào mừng.*

Thấy giọng hát rao của mình có phần hiệu quả trong việc "câu" khách hàng, cô bán vàm cất tiếng hát tiếp:

Lưới thưa bủa lấy con cá duồng
***Nầy chú lái kia ơi,** Chèo ghe tam bản đêm trường đi đâu?*

Được cô gái săn đón, anh lái buôn hảo ngọt lập tức trả lời:

Lưới thưa bủa lấy con cá duồng
***Bớ cô nàng ơi,** Anh chèo ghe tam bản tìm đường thăm em.*

Hát vùa dứt câu, dường như sợ cô gái chê mình trêu ghẹo sỗ sàng, chàng trai bèn cất tiếng *hát chữ* "buộc vào" để ướm thử:

Cửu hạn phùng cam võ
Tha hương ngộ cố tri
Tình cờ mà gặp mấy khi
Hỏi thăm thục nữ giai kỳ định chưa?

Thấy khách thương hồ có vẻ tha thiết với mình, lòng cô thôn nữ dâng lên bao mối cảm tình nên bèn *hát chữ* đáp lại:

Thiếp tợ thiên biên nguyệt
Quân như lãnh thượng vân
Tuy gần mà chẳng phải gần
Cũng như biển Sở non Tần cách xa.

Nghe giọng hát chứa chan biết bao ý tình, chàng trai bèn hát huê tình "buộc thắt" lại:

Nước dưới sông lững đứng
Mây đưa gió dật dờ
Bớ bạn mình ơi, *Tơ duyên đã buộc sờ sờ*
Qua đây bậu đó, còn ngờ đâu xa.

Cô gái vẫn còn lo sợ Tơ hồng Nguyệt lão khéo bày trò oan nghiệt nên đã hát "mở ra":

Trăng trên trời rành rạnh
Đêm thanh tạnh tiêu diêu
Lá lay tại mối chỉ điều
Nầy anh ơi, *Thương thì nói vậy chớ còn nhiều chỗ lo.*

Thấy cô bán vàm "mở ra" một cách yếu ớt, khách thương hồ bèn "bẻ vô":

Qua nghe bậu than thân bậu
Nghĩ mà tệ lậu bề qua
Linh đinh chưa có cửa nhà
Bớ em ôi, *Thương nhau hãy rán hiệp hòa lứa đôi.*

* *Thán từ* **"ôi"** (khẩu ngữ) chỉ tiếng gọi biểu lộ ý than thở hoặc bày tỏ tình cảm tha thiết.

Cô bán vàm vẫn còn nghi ngờ lòng dạ của chàng trai nên đã hát "xô ra":

E đó nói ngoài môi
Ừ rồi bay theo gió

Bớ anh ôi, *Sự thế em thấy thường tham đó bỏ đăng.*

Chừng như hiểu ý cô gái, chàng trai bèn "buộc riết vô" bằng cách *hát chữ* để bắt bí cô gái:

Anh cũng biết: Họa hổ họa bì nan họa cốt
Tri nhơn tri diện bất tri tâm
Bậu nghi như vậy mới lầm
Nẩy bạn mình ôi, *Chớ lòng anh sắt đá thâm trầm chẳng sai.*

Hát xong anh lấy làm đắc ý mỉm cười chờ cô gái trả lời. Nhưng nào phải tay vừa, cô đã vội vàng cất giọng lảnh lót *hát chữ* đáp lại:

Em chỉ ngại: Thủy để ngư thiên biên nhạn
Cao khả xạ hề đê khả điếu
Chỉ xích nhơn tâm bất khả phòng
Bớ anh ôi, *Nhiều tay tham bưởi chê bòng lắm anh.*

Tới đây anh thương hồ bắt đầu đổi "chiến lược", thay vì *hát chữ*, anh *hát tích* hầu "chinh phục" cô thôn nữ thật thà chơn chất. Anh tằng hắng lấy giọng rồi cất cao tiếng *hát tích* lấy từ **Truyện Tàu:**

Anh tỷ như cái phận anh Chẳng thà ở lều tranh như thầy Tăng, thầy Lộ.
Cũng không ham mộ như Vương Khải với Thạch Sùng
***Em ôi**, Đạo người giữ vẹn, bần cùng sá bao.*

Cô gái vẫn chưa chịu thua. Sau một hồi "câu giờ" tìm ý, nàng đã *hát tích* đối lại:

Chẳng thà em chịu đói chịu rách
Học theo cách bà Mạnh, bà Khương
Chẳng thèm như chị Võ Hậu đời Đường
Anh ôi, *Làm cho bại hoại, cang thường hư danh.*

Các truyện thơ Việt Nam Nam như: *Truyện Kiều, Lục Vân Tiên, Lâm Sanh-Xuân Nương, Phạm Công-Cúc Hoa*, v.v... cũng được sử dụng trong hát huê tình.

Tới đây, cô gái dường như đã cảm mến chàng trai nên *hát tích Truyện Kiều* để thăm dò:

Thân em mỏng mảnh, quê cảnh lạ lùng,
Thiền quyên mong sánh anh hùng,

***Bớ anh ôi,** Lại e như nàng Kiều nọ, bạn cùng Thúc Sanh.*

Chàng trai vốn có chút chữ nghĩa, lại thường nghe "nói thơ Vân Tiên" nên *hát tích* đáp lại:

Nhơn, Nghĩa, Lễ, Trí, Tín
Thị vị ngũ thường
Em ôi, Đây anh cũng *dốc sánh* **bường** *Vân Tiên…*

Cuộc hát đối đáp tới đây vô cùng hào hứng. Nhiều ghe thương hồ cũng chèo gần lại để mục kích cuộc thi tài cho thỏa tánh hiếu kỳ. Thỉnh thoảng có tiếng vỗ tay tán thưởng, tiếng reo hò cổ võ vang lên như xé tan màn đêm u tịch. Các chàng trai "hảo ngọt" tha hồ thưởng thức món "chè đậu xanh đường cát, ngọt mát tợ đường phèn" để "làm duyên" và được dịp làm quen cô gái. Một lát sau nồi chè ngọt lịm đã hết sạch.

Bấy giờ đến lượt cô gái "phản công". Cô dùng các thuật ngữ **nhiều/ít, non/già** để *hát đố*:

*Bánh **nhiều** quá sao kêu bánh **ít***
*Chuối **non** nhớt cũng gọi chuối **già***
Trượng phu đối đặng mới là đáng khen.

Vốn là tay "cao thủ", chàng trai "trả miếng" lại liền bằng cách dùng các thuật ngữ **chua/ngọt, cao/lùn** để đối lại:

*Canh **chua*** lét sao kêu canh ***ngọt***
*Cây **cao** nghệu cũng nói cau **lùn***
Đối chơi với bậu anh hùng há thua.

Rõ ràng là "kỳ phùng địch thủ". Kẻ tám lượng, người nửa cân ai dễ nhường ai. Thấy đối thủ "phá miếng" một cách dễ dàng, cô bán vàm cũng đổi "chiến thuật" *nói lái* để tấn công chàng trai. (*Nói lái,* còn gọi nói trại là một cách nói kiểu "chơi chữ" một cách hài hước của dân ta những lúc trà dư tửu hậu, trong các cuộc thi hò hát nhằm mục đích mua vui). Cô gái "buộc vô" bằng cách sử dụng *nói lái để hát đố:*

*Con **cá đối** để trên **cối đá***
Mèo đuôi cụt** nằm **mục đuôi kèo
***Bớ anh ôi,** Anh mà đối đặng, dẫu nghèo cũng ưng.*

Cả bọn cất tiếng cười vang, tưởng rằng anh thương hồ đã "bí lối". Nhưng là tay "giang hồ tứ chiếng", anh nào chịu thua dễ dàng. Sau khi lấy hơi và moi trong đầu những thuật ngữ đã "học lóm" được, anh cất tiếng hát đáp lại cũng bằng cách *nói lái*:

Con ***mỏ kiến*** *đậu trong* ***miếng cỏ***
Chó ***vàng lông*** *đáp dựa* ***vồng lang***
Bớ em ôi, *Đây anh đối đặng e nàng chẳng ưng.*

Cuộc hát đối đáp giữa *trai thương hồ* và *gái bán vàm* cứ thế mà tiếp diễn. Nhờ sự ứng đối tài tình, họ bắt đầu để ý, cảm mến nhau và tình yêu bắt đầu chớm nở giữa hai người. Cũng có khi vì bên trai, hay bên gái bị "buộc vào" mà không tìm được cách "xô ra", nên "cuộc chơi" tạm thời chấm dứt. Thông thường có ba cách kết thúc cuộc thi tài: **một** là để "giải sầu", "cầu vui" (*Hát mấy trăm câu giải sầu chư vị*; *Việc hát hò có ý cầu vui*"; **hai** là họ hẹn hôm sau cũng vào "đêm thanh trăng rạng" để thi tài cao thấp; **ba** là họ giã từ nhau mà "ruột thắt gan teo". Đó cũng là tâm trạng chàng trai khi bùi ngùi *hát dứt* (hát giã từ nhau):

Giã quới nương lên đường Nam-Bắc
Hỡi người thục nữ ôi, *Ngó lại bên xuồng ruột thắt gan teo.*

Hát xong, anh lặng lẽ khua mái chèo cho ghe xuôi về *ngả bát* (rẽ phải), còn cô bán vàm cũng lặng lẽ bơi xuồng sang *ngả cạy* (rẽ trái). Tuy hai người đã rời xa rồi nhưng trong lòng họ vẫn *tiếc hùi hụi* cho sự gặp gỡ thú vị nầy, nên cô gái đã *hát vói* theo như hứa hẹn:

Chẳng trước thì sau
Cũng lý đào tương hội
Bớ người quân tử ôi*, Khuyên anh hãy dằn lòng đừng vội nhớ trông.*

Kết**: Tập sách mỏng *Câu Hát Huê Tình* – một bộ phận của ca dao miền Nam – đã phản ảnh trung thực bức tranh xã hội Nam Kỳ buổi giao thời Pháp-Việt. Độc giả có thể tìm thấy **Nội dung** "văn dĩ tải đạo" bàng bạc trong tác phẩm. Đó là đạo quân thần (quân xử thần tử), lòng ái quốc, đạo hiếu (ơn cha nghĩa mẹ), đạo phu thê (lòng chung thủy, dạ sắt son), trọng nghĩa khinh tài (kiến nguy vô dõng, tiền tài như phấn thổ/nhơn nghĩa tợ thiên kim), làm lành lánh dữ (tích thiện phùng thiện/tích ác phùng ác). Đó là tất cả cái "điệu nghệ" (đạo nghĩa) của người Lục tỉnh. Thỉnh thoảng phê phán "thói hư tật xấu" (cờ bạc, tửu sắc, á phiện, lầu xanh), thói mê tín dị đoan (tam hạp, tứ hành xung) và "hôn nhân dị chủng" (Tây-Tàu-Khách-Thanh-Chệt-Chà // An Nam, Việt). Nhưng phê phán là để xây dựng: vạch ra cái xấu, cái dở để gián tiếp đề cao cái tốt, cái hay nhằm giáo dục khuyên răn người đời. Về **Nghệ thuật,** hát huê tình đối đáp thiên về "diễn xướng" cần phải "câu giờ" để "bẻ lại" câu hát lắt léo, hóc búa, phải sử dụng *tiếng đệm, tiếng láy* cũng như vận dụng kiến thức và khả năng sẵn có của mình để thi tài cao thấp. Vì vậy câu hát huê tình sử dụng gần như *nguyên xi* lời ăn tiếng nói của dân gian Lục tỉnh: lời lẽ bình dị, mộc mạc, không trau chuốt nên dễ đi sâu vào lòng người. Chúng ta sẽ không thấy những câu hát *tròn trịa mềm mại* thể sáu tám trong Câu hát huê tình. Trong một bài nghiên cứu về Ca dao miền Nam, chúng tôi đã nhận định: *Hò hát đi trước ca dao; và* ***ca dao lục bát thành hình sau hò hát. Người sưu tầm/phổ biến (Đinh Thái Sơn) mặc dầu phải "tam sao thất bổn" do sự giao lưu văn hóa, do "trình độ văn hóa"; nhưng đã đạt được thành tựu đáng kể trong việc bảo tồn cái di sản lý thú của ông cha. Chúng tôi tin rằng *Câu Hát Huê Tình* là một văn bản quý hiếm cho các nhà nghiên cứu văn hóa dân gian, các nhà ngôn ngữ học, xã hội học và văn học sử. *Câu Hát Huê Tình* chính là *bản sao* thâu gọn của ca dao Nam Kỳ Lục Tỉnh vậy.

Chú thích:

(1) Thanh Lãng: *Văn Chương Bình Dân.* In lần II. Sài Gòn, Văn Hợi xb. 1957, tr.90.

(2) Thuần Phong: *Ca Dao Giảng Luận.* Kỳ II, SG, Á Châu xb.1970.

(3) Thanh Lãng: *Thay Lời Bạt. Văn Học Miền Nam* của Đông Hồ. Sài Gòn, Quình Lâm xb, 1970.

(4) Sơn Nam: *Nói Về Miền Nam.* SG, Lá Bối xb. 1967, tr.59.

(5) Thanh Lãng: *Văn Chương Bình Dân.* In lần II. Sài Gòn, Văn Hợi xb. 1957, tr.118.

(6) Phạm Văn Đang: *Nghệ Thuật Xây Dựng Từ Hoa Trong Ca Dao Việt Nam.* Luận án Cao học Văn chương Đại học Văn Khoa Sài Gòn, 1965, tr.149-150.

(7) Nguyễn Kiến Thiết: *Tánh Cách Đặc Thù Của Ca Dao Miền Nam.* Luận án Cao học Văn chương Đại học Văn Khoa Sài Gòn, 1972, tr. 107

VÀI NÉT VỀ HÒ MIỀN NAM

Tôi là người dạo kiểng lê viên
Tới đây gặp gái thiền quyên nên rủ hò.

***Tổng quan:**

Hò là "*điệu hát bình dân đồng quê, đặt lối lục bát biến thể, có khi một câu có năm sáu vế, hò lên một mình hay đối đáp giữa đông người ở nhà xay, nhà cối, ở sân đạp lúa, ở ruộng đồng, sông rạch cho vui tai, quên mệt; giọng thì mỗi địa phương mỗi khác, mỗi hoàn cảnh mỗi khác*" (1). Mặc dầu câu hò, câu hát không phải là liều thuốc bổ trị dứt cơn mệt nhọc hoặc thâu ngắn công việc lại, nhưng khi cất tiếng hò có lẽ người ta sẽ cảm thấy cơn nhọc nhằn dường như tan biến, sức chịu đựng có phần dẻo dai hơn, sự hăng hái hoạt động mãnh liệt hơn nhờ tánh chất hào hứng của câu hò, điệu hát. Trong bài nầy, chúng tôi muốn giới thiệu "Vài Nét Về Hò Miền Nam" để hầu bạn đọc.

Trước năm 1975, hầu hết tác giả trong Nam đều mặc nhiên gọi "miền Nam", ngầm hiểu là "Nam Kỳ Lục tỉnh" hoặc "Lục tỉnh" hay "Nam Kỳ". Lục tỉnh Nam Kỳ được phân chia dưới thời nhà Nguyễn, dựa vào một câu cổ ngữ: "*Khoái mã gia biên vĩnh định giang hà*" (phóng ngựa ra roi giữ yên non nước). Cụ thể vào năm Nhâm Thìn (**1832**), vua Minh Mạng bãi bỏ Gia Định Thành, đổi các trấn thành tỉnh, chia 5 trấn của Gia Định Thành trước đây thành 6 tỉnh (**Lục tỉnh**) gồm: Phiên An [sau đổi Gia Định], Biên Hòa, Định Tường, Vĩnh Long, An Giang, Hà Tiên. Hai năm sau (Giáp Ngọ, 1834), vùng Lục tỉnh thuộc Gia Định Thành trước đây được gọi chung là Nam Kỳ. Từ đó có tên gọi là **Nam Kỳ Lục tỉnh** cho tới khi toàn cõi Nam Kỳ rơi vào tay thực dân Pháp. Đương thời, người Pháp gọi Nam Kỳ Lục tỉnh bằng cái tên Basse-Cochinchine (tức vùng Cochinchine "hạ"). Chánh quyền Pháp bỏ tên Lục tỉnh nhưng còn giữ lại hai chữ Nam Kỳ, gọi là Cochinchine, phân biệt với Bắc Kỳ (Tonkin) và Trung Kỳ (Annam). Người Anh, Mỹ cũng gọi Nam Kỳ là Cochinchina. Nam Kỳ còn được gọi **"Nam Bộ" từ năm 1945** nhưng ít phổ biến ở vùng Quốc Gia. Đến năm 1946, Pháp thành lập chánh phủ Cộng hòa tự trị Nam Kỳ, còn gọi "Nam Kỳ Quốc".

Nam Kỳ / Nam Bộ còn được gọi là Nam Phần hay Nam Việt từ 1948 tới 1975 thời Quốc gia Việt Nam và Việt Nam Cộng Hòa. Từ sau Cách mạng Tháng Tám năm 1945 cho đến nay, chánh quyền Việt Nam Dân Chủ Cộng Hòa rồi Cộng Hòa Xã Hội Chủ Nghĩa Việt Nam vẫn tiếp tục sử dụng và thống nhứt cách gọi Nam Bộ. Các tác phẩm của Lê Thị Minh: *Hò Miền Nam* (Phạm Văn Tươi – 1958), của Sơn Nam như: *Nói Về Miền Nam* (Lá Bối – 1967), *Lịch Sử Khẩn Hoang Miền Nam* (Đông Phố -1973), của Nguyễn Văn Hầu qua loạt bài *Hò Miền Nam* (*Bách Khoa* các số 135 và 136, năm 1962), v.v... đã sử dụng tiếng "Miền Nam" được ngầm hiểu là "Nam Kỳ" hay "Nam Kỳ Lục Tỉnh" theo ý nghĩa đã dẫn giải trên. Chúng tôi đã xác định: "*Tiếng "Miền Nam" chúng tôi dùng trong tiểu luận nầy* [tức "*Tánh Cách Đặc Thù Của Ca Dao Miền Nam* –1972] *được hiểu là vùng địa bàn từ Biên Hòa tới Hà Tiên, tức Nam Kỳ Lục Tỉnh*" (tr.8).

Miền Nam Lục tỉnh là vùng "Đất phước" với ruộng đồng cò bay thẳng cánh, sông nước hữu tình nên ta thấy nơi tâm hồn họ một cái gì dễ dãi, một cái gì sung mãn, phóng túng. Nguyễn Văn Xuân đã nhận xét thật chí lý: "*Cái lợi lớn nhứt của miền Nam là được thu nhận một nền giáo dục Khổng Mạnh như miền Trung song ít khắt khe hơn mà đồng thời nhờ sinh hoạt xa triều đình lại ở vào khu vực cây ngọt trái lành, vườn rộng đồng xanh thênh thang nên tình cảm cũng nẩy nở hơn nhiều lắm*" (2). Một khi tình cảm cởi mở, họ có thể gởi gấm qua câu hò, điệu hát thứ tình cảm dồi dào phóng khoáng như tâm hồn họ. Người dân Lục tỉnh tánh tình vốn thiệt thà, chất phác, ngay thẳng, cùng căn bản *Nói* và *Trình diễn* của văn học miền Nam nên họ đã bày tỏ lòng mình một cách chân thành, bộc trực, thiết tha và cảm động qua tiếng hát, câu hò. Nhìn chung, hò ở nước ta thường được phân loại theo *đặc điểm tự nhiên của địa lý*; đó là *hò trên sông nước* và *hò trên cạn*. Nếu miền Trung có Hò Huế với những loại hò như : hò xay lúa, hò nện, hò bài thai, hò đánh bài chòi, hò nghé ngọ, hò đẩy nốt, hò ô, hò ru con, hò giã gạo, hò mái nhì (3) thì ở miền Nam, các loại hò rất là phong phú tùy từng vùng, từng nơi, tùy theo công việc làm và hoàn cảnh của người hò. Chẳng hạn như: **hò địa phương** (hò Tân An, hò Gò Công, hò Mỹ Tho, hò Vĩnh

Long, hò Cần Thơ, hò Bến Tre, hò Sa Đéc, hò Đồng Tháp, v.v...), **hò đối đáp** (hò văn, hò truyện, hò mép), **hò cấy lúa, hò chèo ghe, hò xay lúa**, **hò lờ**... Theo Phạm Duy, Hò miền Nam thường có vẻ thanh nhàn và mang tính chất hội ngộ, vui chơi, và cũng như Trần Văn Khê, ông cho rằng *giai điệu hầu hết đều nằm trong ngũ cung hơi Nam giọng oán.*

***Làm thế nào phân biệt được những câu hò địa phương Lục tỉnh?**

Hơn 50 năm trước, người viết đã giới thiệu về Hò miền Nam trong quyển *Tánh Cách Đặc Thù Của Ca Dao Miền Nam* (1972), nhưng còn dưới dạng khái quát. Trong một buổi thuyết giảng về Ca dao miền Nam tại Lớp Quê Hương Mến Yêu (Montréal–1994) cũng như tại Trung Tâm Văn Hóa Giáo Dục Hồng Đức (Montréal – 2001), có người đã đặt câu hỏi: *"Làm thế nào phân biệt được những câu hò địa phương Lục tỉnh?"*. Chúng tôi đã trả lời đại khái là "*Giới thiệu về Hò miền Nam dưới cái nhìn của người nghiên cứu văn học hơn là khai thác chuyên sâu về âm nhạc*" và hứa sẽ tiếp tục nghiên cứu để trả lời thỏa đáng khi có dịp. Từ đó, câu hỏi trên mãi ám ảnh trong tôi từ năm nầy sang tháng khác... May mắn làm sao, trong một buổi nói chuyện của GS Trần Văn Khê về *Dân ca miền Nam* tại Montréal năm 2001, tôi đã đặt câu hỏi dẫn trên với nhà âm nhạc học lừng danh nầy. Một tuần lễ sau, Giáo sư đã giải đáp tường tận. Để rộng đường dư luận, nhằm cung cấp tư liệu hiếm quý về Hò miền Nam, và bởi lẽ câu trả lời của GS Trần Văn Khê quá dài nên chúng tôi chỉ xin trích lược một số chi tiết như sau:

*"Trong một bài hò luôn luôn có những câu như **câu kể** và **câu xô**. Câu kể do người hò gọi là hò mái, hò cái. Câu xô là hò con. Câu kể và câu xô tức cái với con, cũng như âm với dương. **Câu xô mỗi nơi mỗi khác.***

*Câu xô trong hò Đồng Tháp: **Hòa hơi...** không có chỗ nào có.*

Câu xô trong hò Bến Tre: Ờ ớ ơ ơ, ớ ơ...

Ngoài ra, câu xô ở Bến Tre còn có điệu hò lý. Hết một câu thì tất cả câu xô:

Hò xự xang hò xang xê cống
Cống xê xang (là) xang xế hò

Hò xự xang.

Câu xô trong hò Cần Thơ giọng không lên cao tức ***hò liu.*** ***Câu xô khác nhau làm cho người ta biết được câu hò đó ở tỉnh nào****. Đại khái cấu trúc của nó cũng lọt vô tiếng hát ru của bà mẹ. Rồi rốt cuộc hò Đồng Tháp, hò Bến Tre tới chừng đi ra câu kể thì nó cũng gần giống như điệu hát ru. Có điều khác hơn: Hát ru thì* ***hò xang*** *mà câu hò thì* ***hò xư****.*

Thành ra câu hò vùng nầy vùng kia khác nhau vì hai lý do:

-Thứ nhứt: tại câu xô (nhiều nhứt)

-Thứ hai: Phong cách hát mỗi vùng mỗi khác.

Hò Đồng Tháp nó lên cao xuống thấp xự xề xang xê ho.

Tất cả những cái đó là những cái cá biệt trong mỗi một chỗ nhưng chung quy những câu hò đối đáp trên sông, trên cạn gì cũng căn cứ trên tiếng hát ru của bà mẹ.

Cái cấu trúc: Hò xự xang xê cống

(Xự lên cao thành xư; xang thì già mà rung; cống thì non).

Hệ thống đó gọi là hệ thống điệu Nam hơi Oán" (ngưng trích).

Về hò Đồng Tháp, có người đã nhận định: "*Đây là một âm điệu đặc biệt được hò ở tốc độ chậm, buông lơi, nhịp điệu lúc nhặt, lúc khoan, lúc trầm, lúc bổng, có lúc thì thật thấp, có lúc thì thật cao chót vót. Nó có sức lôi cuốn, hấp dẫn mọi người một cách kỳ lạ*" (Nguồn: *Nhớ Điệu Hò Đồng Tháp* https://dotchuoinon.com/2015/01/16/dan-ca-dan-nhac-vn-ho-mien-nam/). Đặc biệt hò Cần Thơ – cái nôi của văn hóa Hậu Giang – nhiều nhà nghiên cứu văn hóa, âm nhạc đã nhận định sắc sảo. Nguyễn Văn Hầu cho rằng điệu hò Cần Thơ có "*cái giọng ử ư cong quớt như đưa hơi thở về đỉnh non cao*". Theo Phạm Duy, "*hò Cần Thơ câu dài và có tính chất nghệ thuật cao hơn, giai điệu nằm trong ngũ cung hơi Nam giọng oán*". Còn Trần Văn Khê đã nhận xét: "*Câu xô trong hò Cần Thơ giọng không lên cao, tức* ***hò liu***" và thuộc "*hệ thống điệu Nam hơi oán*".

***Hò đối đáp:**

Ngoài loại **hò đơn lẻ** do chàng trai hoặc cô gái tức hứng trước cảnh đồng ruộng bao la, sông nước hữu tình mà cất tiếng rao hò để giãi bày tâm sự, còn có **hò đối đáp.** Hò đối đáp là loại hò được xướng lên do một đôi nam nữ hoặc hai phe nam nữ đối đáp nhau trong những buổi sinh hoạt chung như cấy hái, xay giã, bơi chèo hoặc trong một *hò trường*, trong một *phiên hò hội* để thi tài cao thấp. Hò đối đáp có *tính tập thể* và *tính thi đua*. Như đã phân tích, trong một bài hò đối đáp luôn có những câu như **câu kể** và **câu xô,** giống như âm với dương. Hò đối đáp bắt đầu bằng hai tiếng "Hò ơ..", "Hòa hơ..." và thường tiếp theo bằng hai câu:

Tiếng đồn anh hay chữ
Em hỏi thử đôi lời...

và cứ thế mà tiếp tục cho đến hết.

Nhà văn Toan Ánh đã viết về hai tiếng "*Hò ơ*" đó như sau: "*Đêm khuya thanh vắng cũng như ban ngày giữa đồng ruộng, chúng ta còn được nghe những tiếng hò ơ... bắt đầu một câu hò. Hai tiếng hò ơ có thể kéo dài như vô tận trước khi bước vào câu hò chính thức. Những tiếng hò ơ tiêu biểu của hò miền Nam cũng là những tiếng để nói lên cái tinh thần đoàn kết bất diệt của dân Việt Nam*" [(4)]. Chẳng hạn như:

-Nữ: *Hò ơ... Tiếng đồn anh hay chữ*
Em hỏi thử đôi lời
Tây giăng dây thép giữa trời làm chi?
-Nam: *Hò ơ... Nghe lời hỏi tức, anh đáp phứt cho rồi*
Tây giăng dây thép giữa trời
Cho anh có dịp trao lời với em!

Đôi khi hò đối đáp không bắt đầu bằng "công thức" "*Tiếng đồn anh hay chữ; Em hỏi thử đôi lời*" mà trái lại được đôi trai gái xướng lên với một hình thức khác.

Hò ơ... Tới đây chẳng hát thì hò
Chẳng phải con cò mà ngóng cổ nghe

Có những tay "hò chiếng" khi bị đối thủ chọc tức đã vội vàng vỗ ngực đáp trả:

Câu hò tôi đựng một nia
Chị em nào thích tôi chia cho hò…

Cũng có nghệ nhân bị lâm vào *thế bí* bèn ca bài *tam thập lục kế* để rút lui trong danh dự:

Câu hò tôi đựng một khạp da bò
Tôi quên đậy nắp nó bò hết trơn!

Giống như hát huê tình, mỗi cuộc **hò đối đáp** ở Nam Kỳ thường chia làm ba chặng/ba giai đoạn:.

.Chặng đầu: **Hò chào mời** (bắt đầu chào hỏi, mời mọc, hò dạo). Nói khác đi, đó là *cuộc hò được gầy đầu* (Nguyễn Văn Hầu), là *khúc nhạc dạo đầu* của hò.

.Chặng giữa: **Hò đối đáp** (đáp câu đố, nêu câu đố mới, kết bạn, xe duyên). Đây là phần trọng tâm của một *cuộc hò*. Cuộc tranh tài cao thấp của các nghệ nhân được đánh giá ở chặng nầy. Như chúng tôi đã có dịp đề cập, nếu hát huê tình đối đáp có hát chữ, hát tích, hát đố thì trong hò đối đáp – theo Sơn Nam - có **hò văn, hò truyện, hò mép** (còn gọi **hò môi**). Trong quyển *Tánh Cách Đặc Thù Của Ca Dao Miền Nam,* chúng tôi đã phân tích về ba loại hò nầy, từ trang 127 đến 135. Khi *cuộc hò* đã đến lúc hào hứng, hễ bên trai "*buộc vào*" thì bên gái "*mở ra*", bên trai "*bẻ vô*" thì bên gái *"xô ra"*, bên nầy "*bỏ*" vận hò thì bên kia "*bắt*" lấy, giọng hò bên nầy bị "*đứt*" thì bên kia tìm cách "*nối*" lại. Đặc biệt, chàng vận dụng **hò văn, hò truyện, hò mép** thì nàng tìm cách hò đối lại; chàng dùng những **câu hò đố** hóc búa, lắt léo thì nàng kiếm **câu hò đáp** lại một cách cân xứng, tài tình! [(5)]. Và cuộc hò cứ thế mà tiếp diễn (nếu không bị *đứt*), có khi thâu đêm suốt sáng. Khi gặp người *đồng điệu* và hơn nữa, *đồng tình, cuộc hò* càng tăng thêm phần hào hứng, sôi nổi. Bấy giờ các nghệ nhân hò đã trở thành "bình dân thi sĩ" và đa số thính giả đa tài, "biết xét đoán *âm giai*, biết phê bình *vần điệu*" và "biết sự *buông bắt, ứng đối cao thấp dở hay*" (*Bách Khoa* số 136, tr,15)

.Chặng cuối: **Hò giã biệt** (tiễn đưa, xe kết, hứa hẹn) để khép lại một cuộc hò. Khác với cuộc hát quan họ, các "liền anh", "liền chị" chỉ xem nhau như "bạn hát" và thường là *không được phép* cưới hỏi nhau. Còn chung cuộc của Hò miền Nam thường dẫn tới tình yêu đôi lứa "*Trời xui hội ngộ hai đứa mình kết duyên*".

Nhìn chung, *Tiết điệu* và *Âm vận* trong Hò miền Nam biến đổi khá nhiều, song theo Nguyễn Văn Hầu, có thể hiểu gom được trong hai điệu chính: *hò huê tình* tức tiếng hát chậm mà hơi dài ra, và *hò lăn* tức tiếng hát mau mà hơi ngắn lại. Tuy nhiên, dầu là *hò huê tình* hay *hò lăn,* dầu có hằng chục điệu hát hò dị biệt của mỗi địa phương, *người mộ hò* bao giờ cũng phải biết sành cung đoạn, âm giai thì mới được hạng đàn anh đàn chị trong giới nhận cho là *khách đồng thuyền.* (*Bách Khoa* số 136, tr.15). Gần đây có dịp sưu tầm trên mạng, chúng tôi thấy có nhiều "nhà văn hóa" đề cập đến Hò văn, Hò truyện, Hò mép, Hò huê tình, Hò lăn, v.v..., nhưng không nói tới "xuất xứ", mặc nhiên tự xem mình là "tác giả". Điều nầy gây khó khăn cho những người nghiên cứu về sau?!

Hò đối đáp là một thể loại dân ca, nhưng tại sao trong những câu do chính người bình dân hát lại có những từ Hán-Việt, cách ngôn Khổng Mạnh và điển tích Trung Hoa? Như chúng ta đã biết, Nam Kỳ là vùng đất mới, nhưng mọi lãnh vực đều "khởi sự/khởi xướng" ở miền Nam: Từ chữ quốc ngữ, văn học chữ quốc ngữ, báo chí, tiểu thuyết rồi thơ, thơ mới, dịch thuật (đặc biệt sách Tàu, truyện Tàu) đến văn nghệ kháng chiến, tự truyện, thoại kịch... nhứt nhứt đều *bắt đầu* tại Lục Tỉnh. Nói khác đi Nam Kỳ đã đóng vai trò *tiền phong* của văn nghệ miền Nam. Khi phân tích Hò miền Nam, chúng tôi muốn nhấn mạnh vai trò **chữ quốc ngữ** và phong trào dịch **sách Tàu**, **truyện Tàu** (ra chữ quốc ngữ) vào đầu thế kỷ XX đã ảnh hưởng rất lớn đến hò hát. Để tiện việc tham khảo, mời bạn đọc xem bài "*Vài Nét Về Hát Thuê Tình Ở Nam Kỳ*" đăng trong tập sách nầy.

Trong phần dưới đây, chúng tôi thử điểm qua hò văn, hò truyện và hò mép trong *chặng giữa* một cuộc hò đối đáp ở Nam Kỳ Lục Tỉnh.

-**Hò Văn:** (còn gọi **hò chữ)** dùng thành ngữ nước ta hoặc cách ngôn của Khổng-Mạnh (thường lấy trong sách *Tam Tự Kinh, Minh Tâm Bửu Giám* hoặc *Minh Đạo Gia Huấn*) để gợi hứng gieo vần. Chẳng hạn như:

Hò ơ... Tay cầm quyển sách Minh Tâm anh đọc
Thiện ác đáo đầu chung hữu báo
Cao phi viễn tẩu dã nan tàng*
Từ khi anh xa cách con bạn vàng
Cơm ăn chẳng đặng như con chim phượng hoàng bị tên.

*Tạm dịch: Lành dữ lúc cùng có quả báo; Cao bay xa chạy, vậy khó trốn.

Hò Truyện: (còn gọi **hò sách**) dùng điển tích của sách vở

Trung Hoa hoặc các truyện thơ Việt Nam vừa để gợi hứng gieo vần hay nêu câu hỏi. Những bộ **truyện Tàu** như: *Tam Quốc, Tây Du, Phong Thần, Thủy Hử, Tiền Đường, Hậu Tống, Tây Hớn, Nhạc Phi,* v.v... được lồng vào trong các câu hò điệu hát cùng với phong trào dịch truyện Tàu sang quốc ngữ nở rộ ở Nam Kỳ vào đầu thế kỷ XX. Trong những chuyến đi "điền dã" sưu tầm, nghiên cứu Ca dao miền Nam, chúng tôi có thể khẳng định: Hò đối đáp, một bộ phận của Ca dao miền Nam rất "**sính**" dùng điển tích. Phạm Văn Đang, một nhà giáo gốc miền Bắc cũng đã nhìn nhận: "*Có điều đáng chú ý là ca dao miền Nam lại **sính** dùng thành ngữ điển tích **hơn** cả ca dao miền Bắc*" (6).

*Hò thời **hò truyện, hò thơ***
Ai mà hò bậy mẻ ơ lên đầu!

Tuy nhiên với cố tật "dốt hay nói chữ" của người bình dân Nam Kỳ, nên khi "hấp thụ" sách, truyện Tàu là họ đem ra ứng dụng, "thi thố" ngay. Một vài thí dụ:

Truyện Tam Quốc:

Hò ơ... Đó anh thạo văn thơ
Đây em chờ thử sức
Ông không Giựt sao kêu Giựt Đứt (Dực Đức :Trương Phi)
Ông rất Minh sao gọi Khổng Minh
Truyện xưa Tam Quốc lưu truyền
Đố anh đối đặng bạn hiền ngợi khen.

Tổng hợp nhiều Truyện Tàu:

Hò ơ... Anh ví vậy còn sai
Em thấy hoài thiệt quả
Hễ khi hút đã như Hành Giả loạn thiên
Gặp buổi hết tiền như Lưu Huyền chạy giặc
Em có nói một hai lời làm mặt Trương Phi
Hươi Hỏa tiêm thương dường Na Tra xuất trận
Nằm chình chòng như Tôn Tẫn xem thơ
Mắt lim dim như ông Khổng nghiệm binh thơ
Phà hơi khói như Kinh Kha oán khí
Vui thú yên hà toại chí phong lưu.

Sau hết là các truyện tích lấy từ các truyện thơ Việt Nam.

Truyện Kiều

Hò ơ... Thân em mỏng mảnh
Huê cảnh lạ lùng
Thiền quyên mong sánh anh hùng
Lòng em lại e như Túy Kiều nọ bạn cùng Thúc Sanh [**Sinh**].

(Túy Kiều : Đáng lẽ phải viết Thúy Kiều. Người bình dân Lục tỉnh ưa đọc trại ra như vậy. Bằng chứng là có truyện thơ xuất bản nhan đề *Túy Kiều Phú* (Chợ Lớn, Thuận Hòa xuất bản, 1967, số thứ tự 33 trong tổng số 94 truyện thơ ấn hành cùng năm).

Truyện Lục Vân Tiên

Hò ơ... Nhơn Nghĩa Lễ Trí Tín
Thị vị ngũ thường
Nẩy Nguyệt Nga em bậu ôi
Đây anh gìn lòng chung thủy sánh bường anh Vân Tiên.

-**Hò mép**: (còn gọi **hò môi** hoặc **hò môi hò mép**). Loại hò nầy lời lẽ nôm na quê kịch, không dùng chữ Hán, cũng không sử dụng cách ngôn, điển tích. Hò mép ít phổ biến sâu rộng trong đại chúng. Hình thức hò mép quá cao, ít người làm. chỉ dành riêng cho những người có chân tài, những *thầy dạy hò*. Nhà văn chuyên trị miệt vườn Sơn Nam đã nhận xét chí lý: "*Trước ánh sáng của nghệ thuật, loại hò mép nôm na (không điển tích, không chữ Hán) vẫn là hình thức cao nhứt, khó thành công nhứt, dành riêng cho những người có chân tài, những người trầm tĩnh*" (7).

Trong khi hò mép, nhiều người có chân tài, có trí nhớ dai, phản ứng nhạy đã "môi" những câu hò có sẵn với hình thức của lối hát bắt vần. Lối hát bắt vần nầy chẳng qua chỉ là lối *hát vè* trẻ con thường hát khi chơi đùa (*Vè Tập Tầm Vông*). Người bình dân miền Nam đã áp dụng lối hát vè có cả biểu diễn nghệ thuật bắt vần và "môi" những câu hò có sẵn vừa làm tăng phần lý thú vừa gây được sự chú ý của người nghe: "*Môi tức là kéo dài thêm câu hát, cộng thêm nhiều đoạn lóng vô thưởng vô phạt hoặc có dụng ý*" (8). Thí dụ:

Hò ơ... *Em thấy anh tương tư bịnh chắc*
Em rước ông thầy thuốc bắc
Em sắc hai chục chén; còn lại bốn phân
Bỏ thêm một lát gừng sống; một đống gừng lùi
Một nùi chuối hột; một hộp đơn quy

Một ki trái táo; năm sáu chục trái cà na
Thần sa một lượng; khoai sượng một chục
Măng cụt một trăm; rau răm một đám
Cám một bao; con gái rao rao mười hai đứa
Sứa lửa vài trăm
Huỳnh liên, huỳnh bá, huỳnh cầm
Uống vô ba thang mà anh không mạnh thì em đào hầm chôn luôn!

Cũng như Câu hát huê tình, Hò miền Nam đã nhắc đến *địa danh* hoặc *tên các triều đại* trong lịch sử Trung Hoa để nói về tình yêu đôi lứa cũng như sự xa cách, chia lìa trong tình yêu hay kết hợp với các địa danh có tính ước lệ khác. Tên *nhân vật* và các *sự kiện lớn* trong lịch sử Trung Hoa hay các *thành ngữ* có tính ước lệ cũng có mặt rất nhiều trong câu hò, điệu hát dân gian Lục tỉnh.

Hò miền Nam còn thể hiện "dấu ấn" của văn hóa vật chất của Pháp với những tiến bộ của văn minh công nghiệp như *xe lửa, tàu Tây, nhà lầu, nhà máy, kinh xáng, chữ Quốc ngữ, tân trào, Lang-sa...* Một vài thí dụ (Hầu hết các câu hò miền Nam thường bắt đầu bằng hai tiếng "Hò ơ..."):

Chừng nào ***xe lửa*** *Mỹ* bung vành*
Tàu Tây *kia liệt máy anh mới đành bỏ em!*

*Xe lửa Mỹ: xe lửa Mỹ Tho (thuộc tuyến Sài Gòn - Mỹ Tho) được Pháp xây dựng vào năm 1881. Không phải xe lửa Hoa Kỳ. Wikipédia gọi là "đường sắt".

Hoặc***: Kinh xáng*** *mới đào,* ***tàu Tây*** *mới chạy*
Thương thì thương đại, đừng nghi đừng ngại, bố điệu chung tình
Con nhạn bay cao khó bắn còn con cá ở dưới ao quỳnh khó câu.

Và: *Làm thơ* ***Quốc ngữ****, để chữ* ***tân trào***
Thứ tư ***tàu*** *lại gởi vào thăm em.*

Ngoài ra các vật dụng cần thiết trong sinh hoạt hằng ngày như *đồng bạc con cò, vàng vòng, chuỗi đeo tay, tiền tháng bạc ngày* cùng những sinh hoạt giải trí và tệ nạn xã hội buổi giao thời như: *dọn bàn, bành tô, áo thun, ô-rờ-hoa, khăn mu-xoa...* cũng được xuất hiện trong câu hò Lục tỉnh. Xin tạm dẫn vài thí dụ:

Chớ tham ***đồng bạc con cò***
Bỏ dân bỏ nước theo phò ***Lang-sa.***
hoặc:
Anh sắm trước một con heo bỏ cũi, vài lượng ***chuỗi đeo tay***
Xin cho sum hiệp mặt mày
Dẫu cho ***tiền tháng bạc ngày*** *cũng lo.*
và: *Đèn* ***nhà lầu*** *hết dầu đèn tắt*
Lửa ***nhà máy*** *hết cháy còn than*
Chị em ơi, lấy chồng lựa chỗ cho sang
Lấy chi ***thằng điếm dọn bàn*** *Tây ăn!*
vân vân...

Sau cùng, nét đặc thù về ngôn ngữ trong Hò miền Nam đã phản ảnh phần nào quá trình ra đời và phổ biến chữ quốc ngữ thời kỳ đầu ở Nam Kỳ như: chánh tả tiếng Việt (**vô số** lỗi chánh tả và **rất nhiều** dẫn chứng cách ngôn Khổng-Mạnh sai); một số từ Việt cổ: ***mựa, mảng***, khá nhiều chữ kiêng húy, nhiều từ địa phương đọc trại và phương ngữ: ***bường,*** *kết* ***ngãi, ngỡi*** *xưa*, ***trước*** *mai*, *căn* ***dươn***, *vô* ***nghì***, *phú* ***quới***, ***quờn quới***...

Kết**: Hò miền Nam – một bộ phận của ca dao Lục tỉnh – là thơ, là nhạc, nhưng cũng là tình. Nó thể hiện rõ nét bản *trường/tình ca bất tận* của người bình dân lao động, nhiều nhứt là tình yêu đôi lứa giữa "trai hai huyện, gái miệt vườn", giữa "trai thương hồ, gái bán vàm". Ngoài ra, hò miền Nam đã phản ảnh trung thực bức tranh xã hội Nam Kỳ buổi giao thời Pháp-Việt. **Nội dung** "văn dĩ tải đạo" được thể hiện trong câu hò, tiếng hát. Đó là đạo quân thần, lòng ái quốc (quân xử thần tử), đạo hiếu (ơn cha nghĩa mẹ), trọng nghĩa khinh tài (kiến nguy vô dõng, tiền tài như phấn thổ/nhơn nghĩa tợ thiên kim), làm lành lánh dữ (tích thiện phùng thiện/tích ác phùng ác). Đó là tất cả cái "điệu nghệ" (đạo nghĩa) của người dân Lục tỉnh. Thỉnh thoảng phê phán "thói hư tật xấu" (cờ bạc, tửu sắc, á phiện, lầu xanh), thói mê tín dị đoan (tam hạp, tứ hành xung) và "hôn nhân dị chủng" (Tây-Tàu-Khách-Thanh-Chệt-Chà //An Nam, Việt). Nhưng phê phán là để xây dựng: vạch ra cái xấu, cái dở để gián tiếp đề cao cái tốt, cái hay nhằm giáo dục khuyên răn người đời. Về **Nghệ thuật,** Hò miền Nam thiên về "diễn xướng" nên các "bình dân thi sĩ" phải "câu giờ" để "bẻ lại" câu hò lắt léo, hóc búa, phải sử dụng *tiếng đệm, tiếng láy* cũng như vận dụng nghệ thuật '*bỏ/bắt*', "*đứt/nối*" cũng như kiến thức và khả năng của mình để thi tài cao thấp – đặc biệt *hò môi hò mép,* trong các *hội hò.* Do vậy hò miền Nam sử dụng gần như *nguyên xi* lời ăn tiếng nói của dân gian Lục tỉnh: lời lẽ bình dị, mộc mạc, không trau chuốt nên dễ đi sâu vào lòng người. Trong một bài nghiên cứu về Ca dao miền Nam, chúng tôi đã nhận định: *Hò hát đi trước ca dao; và* ***ca dao lục bát thành hình sau hò hát. Chúng ta sẽ không ngạc nhiên vì Hò miền Nam sử dụng hầu hết *lục-bát-cắt-vụn* bởi tiếng đệm, tiếng láy hơn là những câu *tròn trịa mềm mại* thể sáu tám. Từ hơn một thập kỷ nay đã xuất hiện *trường phái thơ tân hình thức*. Phải chăng các thi sĩ thuộc trường phái nầy đã trở về nguồn trong *nghệ-thuật-cắt-vụn-thơ lục bát*, trong cách *ngắt nhịp* như một *"trò chơi chữ nghĩa tùy hứng"* (Du Tử Lê). Bàn về cách *ngắt nhịp* nầy, chúng tôi đã viết: *"Cách ngắt nhịp thơ sáu tám (...) nhằm cắt đứt mạch thơ để diễn tả hoặc nhấn mạnh đến nhiều dạng cung bực khác nhau của tình cảm. Hình như cách ngắt nhịp bỏ lửng, mạch thơ bị đứt thường diễn tả tâm trạng uất nghẹn, tức tưởi, con đường thơ trở nên khúc khuỷu, gập ghình"* [9]. Chúng tôi tin rằng *Hò miền Nam* là một văn liệu quý hiếm cho các nhà nghiên cứu văn hóa dân gian, cho các nhà ngôn ngữ học, xã hội học và văn học sử.

Montréal, IX.2024

Chú Thích:

[1]. Lê Văn Đức: *Tự Điển Việt Nam.* Sài Gòn. Khai Trí xb. 1970, tr.613.

[2] Nguyễn Văn Xuân: *Khi Những Lưu Dân Trở Lại.* Sài Gòn, Thời Mới xb. 1969, tr.51.

[3] Xem Lê Văn Chưởng: *Hò Huế*. Luận án Cao học Văn chương Việt Nam. ĐH Văn Khoa Sài Gòn,1971, tr.97-129.

[4] Toan Ánh: *Cầm Ca Việt Nam*. Sài Gòn, Lá Bối xb. 1969,

tr.195-196.
(5) Xem Nguyễn Kiến Thiết: *Tánh Cách Đặc Thù Của Ca Dao Miền Nam.* Luận án Cao học Văn chương. ĐH Văn Khoa Sài Gòn, 1972, tr.107-111.
(6) Phạm Văn Đang: *Nghệ Thuật Xây Dựng Từ Hoa Trong Ca Dao Việt Nam.* Luận án Cao học Văn chương. ĐH Văn Khoa Sài Gòn, 1965, tr.149-150.
(7) Sơn Nam: *Nói Về Miền Nam.* Sài Gòn, Lá Bối xb. 1967,

tr.58-59.
(8) Sơn Nam: *Nói Về Miền Nam.* sách đã dẫn, tr.61.
(9) *Kỷ Niệm Về Hoàng Xuân Sơn. Văn Học Mới* số **33** tháng 10/2024, tr.191-192.

NIỀM ĐAU ĐẤT MẸ

Đất Mẹ trải qua bao lần khói lửa
Một ngàn năm bị nô lệ giặc Tàu
Một trăm năm bị đô hộ giặc Tây
Mẹ đau khổ, Mẹ kêu gào thảm thiết!
Súng dầu nổ, Mẹ bền gan chịu đựng
Bom đạn rơi, Đất Mẹ vỡ tan tành
Mẹ chúng mình quằn quại bởi chiến tranh
Con của mẹ có đứa còn, đứa mất.
(quên một đoạn)
Đất Mẹ ơi! Niềm Đau mãi chất chồng
Con nguyện sẽ đập tan trời oán hận!
Trúc Lan – Sài Gòn 1965

*Trúc Lan tôi sáng tác bài thơ nầy đăng trên Đặc San Sư Phạm Sài Gòn, khóa IV.1965 (có vài câu không nhớ hết).
Một thời gian sau mới nghe Khánh Ly hát bài "Gia Tài Của Mẹ" của Trịnh Công Sơn trong đó câu 1-2 na ná với câu 2-3 bài "Niềm Đau Đất Mẹ" của Trúc Lan.
Cũng trong Đặc San nầy, tôi có đăng phóng sự "Chúng Tôi Du Ngoạn Vũng Tàu" (ký Nguyễn Kiến Thiết). **Có thể nói đây là những văn, thi phẩm đầu tiên đã đăng báo của Trúc Lan Nguyễn Kiến Thiết.**

GÓP Ý VỚI TRUNG TÂM THÚY NGA VÀ MC NGUYỄN NGỌC NGẠN TRONG PBN 132

Bài viết nầy không nhằm đề cao, không đả phá một Trung tâm băng nhạc lớn cũng như người dẫn chương trình (MC) nổi tiếng. Người viết chỉ muốn góp ý với Trung tâm Thúy Nga (PBN) và ông Nguyễn Ngọc Ngạn (NNN) với tinh thần xây dựng khách quan về lãnh vực văn hóa. Chúng tôi muốn nói tới sự giải thích chưa được thuyết phục của MC Nguyễn Ngọc Ngạn về *niêm, luật* trong Paris By Night **132** chủ đề "Xuân Với Đời Sống Mới", tổ chức tại Pechanga Resort & Casino, Temecula, California vào 2 ngày 11 và 12 tháng 12 năm 2021. Đây là chương trình thâu hình có khán giả đầu tiên của Trung tâm Thúy Nga (cháy vé) kể từ sau đại dịch cúm Tàu mà Tổ chức Y tế Thế giới gọi là COVID-19. Đây cũng là chương trình được phát sóng trên Youtube với gần 60 triệu lượt người theo dõi. Như vậy PBN ngày càng có sức ảnh hưởng lớn lao, là món ăn tinh thần "không thể thiếu" của đại đa số khán thính giả khắp mọi nơi trên thế giới. Từ khi các Trung tâm băng nhạc khác như Asia và Vân Sơn không còn hoạt động nữa thì PBN đã không còn đối thủ.

Sau khi dẫn câu "Tôi viết vội câu thơ thất niêm" trong bài hát *Mùa Xuân Trong Thư Em*, MC Nguyễn Cao Kỳ Duyên đã hỏi MC Nguyễn Ngọc Ngạn: "*Vậy thất niêm có nghĩa là gì?*". MC Nguyễn Ngọc Ngạn đã trả lời (đại ý): "*Lúc chúng ta học Trung học thì trong môn Việt văn chúng ta học về thơ Đường. Thơ Đường tức là thơ của thời nhà Đường, là thời cực thịnh về thơ - tức là thời của Đường Huyền Tôn* **(g)**, *tức Đường Minh Hoàng. Về sau thơ Đường nó trở thành tiêu chuẩn để chúng ta làm thơ; nhưng dĩ nhiên là thơ đó gò bó cho nên nó gọi là niêm với luật*". Sau đó, ông giải thích và dẫn chứng có phần chưa được sáng tỏ về niêm luật: "*Niêm luật tức là chữ nào phải Bằng, chữ nào Trắc, và đối nhau. Thí dụ như: Lom khom dưới núi tiều vài chú / Lác đác bên sông chợ* mấy nhà. Hai câu đó của Bà Huyện Thanh Quan nó rất là đối từng chữ, từng câu, từng vần. Thì cái đó chúng ta gọi là niêm luật của thơ Đường (...). Về sau chúng ta có Thơ mới, Thơ tự do;* ***chúng ta không còn xài thơ Đường nữa***". Lúc ấy khán giả chăm chú lắng nghe nhưng có nhiều người tỏ vẻ không được hài lòng, nếu không muốn nói là "ngơ ngác"? Dựa vào sự giải thích và dẫn chứng của ông NNN - người được đề cao "cố gắng vận dụng kiến thức văn học để làm giàu nội dung dẫn chương trình", tôi thành thật nêu lên một số góp ý với tinh thần xây dựng.

1.- **Cần phân biệt Thơ Đường và Thơ Đường luật.**

Thơ Đường hay **Đường Thi** là thể thơ được sáng tác vào thời nhà Đường (618-907) bên Trung Hoa. Số lượng các bài Thơ Đường được ghi chép và lưu truyền đến nay lên đến hàng chục ngàn bài (khoảng 48000 bài) của hàng ngàn tác giả. Đến đời Trần Nhân Tông (1258-1308), Nguyễn Thuyên (1229-?) là người đầu tiên biết theo Đường luật mà làm thơ Nôm, đặt ra thể **thơ Hàn luật**. Như vậy thơ Hàn Luật là thơ nôm (tiếng Việt) theo luật thơ Đường. Đó là thể thơ vay mượn "*thi pháp của Tàu, âm luật của ta*" (Dương Quảng Hàm) tạo thành thơ ta như các thể thơ Việt Nam khác. Hiện nay có sự lạm dụng, nhập nhằng về tên gọi thể thơ Đường luật. Nhiều thi sĩ trong nước làm thơ Đường luật gọi đó là Thơ Đường hay Đường Thi. Thật là sự ngộ nhận đáng tiếc! Lại có "nhà thơ" ở Việt Nam đòi phát động phong trào "Thắp Sáng Đường Thi". Trời đất! Đường Thi đã thật sự tỏa sáng ngàn năm rồi, thắp sáng hay không là việc của con cháu các ông Lý Bạch, Đỗ Phủ mắc mớ gì đến chúng ta mà sáng với tối!

Chúng tôi không đồng ý với tên gọi như **Thơ Đường, Đường Thi** hay **Thơ Đường Việt Nam** (thiếu chữ luật) và xin được đề nghị các tên gọi như **Thơ Đường luật Việt Nam** hay **Thơ Đường luật**. "*Đây là thơ Việt Nam, thể hiện tâm hồn Việt Nam, cảm xúc Việt Nam và phản ánh hiện thực Việt Nam*"

(Vũ Khiêu).

2.- Cần hiểu rõ niêm, luật, vần, đối. Từ lúc theo học môn Quốc văn cho đến khi giảng dạy ở Trung học và Đại học, tôi đều thuộc nằm lòng niêm, luật, vần, đối trong thơ Đường luật như sau:

- **Niêm**: (dính liền, giữ cứng) là giữ giống nhau về luật. Niêm trong thơ Đường luật thất ngôn bát cú căn cứ vào **chữ thứ hai mỗi câu** phải cùng một thanh (Bằng hay Trắc). Các câu niêm với nhau là: 1 và 8; 2 và 3; 4 và 5; 6 và 7). **Lưu ý**: **Thất niêm** (mất sự dính liền), không được.

- **Luật:** Luật thơ là cách xếp đặt tiếng Bằng (B) tiếng Trắc

(T) trong một bài thơ.

Thơ Đường luật có thể làm theo hai luật: Bằng và Trắc; căn cứ vào **chữ thứ hai của câu đầu** để biết bài thơ làm theo luật gì. **Thất luật**: khi một câu thơ đặt sai mất luật, không được. **Khổ đọc** (khó đọc): những chữ đáng Bằng mà đổi ra Trắc; và ngược lại.

-**Vần** có mấy đặc điểm: Thường dùng vần Bằng, ít khi dùng vần Trắc; **độc vận** (suốt bài thơ chỉ hiệp theo một vần); chỉ có **cước vận** (vần chân, vần ở cuối câu); có **5 vần** gieo ở cuối câu đầu và cuối các câu chẵn (2,4,6,8).

Lưu ý: Gieo vần sai hẳn gọi là **lạc vận** (lạc: rụng); Gieo vần không hiệp nhau lắm gọi là **cưỡng áp** (đặt gượng).

-**Đối**: gồm có **đối ý** (có thể tương đồng hay tương phản) và **đối chữ**, tức vừa phải **đối thanh** (Bằng đối với Trắc, và ngược lại), vừa phải **đối loại**, tức hai chữ cùng một tự loại đối với nhau (như cùng hai chữ danh từ riêng/chung, hoặc tính từ, hoặc động từ...). Những câu thơ bắt buộc phải đối với nhau là: hai câu thực (3 và 4), hai câu luận (5 và 6). Không theo đúng phép đối gọi là **thất đối**.

Để bạn đọc tiện theo dõi, người viết chọn bài thơ *Qua Đèo Ngang* của Bà Huyện Thanh Quan mà MC Nguyễn Ngọc Ngạn đã dẫn hai câu thực (3-4) làm thí dụ:

Bước tới đèo Ngang bóng ***xế***(1) *tà*
Cỏ cây chen đá, lá chen hoa
Lom khom dưới núi tiều vài chú
Lác đác bên sông ***chợ*** (2) *mấy nhà*
Nhớ nước đau lòng con quốc quốc
Thương nhà mỏi miệng cái gia gia
Dừng chân đứng lại, trời non nước
Một mảnh tình riêng, ta với ta.

Đây là bài thơ Đường luật thất ngôn bát cú (bảy chữ, tám câu) luật Trắc (căn cứ vào chữ thứ hai của câu đầu có thanh Trắc: tới), vần Bằng (5 vần gieo ở cuối câu đầu: tà và cuối các câu chẵn: 2 (hoa), 4 (nhà), 6 (gia) và 8 (ta), đúng niêm (căn cứ vào chữ thứ hai mỗi câu phải cùng một thanh Bằng hay Trắc: câu 1 (tới) niêm với câu 8 (mảnh) ; câu 2 (cây) với câu 3 (khom); câu

4 (đác) với câu 5 (nước); câu 6 (nhà) với câu 7 (chân), đúng luật (căn cứ vào chữ thứ hai của câu đầu có thanh Trắc: tới) và đối rất chỉnh ở hai câu thực (3 và 4), hai câu luận (5 và 6), xứng đáng làm khuôn mẫu.

3.- Có phải chúng ta không còn xài thơ Đường (luật) nữa?

Tôi nghĩ không hoàn toàn đúng hẳn. Như chúng ta đã biết, thơ Đường luật vào nước ta khá sớm và chiếm địa vị độc tôn. Các thi sĩ cổ điển nước ta chủ yếu làm thơ Đường luật bằng chữ Hán hoặc chữ Nôm để ngâm vịnh xướng họa. Do đó mà có lối thơ gọi là **Thơ Hán** Đường luật (chẳng hạn Thơ chữ Hán của Nguyễn Du) hoặc **Thơ Nôm Đường luật (**Thơ Nôm Hồ Xuân Hương). Thơ Đường luật ngày xưa được dùng trong thi cử, tuyển chọn nhân tài nên nó trở thành lối văn cử nghiệp rất phổ biến trong giới nho sĩ.

Làm thơ Đường luật vốn khó bởi những nguyên tắc, quy định có phần khắt khe, gò bó. Nhưng chính điều đó làm nên cái hay, cái lý thú cho thể thơ nầy. Bài thơ chỉ có 8 câu 5 vần, gói ghém trong 56 chữ nhưng chứa đựng nội dung vô cùng hàm súc, cô đúc, "ý tại ngôn ngoại" thâm thúy, sâu sắc. Họa thơ Đường luật lại càng khó hơn. Còn gì vui thú cho bằng bài thơ tâm huyết ưng ý của mình được khách đồng điệu cảm ứng họa đáp lại. Một bài xướng hay dễ tạo cảm hứng cho người họa. Do vậy mà có nhiều bài họa hay, v.v… Thật thà mà nói, làm thơ Đướng luật quá khó, thiển nghĩ thể thơ nầy sẽ dần dần bị lấn lướt bởi các dòng thơ mới, thơ trẻ, thơ tự do, và gần đây có thơ tân hình thức. Đến khi sưu tầm, tìm hiểu, chúng tôi đi từ ngạc nhiên nầy đến ngạc nhiên khác, có thể nói bị "tẩu hỏa nhập ma" bởi phong trào sáng tác và xướng-họa thơ Đường luật lên quá nhanh như diều gặp gió từ trong nước ra tới hải ngoại, chẳng hạn như ở Đức, Pháp, Mỹ, Canada... Riêng ở trong nước, có rất nhiều người làm và họa thơ Đường luật, thường bằng chữ Quốc ngữ, đôi khi bằng chữ Hán hoặc Hán-Việt. Đã có Tuyển tập **Thơ Đường luật Việt Nam** in năm 2012 gồm hơn 3000 bài với 700 tác giả. Đã có Hội UNESCO Đường Luật Việt Nam phát triển mạnh ở 47 tỉnh, thành phố, với 77 Chi hội cùng hơn 3000 hội viên. Nhiều sinh viên còn chọn

Thơ Đường luật làm Luận văn [3] / Luận án tốt nghiệp [4]. "Nghề chơi cũng lắm công phu" huống chi Chơi xướng-họa thơ Đường luật. Điều đó chứng tỏ sức sống dồi dào kỳ diệu của thơ Đường luật, khả năng tiềm ẩn thi phú còn rất nhiều trong cộng đồng người Việt chúng ta ở khắp mọi nơi trên thế giới.

Tóm, thiển nghĩ nên gọi **thơ Đường luật** để phân biệt với **thơ Đường** - bởi lẽ thơ Đường là loại thơ được sáng tác từ thời nhà Đường bên Trung Hoa. Chúng ta cần hiểu rõ **niêm, luật, vần, đối** trong thơ Đường luật để chứng minh cách giải thích và dẫn chứng về niêm luật của ông NNN không đủ sức thuyết phục. Ngày nay, chúng ta vẫn còn "xài" thơ Đường luật, và dòng thơ nầy sẽ không bao giờ tắt cạn. Chúng tôi muốn nói: Nếu ngày xưa sáng tác và xướng-họa thơ Đường luật là «món đặc sản» dành cho bậc thượng lưu trí thức thì ngày nay nó trở thành «sân chơi» văn hóa-trí tuệ tao nhã của những người yêu thơ gồm đủ mọi thành phần, giới tính, đủ mọi lứa tuổi. Thơ xướng-họa còn là phương tiện giao lưu, tạo ra bao liên hệ bằng hữu tao nhã, tri âm tri kỷ.

Cách đây chừng 2500 năm, Lão Tử- một triết gia nổi tiếng của Trung Hoa đã nói: *"Làm thầy thuốc mà sai lầm thì chỉ giết một mạng người; làm chánh trị mà sai lầm thì tàn hại cả đất nước; làm văn hóa mà sai lầm thì gây tai họa cho muôn đời"*. Trung tâm Thúy Nga là một đại ban, Nguyễn Ngọc Ngạn là một MC nổi tiếng cùng "*làm văn hóa*" có sức ảnh hưởng tới 60 triệu lượt người theo dõi, "*mà sai lầm thì gây tai họa cho muôn đời*". Cách đây mấy năm, trong Paris By Night số **70**, khi giới thiệu về nhạc sĩ Lê Dinh, MC Nguyễn Ngọc Ngạn cũng đã phát biểu mà chưa tra cứu kỹ: *"Gò Công có thể nói là cái nôi của Vọng cổ. Bài Vọng cổ đầu tiên tức Dạ cổ hoài lang là từ Gò Công của ông Sáu Lầu mà ra"*. Từ đó, đa số khán giả trẻ chưa am hiểu về xuất xứ của bản Dạ cổ hoài lang/Vọng cổ thường tranh luận quyết liệt, ai cũng cho mình đúng. Nhóm nầy chắc như đinh đóng cột là Dạ cổ hoài lang có xuất xứ từ Gò Công, bởi "chú Ngạn nói thế", "Lời chú Ngạn là khuôn vàng thước ngọc" (?); nhóm khác cãi lại cho rằng Vọng cổ xuất phát từ Bạc Liêu mới đúng. Cũng may một thời gian sau, ông NNN có cải chánh rằng "Bạc Liêu là cái nôi của Vọng cổ…". Chưa hết, PBN **40** (Chủ đề MẸ) đã gây nhiều tranh cãi khiến Ban Giám đốc Trung tâm Thúy Nga và ông NNN phải lên tiếng "Xin lỗi". Nếu không, biết đâu "tai họa" sẽ khó lường! Để khỏi lặp lại sai lầm của PBN **40** cũng như của PBN **70**, chúng tôi *khẩn thiết đề nghị* Trung tâm Thúy Nga và MC Nguyễn Ngọc Ngạn sớm lên tiếng về vấn đề nầy - cụ thể là trong PBN **133** sắp tới. Từ ấy đến nay, hết năm nầy sang tháng khác, PBN đã thực hiện tới số **137** vẫn chưa "lên tiếng". Tôi thầm nghĩ Trung tâm Thúy Nga và MC nổi tiếng NNN đã coi thường đề nghị của chúng tôi, cũng có nghĩa là "coi khinh văn hóa"?

Montréal, Canada tháng V.2022

Chú thích:

(1) Giáo sư Dương Quảng Hàm ghi chữ "*đã*" (không phải "***xế***"). Sách giáo khoa đã trích dẫn sai, thành thử từ hơn nửa thế kỷ nay, thầy cứ dạy "xế", trò cứ nhai lại "xế". Chúng tôi cũng học và dạy "xế"!

(2) Chợ: đáng lẽ phải viết "rợ" mới đối chỉnh với "tiều" ở câu trên. Về chữ "chợ" và "rợ" đã gây nhiều tranh cãi. Nhưng chúng tôi vẫn chấp nhận chữ "chợ" của Dương Quảng Hàm.

(3) Luận văn Thạc sĩ: Đặc Điểm Thơ Đường Luật Quách Tấn của Cao Hoa Phượng- Đại học Thái Nguyên, 2018.

(4) Luận án Tiến sĩ Ngữ văn: *Thơ Đường Luật Việt Nam Nửa Đầu Thế Kỷ XX* của Trần Thị Lệ Thanh, Đại học Sư Phạm Hà Nội, 2002. Tôi không biết Luận án nầy khi trích dẫn bài thơ *Qua Đèo Ngang* ghi chữ "đã" hay "xế"?

MỘT GÓC VƯỜN QUÊ HƯƠNG

Một góc vườn quê hương
Sao mà thấy thương thương
Ấy công ai khó nhọc
Và nặng tình Quê hương!

Trúc Lan

TỪ MỘT CÂU CA DAO NGHĨ VỀ TRUYỀN THỐNG TÔN SƯ TRỌNG ĐẠO

Trong kho tàng ca dao tục ngữ Việt Nam có nhiều câu mà mỗi người trong chúng ta đều thuộc nằm lòng từ thuở còn nằm nôi cho đến lúc trưởng thành. Riêng tôi, câu ca dao sau đây đã thấm vào lòng tôi từ thuở ấu thơ, là một trong những lời ru ngọt ngào, trầm ấm, có sức biểu cảm lạ lùng:

"***Muốn sang thì bắc cầu kiều***
Muốn con hay chữ thì yêu lấy thầy!"

****Từ một câu ca dao...***

Thật ra, câu ca dao trên là một cặp lục bát, ngay cả bản "chánh gốc" của nó cũng có nhiều cách hiểu khác nhau, càng đi sâu càng rắc rối, nói chi đến những "dị bản". Mời các bạn cùng chúng tôi thử phân tích, tìm hiểu ý nghĩa câu ca dao dẫn trên.

Trước hết là câu lục: "***Muốn sang thì bắc cầu kiều***".

. "Kiều" là từ Hán-Việt. Có bốn chữ *kiều* trong hơn mười chữ có liên quan tới câu ca dao: kiều 乔= cao; kiều 喬 = cao; kiều 峤 = (văn) núi cao và nhọn; kiều 娇 = đẹp, duyên dáng; kiều 橋 = cây cầu. Có người dựa vào tiếng Việt cổ giải thích: "kiều" có nghĩa là cao, "cầu kiều" có nghĩa là cây cầu cao.

. "Sang" có nghĩa: Vinh hiển; Ghẻ chốc; Đi qua... (*Đại Nam Quấc Âm Tự Vị*, tr.285).

Theo Đặng Thiêm, báo *Ngôn Ngữ & Đời Sống* số 3/2009, trong một Hội thảo địa phương về Ngày Nhà Giáo, người thuyết trình giải rằng: "Sang" là sang trọng, đỗ đạt hiển vinh; "Cầu kiều" là cầu đẹp. Có như thế mới xứng với sang. Ông còn cho biết có một "đáp án" của một bài văn kiểm tra cũng yêu cầu giải thích theo hướng ấy (?).

Ngoài ra, *Việt Nam Tân Từ Điển* của Thanh Nghị đã chép câu ca dao trên như sau: *Muốn sang thì bắc* ***phù*** *kiều / Muốn con hay chữ* ***phải*** yêu ***mến*** *thầy* (Âm B, tr.70). Dị bản của PGS TS Phạm Văn Tình cũng đồng ý bắc "phù kiều".

Trong quan niệm cầu kiều là **cầu đẹp**, bởi lẽ kiều ở đây là kiều diễm, **cầu nổi** (phù kiều) nên có người lấy điển tích thời Tam Quốc để cắt nghĩa câu ca dao trên. Đó là cây cầu đẹp như cầu vồng trên lưng chừng trời do Tào Tháo xây. Sau đó, Khổng

Minh cố tình đổi việc xây hai cây cầu thành rước hai nàng Kiều (Đại Kiều là vợ của Tôn Sách, vua Đông Ngô; Tiểu Kiều là vợ Châu Do, danh tướng, nhà quân sự tài ba của Tôn Sách và Tôn Quyền) để khích Châu Do liên minh với quân Khổng Minh dùng hỏa công đốt quân Tào Tháo tại Xích Bích.

Có người dựa vào ngôn ngữ học để giải thích. Trong tiếng Việt, sự kết hợp giữa một từ Việt và một từ Hán, và ngược lại rất phổ biến. Nó làm cho nghĩa của từ khái quát hơn. Chẳng hạn như: *xương cốt, binh lính, mưu mẹo*, v.v… Cầu kiều là cầu nói chung vẫn không ra ngoài thông lệ đó.

Kế đến là câu bát: ***"Muốn con hay chữ thì yêu lấy thầy"***, lại có nhiều dị ngôn, dị bản nên cũng dị nghĩa. Cụ thể là :

.*Muốn* **cho** *hay chữ thì yêu lấy thầy*. Đối tượng để khuyên răn, dạy bảo là người học trò.

.*Muốn* **con** *hay chữ* ***phải*** *yêu lấy thầy*. Nghĩa rộng hơn, đối tượng để khuyên răn gồm học trò và cha mẹ học trò. Từ "**phải**" có vẻ nặng nề, ra lịnh.

.*Muốn* **con** *hay chữ thì yêu* ***kính*** *thầy*. Nghĩa cũng hẹp, chỉ nói lên lòng yêu kính thầy.

.*Muốn con hay chữ thì yêu* ***lòng*** *thầy*. Nghĩa cũng hẹp, sau nầy dễ bị hiểu lầm là làm vừa lòng, nịnh thầy bằng cách đi Tết thầy thật "cao lễ" mới "dễ thương" với nhiều quà biếu hậu hĩnh, kể cả tiền bạc.

.Muốn con hay chữ thì yêu lấy thầy. "Yêu lấy thầy" ở đây có nghĩa rất rộng. Yêu thầy có nghĩa là yêu mến, kính trọng, làm theo lời dạy bảo của thầy. Từ "lấy" ở đây theo cách nói dân gian có nghĩa tự mình, chính mình, bằng sức của mình. Ví như: Học lấy một nghề; Làm lấy một việc; Ăn lấy một miếng… Đừng lẫn lộn với lấy chồng, lấy vợ mà phải lòng ông thầy rồi lấy ông thầy làm chồng! Ngày xưa "cậu trò" lại càng không thể lấy "ông thầy" làm chồng được!

Theo thiển ý, nên nói, nên viết câu ca dao như sau:

Muốn sang thì bắc cầu kiều
Muốn con hay chữ thì yêu lấy thầy!

"Cầu kiều" ở đây chỉ là cầu nói chung. Có thể là từ ghép Hán-Việt, hoặc thuần Việt (như *cầu kỳ, chợ búa, chùa chiền*), có thể là cây cầu cao và chắc chắn cho đò dọc, đò ngang vẫn qua lại được.

Cặp ca dao lục bát nói trên nên hiểu là: **Muốn qua sông, sang sông thì phải chịu khó bắc cầu. Cây cầu phải chắc, không lắc lẻo gập ghình để đi khỏi trợt té. Muốn cho con hay chữ, học hành giỏi giang thì cha mẹ học trò và bản thân người học trò phải yêu quý, kính trọng thầy và biết ơn thầy.**

Thật ra, hai câu ca dao trên chính là hai câu cuối của một bài *ca dao/hát ru* miền Bắc gồm bốn câu thơ lục bát, mà hai câu đầu là:

Bống bống! Mẹ bế con sang,
Đò dọc quan cấm, đò ngang không chèo.

Toàn bài, chính là lời ru ca dao đa thanh (*bống bống*), đa nghĩa, giàu hình ảnh (*bế con, đò dọc, đò ngang, cầu kiều*). Đó cũng là lời ca dao yêu thương, ngậm ngùi, giọng giãi bày, uất ức làm rung động lòng người!

Viết đến đây, bên tai tôi còn văng vẳng điệu *hát Ầu ơ/hát Đưa em* tình nghĩa mà má tôi đã rót vào tai tôi từ thuở còn nằm nôi theo nhịp võng đưa:

Ầu…ơ! Ví dầu cầu ván đóng đinh
Cầu tre lắc lẻo gập ghình khó đi.
Khó đi, mẹ dắt con đi
Con đi trường học, mẹ đi trường đời!
(Dị bản: *Khó đi mượn chén ăn cơm*
Mượn ly uống rượu, mượn đờn kéo chơi!).

Phải chăng lời của điệu hát Ầu ơ/ca dao miền Nam và lời bài hát ru/ca dao miền Bắc đã có sự "giao lưu" với nhau? Ở miền nào cũng có những con sông, những dòng sông. Có dòng sông hiền hòa, êm ả. Có dòng sông nước chảy xiết. Nhưng dòng sông nào cũng là biểu tượng của sự cách ngăn, trắc trở. Muốn đi học, đi chợ, đi làm đều phải qua sông.

Trong bài hát Ầu ơ, muốn qua sông phải "quá giang" chiếc cầu tre lắc lẻo. Cầu tre là đường đi học. Đứa con sợ khó, sợ khổ, sợ té không thể tự mình đi học, tự mình đi qua chiếc cầu khỉ gập ghình được. Người mẹ sẽ dắt con đi. Mẹ và con cùng đi qua cầu. Con thì đi trường học, mẹ cũng đi học… trường đời. Mà đường đời chắc gì bằng phẳng? Còn trường đời thì thiên hình vạn trạng, còn khó gấp ngàn lần việc học của con. Mẹ nắm chắc tay con, dìu con qua cầu. Mẹ con ta phải học hoài, học mãi…

Trong bài hát ru/ca dao miền Bắc, mẹ bồng con đến bờ sông vắng. Cùng con, mẹ than đời mẹ qua bao trải nghiệm đắng cay. Muốn qua sông lại không có cầu. Cũng không có đò dọc, đò ngang (Phải chăng quan lại nham hiểm ngăn sông, cốt cho dân ngu tối để dễ bề đè đầu cỡi cổ?). Không thể làm xiếc đu dây, cũng không thể cỡi bè để băng qua dòng nước chảy xiết [(1).] Vì vậy chỉ còn cách bắc cầu. Cầu phải cao, phải chắc để qua sông an toàn, để bước vào con đường học tập vững vàng. Ước mơ suốt đời của mẹ không gì khác hơn là đưa con qua bờ bên kia, vượt thoát dòng sông minh mông của đói nghèo dốt nát!

Nghĩ về truyền thống tôn sư trọng đạo

Tôn Sư Trọng Đạo là một nét đẹp văn hóa của người Việt có giá trị nhân văn sâu sắc. Nét đẹp ấy đã tồn tại từ ngàn xưa, được thế hệ nầy nối tiếp thế hệ khác, tiếp tục xây dựng và phát huy để trở thành truyền thống: *Truyền Thống Tôn Sư Trọng Đạo.*

-Tôn Sư Trọng Đạo Ngày Xưa

Trước khi bàn về truyền thống Tôn Sư Trọng Đạo, thiết tưởng nên hiểu thế nào là "Tôn Sư", thế nào là "Trọng Đạo". Để cắt nghĩa Tôn Sư, nên phân biệt giữa "Sư" và "Thầy".

Trong thư tịch cổ từ thế kỷ XIII, từ "thầy" đã song song tồn tại với "sư" đều mang ý nghĩa tôn xưng. Chẳng hạn như trong bài phú *Cư Trần Lạc Đạo* của vua Trần Nhân Tông (1258-1308) có các câu: *Nguyện mong thân cận minh **sư**, quả bồ đề một đêm mà chín.*

Và: *Vâng ơn thánh, xót mẹ cha, thờ **thầy** học đạo.*

"Sư" và "thầy" ở đây là một, dùng để gọi *nhà sư.*

Riêng trong *Quốc Âm Thi Tập* của Nguyễn Trãi (1380-1442), lại thấy có câu:

Thủy chung mấy vật đều nhờ chúa
*Động tĩnh nào ai chẳng bởi **thầy**?*

"Thầy" ở đây chính là người dạy học, như chú giải của Văn Tân-Đào Duy Anh: *"Việc động tĩnh hành chỉ ở đời, ai lại không học ở thầy là thánh hiền của nho gia (phu tử)"*. Trong các trường hợp khác, "thầy" còn được dùng để gọi chung một lớp người được xã hội tôn trọng như thầy tu, thầy tăng, thầy thuốc… để phân biệt với các loại thầy đã giảm đi sắc thái nghĩa tôn xưng (thầy bà, thầy dùi, thầy rờ mu rùa).

Tôn Sư là kính trọng thầy, quý mến thầy học. Muốn thế, ta phải nghe lời thầy dạy, nhớ ơn thầy, ở cho có nghĩa với thầy, cúng giỗ khi thầy đã qua đời (*sống tết, chết giỗ*).

Còn **Trọng Đạo** là gì?

Đạo 道 chữ Hán nghĩa đen là "con đường", "đường đi", nghĩa bóng là "nguyên tắc", "đường lối", "phương cách" ứng xử mà con người có bổn phận phải giữ gìn và tuân theo trong cuộc sống xã hội (đạo làm người, đạo thầy trò, đạo vợ chồng). Đạo còn là *Nội dung học thuật* của một học thuyết được tôn sùng ngày xưa (đạo Nho, đạo Phật, tìm thầy học đạo, mến đạo thánh hiền). Đạo trong bài nầy nên hiểu là đạo Nho, rộng hơn là việc học hành, chữ nghĩa kiến thức. Đạo còn là luân lý đạo đức.

Trọng Đạo: Người học đạo tất nhiên phải coi trọng đạo, phải đánh giá thật cao đạo lý thánh hiền, xem như mẫu mực để người đời noi theo. Đạo lý thánh hiền nói cho dễ hiểu là luân lý đạo đức của thánh nhân tức Khổng Tử, một lương sư, một "vạn thế sư biểu".

Tôn Sư Trọng Đạo: Muốn trọng đạo phải tôn sư. Đó là lòng biết ơn đối với người có công, tức thầy học của mình, cũng như thầy học của con mình. Bởi vậy ngày xưa, từ dân đến quan và ngay cả vua chúa đều tôn trọng thầy học.

Thời phong kiến, trong bậc thang giá trị Quân-Sư-Phụ, nhà giáo được xếp sau vua, trước cả cha mẹ, nhưng được kính thờ như một:

Vua - thầy - cha, ấy ba ngôi
Kính thờ như một, con ơi ghi lòng!

-Ngày xưa, việc học hành của con cái, cha mẹ hoàn toàn tin tưởng ở ông thầy.

Ông thầy/thầy đồ, dở nhứt cũng có chút đỉnh chữ nghĩa (*Thầy dở cũng đỡ láng giềng*), nhưng thường là những bậc lão thông văn tự, học vấn uyên bác. Từ anh khóa sinh "lảo đảo trường ốc", đến các bậc khoa cử không thích bị "giàm danh khóa lợi" trói buộc, đều có thể mở lớp dạy học. Ngay cả các vị hưu quan cũng noi gương thầy Khổng, thầy Mạnh mở lớp đào tạo nhân tài cho đất nước. Danh sư nước ta có Chu Văn An đời Trần, Lương Đắc Bằng rồi Nguyễn Bỉnh Khiêm (tức Trạng Trình - học trò nổi danh của Lương Đắc Bằng) đời Lê-Mạc, Võ Trường Toản, Nguyễn Đình Chiểu đời Nguyễn.

Trở lại việc học ngày trước. Lúc đứa trẻ lên năm, sáu tuổi (thường là con trai, "ăn chưa no, lo chưa tới"), cha mẹ bắt đầu cho đi học. Trước hết, người ta chọn ngày lành tháng tốt, sắm sửa lễ vật và tắm rửa, cạo đầu sạch sẽ (có chừa ba vá) cho đứa trẻ để làm Lễ Khai tâm cho nó. Lễ Khai tâm phải thành kính gồm đầy đủ các lễ như *Lễ cáo Tiên sư/Thánh sư* (Khổng Tử), *Lễ cáo gia tiên* và *Lễ bái sư* (Lễ sống thầy đồ). Sau đó mới làm *Lễ nhập môn*, bắt đầu buổi học đầu tiên. Kể từ đây, đứa trẻ bắt đầu một quãng đời mới, chánh thức là một môn sinh của ông đồ, phải sống theo đời học trò, bị bó buộc theo khuôn khổ, quy luật của ông thầy.

Thời xưa, học vỡ lòng không nhứt thiết phải đến trường. Thường thì người ta dẫn con tới nhà thầy hoặc nơi thầy ngồi dạy học. Có người còn cho con tới ở luôn nhà thầy vài ba năm để học lấy cái chữ. Những nhà khá giả đón thầy đồ về "ngồi" tại tư gia để dạy con em của gia chủ. Đồng thời thầy có thể nhận thêm học trò khác trong hoặc ngoài làng. Thầy đồ xưa không được hưởng lương bổng của nhà nước. Thầy tuy nghèo nhưng tiền học chỉ lấy tượng trưng, đôi khi không phải trả. Hằng năm, cha mẹ đứa trẻ chỉ cần mang biếu thầy vào những dịp ngày lễ, ngày tết khi trầu rượu, mâm xôi, khi con gà, gói mứt.

-Ở trường, ông thầy là khuôn mẫu.

Nhiều học trò chỉ theo học một hoặc vài ba ông thầy từ lúc vỡ lòng cho đến khi thành đạt. Ông thầy là khuôn mẫu, là tấm gương sáng cho học trò noi theo. Câu chuyện "Học Trò Biết Học" trong sách *Cổ Học Tinh Hoa* (do Ôn Như Nguyễn Văn Ngọc soạn năm 1925) cho ta thấy: Học trò như Công Minh Tuyên, thầy dạy như Tăng Tử mới thật sự là học trò biết học, ông thầy biết dạy, xứng đáng thầy-trò. Bởi vì làm ông thầy không chỉ truyền thụ kiến thức mà còn lấy đức tánh làm gương giáo hóa cho học trò nữa, như sách có câu: "Dĩ ngôn di giáo, dĩ thân vi giáo". Chữ thầy là chữ ông thánh, lời thầy là "khuôn vàng thước ngọc" để học trò học theo, nghe theo và làm theo ngõ hầu trở thành người quân tử. Mà người quân tử phải biết "**Tu thân**" làm gốc, sau đó mới "**Tề gia**" để có thể "**Trị quốc**" rồi "**Bình thiên hạ**"; phải giữ ba giềng mối quan hệ thiêng liêng (**Tam cang**: Quân-thần, Phụ-tử, Phu-phụ); và năm điều phải hằng có (**Ngũ thường**: Nhân, Nghĩa, Lễ, Trí, Tín) để ra phò đời giúp nước.

-Ông thầy còn có trách nhiệm tinh thần lớn lao đối với môn sinh của mình.

Học trò hư, ông thầy mang tiếng. Học trò đi thi phạm trọng húy, thầy cũng bị tội lây. Học trò đỗ đạt bái tổ vinh quy, trong đám rước ngoài "ngựa anh đi trước", "võng nàng theo sau", nhiều nơi còn có cả "võng thầy" nữa. Có trách nhiệm lớn lao như vậy nên ông thầy dạy học trò phải nghiêm khắc. Bởi vì dạy mà không nghiêm, ấy là lỗi ở ông thầy (*Giáo bất nghiêm, sư chi nọa*). Cho nên những ông thầy "hay chữ" thường "dữ đòn" đối với học trò hư thân lười biếng!

-Oai quyền, thế lực tinh thần của ông thầy rất lớn, không chỉ đối với đám học trò "thò lò mũi xanh", "mặc quần hồng đít" mà còn với đám môn sinh đã thành đạt trong đó có cả vua chúa, quan lại trong triều nữa. Chẳng hạn như Lê Quát, Phạm Sư Mạnh đều là học trò lỗi lạc của thầy Chu Văn An, tuy đỗ Tiến sĩ, làm quan lớn trong triều, khi đến thăm vẫn cúi lạy thầy "*được thầy khuyên vài câu, rồi ra đi, rất lấy làm mừng*". Địa vị, vai trò của người thầy được người đời tôn trọng như thế đó.

-Vậy bổn phận người học trò đối với thầy phải như thế nào? Sách *Luân Lý Giáo Khoa Thư* do Trần Trọng Kim chủ biên, xuất bản năm 1941, còn ghi rõ: "*Luân lý ta lấy quân, sư, phụ làm trọng hơn cả. Người học trò tốt phải biết ơn thầy, phải tôn kính thầy, phải yêu mến thầy và phải vâng lời thầy*" (tr.26). Nếu làm trái lại bị xem là "*những quân vô hạnh*", "*như thế là vong ân bội nghĩa rất đáng khinh bỉ*" (tr.28).

Kính thầy, biết ơn thầy là truyền thống tốt đẹp của người Việt. Lòng yêu kính ấy được biểu hiện qua nét ứng xử bằng nhiều cách thức khác nhau, trong đó có phong tục lễ Tết, phải sống "có nghĩa" với thầy: **đạo thầy trò.** Phan Kế Bính đã viết về phong tục lễ Tết thầy trong *Việt Nam Phong Tục* như sau: "*Lúc học gặp khi mồng 5 ngày Tết như Tết Nguyên Đán, Tết Thanh Minh, Tết Đoan Dương, Tết Trung Thu, mùa nào thức ấy, hoặc cặp gà, thúng gạo, hoặc đường mứt, bánh trái, hoặc dăm ba quan tiền tùy tình đa thiểu mà đem đến lễ thầy*". Trong *Gia Huấn Ca*, Nguyễn Trãi đã có những câu nhắc nhở *đạo thầy:*

Khuyên chồng nhớ đến ***đạo thầy***
Vật dâng lớn nhỏ gọi nay lễ thường! (cc.147-148).

Dưới thời vua Lê Thánh Tông, đạo nghĩa thầy trò còn được luật hóa. Bộ luật Hồng Đức còn ghi rõ: "*Cha mẹ phải răn con em về đạo thờ thầy học… Nếu không sẽ bị khép vào tội bất kính" (Điều 25).* Và *"Học trò phải tôn kính thầy, chăm chỉ về đường học, lấy đức hạnh làm gốc… Ai trái lệnh sẽ bị tội tám mươi trượng" (Điều 90).*

Như vậy quan hệ thầy trò là mối quan hệ thiêng liêng cao cả. Nó gắn bó về tình và lý. Nó ràng buộc con người phải sống cho "phải đạo", ăn ở cho có tình có nghĩa với nhau: *Đạo nghĩa thầy trò*. Từ ngàn xưa tình cảm cao quý nầy luôn được tôn kính, luôn được trân trọng gìn giữ: Đó chính là Truyền Thống Tôn Sư Trọng Đạo của người Việt.

-Tôn Sư Trọng Đạo Thời Cận Hiện Đại

Như đã phân tích, Tôn Sư Trọng Đạo ngày xưa chú trọng về lễ nghĩa, đề cao giá trị tinh thần hơn là vật chất. Nó xuất phát từ một tấm lòng, một tình cảm sâu xa nồng thắm chớ không phải chỉ là sản phẩm đơn thuần của lý trí. Nếu có chút đỉnh "vật dâng lớn nhỏ", "tùy tình đa thiểu" cũng chỉ là để đền ơn đáp nghĩa công thầy dạy dỗ.

Truyền thống Tôn Sư Trọng Đạo của dân tộc ta cứ thế mà được nâng niu, gìn giữ và phát huy bằng nhiều hình thức khác nhau. Nếu ngày xưa người dạy học là những "ông thầy", người đi học là những "cậu trò" thì thời cận, hiện đại đã xuất hiện thêm những "cô giáo" và "cô trò" trong nhà trường. Xưa "bà thầy" chỉ là cái bóng của ông thầy, chỉ đóng vai người nội trợ, phụ giúp chồng chăm sóc cái ăn, cái ngủ cho đám học trò còn "thò lò mũi xanh", vô cùng tinh nghịch!

Có câu ca dao nói tới "bà thầy" như sau:

-Học trò ăn vụng cá kho; Bà thầy bắt được, đánh mo lên đầu.
-Học trò đi mò cá sặt; Bà thầy ở nhà lắt cặc kho khô.

Thời cận, hiện đại không thiếu những thầy cô giáo có lương tâm đã thể hiện thiên chức nghề thầy, đào tạo biết bao nhân tài cho đất nước. Đất nước ta đã trải qua nhiều giai đoạn khó khăn, thử thách. Nhà giáo Việt Nam cũng trải qua nhiều bước thăng trầm, vinh nhục. Đã có thời xã hội không còn mặn mà với nghề dạy học. Sinh viên sư phạm coi như "dưa leo chấm với cá kèo" và "chuột chạy cùng sào". Có lúc một số thầy cô bỏ dạy, học trò bỏ học. Nếu còn bám theo nghề thầy, họ bắt buộc phải làm thêm bất cứ nghề phụ gì để sống. Hình ảnh người thầy bị mờ nhạt, có lúc thật thê lương. Vì vậy, ông đồ xứ Nghệ đã tuôn ra đôi câu đối:

Thầy giáo, tháo giày, tháo cả ủng, thủng cả áo, lấy giáo án, dán áo;
Nhà trường, nhường trà, nhường cả hoa, nhòa cả hương, lấy lương hưu, lưu hương.

Để vinh danh người thầy, nhà nước Việt Nam gọi họ là những "kỹ sư tâm hồn", đánh giá nghề dạy học là "nghề cao quý nhất trong các nghề cao quý", lấy ngày 20/11 hằng năm (từ 1982) làm "Ngày Nhà Giáo Việt Nam". Ở hải ngoại, Hội Lăng Ông tức Hội Tả Quân Lê Văn Duyệt Foundation tổ chức hằng năm bốn ngày lễ nói lên lòng nhớ ơn của người Việt Nam, trong đó có "Ngày Nhớ Ơn Thầy" tức "Ngày Tôn Sư Trọng Đạo" được tổ chức lần đầu tiên vào ngày 26/11/2006 tại Nam California, Hoa Kỳ.

Những năm gần đây trong cơ chế thị trường, tôn sư trọng đạo không còn như trước, nếu không muốn nói thiên về vật chất hơn là giá trị tinh thần qua hình thức đi Tết thầy, cô giáo. Dưới thời "văn hóa phong bì", nhiều hiện tượng tiêu cực diễn ra, nói lên thực trạng cùng nỗi nhục vinh của nghề giáo. Một số nhà giáo có tâm huyết đã có nhiều ý kiến đóng góp với tinh thần xây dựng. PGS Văn Như Cương đã viết: "*Ngày nay, truyền thống này* [tức Tôn Sư Trọng Đạo-NKT] *vẫn duy trì tốt đẹp. Nhưng trong thời đại "Phú quý sinh lễ nghĩa" thì nhiều người hay kèm theo* ***món quà đắt giá*** *hơn*" [(2)]. Nhà tâm lý học Đinh Đoàn nhận xét: "*Tết Thầy hiện nay không còn ý nghĩa… Ý nghĩa nhân văn cao đẹp Tết*

Thầy hiện nay đã mất hết rồi, ***bị thương mại hóa*** *nhiều quá* [(3)]. Còn ông Phạm Tất Dong, Phó Chủ tịch Hội Khuyến Học Việt Nam khẳng định: "*Không ai dám không đi Tết Thầy ngày Tết. Cái dở bây giờ là thế! Đó là* ***hiện tượng không bình thường, rất lạ. Tôi nghĩ lễ Tết không phải là tôn sư trọng đạo***" [(4)].

Từ chuyện đi Tết Thầy lúc đầu "không bình thường, rất lạ", dần dần được mọi người cho là "bình thường". Bản tin trên báo điện tử Vietnamnet ngày 17/01/2011 cho biết: "*Như là một cái lệ, phụ huynh nào dù giàu, dù nghèo cũng chuẩn bị phong bao "chúc Tết" giáo viên dạy con mình từ vài trăm ngàn đến một triệu đồng. Ở thành phố lớn, mỗi giáo viên bậc mầm non, tiểu học nhận quà biếu từ phụ huynh có thể lên tới vài chục triệu cho một cái Tết là* ***chuyện thường***". Và chuyện một nữ đại gia về nhà đất, cứ mỗi độ xuân về, chị thường bỏ phong bao cho mỗi giáo viên chủ nhiệm dạy con mình ở Tiểu học và Trung học từ 100 đến vài trăm đô la cũng là "chuyện thường", "chẳng đáng là bao"! Nguyên nhân bởi tại đâu? Khách quan mà nói là do xã hội thời hội nhập, thời đại "Phú quý sinh lễ nghĩa" nên "không ai dám không đi tết thầy ngày Tết" và "hay kèm theo món quà đắt giá". Chính học sinh và cha mẹ học sinh đã góp phần làm hư hỏng một số thầy, cô giáo (như chạy trường, mua điểm, mua bằng cấp, v.v...). Nguyên nhân chủ quan một phần về phía nhà giáo. Đành rằng "có thực mới vực được đạo", nhưng một số nhà giáo đã đánh mất nhân cách, lòng tự trọng, coi dạy học cũng như nghề đi buôn, cũng mặc cả, trả treo, thêm bớt một cách sòng phẳng. Lớp nhỏ thì việc mua bán theo quà cáp của phụ huynh. Còn lớp cao đẳng, đại học thì việc "bán-mua" nầy biến hóa thiên hình vạn trạng và mang "tầm vóc" vĩ đại hơn, lịch sự hơn, kể cả việc "tống tình", "tống tiền"! [(5)]. Đành rằng "Con sâu làm rầu nồi canh", nhưng nếu có cả bầy sâu thì biết phải làm sao? Học trò hư còn được thầy giáo dục. Nhưng thầy hư thì lấy ai giáo dục đây?

Ngày xưa, các cụ cũng hay chế giễu những thói hư tật xấu của những thầy đồ (thầy đồ dốt, tham ăn, ăn cắp vặt). Nhưng cách xưng hô với thầy vẫn còn trân trọng, là chuyện đạo đức. Chỉ có đại từ ông thầy, thầy giáo/cô giáo hoặc thầy/cô mới nói lên được sự tôn kính. Những năm gần đây khi nạn tiêu cực phát triển trong học đường, nhiều người gọi thầy cô giáo bằng những đại từ nghe thật chói tai. Câu tục ngữ "*Không thầy đố mầy làm nên*" đã được sửa lại là "*Làm thầy **mầy** không nên đồ*" hoặc sửa theo cách thức khác. Có học sinh nói với bạn: "*Ngấy người, cứ nghe* **lão** [thầy giáo] *lải nhải, tao chỉ muốn ra ngoài*". Lại có câu ca dao: "*Không thèm ăn gỏi cá chầy; Không thèm nói với* ***thằng thầy*** *mầy đâu!*". Nhà văn Sơn Nam có kể câu chuyện đại khái như sau: Có một cậu bé đi kinh tế mới đến tuổi đi học, được cha gởi về thành phố ở nhà ông nội. Vì không có "hộ khẩu", ông nội nó cố chạy chọt với Ban Giám hiệu để xin cho cháu được nhập học. Nhưng tới ngày tựu trường, thầy giáo bảo nên chờ vài ngày, đợi ý kiến cấp trên. Rồi "*Ngày lại ngày, ông cứ dắt thằng bé đi tới đi lui như kẻ phạm pháp, cho đến hôm ấy nó khóc to bảo rằng: "Mấy* ***thằng giáo*** *nói láo với con nít, tại sao ông nội lại tin lời người ta?* (6).

Kết luận

Giáo dục là phải đổi mới. Đổi mới không phải là bỏ hết cái cũ (cả tốt lẫn xấu) để thay vào cái mới lạ không liên hệ gì tới quá khứ. Người làm giáo dục chân chánh phải biết chắt lọc cái cũ, chọn lấy cái hay cái đẹp của quá khứ để từ đó mà đổi mới. Chẳng hạn như "Hệ thống luân lý" của Khổng Tử cũng có cái tiêu cực, chỉ nhắm vào bổn phận hơn là quyền làm người. "Đạo lý thánh hiền" cũng còn mặt hạn chế, chỉ khuyên người ta đừng làm những cái xấu hơn là phải tích cực làm những cái tốt. Ngay cả cái "*Đạo học ngày nay đã hỏng rồi*", trong thời đại mới, đặc biệt trong giai đoạn "dầu sôi lửa bỏng" của lịch sử, chúng ta phải tìm mọi cách thoát dần hệ tư tưởng Nho giáo lỗi thời của ngàn năm bị giặc Tàu đô hộ.

Tôn Sư Trọng Đạo từ ngàn xưa là cái cũ, là *cái gốc* đã trở thành truyền thống. Còn tệ nạn tiêu cực là *cái ngọn* trong thời đại "Phú quý sinh lễ nghĩa". Làm sao vun bồi cho cái gốc truyền thống tốt đẹp được "sâu gốc, bền rễ", gọt tỉa cái ngọn không cần thiết để cái tốt luôn được nở hoa kết trái. Làm sao để truyền thống Tôn Sư Trọng Đạo không bị tổn thương. Làm sao để thầy còn đủ điều kiện để làm thầy, học trò còn cơ hội để học làm người. Thầy có "đạo làm thầy", trò có "đạo làm trò". Mong rằng những cái tiêu cực chỉ là "hiện tượng" nhứt thời không thể lấn át được "bản chất" tốt đẹp của nghề thầy. Giáo sư Nguyễn Thanh Liêm đã có đề nghị rất xác đáng: "*Tinh thần Tôn Sư Trọng Đạo hơn bao giờ hết cần phải được phục hồi. Truyền thống tốt đẹp đã có cần được chấn hưng để những thế hệ sau nầy còn có cơ hội xây dựng lại tinh thần Nhân Bản, Dân Tộc, Khai Phóng rất cần cho việc hiện đại hóa và phát triển quốc gia trong những thập niên tới*"[7]. Người viết rất mong được trả lại tình cảm trong sáng: *tình nghĩa thầy trò* đích thực, cao quý, thiêng liêng. Và câu ca dao trên mãi mãi là một lời ru mượt mà duyên dáng, phảng phất trong đó lời mẹ giáo dục con từ rất sớm, rất xa nhằm đề cao sự học và lòng kính yêu thầy.

Chú thích:

(1) Xã Đắk Nông, huyện Ngọc Hồi (Kon Tum) gồm 24 hộ dân (100 khẩu), hằng ngày người dân phải "làm xiếc" trên sợi dây cáp cách mặt nước sông Pô Kô 20 mét, dài 150 mét mới sang được bờ bên kia để đi chợ, đi học. Nguồn: http://www.danchimviet.info/archives/9372.

(2), (3) và (4): Nguồn http://www.tinmoi.vn/Idquo.Tet-thayrdquo-lieu-co-con-02121821.html

(5) Nguồn: http://tranhluan.aicoly.com/muon-sang-thi-bac-cau-kieu-muon-con-hay-chu-phai-nang-di-thay--35A4F9Đ.html.

(6) Sơn Nam: "Cũ và Mới". *Thời Báo* Montréal. Số 422 ngày 30/11/1998, tr.45.

(7) Nguyễn Thanh Liêm. Tập San *Đồng Nai-Cửu Long*. Số 5 tháng 1/2007, tr.273.

Câu Đối Tết Bính Ngọ 2026:

MỪNG ANH NGỌ ĐẾN, RA SỨC LÁNH XA PHƯỜNG ĐẦU TRÂU MẶT NGỰA
TIỄN CHÚ TỴ ĐI, QUYẾT TÂM PHÊ PHÁN LŨ KHẨU PHẬT TÂM XÀ.

NGUYỄN KIẾN THIẾT

TỪ MỘT CÂU TỤC NGỮ TẢN MẠN VỀ NỖI LÒNG ÔNG GIÁO

Trong kho tàng văn chương bình dân truyền khẩu ở nước ta, ngoài ca dao, hò, vè, câu đố… còn có một thể loại văn vần khác không kém phần quan trọng, đó là Tục ngữ.

***Tục Ngữ Là Gì?**

Để hiểu Tục ngữ, thiết tưởng nên phân biệt một số từ thường bị dùng lẫn lộn.

- Thành ngữ chỉ là một *nhóm từ*, một thành phần câu, diễn đạt một khái niệm có hình ảnh. Thành ngữ tự nó không diễn được một ý trọn vẹn.

Thí dụ: *Gần đất xa trời; Ếch ngồi đáy giếng.*

- Cách ngôn: (cách: phương thức) là những câu tục ngữ có ý nghĩa cao xa, mẫu mực, đáng noi theo.

Thí dụ: *Tiên học lễ, hậu học văn.*

- Phương ngôn: (phương: địa phương, vùng) là những câu tục ngữ chỉ lưu hành trong một vùng, một địa phương chớ không thông dụng khắp nước.

Thí dụ: *Trai hai huyện, gái miệt vườn* (Nam); *Trai Cầu Vồng Yên Thế, gái Nội Duệ Cầu Lim* (Bắc).

-Tục ngữ: (tục: thói quen có từ lâu đời; ngữ: lời nói) là những *câu nói* ngắn gọn, có vần điệu, có hình ảnh, ý nghĩa lưu hành tự đời xưa, do cửa miệng người đời truyền lại. ("Tục" ở đây không phải "thô tục"). Tục ngữ đúc kết tri thức, kinh nghiệm thực tiễn của con người về mọi mặt: tự nhiên, xã hội, cuộc sống, đạo lý ở đời… Thể cách và kết cấu của tục ngữ còn đơn sơ, mộc mạc, chưa điêu luyện như ca dao. Vì là một câu nói hoàn chỉnh, nên tục ngữ phải có vần, có đối. Đôi khi, có câu tục ngữ không có vần. Vần trong tục ngữ thường gieo ở lưng chừng câu (yêu vận); thỉnh thoảng mới gieo vần ở cuối câu (cước vận). Còn đối phải đối ý hoặc đối chữ.

Thí dụ: *Ăn cây nào, rào cây ấy; Đói cho sạch, rách cho thơm.*

*** Từ Một Câu Tục Ngữ…**

Người xưa có câu: "*Nhứt ẩm nhứt trác sự do tiền định*". Tạm dịch: "Một miếng ăn, một hớp uống đều do định trước". Ta có thể suy diễn thêm: Từ những việc nhỏ như một miếng ăn, một hớp uống còn do [bề trên] định trước, huống hồ những mối duyên khác như duyên về đạo, duyên vợ chồng, duyên bạn bè... cũng như cái duyên để học, đọc và viết một bài báo, một quyển sách. Trong bài nầy, tôi muốn nói tới hai cái duyên.

-Cái duyên thứ nhứt:

Tôi đã học những câu tục ngữ đầu tiên ở trường làng. Tôi còn nhớ rất rõ, thời niên thiếu, thầy giáo trường làng tôi ngoài việc dạy cho tôi học thuộc lòng bảng cửu chương hóc búa, còn dạy tôi từ cách ráp vần Quốc ngữ đến những câu thành ngữ, tục ngữ. Thầy tôi đã giải thích từng câu tục ngữ, thành ngữ hình như trong cuốn sách *"Vần Quốc Ngữ Con Chó Con Gà"*. Hiện nay, tôi không có quyển sách ấy trong tay mặc dầu đã cố công lục lọi trong các thư viện, trên các trang mạng Internet. Đại khái quyển "Vần Con Chó Con Gà" chọn lọc những câu thành ngữ, tục ngữ, ca dao..., sắp xếp lại thành một bài văn vần có ý nghĩa. Đối với tôi cảm giác đầu tiên bao giờ cũng là cảm giác chân thành và trong sáng nhứt. Hình ảnh đầu tiên đập vào mắt tôi là bức hí họa in ở bìa **1**: Con Chó Con Gà mặc quần áo như người, cầm bút cầm sách; bên cạnh là cây roi mây, một tấm bảng đen khung cây và một mẩu phấn trắng. Ngoài ra, bài văn vần bốn chữ mỗi câu do thầy bắt học sinh học thuộc, cho tới nay tôi vẫn còn nhớ, đó là:

Ăn vóc học hay / Ăn ngay ở thật
Mọi tật mọi lành / Chỉ mành treo chuông
Ba vuông bảy tròn / Vật còn người mất
Ngọt mật chết ruồi / Ếch ngồi đáy giếng
Làm biếng hư thân / Mạng dân chí trọng
Mới chuộng cũ vong / Nuôi ong tay áo
Nói láo quen mồm / Đào sâu khó lấp
Chân thấp chân cao / Ngọn rau tấc đất
Lời thật, mất lòng / Của chồng, công vợ.

Trên đây là 18 câu vừa là thành ngữ vừa tục ngữ được tác giả khéo sắp xếp thành một bài văn vần (như thể loại vè), nội dung súc tích, ý vị, dễ nhớ; mỗi câu thường gieo vần lưng (yêu vận), toàn bài vần gieo ở cuối câu (cước vận) rất chuẩn, đáng làm khuôn mẫu. Ở đây, người viết muốn nói đến câu tục ngữ đầu tiên mình đã học thuộc: "***Ăn vóc học hay***".

Câu tục ngữ trên, nội dung tương đối rõ ràng, thoạt nhìn ai cũng có thể hiểu là: Ăn uống đầy đủ có sức vóc thì học hành mới giỏi giang. Ăn thường đi đôi với học: Ăn học. Ngày xưa tôi hiểu ý nghĩa câu tục ngữ trên như vậy nhờ sự giải thích của thầy học. Thật ra, câu tục ngữ "Ăn vóc học hay" không có nhiều dị bản. Chúng tôi chỉ tìm thấy có hai dị bản: một là *"Ăn vóc học **quen**"* [(1)]; hai là "*Ăn **hóc** học hay*" [(2)]. Riêng bản "chánh gốc" cũng có nhiều kiến giải khác nhau, càng đi sâu càng rắc rối. Câu tục ngữ "chánh gốc" thuộc loại câu hai vế, đối xứng kép, vần gieo ở lưng chừng câu là cách gieo vần phổ biến trong tục ngữ. Trong câu tục ngữ, có hai từ "vóc" và "hay" cần phải làm sáng tỏ.

Trước hết, "hay" trong "học hay" là một tính từ có nghĩa là học hành giỏi giang. Riêng từ "vóc" đã gây ra nhiều tranh cãi về từ loại (danh từ hay tính từ) cũng như ý nghĩa của chúng.

Trường hợp "vóc" là một *danh từ*, có nhiều nghĩa: sức vóc, vóc dáng, vóc ngọc mình vàng, vóc sương bồ liễu. *Từ Điển Việt Nam* của Lê Văn Đức và Lê Ngọc Trụ giảng: "Vóc" là thân hình con người và giải thích "Ăn vóc học hay" là *"Ăn cho nên vai nên vóc thì học cũng phải cho nên người"* (nxb. Khai Trí, Sài Gòn, 1970, phần II, tr.16). Huỳnh-Tịnh Paulus Của trong *Đại Nam Quấc Âm Tự Vị* giảng: "Vóc" là "Thân thể", "hình tích" và thí dụ: *"Có vóc: cao lớn chắc chắn"* (tr.557), hoặc "*Ăn thì vóc học thì hay*" (tr.435).

Ngoài ra, vóc là tên gọi của một loại lụa đẹp sang và quý, khác với lụa thông thường. Đó là một loại hàng dệt bằng tơ, bóng mịn có hoa (gấm vóc, non sông gấm vóc). Vì vậy có người giải thích "Ăn vóc học hay" là *"Ăn sao cho đẹp, học sao cho giỏi"* (theo Nguyễn Đăng Mạnh). Trường hợp "vóc" là *tính từ* cũng có nhiều nghĩa khác nhau. Nguyễn Lân trong *Từ Điển Thành Ngữ Và Tục Ngữ Việt Nam* cho rằng: vóc là một tính từ cũ có nghĩa là "ít" nên giảng "Ăn vóc học hay" là *"Ăn ít nhưng học giỏi"* (nxb. Văn Hóa Hà Nội, 1989, tr.19). Theo Huệ Thiên (tức An Chi), "vóc" là *tính từ Việt gốc Hán*: "úc" hay "vúc". Ông giải thích: úc (vúc) là thơm, ngon; úc (vúc) liệt là thơm nức. Ông còn cho rằng về mặt tương ứng âm vị thì úc (vúc) ~ vóc là hoàn toàn bình thường như những cặp khác: (cực) nhục ~ (cực) nhọc; túc (hạt lúa) ~ thóc (gạo). Và ông đi đến kết luận: Vóc là tính từ, đó là một từ cổ, có nghĩa là thơm, ngon. Vậy *"Ăn vóc học hay" có nghĩa là ăn ngon, học giỏi" (cùng một kiểu cấu trúc với ăn ngon mặc đẹp, ăn ngon ngủ yên)* (3). Tưởng cũng nên để ý, trong tiếng Việt "vóc" vốn là ***danh từ đã được tính từ hóa***: "có vóc" chỉ sự cao lớn, chắc chắn; "vóc giạc" chỉ hình tích cao lớn.

Dựa vào các tài liệu dẫn trên, chúng tôi **không hoàn toàn đồng ý** với cách giải thích: *Ăn vóc học hay là "ăn sao cho đẹp, học sao cho giỏi"* (Nguyễn Đăng Mạnh), *hoặc "ăn ít nhưng học giỏi"* (Nguyễn Lân), *hay "ăn ngon học giỏi"* (An Chi). Theo thiển ý, câu tục ngữ "Ăn vóc học hay" nên giải thích như sau: ***Về từ loại: "Vóc" là một danh từ đã được tính từ hóa để đối lại với "hay" vốn là một tính từ. Về ý nghĩa: "Ăn vóc học hay" là ăn uống đầy đủ thì người khỏe mạnh, có sức vóc, chịu khó học hành thì mới mở mang trí tuệ, tài giỏi.***

***Tản Mạn Về Nỗi Lòng Ông Giáo**

- Cái duyên thứ hai: Tôi muốn nói đến một cái duyên hết sức bất ngờ, hết sức "hữu duyên" và có thật 100%! Số là khoảng vài năm sau tháng Tư 1975, tình cờ mở lớp giấy báo gói đồ mua ở chợ trời Sài Gòn, tôi vô cùng kinh ngạc khi thấy tựa đề một bài báo đập vào mắt: đó là bài "*Nỗi lòng ông giáo*" (?) đăng trên một tạp chí *Văn Nghệ*. Hiện nay, tôi không còn nhớ tên tác giả cũng như nơi và năm xuất bản tờ báo. Tôi đã đọc ngấu nghiến bài báo ấy cho đến hết với tâm trạng ngổn ngang… Thời gian trôi nhanh như giấc mộng. Bao nhiêu dâu biển. Lắm nỗi truân chuyên. Lại thêm tuổi đời chồng chất, tôi đã quên và cố quên hết mọi ưu tư phiền não. Nhưng bài báo ấy mãi ám ảnh trong tôi mãi cho tới ngày nay. Để rộng đường dư luận, người viết xin lược thuật theo trí nhớ những gì đã đọc ở bài báo. Có nhiều đoạn tôi đã quên nên xin mạn phép được "hư cấu" chút ít (như đổi tên nhân vật), nhưng vẫn giữ nội dung câu chuyện.

Đại khái bài báo kể lại một buổi **Tối ở nhà** rất… "giáo khoa thư" của một gia đình ông giáo ở Hà Nội: *Cơm nước xong, trời đã tối hẳn. Cả nhà quây quần dưới ánh đèn điện tỏa sáng khắp nhà. Cha ngồi đọc báo. Anh đang làm bài. Mẹ và chị kim chỉ vá may… Bỗng từ trong góc phòng, tiếng bé gái ê a đọc bài vang lên khuấy* *động sự yên tĩnh:*

*-"Ăn **hóc** học hay", "Ăn **hóc**...học hay!". Ăn hóc là ăn không bị hóc xương. Muốn ăn không bị hóc xương ta phải nhai kỹ, lừa xương rồi mới nuốt. Học hay là học giỏi. Muốn học giỏi thì phải chăm học. Như vậy cả câu "Ăn hóc học hay" nghĩa là nếu ăn uống kỹ lưỡng, lừa xương cẩn thận thì không bị hóc xương; nếu ăn không bị hóc xương thì mới học giỏi.*

Ông giáo đi từ ngạc nhiên nầy đến ngạc nhiên khác, bèn vọng sang hỏi:

-Thảo! Ai dạy con học câu tục ngữ đó vậy?

-Thưa bố, chính cô giáo dạy con.

-Cô giáo con dạy như thế là không đúng. Đáng lẽ phải là *Ăn vóc học hay.*

-Nếu con học theo bố, sẽ bị cô giáo cho điểm **0**. Bé Thảo phân trần.

Ông giáo trầm ngâm một lúc rồi nói:

-Thôi được! Sáng mai bố sẽ tới trường gặp cô giáo của con và thầy Hiệu trưởng để hỏi cho ra lẽ.

Suốt đêm hôm ấy, ông giáo cứ trằn trọc mãi không tài nào ngủ được. Ông đợi cho trời mau sáng để gặp cô giáo và ban Giám hiệu để làm sáng tỏ vấn đề. Nhưng đầu óc ông vẫn cứ quay cuồng, dằn vặt. Ông nhớ lại, hơn hai mươi năm dạy môn Văn, ông đã từng giảng dạy câu tục ngữ "Ăn vóc học hay" cho nhiều thế hệ học sinh. Ông chưa hề nghe thấy có câu tục ngữ "dị bản" lạ lùng như vậy. Ông thử nhẩm tính, cô giáo con ông mới ra trường dạy học ba năm, mỗi lớp có khoảng ba chục học sinh. Như vậy tính riêng trường nầy sẽ có 90 học sinh "ăn hóc học hay". Biết đâu cả thủ đô, rồi cả nước sẽ có khoảng 300 tới 3000 học sinh "ăn hóc học hay" nữa. Nếu không kịp sửa sai, tình trạng nầy kéo dài sẽ có cả bầy học sinh "ăn hóc học hay". Đó là chưa kể khoảng vài chục giáo viên dạy Văn thế hệ tiếp nối sẽ cùng "ăn hóc học hay" như cô giáo đàn chị. Nếu suy rộng ra trong lãnh vực khoa học tự nhiên *"Sai một ly, đi một dặm"* thì hậu quả sẽ tai hại khôn lường! Nếu cả nước toàn những học sinh "ăn hóc học hay" thì không biết tương lai sẽ đi về đâu? Càng miên man suy nghĩ, ông giáo ngủ thiếp đi lúc nào không biết!

***Những Điều Trông Thấy**

Đồng bịnh tương lân. *Nỗi lòng ông giáo* trong bài báo chính là nỗi lòng của người viết, cũng như của đại đa số thầy, cô giáo trong và ngoài nước. Người viết không có tham vọng phê phán chủ trương, đường lối, triết lý, hệ thống giáo dục, mà chỉ muốn nói lên những suy nghĩ vụn vặt của mình về những hiện tượng không bình thường trong ngành giáo dục ở nước ta trong vài thập niên qua. Nói chung *"Những điều trông thấy mà đau đớn lòng"*!

-Phải chăng giáo dục đang đi lạc đường?

Giáo dục đang đi lạc đường là ý kiến của GS Hoàng Tụy tại Hội Thảo góp ý đổi mới giáo dục do Hội Liên hiệp Khoa học Kỹ thuật Hà Nội tổ chức ngày 29/09/2012 tại Hà Nội. Theo GS Hoàng Tụy, giáo dục Việt Nam đang đi lạc đường khi "triết lý giáo dục bao cấp" được thể hiện ở tất cả các khâu: chương trình, phương pháp giảng dạy, cách thức thi cử đến tổ chức giáo dục, chính sách tuyển chọn, bồi dưỡng, sử dụng cán bộ, v.v… Theo đánh giá của các chuyên gia giáo dục tại Hội thảo thì "*thực trạng giáo dục hiện nay nhìn đâu cũng thấy bất ổn*". Cho nên phải thành lập một Ủy ban cải cách giáo dục vì *"Ủy ban giáo dục quốc gia đã từng được thành lập nhưng trên thực tế tiếng nói không được tôn trọng"* (4).

-Chương trình sách giáo khoa hiện nay có hại cho học sinh

Trong chuyên đề bàn về "Thất vọng và kỳ vọng" vào giáo dục Việt Nam, GS Nguyễn Xuân Hãn (công tác tại Hội Vật lý Việt Nam, từng giảng dạy tại ĐH Quốc gia Hà Nội) cho rằng "*Chương trình sách giáo khoa hiện nay có hại cho học sinh*". Ở bậc phổ thông, học sinh bị *bội thực* vì sách, còn ở bậc đại học, sinh viên *đói sách* cho nên *học chay* triền miên. Đặc biệt chương trình sách giáo khoa ở bậc phổ thông chỉ sử dụng cách tiếp cận tiểu nông "*cắt khúc, cuốn chiếu, vừa chạy vừa xếp hàng, đó là cách làm không khoa học, thậm chí phản khoa học, phá vỡ tổng thể khoa học*". Theo GS Hãn, mọi thứ so sánh đều khập khiễng, nhưng có thể chọn ra một hình ảnh để hình dung ra bản chất của vấn đề. Giáo sư đã ví von: *"Hôm nay ta thẩm định "cái tay" của hoa hậu, ngày mai đến "cái chân", còn hình dáng cô hoa hậu cụ thể thế nào thì không ai hình dung được"* (5).

-Chất lượng giáo dục chưa cao

GS Nguyễn Lân Dũng (Phó Chủ nhiệm Hội đồng Tư vấn Khoa học-Giáo dục, Ủy ban Trung ương Mặt trận Tổ quốc Việt Nam) cho rằng "*Nền giáo dục nước ta còn tồn tại nhiều bất cập, hạn chế; chất lượng giáo dục phổ thông chưa cao*" (mặc dầu tỷ lệ thi đỗ tốt nghiệp rất cao). Đặc biệt, với kết quả hàng ngàn bài thi môn Lịch sử bị điểm **0**, cho thấy một thực trạng hết sức đáng lo ngại về trình độ Tú tài của học sinh nước ta hiện nay. Cụ thể, theo thống kê của Đại học Sư Phạm Đà Nẵng năm 2011, trong ba môn thi khối C, điểm môn Lịch sử thấp nhứt: với 2448 thí sinh dưới điểm 5 (chiếm 99%), trong đó có **477 bài thi đạt điểm 0** [(6).] Ngoài ra, GS Dũng còn dẫn chứng một bức thư xin nghỉ học của một học sinh lớp 10, tuy chỉ có mươi dòng nhưng ngoài việc chữ rất xấu, viết hoa tùy tiện, còn thật đáng xấu hổ khi mắc phải những lỗi chính tả mà có lẽ học sinh tiểu học cũng không thể mắc phải (như viết *"ngỉ học"*, *"hôm lay"*, *"đơn lày"*, *"chong lúc"*, *"xa xút"*, *"em ngỉ"*, *"học xinh"*, *"nhà chường"*, *"cho lên…"*) [(7).] Đáng lẽ phải viết đúng là: "**nghỉ** học", "hôm **nay**", "đơn **này**", "**trong** lúc", "**sa sút**", "em **nghĩ**", "học **sinh**", "nhà **trường**", "cho **nên**".

Riêng chất lượng giáo dục đại học, nhiều lúc cũng gây ồn ào. Mười mấy năm trước đây, Người Tân Định đã nói lên một thực tại vô cùng chua xót: "*Sinh viên hiện nay, từng bị học vẹt từ thời Tiểu học, lúc lên Đại học đã có những kiến thức…rợn người*". Ký giả Thư Lê đã dẫn một sự thật đến… não lòng: "*44% sinh viên thuộc 9 trường Đại học qua khảo sát không biết Chu Văn An là ai, 39% sinh viên không biết Vua Hùng thuộc thời nào, và có đến 49% sinh viên không biết ông Trần Quốc Toản*" [(8).]

Trong cuộc họp báo ngày 05/01/2006 ở Hà Nội, Bộ Trưởng Giáo dục và Đào tạo đã báo cáo thành tích đào tạo được 8400 tiến sĩ, 39000 thạc sĩ, và thú nhận: "*Trong số 8400 tiến sĩ đào tạo từ năm 1976 cho đến nay, thì đã có 2500 có trình độ yếu. Bằng cấp đối với nhiều người chỉ làm đẹp hồ sơ, tạo cơ hội cho sự thăng tiến*" (Mai Thanh Truyết, "Giáo dục Việt Nam", báo *Sống*, Houston, Hoa Kỳ, tháng 3/2006). Chưa hết, nhà nước Việt Nam còn có dự án đào tạo 23000 tiến sĩ trong 10 năm (2010-2020)? Trong bài viết về "Đại Dịch PGS-TS-BS", BS Ngọc đã chua chát kết luận: "***Cả một nền học thuật chỉ bắt chước mà cho ra lò cả ngàn tiến sĩ mỗi năm*** *(...). Nó đã thành một đại dịch. Dịch hám danh. Dịch hám bằng cấp. Đại dịch hám danh và hám bằng cấp còn nguy hiểm đến bệnh nhân hơn các đại dịch H1N1 nhiều*" [(9)]. Nhớ lại trước kia, từ năm 1972 Trường Đại học Văn Khoa Sài Gòn đã mở khóa Tiến sĩ chuyên khoa đầu tiên. Và trước tháng Tư 1975, ***toàn trường chỉ có hai luận án đầu tiên và cũng là cuối cùng*** thuộc ngành Địa lý học được đệ trình. Hai vị Tiến-sĩ-đầu-tiên-và-cuối-cùng của ĐH Văn Khoa Sài Gòn tên là Liêu Kim Sanh và Ngô Văn Lắm. Các ngành khác như Văn chương Việt Nam, Văn chương Việt Hán..., chưa có Luận án Tiến sĩ nào được đệ trình. Chỉ có một số nghiên cứu sinh các ngành nầy *đã* và *đang* soạn Luận án Tiến sĩ năm thứ nhứt. Còn Đại học Khoa Học Sài Gòn đã cấp bằng Tiến sĩ Hóa học đầu tiên từ năm 1965. Mời các bạn đọc thêm bài "Đại học Việt Nam: lạc hậu và yếu kém" của Lâm Văn Bé (*Nội San Gia Đình Cựu Giáo Chức Việt Nam Tại Québec 2011*, tr.78-100) để biết rõ thực trạng giáo dục đại học Việt Nam.

-Sách tham khảo Tiểu học lại "ngọng" đến buồn cười

Đáng xấu hổ hơn khi bắt gặp trong cuốn "*Vở thực hành tiếng Việt 1*" do những tác giả có trình độ Tiến sĩ biên soạn (Chủ biên: TS Trần Thị Minh Phương) và nhà xuất bản uy tín (nxb. Giáo Dục Việt Nam) lại "ngọng chính tả" một cách buồn cười! Chẳng hạn, trong phần lấy ví dụ cho vần "**ướt**", tác giả đã dẫn ra ví dụ minh họa là "thướt đo" (đáng lẽ phải viết "**thước** đo"). Chưa hết, trong cuốn "*Bài tập thực hành tiếng Việt tập 2*", chủ biên Nguyễn Hải Mi - Trần Thị Hồng Thắm (nxb. Đại học Sư Phạm), người biên soạn đã dùng sai từ "năng nỉ" thay vì "**năn nỉ**" (*Hôm ấy có lão ăn mày đến* ***năng*** *nỉ phú ông...*) [(10)].

-Phụ huynh sửng sốt với món "Canh gà Thọ Xương"

Một phụ huynh có con học lớp 7A10 trường THCS Lomonoxop (Hà Nội) vô cùng sửng sốt khi kiểm tra vở Văn, thấy con viết: "Tiếng chuông Trấn Vũ" là nét đẹp tôn trọng thờ kính tổ tiên; còn "Canh gà Thọ Xương" là món canh gà ở Hồ Tây, Hà Nội"? Cô giáo dạy Văn (Hà Thu Thủy) chẳng những không sửa sai sót nầy còn phê: "***Có ý thức làm bài***", và ***cho điểm +8***? [(11)]

-Bịnh thành tích và sự dối trá

Thời gian vừa qua, đoạn vidéo clip dài 6 phút được tung lên mạng sau khi kỳ thi tốt nghiệp THPT 2012 ở Bắc Giang kết thúc khiến mọi người phải giựt mình, thậm chí là… rùng mình trước căn bịnh thành tích và sự dối trá của nền giáo dục nước nhà! Đoạn clip đã ghi lại đầy đủ các "trò" quay cóp của thí sinh và giám thị. Giám thị vứt "phao" cho thí sinh ngang nhiên quay cóp, rồi thu lại "phao" để xóa dấu vết. Điều đáng nói là đề thi môn Văn năm nay nhằm phê phán thói dối trá: "*Thói dối trá là sự biểu hiện của sự suy thoái về đạo đức trong đời sống xã hội*". Nhà văn Tô Nhuận Vỹ đã lên án: "*Là một nền giáo dục thì tuyệt đối không nuôi dưỡng sự dối trá! Phẩm chất cần có trước hết của người trí thức là sự trung thực.* ***Nền giáo dục giả dối chỉ có thể tạo ra những con người lừa thầy phản bạn làm tan nát cả một nền giáo dục***" (12). Còn vô số những điều trông thấy, càng kể càng đau lòng, người viết xin tạm dừng nơi đây.

***Kết:** Vấn đề Ăn và Học là đề tài vô cùng phong phú, muôn màu muôn vẻ, bàn hoài không hết. Riêng về cái Ăn, một cựu đồng nghiệp giáo già (Đại học Cần Thơ) kiêm thúy sĩ Nguyễn Thượng Chánh, đã phiếm hơn "*1001 chuyện Ăn*", kể cũng tạm đủ, mặc dầu tác giả quên nhắc tới câu "Ăn vóc học hay" (*Thời Báo* số 104 ngày 22/03/2008 tr.42-46). Còn về cái Học ở nước ta cũng có lắm chuyện bất bình thường, rất lạ để nói. Trước lạ sau quen. Rồi đây những cái không bình thường sẽ trở thành bình thường. Chúng ta có nên vô tư chấp nhận hay không?

Thế hệ học sinh ngày nay cần phải biết phân biệt phải-trái, đúng-sai; chẳng hạn như Hai Bà Trưng đánh giặc nào, đoạn kết chuyện cổ tích Tấm Cám ra sao (mặc dầu Sách giáo khoa đã sửa… không thương tiếc và không hề nêu đích danh kẻ thù truyền kiếp phương Bắc là quân nhà Hán). Học sinh chúng ta nên biết ngàn năm ô nhục Ải Nam Quan, thác Bản Giốc; Hoàng Sa-Trường Sa muôn đời là của Việt Nam; "anh hùng Lê Văn Tám" không có thật trong lịch sử, nhưng lại là tên một công viên lớn ở Sài Gòn, cũng như tên của nhiều trường Trung, Tiểu học từ Nam chí Bắc! Người học trò muốn học hay học giỏi phải biết bất bình khi có người nói: "*Tự Lực Văn Đoàn là một đoàn cải lương, Nhất*

Linh là một tài tử cải lương" [13], hoặc thắc mắc: "*Nguyễn Trãi, tác giả Bình Ngô đại cáo là nhà bảo vệ môi trường*" như sách giáo khoa môn Văn lớp 10 đã ghi (*Người Việt Online*, 07/08/2006). Và **người trí thức chân chánh phải biết đoạn tuyệt với sự giả dối.**

Mong rằng những "hiện tượng" không bình thường nhứt thời nầy sẽ không lấn át được cái "bản chất" tốt đẹp lâu bền của giáo dục. Vì "kế hoạch trăm năm trồng người" ("Bách niên chi kế mạc như thụ nhân" - Quản Trọng thời Xuân Thu 722-479 trước Công Nguyên), chắc hẳn những người có trách nhiệm phải gấp rút chấn chỉnh, sửa sai để tránh cái đại họa như Lão Tử đã từng báo động: "*Một nhà làm văn hóa tư tưởng mà sai lầm thì gây tai họa cho muôn đời*".

Chú thích:

[1] *Việt Nam Tự Điển – Hội Khai Trí Tiến Đức*. Ha Noi, Imprimerie Trung-Bac-Tan-Van 1931, tr.8. Quyển Tự Điển nầy có đề cập đến câu tục ngữ "Ăn vóc học quen" (tr.8) và "Ăn vóc, học hay" (tr.636).

[2] Nguyễn Xuân Kính, Nguyễn Thúy Loan, Phan Lan Hương, Nguyễn Lân: "Về hai câu tục ngữ **Ăn vóc học hay** và **Ăn hóc học hay**" (Tạp chí *Nguồn Sáng Dân Gian* số 3, 2005, tr.70).

[3] Nguồn:http://www.hanosoft.com và http://www.google.com.vn/giaidap/thread?tid=1d0e7219d399cf9b

[4] Nguồn:http://tuoitre.vn/Giao-duc/513748/Giao-duc-dang-di-lac-duong.html

[5] Nguồn:http://giaoduc.net.vn/Giao-duc-24h/GS-Nguyen-Xuan-Han-Chuong-trinh-SGK-hien-nay-c...

[6] Nguồn:http://www.tinmoi.vn/nhung-niem-vui-noi-buon-ve-giao-duc-2011-10673422.html

[7] Nguồn:http://biz.cafef.vn/20121005102259608CA104/gs-nguyen-lan-dung-toi-buon-vi-sinh-vien-ra-truong-di-tiep-thi-mi-tom.Chn

[8] Người Tân Định: Lá Thư Sài Gòn. Thời Báo số 675 ngày 06/12/2002, tr.54-61.

[9] Sài Gòn Nhỏ ngày 03 tháng 06, 2011, tr.41-42.

[10] Nguồn:http://baoquangngai.com.vn/channel/2027/201208/sach-tham-khao-tieu-hoc-lai-ngong-den-buon-cuoi-2179891/

[11] Nguồn:http://www.tinmoi.vn/phu-huynh-sung-sot-voi-mon-canh-ga-tho-xuong-101070274.html

[12] Nguồn:http://saolinh.org/vi/recs/Giao-duc/su-doi-tra-va-chuyen-nuc-cuoi-cua-nganh-giao-duc-34/

[13] Trong chương trình "Ai sẽ là triệu phú?" của đài VTV3 Hà Nội ngày 09-01-2007, giảng viên ĐHSP Thái Bình, bà Nguyễn Thị Tâm đã trả lời như vậy. Một giảng viên ĐHSP khác nổi tiếng rất giỏi về văn học, cũng trả lời không đúng.

THÚ CHƠI XƯỚNG-HỌA

Trong các thú chơi tao nhã như thú uống trà, thú thưởng nguyệt, thú chơi hoa kiểng, thú chơi câu đối..., còn có **Thú chơi xướng-họa**. Đầu năm khai bút bàn về thú chơi xướng-họa kể ra cũng khá thú vị. Như ai nấy đều biết, các thể thơ thông dụng ở nước ta gồm Lục bát, Song thất lục bát, các thể loại thơ Đường luật [ngũ ngôn, thất ngôn (tứ tuyệt, bát cú)], Thơ mới, Thơ tự do, v.v... Ở đây người viết chỉ bàn về thể thơ Đường luật thất ngôn bát cú (trong bài được gọi tắt là **Thơ Đường luật** hoặc **bát cú**) - một loại thơ chánh quy, cao cấp trong các thể thơ.

*** Vài nét về Thơ Đường luật**

Thơ Đường hay **Đường Thi** là thể thơ được sáng tác vào thời nhà Đường (618-907) bên Trung Hoa. Số lượng các bài Thơ Đường được ghi chép và lưu truyền đến nay lên đến hàng chục ngàn bài (khoảng 48000) của hàng ngàn tác giả. Tác phẩm ***Đường Thi nhất thiên thủ*** chọn lọc 1000 bài Đường Thi hay nhứt của các thi nhân đời Đường. Đời Thanh chọn 300 bài tiêu biểu do Hàng Đường Thoái Sĩ và Trần Uyển Tuấn bổ chú thành ***Đường Thi tam bách thủ*** được phổ biến rộng rãi ở Trung Hoa, Việt Nam. Đến đời Trần Nhân Tông (1258-1308), Nguyễn Thuyên (1229-?) là người đầu tiên biết theo Đường luật mà làm thơ Nôm, đặt ra thể **thơ Hàn luật**. Như vậy thơ Hàn luật là thơ nôm (tiếng Việt) theo luật thơ Đường. Đó là thể thơ vay mượn "*thi pháp của Tàu, âm luật của ta*" (Dương Quảng Hàm) để tạo thành thơ ta như các thể thơ Việt Nam khác. Hiện nay có sự nhập nhằng về tên gọi thể thơ Đường luật. Nhiều thi sĩ trong nước làm thơ Đường luật gọi đó là Thơ Đường hay Đường Thi. Thật là một sự ngộ nhận đáng tiếc! Lại có "nhà thơ" đòi phát động phong trào "Thắp Sáng Đường Thi". Trời đất! Đường Thi đã thật sự tỏa sáng từ ngàn năm rồi, thắp sáng hay không là việc của con cháu các ông Lý Bạch, Đỗ Phủ, không liên quan gì đến chúng ta mà sáng với tối!

Người viết dầu có ý muốn *thoát Trung*, nhưng vẫn không bài ngoại như Thánh Gandhi đã từng hô hào tẩy chay hàng hóa của Anh thuở nọ; cũng không triệt để bài Pháp như cụ Đồ Chiểu qua việc không dùng xà bông của Pháp (chỉ dùng nước tro để giặt đồ), không đi trên đường do Tây đắp, gọi người Pháp là "loài bạch quỷ", thậm chí khuyên con cháu không được học chữ quốc ngữ vì cho đó là "lối phát minh man rợ" (?). Chúng tôi không đồng ý với tên gọi như **Thơ Đường, Đường Thi** hay **Thơ Đường Việt Nam** (thiếu chữ luật) và xin được đề nghị các tên gọi như **Thơ Đường luật Việt Nam** hay **Thơ Đường luật** hoặc **thơ luật**. Có người đã nhận định: *"Đây là thơ Việt Nam, thể hiện tâm hồn Việt Nam, cảm xúc Việt Nam và phản ánh hiện thực Việt Nam"*

(Nguồn:https://www.facebook.com/TrangThoVietNam/posts/476106722485856).

Thơ Đường luật có bốn thể: Ngũ ngôn tứ tuyệt, Ngũ ngôn bát cú, Thất ngôn tứ tuyệt, Thất ngôn bát cú. Ở đây, người viết chỉ bàn tới thể Thất ngôn bát cú.

***Cách làm thơ Đường luật thất ngôn bát cú**

Trước hết, người làm thơ cần hiểu rõ bố cục, niêm, luật, vần, đối trong một bài thơ Đường luật.

- **Bố cục**: một bài thơ Đường luật thất ngôn bát cú theo truyền thống thường được chia gồm 4 phần, mỗi phần 2 câu như sau:

. Đề (câu 1-2): câu 1 là *phá đề*, mở ý của bài; câu 2 là *thừa đề* chuyển tiếp ý để đi vào phần sau.
. Thực hoặc Trạng (câu 3-4): giải thích rõ ý đầu bài.
. Luận (câu 5-6): phát triển rộng ý của đầu bài.
. Kết (câu 7-8): kết thúc ý toàn bài.

- **Niêm**: (dính liền, giữ cứng) là nguyên tắc phân phối thanh theo *chiều dọc*, làm cho các câu thơ liên kết (dính) với nhau. Niêm trong thơ Đường luật thất ngôn bát cú căn cứ vào **chữ thứ hai mỗi câu** phải cùng một thanh (Bằng hay Trắc). Các liên thơ gắn (niêm) với nhau từng cặp một là: 1 và 8; 2 và 3; 4 và 5; 6 và 7. **Lưu ý: Thất niêm** (mất sự dính liền), không được.

- **Luật:** Luật thơ là luật điều tiết âm thanh theo *chiều ngang*, tức xếp đặt tiếng Bằng (B) tiếng Trắc (T) sao cho hòa hợp. Luật thơ yêu cầu "nhị tứ lục phân minh" để cho câu thơ được cân đối, bảo đảm sự cân bằng của "đòn cân thanh điệu" mà chữ thứ tư là tâm đối xứng. Thơ Đường luật có thể làm theo hai luật: Bằng và Trắc; căn cứ vào **chữ thứ hai của câu đầu** để biết bài thơ làm theo luật gì. **Thất luật**: khi một câu thơ đặt sai mất luật, không được. **Khổ đọc** (khó đọc): những chữ đáng Bằng mà đổi ra Trắc; và ngược lại.

- **Vần:** "Những tiếng cùng một thanh với nhau" (*Việt Nam Tự Điển,* trang 628) gồm mấy đặc điểm: thường gieo vần Bằng, ít khi dùng vần Trắc; **độc vận** (suốt bài thơ chỉ hiệp theo một vần); chỉ có **cước vận** (vần chân, vần ở cuối câu); toàn bài có **5 vần** gieo ở cuối câu đầu và cuối các câu chẵn (2, 4, 6 và 8).

Lưu ý: Gieo vần sai hẳn gọi là **lạc vận** (lạc: rụng); Gieo vần không hiệp nhau lắm gọi là **cưỡng áp** (đặt gượng).

-**Đối**: là nguyên tắc bắt buộc của luật thơ, gồm có **đối ý** (có thể tương đồng hay tương phản) và **đối chữ**, tức vừa phải **đối thanh** (Bằng đối với Trắc, và ngược lại), vừa phải **đối loại**, tức hai chữ cùng một tự loại đối với nhau (như cùng hai chữ danh từ riêng/chung, hoặc tính từ, hoặc động từ…). Những câu thơ bắt buộc phải đối với nhau, tức "đối liên" là: hai câu thực (3 và 4), hai câu luận (5 và 6). Không theo đúng phép đối gọi là **thất đối**.

***Xướng-Họa thơ Đường luật**

Thơ xướng-họa có nhiều loại, thông dụng nhứt là thơ Đường luật thất ngôn bát cú. Đã có họa, tất nhiên phải có xướng. Bắt chước người xưa khi cho rằng "*Xuất đối dị; Đối đối nan*" (Ra câu đối thì dễ, đối lại câu đối lại khó), tôi có thể viết "*Xuất xướng nan; Họa đối nan*". Thật vậy, làm thơ Đường luật (xướng) là một việc khó, không phải ai cũng làm được dễ dàng. Họa một bài thơ Đường luật lại càng khó hơn. Cho nên ít có bài họa xuất sắc. Ngoài việc tuân thủ các quy luật nghiêm ngặt của một bài thơ Đường luật như đã dẫn trên, người họa cần phải biết rõ cách thức họa thơ. Có nhiều tài liệu đề cập đến vấn đề nầy, người viết chỉ xin tóm gọn hai yêu cầu chánh về nội dung và hình thức.

- **Về Nội dung:** Bài họa phải đáp lại ý nghĩa (chủ đề, nội dung) của bài xướng, có thể biểu đồng tình (tương đồng) hoặc phản đối với tư tưởng của bài xướng (tương phản).

Người viết tạm dẫn một thí dụ: Chủ đề của bài xướng là **con sông.** Nếu bài họa tương đồng phải nói về những dòng sông, có thủy triều lên xuống, nước lớn nước ròng, tàu bè tới lui tấp nập, tôm cá đầy sông, sông dài cá lội biệt tăm, v.v… Không nên nói về **ngọn núi,** chân núi, đỉnh núi, vách núi, rặng núi, công cha như núi, núi cao chi lắm núi ơi… Như thế là **lạc đề,** là mượn vần, không thể gọi họa tương phản.

. Lối họa tương đồng.

Họa là "vẽ lại", dựa vào hình mẫu, bản chánh, bản gốc vẽ lại một hoặc nhiều bản phụ, bản sao. "Bản chánh" bài nguyên xướng chỉ có một, "bản phụ" tức bài họa đáp do một hoặc nhiều thợ vẽ, thường là "sao chép" dựa vào bản chánh, hoặc điểm tô vài đường nét chấm phá tùy cảm hứng, tài hoa của mỗi thi nhân. Lối họa tương đồng là "vẽ lại" hình ảnh của bài xướng nên phải trung thực với bài xướng về ý, về vần. Trong Tự điển, "họa" còn có nghĩa là "hòa", như hòa chung cùng một nhịp. Đây là "sân chơi" của những người làm thơ và yêu thơ nhằm tạo quan hệ thi hữu gắn bó, nối vòng tay lớn. Tình thi hữu thêm bền chặt. "Tình họa" từ đó dẫn tới "tình thơ" tri âm tri kỷ. Hơn nửa thế kỷ qua, biết bao cuộc xướng-họa giữa các khách thơ đồng điệu đã để lại dấu ấn trong lịch sử văn chương Việt Nam.

Trong *Văn Học Tuần San* số 4 (1934) có in cặp thơ xướng-họa giữa Phan Bội Châu (1867-1940) - người sáng lập Duy Tân Hội, thủ lãnh của phong trào Đông Du, và nữ sĩ Tương Phố (1900-1973). Đặc biệt bài họa của Tương Phố giữ nguyên vận với bài xướng, "*niêm luật tài hoa, chu chỉnh… đã vượt qua sự hạn chế của loại thể, bộc lộ được tâm tư, khí phách, bản lĩnh dân tộc*".

Phan Bội Châu (bài Xướng, luật Trắc)

Nặng nợ vì thơ mới trả xong
Khi vui bút mực cũng mây rồng
Tưởng ngờ rồi kiếp cùng trời đất
Ai ngỡ còn duyên với núi sông
Mở cửa gió vào xuân họa vận
Cuốn mành trăng lại bạn soi lòng
Đàn Nha may gặp Chung Kỳ gái
Muôn thuở Hồng Lam với Tản Hồng.

Tương Phố (bài Họa, luật Trắc)

Ngày tối đường dài việc chửa xong
Biển Đông thôi đã vướng mây rồng
Dạ hờn quên nghĩ cùng năm tháng

Máu nóng còn sôi với núi sông
Hạt lệ như sương ngầm khóc nước
Niềm thương tựa ớt những cay lòng
Anh hùng sá kể chi thành bại
Vẫn nhớ cành Nam tổ Lạc Hồng.

Nói đến tình thơ tri âm tri kỷ không thể không nhắc tới "tình huynh nghĩa muội" sâu đậm giữa Trần Văn Khê (1921-2015) và Tôn Nữ Hỷ Khương (1935-2021). Hai "huynh muội" kẻ ngâm thơ, người xướng họa rất ăn ý, trải qua thời gian khá lâu vẫn còn đọng mãi. Mối tình tri kỷ đó là "*Khi vui luôn có nhau trong tình tri kỷ, lúc buồn cũng có nhau trong tình tương ái tương thân, nói với nhau những lời yêu thương dịu ngọt, cho nhau những nụ cười, những niềm vui, những ngọt bùi*". Chẳng hạn cặp thơ xướng-họa sau đây.

Bài xướng: Xuân Tân Mão – Tiếp tục nhả tơ… hiền huynh

Tân Mão, tuổi vừa quá chín mươi,
Tuy thường đau yếu vẫn tươi cười.
Truyền hình luôn được mời nhiều buổi.
Thuyết giảng hãy còn đi khắp nơi.
Thi phú luật Đường thường thích họa,
Đờn ca tài tử rất thèm chơi!
Sống an nhiên, chẳng cần danh lợi,
Tiếp tục vương tơ dệt mộng đời.

Tân Mão, Nguyên đán, giờ Thìn, 3-2-2011

Trần Văn Khê

Bài họa: Thương mến hòa vận thơ Trần Văn Khê

Ai bảo rằng anh ngoại chín mươi?
Nói năng lưu loát, vẫn vui cười.
Văn đàn thuyết giảng nhiều mời gọi.
Âm nhạc lưu truyền khắp mọi nơi.
Ẩm thực tham gia bao thích thú.
Truyền hình đề đạt lắm trò chơi.
Hồng ân Trời Phật cho thanh thản
Càng thọ càng thêm đẹp cuộc đời.

Mồng 1 Tết Tân Mão 2011

Tôn Nữ Hỷ Khương - Muội muội

(Sau **1 giờ khi nhận được thơ xướng** của Hiền huynh đọc qua điện thoại). Bài thơ họa được Tôn Nữ Hỷ Khương làm trong thời gian kỷ lục "sau 1 giờ", cùng luật Trắc, rất tài hoa! Để ý nữ sĩ dùng chữ "*hòa*" thay vì "*họa*" (vần thơ).

Điều đáng nói về lối họa tương đồng nầy, riêng bài thơ bát cú *Lại Tết Về Giữa Mùa Đông* của Trúc Lan (đăng trên *Thời Báo* Jan 25, 2014) đã có tới năm tác giả hưởng ứng họa đáp, tổng cộng là 9 bài thơ họa - không kể bài Tự họa của cha đẻ bài xướng. Đó là các nhà thơ ở Canada như Tú Xác, Lộc Bắc, Phong Nguyễn, Tứ Diễm và một "nàng thơ" ở Hoa Kỳ: Lan Đinh. Ngoại trừ Lộc Bắc là thành viên trong Hội Giáo chức Québec, người viết không hề quen biết với bốn nhà thơ còn lại. Vốn tánh hiếu kỳ, muốn tìm hiểu về Tứ Diễm - người đã nhiệt tình hưởng ứng tới bốn bài thơ họa, nên tình cờ lướt trên mạng vào trang nhà *TuDiem's Corner Blog*, chúng tôi được biết "lai lịch" ngắn gọn của "nàng thơ" như sau: *"Làm thơ, viết văn, đọc sách, vẽ, nấu ăn, làm bánh, nghe nhạc, làm vườn, cắm hoa, may, thêu, đan, móc, trang trí & tỉa rau củ, programming ..."*. Đến đây, người viết trộm nghĩ, bài thơ xướng của Trúc Lan chưa hẳn là tuyệt cú… mèo, nhưng chắc hẳn là "có hồn" nên đã gợi hứng những "hồn thơ" hòa chung cùng một nhịp. Có người cho rằng, bước vào thế giới thơ (Đường luật) là bước vào "thế giới của sự hòa điệu" thật chí lý. Đối với thi nhân nòi tình đồng điệu, tâm đắc thường họa đáp lại những bài thơ xuất thần, đắc ý. Chúng tôi xin lần lượt giới thiệu nguyên văn bài thơ xướng ***LẠI TẾT VỀ GIỮA MÙA ĐÔNG*** của tác giả Trúc Lan và bài thơ họa tiêu biểu của Tứ Diễm.

Bài Xướng: LẠI TẾT VỀ GIỮA MÙA ĐÔNG (Luật Trắc)

Tết giữa mùa Đông – suối lệ ***tràn***
Ngàn năm ô nhục: Ải Nam ***Quan****!*
Tây nguyên hùng vĩ, người khai thác
Biển đảo đẹp giàu, chúng phá ***tan***
Hội nghị Diên Hồng: bừng chánh khí
Bài thơ Nam Quốc: nức tâm ***can***
Non sông gấm vóc, thề son sắt
Tủi gió sầu mưa – hận ngút ***ngàn****!*

Trúc Lan - *Thời Báo* Jan 25, 2014

Mặc dầu vô cùng bận rộn nhưng nàng thơ Tứ Diễm đã họa đáp một lượt tới ba bài trong thời gian kỷ lục "hai ngày" sau khi nhận được bài xướng ***LẠI TẾT VỀ GIỮA MÙA ĐÔNG***. Ngoài ra, Tứ Diễm còn tức hứng họa bài ***TẾT VỀ GIỮA MÙA ĐÔNG*** (ngũ ngôn) của nhà thơ Trúc Lan: "*Ngay sau khi vừa đọc xong, Tứ Diễm gõ họa theo nguồn cảm hứng bất chợt*". Đặc biệt tất cả các bài thơ họa, nữ sĩ đã "họa giữ nguyên chữ cuối mỗi câu bài thơ xướng". Xin chép một bài thơ họa của Tứ Diễm.

Bài Họa của Tứ Diễm (Luật Bằng)
Đọc thơ ai viết, uất dâng ***tràn***
Hận lũ bạo quyền lẫn ác ***quan***
Áp bức, đọa đầy - dân tới thác
Biển dâng, đất hiến - nước gần ***tan***
Nằm gai rèn luyện tăng hùng khí
Nếm mật trau giồi thêm đảm ***can***
Quyết đuổi giặc dù không tấc sắt
Chẳng nề gian khổ, quyết băng ***ngàn.***
Tứ Diễm Jan 26, 2014 (họa giữ nguyên chữ cuối mỗi câu bài thơ xướng của tác giả Trúc Lan).

. Lối họa tương phản

Đây là bản "vẽ lại" đối xứng tương phản với bản gốc bài xướng. Những gì bên xướng khen ngợi, bênh vực thì bên họa chê trách, đả kích; và ngược lại. Trong lối họa thơ nầy, bài nguyên xướng và bài họa đáp đứng trên hai trận tuyến đối lập. Lịch sử văn học Việt Nam đã ghi lại cuộc bút chiến vô tiền khoáng hậu qua 24 bài thơ bát cú xướng-họa giữa Thọ Tường và Phan Văn Trị: một bên là tay sai thực dân Pháp, một bên là sĩ phu Văn Thân chống Pháp. Chẳng hạn cặp thơ xướng-họa ***Tôn Phu Nhân Quy Thục*** (1) dưới đây, bài họa đáp đã nói lên chánh kiến đối lập của mình, quả là kỳ phùng địch thủ!

Tôn Thọ Tường: bài Xướng, luật Trắc
Cật ngựa thanh gươm vẹn chữ tòng
Ngàn thu rạng tiết gái Giang Đông
Lìa Ngô bịn rịn chòm mây bạc
Về Hán trau tria mảnh má hồng

Son phấn thà cam dày gió bụi
Đá vàng chi để thẹn non sông
Ai về nhắn với Châu Công Cẩn
Thà mất lòng anh đặng bụng chồng.

Phan Văn Trị: bài Họa, luật Bằng
Cài trâm xóc áo vẹn câu tòng
Mặt ngả trời chiều biệt cõi Đông
Ngút tỏa trời Ngô ùn sắc trắng
Duyên về đất Thục đượm màu hồng
Hai vai tơ tóc bền trời đất
Một gánh cang thường nặng núi sông
Anh hỡi Tôn Quyền anh có biết
Trai ngay thờ chúa gái thờ chồng.

- **Về hình thức** có họa hạn vận và họa phóng vận.

1.- **Họa Hạn vận:** Lối họa nầy không có bài xướng, chỉ có đề mà thôi. Người họa phải diễn tả ý thơ theo đầu đề đã ra sẵn và dùng đúng **5 vần hạn định** của bài xướng.

Thí dụ: Cuộc thi thơ do Phan Kế Bính tổ chức.

Đầu đề (Nội dung cần diễn tả):
Trống treo, ai dám đánh thùng
Bậu không, ai dám dở mùng chun vô.

Năm vần hạn định: **xô – cô – vô – ô – rô**.

Điều khá thú vị là người đoạt giải nhứt tại cuộc thi nầy lại là một nhà sư! Bài thơ họa như sau:
Nào phải là ai dám giục xô
Thuận tình trước hết tự nơi cô
Có cho mới dám trao dùi đánh
Không hẹn nào ai đẩy cửa vô
Mảng sướng kể gì thân lễ nghĩa
Ham vui quên hết chuyện dâm ô
Thói hư thuần thước xưa còn lạc
Đừng học làm chi gióng nhảy rô.

2.- **Họa Phóng vận:** Lối họa nầy dựa vào một bài thơ có sẵn gọi là bài thơ xướng. Bài thơ họa có thể theo một trong bốn cách sau đây:

-Họa nguyên vận: là họa đúng 5 vần của bài xướng và hạ vần đúng y theo thứ tự của bài xướng;

-Họa đảo vận: là họa ngược thứ tự 5 vần từ dưới lên trên;

-Họa hoán vận: thay đổi thứ tự vị trí vần của bài xướng sao cho êm tai;

-Họa tá vận: mượn vần, không cần phải theo nội dung của bài xướng, nên dễ làm. Làm thơ Đường luật vốn khó bởi những nguyên tắc, quy định có phần khắt khe, gò bó. Nhưng chính điều đó làm nên cái hay, cái lý thú cho thể thơ nầy. Bài thơ chỉ có 8 câu 5 vần, gói ghém trong 56 chữ nhưng chứa đựng nội dung vô cùng hàm súc, cô đúc, "ý tại ngôn ngoại" thâm thúy, sâu sắc. Họa thơ Đường luật lại càng khó hơn. Còn gì vui thú cho bằng bài thơ tâm huyết ưng ý của mình được khách đồng điệu cảm ứng họa đáp lại. Một bài xướng hay dễ tạo cảm hứng cho người họa. Do vậy mà có nhiều bài họa hay.

***Một vài nhận xét**

1.- Thông thường bài nguyên xướng làm theo *thể luật* gì thì bài họa đáp phải đối lại thể luật đó. Bài xướng luật Trắc thì bài họa phải đối lại luật Bằng; và ngược lại. Dựa vào nhiều nguồn tư liệu khác – đặc biệt những bức "*Thư gởi các bạn ham làm thơ Đường luật*" của Quách Tấn (1910-1992), người viết nhận ra một điều: "*Bài họa phải **cùng** một thể luật như bài xướng, nghĩa là hễ bài xướng thất ngôn luật Bằng thì **bài họa cũng vậy***" (Nguồn: saimonthidan.com). Như vậy bài họa cùng một thể luật hoặc khác thể luật với bài xướng vẫn được chấp nhận.

. Bài xướng gieo **vần** gì thì bài họa phải theo đúng vần đó. Bài xướng gieo **vần chánh** (vần có âm giống nhau như: không – chồng – bông – lông), bài họa phải đáp lại vần chánh. Đôi khi cả hai bài xướng-họa đều dùng **vần thông** (vần có âm na ná giống nhau như: ta – hoa; sông – hương) hoặc **cưỡng áp** (gượng) vẫn được. Nhưng nên tránh **lạc vận** (lạc: rụng) tức gieo vần sai hoàn toàn (sang – hèn; thầy – cô). Ngoài ra, những vần của bài họa phải cùng một nghĩa, tức "ăn ý" với những vần của bài xướng (bài xướng có vần "song" là song cửa thì không được họa là "song song").

2.- Ai nấy đều biết thơ phải *có hồn*. Hồn thơ chính là *cái duyên* của thơ. Có người ví thơ không có duyên cũng như người con gái đẹp mà vô duyên. Thơ mà vô duyên thì ít ai đọc. Đọc rồi chưa chắc đã nhớ. Nói khác đi thơ là sự rung động của tâm hồn, là sự rung cảm của trái tim được diễn tả bằng sự thăng hoa của ngôn từ. Thơ có nhiều thể. Thể nào cũng có cái hay, cái dở của nó. Quách Tấn, "người giữ đền" tài hoa, "sứ giả cuối cùng" của dòng thơ cũ, nhà thơ sáng tác trên 1500 bài thơ Đường luật, đã viết: *"Đối với thơ, tôi không tách biệt "mới" và "cũ". Tôi chọn lựa thể Đường luật vì thấy thích hợp với tâm hồn mình"* [2].

Tản Đà sắp Quách Tấn ngang tài với Hồ Xuân Hương và Nguyễn Khuyến qua bài bát cú ***Đêm Thu Nghe Tiếng Quạ Kêu*** (*Mùa cổ điển* - 1941). Nếu Hồ Xuân Hương từng nổi danh Bà chúa thơ Nôm, tôi có thể mạo muội ví Quách Tấn là "Ông hoàng thơ Đường luật". Đồng ý với tác giả "*Mùa cổ điển*", chúng tôi cũng như các bạn đã "chọn lựa thể Đường luật" vì nó "thích hợp với tâm hồn mình".

3.- Thơ bắt buộc phải có nhạc. Thơ khác với văn ở điểm chương cú của thơ ngắn gọn, súc tích, đặc biệt thơ giàu nhạc. Nhạc là một yếu tố rất quan trọng trong thơ. Thơ mà không nhạc chỉ là văn. Theo Quách Tấn, muốn có nhạc, bài thơ cần phải điều chỉnh theo ba yếu tố: Thanh, Vận, Điệu. Nhà thơ còn phân biệt giữa Âm và Thanh: *"Âm là những tiếng không có dấu..., không có cung bậc lên, xuống, thấp, cao. Thêm những dấu huyền, sắc, nặng, hỏi, ngã vào thì Âm trở thành Thanh có giọng thấp, giọng cao, giọng lên, giọng xuống"* (Quách Tấn: nguồn đã dẫn).

Thơ còn phải có hình ảnh. Nói khác đi: "*Thi trung hữu họa*". Khi phân tích một bài thơ, người ta thường nói bài thơ nọ giàu âm thanh, nhạc điệu, nhiều hình ảnh, đậm nét sắc màu là vậy.

4.- Làm thơ Đường luật đã khó. Họa thơ Đường luật lại cực kỳ khó. Các bạn cũng như tôi đều "sợ" thơ Đường luật như Tôn Hành Giả sợ vòng kim cô của Phật Bà Quan Âm. Nếu quyết tâm "tìm chỗ đoạn trường mà đi", các bạn phải học kỹ phương pháp và nắm vững các quy tắc làm thơ Đường luật; đó là bước khởi đầu gian nan đòi hỏi nhiều cố gắng. Tây phương chẳng có câu: "*Nghệ thuật sanh nhờ cưỡng bách, chết vì tự do*" (L' art nait de contrainte et meurt de liberté) đó sao? Nguyễn Hiến Lê có lý khi cho rằng: "*Niêm luật thơ Đường không làm cản trở sức sáng tạo, mà trái lại còn làm cho bài thơ có vẻ đẹp và quý phái riêng của nó*".

5.-. **Không nên** dùng lại chữ thứ 6 các câu 1, 2, 4, 6, 8 của bài xướng. Thật ra quy định nầy cũng như các quy tắc khác của thơ bát cú quá khắt khe, chỉ được triệt để tuân thủ trong thơ chữ Hán hoặc dùng trong khoa cử. Trong thơ Quốc âm và thơ tiếng Việt đương đại, những quy luật nầy có phần thông thoáng hơn; nhiều khi phải du di khi gặp **tử vận** (xót xa, Lê Lợi, Hà Nội, Sài Gòn).

Các bạn hãy yên tâm. Phạm luật nhỏ vẫn không làm giảm giá trị bài thơ. Bài thơ phạm luật mà hay còn hơn đúng luật mà dở. Có rất nhiều nhà thơ nổi tiếng nước ta đã từng phạm luật nhưng thơ vẫn hay. Chẳng hạn Hồ Xuân Hương với bài ***Đèo Ba Dội*** (thất luật), Nguyễn Bỉnh Khiêm với ***Dĩ Hòa Vi Quý*** (thất niêm), Bà Huyện Thanh Quan với ***Qua Đèo Ngang*** (cưỡng vận), Nguyễn Khuyến với ***Thu Vịnh*** (lạc vận), Vũ Hoàng Chương với ***Nghe Hát*** (thất đối), Phan Văn Trị với ***Vịnh Hát Bội*** (khổ độc), vân vân… Như vậy họa thơ theo cùng luật hay khác luật với bài xướng, thậm chí "phá cách" cũng được, *miễn là thơ hay và có hồn.*

6.- Thơ và người làm thơ xưa nay vốn "không có tuổi" và "không biên giới". Phan Bội Châu lớn hơn Tương Phố 33 tuổi. Nhiều cụ quá tuổi "cổ lai hy" vẫn làm thơ tình diễm tuyệt, sáng tác thơ thiếu nhi hồn nhiên tươi trẻ. Một số đông bạn trẻ thời @ vẫn có thể làm thơ bát cú có hồn, đôi khi đạo mạo như những "cụ non". Đã có nhiều cuộc xướng-họa giữa những người làm thơ cùng có tuổi và không có tuổi ở mọi miền đất nước, khắp mọi nơi trên thế giới.

* **Kết**: "Nghề chơi cũng lắm công phu" huống chi Chơi thơ xướng-họa. Xướng-họa thơ Đường luật trước kia là "món đặc sản" độc quyền của các bậc thượng lưu trí thức. Từ hơn hai thập niên nay nó trở thành "sân chơi" văn hóa tao nhã của những người làm thơ và yêu thơ gồm đủ mọi thành phần, không phân biệt giới tính, tuổi tác, địa vị xã hội, trong cũng như ngoài nước. Riêng ở trong nước, phong trào xướng-họa thơ Đường luật "nở rộ" từ Bắc vào Nam. Đã có Tuyển tập ***Thơ Đường luật Việt Nam*** in năm 2012 gồm hơn 3000 bài với 700 tác giả. Nhiều sinh viên còn chọn Thơ Đường luật làm Luận văn/Luận án tốt nghiệp (3). Ở

hải ngoại, phong trào nầy cũng lớn mạnh dần tại Mỹ, Úc, Đức, Pháp, Gia Nã Đại. Có người bảo nên "quý hồ tinh" hơn là "quý hồ đa". Người viết nghĩ rằng nếu làm thơ vừa được nhiều (đa) vừa "tinh mật" vẫn hay hơn.

Tại sao lại có "hiện tượng" nầy? Phải chăng thơ Đường luật còn có sức sống dồi dào kỳ diệu, có cái đặc tính xướng-họa độc đáo hơn các thể thơ khác? Phải chăng trên đà suy thoái văn hóa đạo đức, tự do quá trớn, những người còn có lương tâm muốn trở về nguồn và bảo tồn vốn cũ, vốn quý của ông cha? Phải chăng với thể thơ gò bó, ít lời nhiều ý, "ý tại ngôn ngoại", họ muốn bày giãi tâm tình, giải tỏa ẩn ức bằng cách dùng "gậy ông đập lưng ông" ("thi pháp của Tàu", "âm luật của ta"), gởi đi nhiều "thông điệp" đến toàn cầu trong thời đại công nghiệp hóa, hiện đại hóa? Hay chỉ là để thỏa mãn tình cảm riêng tư, bộc lộ phần sâu kín của tâm hồn, kết tình bằng hữu tao nhã giữa khách tri âm đồng điệu?

Nếu quả đúng như vậy thì đó là điều đáng mừng. Để duy trì truyền thống "tre già măng mọc", thế hệ kế tục vẫn ra sức "giữ hương cho lửa", "giữ lửa cho thơ", ra sức bảo vệ và phát huy ngôn ngữ, bảo tồn bản sắc, văn hóa dân tộc, chúng tôi có thể khẳng định: Xướng-họa thơ là một khoa tu từ học đắc dụng cho những ai hằng lưu tâm đến ngôn ngữ học, nói riêng và văn hóa dân tộc, nói chung. Bởi vì còn ngôn ngữ tức là còn thơ, "*Mất thơ mất nhạc là mất nước*". Không có vấn đề "thơ cũ" hay "thơ mới". Chỉ có thơ hay và thơ không hay mà thôi. Các bạn nghĩ sao?

Montréal, sau Tết Quý Mão 2023

Chú thích

(1) Thật ra tựa đề bài thơ là "*Tôn phu nhơn qui Hớn thơ*" do "Tôn Thọ Tường ngụ ý" đăng ở Miscellanées số 2, năm 1889 (tr.16) của Trương Vĩnh Ký. Câu 1 trích đúng nguyên văn là "*Xóc áo gài trâm vẹn chữ tùng*"; câu 4 viết đúng là "*Về Hớn đành trau phận má hồng*" (Theo Bằng Giang: *Mảnh Vụn Văn Học Sử*, nxb Chân Lưu, 1974, tr.XI).

(2)Nguồn:http://nguyetvien.net/showthreadphp?t=4486&goto=nextnewest

(3) Luận văn Thạc sĩ: Đặc Điểm Thơ Đường Luật Quách Tấn của Cao Hoa Phượng - Đại học Thái Nguyên, 2018; Luận án Tiến sĩ Ngữ văn: *Thơ Đường Luật Việt Nam Nửa Đầu Thế Kỷ XX* của Trần Thị Lệ Thanh - Đại học Sư Phạm Hà Nội, 2002.

THÚ CHƠI CÂU ĐỐI

Lời tác giả: *Đây là bài thuyết trình nhân buổi Đại Hội Giáo Chức Québec tại nhà hàng RUBY ROUGE, Montréal (Canada) ngày 18 tháng 11 năm 2017. Chúng tôi dự định sẽ đăng bài thuyết trình nầy trên Đặc san của Hội, nhưng do bão dịch cúm Tàu kéo dài nên chưa thực hiện được. Vì có rất nhiều người muốn tham khảo Tài liệu và đề nghị đăng báo, không thể chờ đợi lâu nên chúng tôi xin phổ biến sớm bài nầy sau khi đã chỉnh sửa một số chi tiết.*

Trong các thú chơi tao nhã của người xưa, như thú uống trà, thú đọc sách, thú chơi đồ cổ, thú chơi xướng-họa, còn có **Thú chơi câu đối**. Nhứt là trong những dịp Xuân về Tết đến, có "Thịt mỡ dưa hành", có "Cây nêu tràng pháo" thì Câu đối đỏ càng điểm tô cho Xuân thêm hương sắc, Tết thêm ý nghĩa.

1.- **Tổng quan**: Câu đối là gì? Câu đối thuộc thể loại văn *biền ngẫu*, gồm hai vế đối nhau, nhằm biểu thị một ý chí, quan điểm, tình cảm của tác giả trước một hiện tượng, một sự việc nào đó trong đời sống xã hội. Để ý: chữ *biền* là hai con ngựa chạy song song với nhau; *ngẫu* là chẵn đôi; chữ đối ở đây có nghĩa là ngang nhau, hợp thành một đôi. Câu đối là một trong những thể loại của văn học Trung Hoa, Việt Nam, Nhựt Bổn và Hàn Quốc. Người xưa đã tán tụng câu đối như sau: "*Nếu thơ văn là tinh hoa của chữ nghĩa thì câu đối là tinh hoa của tinh hoa*".

2.- **Nguồn gốc**: Câu đối bắt nguồn từ đâu? Cũng như thơ Đường luật, Câu đối có nguồn gốc từ Trung Hoa, là tinh hoa của văn hóa chữ Hán. Người Tàu gọi câu đối là *doanh thiếp*, *doanh liên* (doanh: cột; thiếp: mảnh giấy; liên: đối nhau) hoặc *đối liên*. Thật ra tên gọi đầu tiên của nó là Đào phù, tức hai tấm gỗ đào treo ở hai bên cửa, trên mỗi tấm có vẽ tranh một vị môn thần (thần canh cửa) do chúa nhà Hậu Thục là Mạnh Sưởng để đón mừng năm mới (959 Sau Công Nguyên) đã có sáng kiến viết lên hai tấm gỗ đào treo trước cửa phòng ngủ của mình hai câu "Tân niên nạp dư khánh" (Năm mới thừa chuyện vui) và "Gia tiết hựu trường xuân" (Tiết đẹp xuân còn mãi). Câu đối Trung Hoa có lẽ du nhập sang nước ta vào thế kỷ XV, cụ thể từ thời Lê

Thánh Tông (1442-1497), tục chơi câu đối Xuân và Tết đã rất thịnh hành. Câu đối Việt Nam còn gọi là *liễn* hay *liễn đối.*

Chúng tôi xin nhấn mạnh một đặc điểm: Mặc dầu chịu ảnh hưởng văn hóa Trung Hoa cả ngàn năm Bắc thuộc - trong đó có Câu đối, nhưng tổ tiên người Việt chẳng những không bị đồng hóa, không bắt chước một cách rập khuôn, mà còn sáng tạo cái mới cho riêng mình. Nói khác đi câu đối của ta mượn "*xác Trung Hoa*" nhưng vẫn giữ cái "*hồn Việt Nam*". Và cái "*hồn Việt Nam*" đã thoát khỏi cái "*xác Trung Hoa*" từ khi ta có chữ Nôm và chữ Quốc ngữ. Đây chính là "bình cũ" nhưng đựng "rượu mới" đậm đà hương vị Việt Nam. Cái "hồn Việt Nam" thể hiện ở Câu đối trên ba phương diện: chữ viết, cách đọc và cách phân loại:

.**Về chữ viết**: Ngoài câu đối viết bằng chữ Hán, câu đối Việt Nam còn được viết bằng chữ Nôm và chữ Quốc ngữ. Từ mấy mươi năm trở lại đây, ngoại trừ một số nhỏ Câu đối viết bằng chữ Hán hoặc chữ Nôm, hầu hết Câu đối đều được viết bằng chữ Quốc ngữ.

.**Về cách đọc**: câu đối chữ Hán hoặc chữ Nôm khi dán (treo) hoặc khắc trên cột, bắt buộc phải đọc ngược **từ phải sang trái, từ trên xuống dưới** - theo cách đọc của người Tàu. Còn câu đối chữ Quốc ngữ phải đọc thuận **từ trái sang phải, từ trên xuống dưới** - theo cách đọc của ta.

.**Cách phân loại**: Người Trung Hoa phân loại câu đối theo *cách dùng* và *đặc điểm nghệ thuật*; còn câu đối Việt Nam phân loại theo *ý nghĩa* (sẽ phân tích ở phần sau).

3.- **Nguyên tắc câu đối**: Thật ra, ít có sách vở quy định về luật lệ của câu đối. Chúng tôi tham khảo quyển *Việt Nam Văn Học Sử Yếu* của Dương Quảng Hàm, các Tư liệu trên internet, đặc biệt dựa trên những cặp đối ngẫu trong thơ Đường luật, để nêu lên một số nguyên tắc câu đối. Câu đối là những câu văn đi đôi với nhau thế nào cho **ý, chữ và luật bằng trắc** cân xứng nhau. Một đôi câu đối thì mỗi câu là 1 **vế**. Nếu do một người làm thì vế 1 gọi là **vế trên;** vế 2 gọi là **vế dưới.** Một đôi câu đối do hai người làm thì: **Vế 1** do một người nghĩ ra để **mời đối/thách đối**, gọi là **vế xuất, vế ra, vế "xướng"; vế 2** do một người khác đáp lại gọi là **vế đối, vế đáp, vế "họa"…**

a.- Đối ý và đối chữ: Đối ý: hai ý phải cân nhau mà đặt thành hai câu sóng nhau. **Chú ý:** Phải chú trọng tới nội dung, chủ đề, ý chánh, ý phụ, tư tưởng của tác giả. Cũng có khi người họa đối có tư tưởng "thoáng" hơn trong "phá cách" và "sáng tạo" (ít được đánh giá cao). Nhưng phải thật khéo kẻo bị "sụp bẫy". Đối chữ: Phải xét hai phương diện **thanh** và **loại**.

-**Về thanh**: thanh **Bằng** (B) đối với thanh **Trắc** (T); và ngược lại.

-**Về loại**: danh từ đối với danh từ, động từ đối với động từ v,v… Nếu vế xuất có đặt chữ Nho, thành ngữ, tục ngữ hay điển tích thì vế đối cũng phải đặt chữ Nho, thành ngữ, tục ngữ hay điển tích. Vì vậy người làm câu đối phải am hiểu chữ Hán, chữ Nôm hoặc Hán-Việt.

Ngoài ra, **thực tự** (những chữ nặng như: trời, đất, mây…) phải đối với thực tự; **hư tự** (những chữ nhẹ như: thì, mà, ru…) phải đối với hư tự.

b.- **Số chữ và các thể câu đối**:

Số chữ trong câu đối không nhứt định. Tùy theo số chữ, cách đặt câu, câu đối gồm các **thể** sau: câu tiểu đối, câu đối thơ, câu đối phú.

c.- **Luật Bằng trắc:**

-Câu tiểu đối (có từ 4 chữ trở xuống): Vế trái: BBB; vế phải: TTT; và ngược lại. Thí dụ: Tôi tôi vôi < > Bác bác trứng.

-Câu đối thơ: Phải theo đúng luật Bằng Trắc (BT) của **2 câu thực** (3-4) và **2 câu luận** (5-6) trong lối thơ ngũ ngôn, hoặc thất ngôn.

Thí dụ: *Lom khom dưới núi, tiều vài chú*
Lác đác bên sông, chợ mấy nhà
(Bà Huyện Thanh Quan – *Qua Đèo Ngang*).

-Câu đối phú (hoặc văn tế), có 3 loại: song quan, cách cú và gối hạc (hạc tất).

.Song quan: là những câu có 6 đến 9 chữ đặt thành một đoạn liền.

Thí dụ: *Nhọc nhằn cơn nhục, mát cơn vinh*
Cay đắng lúc cùng, bùi lúc phú.
(Cao Bá Quát - *Tài tử đa cùng phú*).

.Cách cú: Câu đối mỗi vế có hai đoạn, một đoạn ngắn, một đoạn dài. Để ý chữ cuối mỗi đoạn và chữ cuối mỗi vế phải khác thanh (B đối với T; và ngược lại).

Thí dụ: *Thế mới biết học tài thi phận (T), miệng đàn bà con trẻ nói thế mà thiêng (B);*

Nào ai ngờ chữ tốt văn hay (B), tài bảng nhãn thám hoa lỡ ra cũng hỏng (T). (Tú Xương – *Phú Hỏng thi*).

.Gối hạc: Câu đối có từ 2 đoạn trở lên: chữ cuối vế là B, thì chữ cuối các đoạn phải là T; và ngược lại.

***Chú ý:** - Có một nguyên tắc bất di bất dịch là **chữ cuối mỗi vế luôn có thanh đối nhau**: Bằng (B) đối với Trắc (T); và ngược lại.

4.-**Phân loại câu đối:**

Thời gian gần đây một số tư liệu, luận văn, luận án Thạc sĩ và Tiến sĩ phân loại Câu đối mỗi người mỗi cách khác nhau [(1)]. Theo Dương Quảng Hàm, trong *Việt Nam Văn Học Sử Yếu,* câu đối Việt Nam gồm 11 loại theo ý nghĩa, như: câu đối mừng, câu đối phúng, câu đối Tết, câu đối thờ, câu đối tự thuật, câu đối đề tặng, câu đối tức cảnh, câu đối chiết tự, câu đối trào phúng, câu đối tập cú, câu đối thách (đối hay đố). Chúng tôi xin được tản mạn về một số loại câu đối thông dụng như: **câu đối Tết**, **câu đối thử tài và câu đối trào phúng**.

Câu đối Tết (Xuân liên): Như đã dẫn trên, cứ mỗi độ Xuân về Tết đến, có "thịt mỡ dưa hành", có "cây nêu tràng pháo" thì không thể thiếu Câu đối đỏ điểm tô cho Xuân hương sắc, Tết tưng bừng. Cũng cần nói thêm, song song với việc làm câu đối Tết, còn có cả sự phát triển của *nghệ thuật thư pháp* đầu tiên bằng chữ Hán hoặc chữ Nôm, và về sau bằng chữ Quốc ngữ mà bài thơ "Ông đồ" nổi tiếng của Vũ Đình Liên đã phản ảnh rõ nét thú chơi nẩy:

Mỗi năm hoa đào nở / Lại thấy ông đồ già /
Bày mực tàu giấy đỏ / Bên phố đông người qua (...)
Hoa tay thảo những nét / Như phượng múa rồng bay.

Hơn nửa thế kỷ qua – và cho tới ngày nay, cứ mỗi độ Xuân về, Tết đến, các tay thư pháp mới cũng đua nhau viết câu đối Tết

- thường là chữ Quốc ngữ, trên đường phố ở một số đô thị lớn như Hà Nội, Huế, Sài Gòn. Ông tổ của thư pháp Việt chính là nhà giáo, nhà thơ Đông Hồ (1906-1969). Nhà thư pháp Trụ Vũ, trước học viết thư pháp chữ Hán, sau có duyên may được gặp gỡ thầy Đông Hồ, đem lòng yêu mến nét chữ, nên đã thể hiện cái hồn của thi pháp Hán bằng chữ Quốc ngữ. Về sau, Tăng Hưng - nhiếp ảnh gia, học trò ruột và được đích thân thầy Đông Hồ chỉ dạy cho cách viết thư pháp Việt. Phong trào thư pháp bằng chữ Quốc ngữ được phổ biến rộng rãi nhờ sự phối hợp ăn ý giữa kiến trúc sư Nguyễn Thanh Sơn và nhà thư pháp Trụ Vũ. Rồi trên các trang báo Xuân báo Tết cũng không thể thiếu Câu đối Tết!

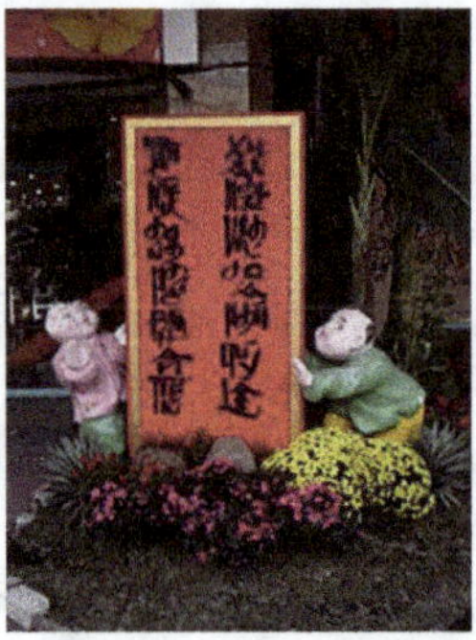

* Một đôi câu đối Tết tiếng Việt, viết theo lối *thư pháp chữ Việt*, tại Đường hoa Nguyễn Huệ 2009, phải đọc thuận từ trái sang phải, từ trên xuống dưới: *"Tân niên hạnh phúc bình an tiến / Xuân nhật vinh hoa phú quý lai"* (trích: vi.wikipedia.org).

Theo truyền thống người Việt Nam, mỗi độ Tết đến Xuân về, nhà nhà đều trang hoàng nhà cửa, cùng nhau mua sắm để chuẩn bị đón Xuân và …ăn Tết. Người ta chúc tụng nhau bằng những lời chúc tốt đẹp. Và câu đối Tết là một món quà Xuân đầy ý nghĩa, chẳng hạn như:

-Thiên tăng tuế nguyệt nhân tăng thọ
Xuân mãn càn khôn phúc mãn đường.
(Trời thêm năm tháng, người thêm tuổi. Xuân khắp đất trời, phước khắp nhà).

Các danh sĩ hàng đầu chơi câu đối Tết hoặc Hán, hoặc Nôm phải kể đến Cao Bá Quát, Hồ Xuân Hương, Nguyễn Công Trứ, Nguyễn Khuyến, Trần Tế Xương, v.v… Một vài thí dụ:

-Tối ba mươi khép cánh càn khôn, ních chặt lại kẻo Ma vương đưa quỷ tới;
Sáng mồng một lỏng then tạo hóa, mở toang ra cho Tiên nữ đón Xuân vào (Hồ Xuân Hương).
Hoặc:
-Chiều ba mươi nợ réo tít mù, co cẳng đạp thằng Bần ra cửa;
Sáng mồng một rượu say túy lúy, giơ tay bồng ông Phúc vào nhà (Nguyễn Công Trứ).

***Câu đối thử tài**

Các cụ xưa thường thử tài học trò, bằng hữu hay đối thủ của mình để …thử tài, để biết rõ chí khí, hoài bão của nhau qua những câu đối lý thú.

-**Văn Bình lai bắc cụ:** Giai thoại về học sinh "Văn Bình" hay chữ và tự cao tìm ông thầy đồ thách đối, bị ông thầy đồ chơi khăm như sau: Điều kiện là ông thầy khi ra vế xuất, ông chỉ nói ra từng chữ một, học trò phải đối lại từng chữ một.

Ông thầy đọc vế xuất (từng chữ một): **VÕ/TRẮC/VÃNG/NAM/CÔ;**
Học trò đối lại (từng chữ một): **VĂN/BÌNH/LAI/BẮC/CỤ.**
Chắc các bạn đã thấy ông thầy đồ chơi khăm cậu học trò tự cao ở chỗ nào rồi phải không? (Nói lái "Bắc Cụ"). Ông thầy đồ nầy không ai khác hơn là Thủ khoa Bùi Hữu Nghĩa (1807-1872). Có người cho rằng ông thầy đồ nầy là Thủ khoa Nguyễn Hữu Huân (1830-1875).

-**Da trắng vỗ bì bạch** (Đoàn Thị Điểm):

Đoàn Thị Điểm (1705-1749) là người vừa xinh đẹp, lại giỏi văn thơ thời Lê Trung hưng, dịch giả truyện thơ ***Chinh Phụ Ngâm Khúc*** nổi tiếng. Một hôm nữ sĩ đang tắm, bỗng Cống Quỳnh (1677-1748) đến chơi, gõ cửa đòi vào. Nàng Điểm tức cảnh ra ngay một vế đối với điều kiện nếu Quỳnh đối được thì… cho vào!

Vế xuất ấy như sau: **Da trắng vỗ bì bạch**.
Quỳnh nghĩ nát óc mới đối: **Trời xanh màu thiên thanh.**
(Có người cho rằng vế đối nầy do một nho sĩ đời sau đối lại).
Bị cô Điểm chê không chỉnh, Quỳnh lủi thủi ra về.

Gần 300 năm nay, đã có rất nhiều nhà văn, nhà thơ, nhà giáo, nhà báo, nhà nghiên cứu phê bình văn học, nhà ngôn ngữ học đã thử đối lại vế xuất hiểm hóc ấy của Hồng Hà nữ sĩ. Nhưng trong mấy mươi vế đối, chưa có vế đối nào thật sự hoàn chỉnh, chẳng hạn như:

-*Tay tơ sờ tí ti - Hạc đỏ thở hồng hộc* ... Kể cả vế đối của nhà ngữ học Nguyễn Tài Cẩn "**Rừng sâu mưa lâm thâm**" vẫn chưa chỉnh. Thế là cho tới ngày nay, chúng ta vẫn chưa trả được món "nợ văn chương" ấy.

***Câu đối trào phúng**:

Trào phúng là nghệ thuật gây tiếng cười mang ý nghĩa phê phán xã hội. Thật ra, nguyên nhân của tiếng cười trong xã hội có giai cấp thường nói lên sự tương phản, sự mâu thuẫn. Đó là sự mâu thuẫn giữa cái xấu xa và cái đẹp đẽ (Aristote); giữa cái tầm thường và cái cao quý (Kant); giữa cái có lý và cái phi lý (Richter). Từ cái tương phản, mâu thuẫn dẫn đến sự đối kháng. Câu đối trào phúng nhằm nói lên cái dở, cái rởm, thói hư tật xấu của người đời, là vũ khí sắc bén của kẻ yếu thế cô chống lại kẻ mạnh có quyền thế.

-Vế đối khẩu khí dưới đây của Cống Quỳnh đối lại vế xuất của chúa Trịnh nhằm lên án chế độ bất công "cá lớn nuốt cá bé":

Vế xuất của chúa Trịnh: **Nước trong leo lẻo, cá đớp cá**

Vế đối lại của Cống Quỳnh: **Trời nắng chang chang, người trói người**.

Giai thoại về hai câu đối nầy lại được hầu hết sách văn học sử đem gán cho Cao Bá Quát và vua Minh Mạng. Vì sách văn học sử chép sai nên thầy cứ dạy và trò cứ học cái sai ấy từ năm nầy sang tháng khác.

-Thời hội nhập tại nước ta, có câu đối ám chỉ việc làm phi kế hoạch, vô trách nhiệm của các tham quan:

Sai đâu sửa đó, sai đó sửa đâu, sửa đâu sai đó

Lấy thu bù chi, lấy chi bù thu, bù thu lấy chi.

-Cặp câu đối dưới đây phản ảnh một cách nhẹ nhàng nhưng vô cùng chua xót thực trạng xã hội hiện nay:

Luồn lọt lên lương, lỗi lầm lấp liếm, luật lệ làm lơ, lũ lọc lừa luôn lẩn lút;

Phe phẩy phè phỡn, phân phối phập phù, phạm pháp phởn phơ, phường phản phúc phải phanh phui.

-Ngoài ra còn có những loại "thầy" như: thầy giáo, thầy đồ gàn, thầy lang băm, thầy cúng… xuất hiện trong câu đối với dáng dấp buồn cười, lố bịch, tồi tàn, thê lương của họ.

Chúng tôi cũng như phần đông các bạn đã từng hành nghề "gõ đầu trẻ", nhưng vì nghịch cảnh phải "đổi đời" nơi đất khách, nên rất thông cảm với sự bừa bộn, bầy hầy của những *cậu giáo nhọn* (đối lại *ông giáo tà*, không còn chỗ…đứng) mới ra trường, còn độc thân, ở nhà trọ, như vế xuất đối dưới đây:

Thầy giáo tháo giầy, vấy đất vất đấy.

Về sau có người đối lại: *Thầy tu thù Tây, cạo đầu cầu đạo.*

Thời bao cấp, kinh tế còn nhiều khó khăn nên tình trạng nghèo khó của giáo chức càng thê lương. Do vậy các "kỹ sư tâm hồn" xứ Nghệ đã tuôn ra đôi câu đối:

Thầy giáo tháo giầy, tháo cả ủng thủng cả áo, lấy giáo án dán áo;

Nhà trường nhường trà, nhường cả hoa nhòa cả hương, dùng lương hưu lưu hương.

Như vậy câu đối trào phúng đả kích không từ một ai, kể cả những kẻ tiêu biểu cho chánh quyền, đạo đức, lễ giáo trong xã hội cũ và mới.

***Phép đối trong văn chương bình dân truyền khẩu,** đặc biệt là thành ngữ, tục ngữ, ca dao. Thật vậy, mặc dầu chỉ được truyền miệng từ đời nầy sang đời khác, nhưng các tác giả dân gian đã để lại cho hậu thế những câu đối khá thú vị. Đặc biệt về cách sử dụng *Từ hoa*, các thi sĩ bình dân quả là những nghệ sĩ điêu luyện.

-Đồng nghĩa dị âm: *Con rể nết na xem tử tế*
Ông chồng cay đắng kể công phu.
Tử tế: cắt nghĩa từng chữ một là *con rể*; *công phu* tức *ông chồng.*
-Đồng âm dị nghĩa: *Bà cử, ở cữ, làm cữ, nên kiêng cữ*
Ông hàn, ra hàng, ăn hàng, mắc thương hàn.
-**Dùng các thuật ngữ có ý nghĩa liên quan** với nhau:

Nước không ***chưn*** *sao kêu nước* ***đứng***
Cá không ***giò*** *cũng gọi cá* ***leo.***
Hoặc: *Bánh* ***nhiều*** *quá sao kêu bánh* ***ít***
Chuối ***non*** *nhớt cũng gọi chuối* ***già*** (2).
Và: **Bánh ít nhiều đường, bánh ít ngọt** (3).

Thật ra vế xuất nầy do Nguyệt san *Kiến Thức Ngày Nay* phát động (1997-1998), Chánh chủ khảo là GS An Chi. Vế đối trúng giải là: **Giò chả có quế, giò chả thơm**.

Vế xuất nầy đã có tới trên **30** vế đối (sưu tầm và sáng tác), chẳng hạn như:

-Trầu không có vôi trầu không cay
- Nem chả có bì nem chả ngon.

***Giai thoại: Vợ cả vợ hai, hai vợ đều là vợ cả.**

Nguyễn Đỗ Mục (1882-1951) và Dương Bá Trạc (1884-1944) thường viết ra những giai thoại nhằm đả kích thực dân Pháp và tay sai, trong số đó có một câu chuyện rất hay và vui như sau:

Một anh nông dân ở làng nọ có hai vợ. Theo thói thường, người vợ nhỏ/vợ bé vốn có nhan sắc và trẻ trung nên được "sủng ái" nhiều hơn. Một chiều nọ, để tránh sự so bì "một tháng đôi lần, có cũng không" của người vợ lớn, anh chồng nổi hứng đề nghị: "*Anh ta ra một vế đối, nếu ai đối "họa" được thì tối nay, anh sẽ "vô buồng" ngủ với người ấy*". Cả hai bà vợ đều đồng thanh tán thành. Anh chồng bèn đọc: **Vợ cả vợ hai, hai vợ đều là vợ cả.**

Cô vợ nhỏ khiêm tốn nhường lời cho người vợ lớn đối trước. Nhưng chị vợ lớn vốn ít chữ nên chịu thua. Người vợ nhỏ bèn ứng khẩu đáp: **Chồng thôi chồng nửa, nửa chồng cũng vẫn chồng thôi**.

Chuyện gì xảy ra sau đó, chỉ người trong cuộc mới biết. Trước năm 1975, trong một bài báo, tôi có thử đối lại cho vui:

Người ta người mọi, mọi người cũng giống người ta.

Ngoài ra, còn có hơn 20 vế đối (sưu tầm và sáng tác) nữa, chẳng hạn như:

-Con nuôi, con đẻ, đẻ con há cậy con nuôi
- Con dòng, con giống, giống con mới thiệt con dòng.
-Chồng thôi, chồng bỏ, bỏ chồng cũng có chồng thôi (Lộc Bắc).

-**Câu đối Nói lái:** Nói lái - nói trại, là cách nói kiểu "chơi chữ" của dân ta trong những lúc trà dư tửu hậu hoặc để giúp vui. Nói lái có thay đổi đôi chút từng vùng miền tùy theo tiếng nói địa phương. Nói lái khi thì thanh khi thì tục, thể hiện tính hài hước của dân tộc Việt Nam. Thí dụ:

. *Chim* ***mỏ kiến*** *đậu trên* ***miếng cỏ***
Chó ***vàng lông*** *đứng dựa* ***vồng lang*** (4).

Riêng Câu đối nói lái tục-mà-thanh-thanh-mà-tục có khá nhiều. Chúng tôi đang nói chuyện về một đề tài văn hóa, nên chỉ muốn dẫn vài câu đối nói lái có mùi vị… *mằn mặn* mà không dám đụng tới những câu đối *mặn quéo, mặn chát*. Ước mong các cụ…đặc xá!

-Gái Củ Chi, chỉ cu anh, hỏi củ chi?
Trai Cù Mông, còng mu em, đòi cù mông.
-Giai nhân "tái đắc" giai nhân tử
Anh hùng "khai đống" anh hùng tiêu.

Kết luận: Để kết luận, chúng tôi xin nhấn mạnh bằng cách lặp lại một số chi tiết:

1.- "Mỗi câu đối là một kết cấu ngôn ngữ ngắn gọn, hài hòa về ngữ âm, rành mạch về nội dung, cân xứng về tiết tấu, êm tai về vần điệu". Câu đối là một thú chơi tao nhã. Tất cả mọi người, mọi giới đều có thể gia nhập "sân chơi" miễn là tuân thủ "luật chơi". Câu đối có thể nói là một khoa Tu từ học đắc dụng cho những ai hằng lưu tâm đến ngôn ngữ học, nói riêng và văn hóa dân tộc, nói chung.

2.- Khi ra vế xuất/vế xướng hoặc họa đối lại, **phải nắm vững nguyên tắc căn bản, quy luật của Câu đối**: đó là đối ý và đối chữ. Đặc biệt **Câu đối thơ** (5-7 chữ), **phải tuyệt đối tuân theo luật Bằng Trắc** của thơ.

-**Câu đối phú** (song quan, cách cú, gối hạc), **luật Bằng Trắc có thể du di**. Bằng chứng là đã có nhiều tay cự phách chuyên trị câu đối đã "thoải mái du di" trong phá cách và sáng tạo, kể cả thất luật (theo Nguyễn Văn Ngọc). Nhưng câu đối vẫn hay.

3.- Phải để ý có bao nhiêu cái "bẫy" trong câu đối, để khỏi "sụp bẫy".

4.- Muốn làm câu đối thật chuẩn, **bắt buộc** phải biết chữ Hán, chữ Nôm. Rất đồng ý với nhận xét trên, nhưng chúng tôi xin mở một lối thoát, bởi các lý do:

*Ở hải ngoại, số người sử dụng nhuần nhuyễn tiếng Việt ngày càng ít đi, nên việc học chữ Hán, chữ Nôm là cả một vấn đề vạn nan. Đối với các bậc thức giả, nhằm phục vụ cho các công trình khảo cứu thơ văn cổ của tiền nhân, việc rèn luyện Hán-Nôm là mục tiêu hàng đầu.

*Thoát Hán, thoát Trung: Phải thoát "xác Trung Hoa" để thăng hoa "hồn Việt Nam". Chúng ta nên làm câu đối bằng chữ Quốc ngữ, sử dụng nhiều thành ngữ, tục ngữ, ca dao và điển tích Việt Nam. Chỉ sử dụng rất ít chữ Hán, chữ Nôm hoặc điển tích Trung Hoa thông dụng (trong trường hợp bất khả kháng).

Sau hết, chúng tôi xin mượn đôi câu đối Tết vừa sáng tác để chúc Tết toàn thể quý vị và các bạn:

TIỄN CHÚ GÀ ĐI, ĐỪNG GHÉT NHAU TIẾNG GÁY, QUYẾT TÂM XÓA SỔ LŨ CÕNG RẮN RƯỚC VOI [5].

MỪNG ANH CHÓ ĐẾN, CHỚ SỦA BẬY CẮN CÀN, RA SỨC TIÊU TRỪ PHƯỜNG TREO DÊ BÁN CHÓ.

Chúng tôi ước mong nhận được nhiều ý kiến phản hồi, những phê bình xây dựng của các bậc thức giả am tường về Câu đối, ngõ hầu bổ sung những sai sót của mình. Xin đa tạ.

Montréal (Canada), ngày 18.XI.2017.

Chú thích:

(1) Trần Thị Thanh Quỳnh: "*Nghiên Cứu Câu Đối*…". Luận văn Thạc sĩ chuyên ngành Hán-Nôm, ĐH Hà Nội - 2008; Trịnh Văn Trường: "*Ngôn Ngữ Câu Đối Tiếng Việt*". Luận văn Thạc sĩ Ngữ văn, ĐH Vinh - 2010.

(2) và (4): Trích Nguyễn Kiến Thiết: *Tánh Cách Đặc Thù Của Ca Dao Miền Nam*. Luận án Cao học Văn chương Việt Nam, ĐH Văn Khoa Sài Gòn, 1972, tr.109.

(3) Vế xướng nầy do chúng tôi soạn cũng là 1 trong 3 vế mời đối trong Cuộc Thi Câu Đối do Hội Giáo chức Québec phát động. Chỉ có 1 người trúng giải 3.

-**Giải 3: Sầu riêng lắm múi, sầu riêng dài** (Tống Minh Hằng).

(5) Trong Cuộc Thi Câu Đối vừa qua với tư cách Trưởng Ban Giám Khảo, chúng tôi đã sáng tác vế xướng nầy để mời đối. Được sự thống nhứt của nhị vị Phó Ban (Trương Thị Khoa Nghi và Lộc Bắc), chúng tôi đã chọn được 2 vế đối trúng giải trong số 7 vế đối nhận được:

-Giải 1: **Nghênh cô Chó đến, hãy đâu cật chung vai, bền chí thanh trừng phường buôn dân bán nước** (Trần Hữu Quyền).
-Giải 2: Mừng anh Cún tới, hãy cùng sủa oang oang, đồng lòng bôi tên bày ôm hùm thân sói (Cả Ngố Họ Trịnh).

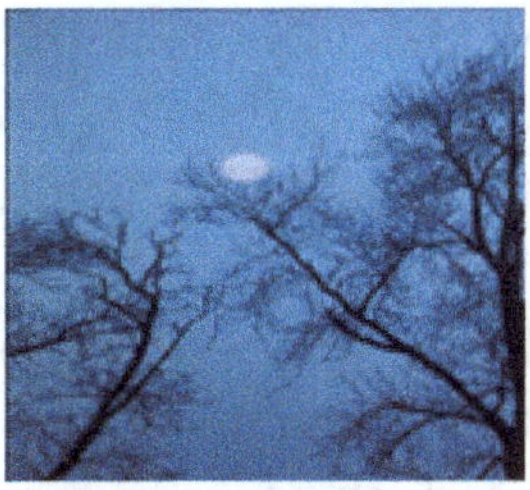

TRĂNG THU

Bài 1:
Trăng tròn vạnh đã lên cao
Ánh trăng bàng bạc phủ vào đêm thâu
Trời Thu ảm đạm một màu
Bóng cây trụi lá hằn sâu giọt buồn!

Bài 2:
Trăng tròn vạnh lên cao khỏi núi
Tỏa ánh sáng buồn khắp nhân gian
Hàng cây trụi lá đìu hiu ngủ
Thu đã đi qua cuốn lá vàng!

Trăng của tình yêu - trăng hò hẹn
Cho tình ta đẹp mãi, như thơ
Đêm nay trăng lạnh sầu lẻ bóng
Ai biết tình ai luống hững hờ!
Thơ Trúc Lan - Ảnh Lê Quang Xuân Thu 2020

VÀI SUY NGHĨ VỀ "CÂU ĐỐI XUÂN" NĂM TÂN MÃO

Tôi định viết bài nầy ngay từ khi có trong tay tờ **LỊCH SÁCH TỬ VI THỜI BÁO NĂM TÂN MÃO 2011** vì bị "dị ứng" bởi một trang báo dành trọn cho "CÂU ĐỐI XUÂN" (tr.280). Mãi đến hôm nay, sau nhiều đêm suy nghĩ, tôi quyết định phải viết bài nầy ngõ hầu góp ý với *Thời Báo* - cũng như với tác giả Ngộ Không (tức Phí Ngọc Hùng, báo *Sài Gòn Nhỏ*) - về một vấn đề liên quan tới văn học.

Như bạn đọc đã biết, LỊCH SÁCH TỬ VI THỜI BÁO NĂM TÂN MÃO (LSTVTBNTM), như tên gọi của nó, là ấn phẩm hằng năm của *Thời Báo* nhằm "tổng hợp nội dung của Lịch Sách & Giai Phẩm Xuân truyền thống". Nói chung, đây là quyển Lịch sách tương đối có giá trị được biên soạn khá công phu, hình thức trang nhã, ảnh hưởng không nhỏ đến mức tiêu thụ của tờ báo năm vừa qua. Nhưng! Chính chữ "nhưng" quái ác nầy khiến người viết phải bận tâm suy nghĩ... để nói lên "VÀI SUY NGHĨ VỀ CÂU ĐỐI XUÂN" in trong LSTVTBNTM.

Nội dung bài nầy liên quan tới sự "dị ứng" của tôi ở ba mức độ: nhẹ, vừa và nặng.

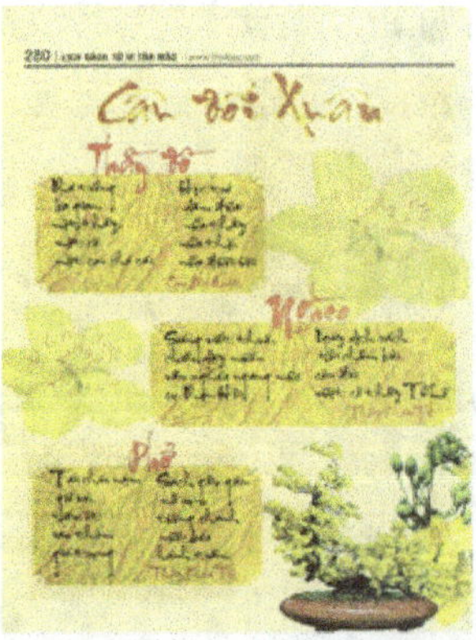
Câu đối Xuân

1.- Dị ứng nhẹ: Không cân đối

Trang báo "CÂU ĐỐI XUÂN" được Ban Biên Tập dành trọn

"mảnh vườn" một trang giấy in kiểu chữ rất đẹp dễ bắt mắt, vỏn vẹn có ba câu đối của Cao Bá Quát và Thầy Khóa Tư, chưa hẳn dành cho Xuân và Tết. Lại thêm chậu mai vàng rực rỡ được trang trí hài hòa, tiêu biểu cho cảnh sắc mùa Xuân. Nhưng "người giữ vườn" đã chưa chọn đầy đủ các kỳ hoa dị thảo để tô đậm sắc màu cho Vườn hoa câu đối. Nói khác đi các **Câu Đối Xuân nầy chưa hoàn toàn "đắc địa", không cân đối**. Các câu đối Tết của các nhà thơ lớn thứ dữ, chuyên trị câu đối ở nước ta như Nguyễn Khuyến, Nguyễn Công Trứ, Hồ Xuân Hương, Tú Xương… không thấy góp mặt ở trang báo nầy!

2.- **Dị ứng vừa: Thầy Khóa Tư và các Câu đối**

Đặc biệt trang báo nầy nổi bật hai cặp câu đối: Câu đối "Phở" và câu đối "Nghèo" đều do Thầy Khóa Tư sáng tác. Như vậy Thầy Khóa Tư (TKT) là ai? TKT nào là tác giả của Câu đối Phở? Và TKT nào sáng tác Câu đối Nghèo?

Thầy Khóa Tư và Câu đối PHỞ.

Theo Ngộ Không (tức Phí Ngọc Hùng) qua bài viết: "*Phở Thiên Biên Ký Sự*" thì câu đối Phở do Thầy Khóa Tư (Trần Lam Giang) sáng tác, nguyên văn như sau:

*Tái chín nạm giò vè, tiêu ớt rau thơm giá **sống***
*Sách gầu gân mỡ sụn, tương chanh nước béo hành **chần**.*

Và ông kết luận: "*Câu đối ấy là của Thầy Khóa Tư Trần Lam Giang, cũng là một hương sư Hán văn*".

(Nguồn : http://t-van.net/?p=3871_và *Sài Gòn Nhỏ*/Montréal số 217 ngày 07/10/2011 tr. A6-A9) [(1)].

Câu đối Phở trong *Thời Báo* ghi là *giá trụng* và *hành trần*. *Giá sống* hoặc *giá trụng* không thành vấn đề. Dị bản nầy có thể chấp nhận được. Nhưng *hành trần* thì không đúng, mà nên viết *hành chần*. Tài liệu do Ngộ Không trích dẫn không thống nhứt: khi thì *hành chần* (Internet); khi thì *hành trần* (*Sài Gòn Nhỏ*). Bởi lẽ theo *Từ Điển Khai Trí Tiến Đức* thì "*chần*" có nghĩa *"lấy nước sôi luộc một vật gì*" (tr.116) mới hội đủ mùi vị của…phở!

Cũng theo Ngộ Không, dẫn ý của Vũ Bằng, phở cũng có tình tự trai gái. Chuyện kể rằng, có lần Vũ Bằng ghé tiệm phở quen do hai vợ chồng người bạn làm chủ, bấy giờ vợ bạn đã trở thành goá phụ còn đeo khăn tang. Trong lúc chờ đợi, lửa tắt nồi khô nước, lại quán vắng chiều hôm, tác giả "Miếng ngon Hà Nội" đã thở khẽ ra một câu đối rất tình và cũng rất…phở:

Nạc mà chi, mỡ mà chi, sao cứ ỡm ờ không tái giá?

Câu đối nầy lưu lạc vào trong Nam được cải biên giữa một bà hàng phở (cũng là một góa phụ) và một ông khách ở cái tuổi muối tiêu (muối nhiều hơn tiêu) như sau:

Nạc mỡ nữa làm gì, em nghĩ "chín" rồi, đừng nói với em câu "tái giá".

Muối tiêu không đáng ngại, anh còn "gân" chán, thử nếm cùng anh miếng "gầu" dai (2).

Như vậy Câu đối Phở do TKT/Trần Lam Giang sáng tác.

Nhưng Trần Lam Giang là ai? Có bao nhiêu Trần Lam Giang liên quan tới Câu đối Phở?

Trước hết, dựa vào Tiểu sử thì Trần Lam Giang sanh năm 1940 tại Vinh (Nghệ An), học chữ Hán ở nhà với ông chú là cửu phẩm Trần Văn Kỷ, ông ngoại là cử nhân Nguyễn Xuân Phong, và ông cử Hòe (cử nhân Trịnh Đình Rư). Thuở nhỏ, ông theo học bậc tiểu học tại trường Ngô Sĩ Liên (Hàm Long, Hà Nội), và trung học Chu Văn An (Hà Nội rồi Sài Gòn). Ông tốt nghiệp Cử nhân Triết học Tây phương tại Đại học Văn khoa Sài Gòn. Ông dạy Triết và Quốc văn tại các trường Văn Học, Văn Khôi, Nguyễn Bá Tòng, Lý Thường Kiệt, Giám đốc và Hiệu trưởng trường trung học Trí Đức (Cao Thắng, Sài Gòn). Chủ nhiệm tuần báo *Vì Nước* của Tổng Hội Sinh Viên Sài Gòn. Giám đốc hãng Thông tấn xã Tin Hỏa Tốc (T.H.T.). Trưởng ban nghiên cứu Nghiệp Đoàn Ký Giả Việt Nam. Sau 1975, ông tị nạn tại Hoa Kỳ, làm cán sự xã hội, thợ điện tử, thợ sơn, làm báo, viết báo, làm thơ. Tác phẩm: *Truyện Truyền Kỳ* (2002).

Kế đến còn có một Trần Lam Giang qua bài viết "*Cuối năm nhớ về người thầy giáo cũ: Nhà văn Vũ Khắc Khoan*". Vào năm 1956, lúc theo học lớp Đệ Tam do GS Vũ Khắc Khoan dạy, Trần Lam Giang đã có lần tả ông thầy dạy Việt văn của mình như sau: "*1956 - Ông bước vào dạy lớp tôi. Lồng lộng mái tóc. Vững vàng bước đi. Nét mặt nghiêm buồn nhưng không dữ*". "*1975 - Một trời mây chó mơ màng. Tôi tỵ nạn! Ông cũng tỵ nạn. Tôi đến trại, ông đã xuất trại. Được tin ông bình an, tôi mừng trong niềm đau rách nát. Được biết ông có dựng lại vở kịch Thành Cát Tư Hãn trong trại. Tôi nghe một thoáng vui giữa biển trời tê tái...".*

(Nguồn: http://gio-o.com/tuongniemvkk.html).

Sau cùng là nhà biên khảo Trần Lam Giang, hiện sống ở Hoa Kỳ, đã phiên dịch và chú thích tác phẩm *Bách Việt Tiên Hiền Chí*, một kiệt tác công phu của Âu Đại Nhậm. Sách ra mắt ngày 10 tháng 09 năm 2006 tại Little Saigon do Trung Tâm Nghiên Cứu Văn Hóa Việt Nam và Thư Viện Việt Nam tổ chức.

(Nguồn:http://www.viendongdaily.com/bach-viet-tien-hien-chi-cua-hoc-gia-tran-lam-giang.GId).

Dựa vào các tài liệu vừa dẫn, người viết đồng ý với ông Phí Ngọc Hùng khi kết luận: **Câu đối Phở phải do một nhà văn, nhà giáo kiêm nhà báo hiện còn sống tại Hoa Kỳ sáng tác. Đó chính là Thầy Khóa Tư Trần Lam Giang sanh năm 1940 tại Vinh (Nghệ An).**

Thầy Khóa Tư Và Câu Đối NGHÈO:

Sáng viết thuê chiều dậy mướn, vẫn nghèo ngang mức cụ Nhan Hồi

Ngày dịch sách tối chấm bài, còn đói vượt cỡ thầy Tử Lộ.

Tác giả Câu đối Nghèo trên đây không ai khác hơn là Thầy Khóa Tư Nguyễn Quốc Hùng, tức Người Tân Định (NTĐ), Miêu Khả Khanh, cố Chủ Bút *Thời Báo.* Hầu hết bạn đọc *Thời Báo* chắc hẳn không ai lạ gì Người Tân Định qua loạt bài "LÁ THƯ SÀI GÒN" ra đều đặn hằng tuần cũng như đóng góp không nhỏ của ông cho tòa báo. Có lần người viết đã nhận xét: "*Các mục tôi ưa thích nhứt vẫn là những bài khảo cứu có giá trị văn học và lịch sử...Đặc biệt các **Lá Thư Sài Gòn** của Người Tân Định "cực kỳ SỐNG ĐỘNG, vô cùng TRUNG THỰC và hoàn toàn KHÁCH QUAN" đã làm tôi say mê thích thú. Những **Lá Thư Sài Gòn** viết về nhà văn Sơn Nam (số 482), về Giáo sư Tiến sĩ Trần Văn Khê (số 545), về nghệ sĩ Út Trà Ôn đã quy tiên (số 612) là những tài liệu quý giá về văn học Việt Nam nói chung, về dân ca dân nhạc Việt Nam nói riêng...*"[3]

Thời Báo số đăc biệt về TKT/Người Tân Định mà tôi hằng lưu giữ đã bị thất lạc. Người viết đã gởi điện thư cho ông Đỗ Nghi, Chủ bút *Thời Báo*, để nhờ cung cấp Tài liệu về TKT/

Người Tân Định (ngày 05/10/ 2011). Nhưng chưa thấy hồi âm. Người viết đành mượn Tạp Ghi của Ký giả Lô Răng để hầu bạn đọc đôi nét về Người Tân Định: "*Người Tân Định vốn "dân rau muống"...Tác giả giống tôi* [tức Ký giả Lô Răng] *ở chỗ cùng lớn lên trong tinh thần "Quốc Văn Giáo Khoa Thư", cũng rời Hà Nội vào năm 54 khi phân chia đất nước. Tuy là dân Bắc Kỳ, nhưng sau bao nhiêu năm hít thở không khí Miền Nam, ăn cơm gạo Miền Nam, lấy vợ Miền Nam, con cái trong nhà nói toàn giọng Miền Nam, thì chúng tôi là dân Bắc Kỳ mà tâm hồn Nam Kỳ*" (4).

Ở đoạn khác, cũng trong bài Tạp Ghi dài hơn hai trang báo, Ký giả Lô Răng viết: "*Tác giả Người Tân Định tự nhận chỉ là giáo chức về hưu, không hề viết báo, làm văn...nhưng mà ông quả là một con người "có nghề". Ông viết thư cho "bạn hiền" ở hải ngoại, kể đủ thứ chuyện trên đời. Bút pháp của Người Tân Định tự nhiên, hóm hỉnh, mà cũng không kém cay đắng...Tôi nghĩ Người Tân Định là một người hay chữ, nhưng xưa nay không màng đến thơ văn làm gì. Bây giờ già rồi, buồn tình nên trước cảnh "giàn dưa lất phất tiếng mưa rơi; nói láo mà chơi, nghe láo chơi*" (5).

Ngoài ra còn có một Thầy Khóa Tư khác, tên thật là Nguyễn Quốc Hùng, một trong những văn nghệ sĩ của Chương trình Dạ Lan. Chúng tôi không biết **TKT/Nguyễn Quốc Hùng (Chương trình Dạ Lan) nầy có liên quan tới TKT/Nguyễn Quốc Hùng, tức Người Tân Định của *Thời Báo*** hay không. Để rộng đường dư luận, người viết xin trích ghi một đoạn trong bài "**Ai là cha đẻ của Chương trình Dạ Lan?**" của Huy Phương: "*Chương trình Dạ Lan bắt đầu có từ thời quản đốc Đài Quân Đội là Thiếu Tá Phạm Văn Thúy, tức nhà văn Kỳ Văn Nguyên*" (...). "*Tiếp đó là Thiếu Tá Phạm Hậu, tức nhà thơ Nhất Tuấn...Chương trình Dạ Lan kéo dài tới ngày tàn cuộc chiến, nhưng chỉ sôi nổi vào những năm đầu khi còn Đại Tá Trần Ngọc Huyến*" (...). "*Giai đoạn sau Thiếu Tá Phạm Hậu là Thiếu Tá Hà Sĩ Phong. Cuối cùng từ năm 1969 cho đến khi tan hàng, Quản Đốc Đài là Trung Tá Nguyễn Quang Tuyến tức là nhà văn Văn Quang. Đài Phát Thanh Quân Đội ngày ấy liên tiếp qui tụ nhiều văn nghệ sĩ tên tuổi như Dương Ngọc Hoán, Anh Ngọc, Nhật Bằng, Xuân Tiên, Xuân Lôi, Trần Thiện Thanh, Lưu Nghi, Nguyễn Ngọc Quan, Trần Trịnh, Mai*

*Trung Tĩnh, **Nguyễn Quốc Hùng (Thầy Khóa Tư)**".*

(Nguồn:http://s121639230.onlinehome.us/vietdc/wp-content/uploads/2008/1c).

3/- Dị ứng nặng: Câu đối "Thầy Đồ" của Cao Bá Quát

Trước khi bàn về Câu đối "Thầy Đồ", và để tránh dông dài, thiết tưởng nên tóm lược tiểu sử của nhà thơ lớn họ Cao.

* Thân thế: Cao Bá Quát (1809-1855), tự Chu Thần, hiệu Cúc Đường và Mẫn Hiên, người làng Phú Thị, huyện Gia Lâm, tỉnh Bắc Ninh (nay thuộc huyện Gia Lâm, Hà Nội). Thuở nhỏ, Cao Bá Quát nổi tiếng thông minh, hay chữ, ngông nghênh và tài hoa. Có lần, ông đã tự ví: *"Trong thiên hạ có bốn bồ chữ: Một mình ta chiếm hai bồ, anh ta là Bá Đạt và bạn ta là Nguyễn Văn Siêu chiếm một bồ. Còn một bồ phân phát cho thiên hạ"*. Năm 1831, ông thi đỗ cử nhân, và năm sau, vào kinh thi Hội nhưng không đỗ. Năm 1841, ông được triệu vào kinh đô Huế bổ làm Hành Tẩu ở bộ Lễ. Bước hoạn lộ của ông bị thăng giáng nhiều phen. Có lần bị cách chức và bị giam vào ngục…

Từ năm 1847, sau khi đi sứ Tân Gia Ba về, Cao Bá Quát được bổ làm việc ở Viện Hàn Lâm. Thời gian ở kinh đô Huế lần nầy, ông kết thân với một số thi nhân nổi tiếng, trong đó – ngoài người bạn thơ vong niên là Nguyễn Văn Siêu (1795-1872) - còn có Tùng Thiện Vương (Miên Thẩm) và Tuy Lý Vương (Miên Trinh). Vua Tự Đức đã khen ngợi: "*Văn như Siêu, Quát vô Tiền Hán*" (Văn như ông Siêu và ông Quát thì đến văn đời Tiền Hán cũng không có giá trị gì). Người đời còn xưng tụng hai ông là "Thần Siêu Thánh Quát".

Năm 1851, do bản tính ngông nghênh không được lòng các quan lớn trong triều, ông bị đày đi làm giáo thụ ở phủ Quốc Oai (Sơn Tây cũ). Ba năm sau, ông bỏ dạy học về vùng Mỹ Lương (Chương Mỹ, Hà Tây), làm Quân sư cho Lê Duy Cự, chiêu tập nông dân nổi lên khởi nghĩa (giặc Châu chấu). Đầu năm 1855, ông bị suất đội Đinh Thế Quang bắn chết tại trận tiền. Sự thật về cái chết của Cao Bá Quát vẫn còn là một nghi vấn cần làm sáng tỏ hơn. Có sách còn ghi ông bị triều đình xử chém đầu.

Về Văn nghiệp, Cao Bá Quát sáng tác rất nhiều thơ văn, hiện nay đã thất lạc nhiều, chỉ còn khoảng một ngàn bài. Có một số bài hát nói, một bài phú "Tài tử đa cùng" bằng chữ nôm; phần lớn tác phẩm bằng chữ Hán, trong đó có "Cao Bá Quát Thi Tập" và "Chu Thần Thi Tập", v.v…

***Câu đối "Thầy Đồ" của Cao Bá Quát**:

Dựa vào tiểu sử, ta có thể đoán Cao Bá Quát sáng tác Câu đối "Thầy Đồ" trong khoảng thời gian 1851-1854, lúc ông bị đày đi làm giáo thụ ở Quốc Oai. Theo thiển ý, vào năm đầu tiên (tức 1851) bị đẩy ra khỏi kinh đô, dạy học nơi "khỉ ho cò gáy", ông "thầy đồ thầy đạc" bất đắc chí Cao Bá Quát đã viết đôi câu đối "chánh hiệu", nguyên văn như sau:

Nhà trống ba gian, một thầy một cô, một chó cái
Học trò dăm đứa, nửa người nửa ngợm, nửa đười ươi.

"Dị bản" Câu đối Thầy Đồ của *Thời Báo* đã ghi:

Nhà trống ba gian, một thầy, một cô một **CON** *chó cái*
Học trò dăm đứa ***nửa thầy nửa thợ,*** *nửa đười ươi.*

Tôi bị dị ứng nặng vì nhiều lẽ.

Thứ nhứt, cái tiểu tựa "Câu Đối Thầy Đồ" do *Thời Báo* đặt, không hoàn toàn phù hợp với nội dung câu đối. Đáng lẽ nên đổi là "Câu đối dán nơi dạy học". Nội dung câu đối "chánh hiệu" phải chăng là bảng "liệt kê tài sản" của nhà thơ-nhà giáo nghèo bị trù dập, gồm đủ: "nhà trống, một thầy, một cô, học trò, chó cái, đười ươi"! Hình ảnh **con chó** (đặc biệt là chó cái) đối lại đười ươi (một giống khỉ giả nhân, to lớn, đi bằng hai chân giống như người) đã nghiễm nhiên đi vào câu đối, vào thơ, rất đặc trưng, nói lên cảnh đời thê lương của nhà giáo ngày xưa cùng nỗi bi phẫn của tác giả.

Thứ hai, từ lúc còn học Trung học, rồi Đại học, đến khi đi dạy học môn Việt văn và cho tới bây giờ, tôi đều thuộc nằm lòng câu đối chánh hiệu đã dẫn. Trong những lần họp mặt gia đình giáo chức, chúng tôi bàn cãi khá sôi nổi về câu đối dị bản của *Thời Báo*. Cuối cùng, anh em chúng tôi đã đi đến kết luận: **Không có câu đối nào giống câu đối dị bản của *Thời Báo* trong văn chương sách vở!**

Tôi đã bỏ ra nhiều thời gian, cất công tìm tòi, tra cứu những tư liệu của đa số nhà văn, nhà giáo, nhà báo, nhà nghiên cứu thứ dữ, học giả thứ thiệt, Nam có, Bắc có, từ trong nước ra hải ngoại, hiện còn sống hay đã ra người thiên cổ, hoặc truy cập trên các trang mạng, v.v... để gọi là "nói có sách mách có chứng". Kết quả, tôi chỉ tìm được **câu đối chánh hiệu** của Cao Bá Quát mà thôi! Điều cần ghi nhận, chỉ có một câu đối dị bản do Vũ Ngọc Khánh cung cấp, mỗi vế chỉ **thừa** một chữ (gồm cả hai vế đối cân), nhưng vẫn gói trọn nội dung đề tài:

*Nhà trống **NĂM** ba gian, một thầy một cô, một chó cái*
*Học trò **DĂM** ba đứa, nửa người nửa ngợm, nửa đười ươi.*

Thứ ba, **câu đối dị bản của Thời Báo không theo đúng phép tắc câu đối.**

Trong bài "Thú Chơi Câu Đối" đăng trong *Thời Báo* số Xuân Tân Mão 2011, người viết có đề cập đến phép tắc câu đối, đại để như sau: *"Một đôi câu đối bắt buộc phải có hai câu đi sóng nhau, mỗi câu là một vế, vế trên, vế dưới...Khi làm câu đối phải xét ý nghĩa, số chữ, cách đặt câu và luật bằng trắc. Người ta chia câu đối làm ba loại: câu tiểu đối, câu đối thơ và câu đối phú"* (tr.13). Tưởng cũng cần nói thêm: mỗi câu đối (hoặc một cặp, một đôi câu đối) gồm có hai vế**, vế trên-vế dưới** cũng được gọi là **vế phải-vế trái, vế xướng-vế họa** hay **vế xuất-vế đối.**

Trở lại câu đối dị bản của *Thời Báo*. Đây là ***câu đối phú cách cú*** nên ***phải tôn trọng triệt để thể văn câu*** đối! Lối câu cách cú (cách: ngăn ra; cú: câu) mỗi vế có hai đoạn: một đoạn ngắn, một đoạn dài [(6)] cách nhau bởi một dấu phẩy **(,)** cốt ý sao cho mạch văn mỗi đoạn không bị đứt. Về luật bằng trắc trong lối câu đối phú thì chỉ kể **chữ cuối vế**, và **chữ cuối đoạn** (gọi là **chữ đậu câu**). Vì vậy, hễ chữ cuối vế là trắc (T), thì chữ đậu câu phải là bằng (B); và ngược lại.

Riêng "Câu đối Thầy Đồ" của Cao Bá Quát đăng trên *Thời Báo*, có mấy điểm đáng lưu ý:

-Luật bằng trắc theo đúng. Nhưng dấu phẩy **(,)** tùy tiện ở cả hai vế;

-Mỗi vế đáng lẽ có 11 chữ, nhưng ở vế trên, *Thời Báo* in **thừa** một chữ "**con**"!

-Ở vế dưới, *Thời Báo* đã tự ý sửa chữ "**người**" thành "**thầy**", và chữ "**ngợm**" biến thành **"thợ"**.

Thay lời kết:

Người viết vẫn thường tâm niệm hễ "trung ngôn" thường "nghịch nhĩ". Nhưng không thể không nói những điều mình muốn nói, cũng là điều phần đông bạn đọc muốn nói.

Trang báo "Câu Đối Xuân" của *Thời Báo* với hình thức trang nhã đẹp mắt, nhưng lại chuyên chở một nội dung tương đối nghèo nàn, không chuyên trị Câu đối Xuân, nhập nhằng các câu đối của cả hai Thầy Khóa Tư. Riêng Câu đối "Nghèo" đích thị là của Thầy Khóa Tư/Nguyễn Quốc Hùng, cố Chủ bút *Thời Báo*. Câu đối "Phở" cũng của Thầy Khóa Tư, nhưng Thầy Khóa Tư nào? TKT/Trần Lam Giang hay TKT/Nguyễn Quốc Hùng? Dựa vào tài liệu của Ngộ Không đã dẫn, chúng tôi tin rằng Câu đối "Phở" do TKT/Trần Lam Giang sáng tác. Trái lại *Thời Báo* khẳng định câu đối nầy là của TKT/Nguyễn Quốc Hùng/Người Tân Định [7]. Ai đúng, ai sai? Ước mong ông Ngộ Không và *Thời Báo* cùng làm sáng tỏ! Đặc biệt Câu đối "Thầy Đồ" của Cao Bá Quát lại không hoàn toàn đúng với nguyên tác có "cầu chứng", tạo nên ngộ nhận, gây ra hiểu lầm, tranh cãi và … dị ứng cho người đọc - đặc biệt là những nhà giáo còn "nặng nợ văn chương"! Dĩ nhiên, một nhà thơ nổi tiếng tài hoa, giữ hết "hai bồ chữ trong thiên hạ", ông "Thánh Quát" không thể nào làm câu đối "khập khiễng" được!

Người viết rất mong được *Thời Báo* cũng như ông Phí Ngọc Hùng/*Sài Gòn Nhỏ* - vốn tôn trọng độc giả, yêu chuộng sự thật, chân lý – sớm lên tiếng về vấn đề liên quan tới văn học nầy.

Montréal, 23.XI.2011

Chú thích:

[1] Chúng tôi đã bổ sung và gởi bài nầy cho *Thời Báo* lần 2 vào ngày 18/10/2011 sau khi nhận được Tài liệu về Thầy Khóa Tư/ Nguyễn Quốc Hùng. Vì bài viết nầy có liên quan tới ông Phí Ngọc Hùng nên xin gởi tiếp cho báo *Sài Gòn Nhỏ* để rộng dường dư luận. Người viết xin cám ơn ông Phạm Hùng Bạch, vào chiều 22/10 đã gởi cho tờ *Sài Gòn Nhỏ* số 217.

[2] Theo góp ý của độc giả Huỳnh Trung Trực nhân đọc bài phóng sự

"PHỞ SAIGON XƯA VÀ NAY" của cố ký giả Phan Nghị đăng trên *Văn Hóa Việt Nam* (04/01/2011), thì để đáp lại **vế đối** đã có ít nhứt 5 **vế đáp** từ hàng chục năm nay. (Nguồn http://son-trung.blogspot.com/2011/01phan-nghi-pho-sai-gon-xua-va-nay.html).

Riêng đôi câu đối sau đây được treo trên tường ở tiệm PHỞ XE LỬA của Ô. Nguyễn Đình Toàn ở khu thương mại Eden, Virginia:

Nạc mỡ nữa mà chi, em nghĩ đã chín rồi, đừng nói với em câu tái giá.
Muối tiêu không đáng ngại, lão thấy còn gân chán, hãy vui cùng lão miếng gầu dai.
(Vế đáp nầy là của cụ Bùi Văn Bảo, mất tháng 3/1998).

(3) Nguyễn Kiến Thiết: "*Diễn Đàn Độc Giả*". *Thời Báo* số 631 ngày 01-02-2002 tr.89.

(4) và (5) Ký Giả Lô Răng : Đọc "LÁ THƯ SÀI GÒN Tập 1". *Thời Báo* số 527 ngày 04-02-2000 tr.70-72.

(6) Dương Quảng Hàm cho rằng: "Lối câu cách cú mỗi vế có hai câu: một câu ngắn, một câu dài…". Đáng lẽ nên viết: "Lối câu cách cú mỗi vế có **hai đoạn**: một đoạn ngắn, một đoạn dài" (*Việt Nam Văn Học Sử Yếu*, Trung Tâm Học Liệu, Sài Gòn xb.1968).

(7) Trong bài "*Tưởng nhớ Nguyễn Quốc Hùng*". *Thời Báo* số 781 ngày 17-12-2004 tr.97, có ghi: "*…Anh em Thời Báo thường được nghe anh* [tức Nguyễn Quốc Hùng] *đọc các câu đối của mình, kể các truyện cười thú vị, các giai thoại văn chương và nhất là các điển tích truyện Tam Quốc, Văn học Trung Hoa. Hai câu đối vui vẻ về Phở của anh, nói lên tinh thần yêu đời lạc quan:*

Tái chín nạm giò vè, tiêu ớt rau thơm giá trụng
Sách gầu gân mỡ sụn, tương chanh nước béo hành trần
(Thầy Khóa Tư)"

Sau hơn một tuần chờ đợi *Thời Báo* cung cấp tài liệu, ngày 15/10 vừa qua [tức 2011], chúng tôi đã nhận được tương đối đầy đủ các bài viết giá trị về TKT/Nguyễn Quốc Hùng do ông Đỗ Nghi gởi. Thành thật cám ơn ông Chủ bút *Thời Báo* đã chịu khó sưu tầm và gởi cho chúng tôi tài liệu quý giá nầy.

XIN LỜI GIẢI THÍCH VỀ MỘT CÂU ĐỒNG DAO

Trước Tết ta vừa qua, BS Trần Mộng Lâm - Chủ bút báo *Quốc Gia* Montréal có gởi cho tôi một điện thư (ngày 18/12/2022) nguyên văn như sau:

"*Câu đồng dao là: Con mèo mà trèo cây cau, hỏi thăm chú chuột đi đâu vắng nhà, chú chuột đi chợ đường xa, mua mắm mua muối giỗ cha chú mèo. Mấy câu này có ý nghĩa gì và đã xuất hiện trong trường hơp nào, vào thời điểm nào? Xin anh Thiết và các anh trong hội Việt Học cho lời giải thích để chúng tôi hiểu. Cám ơn anh*".

Tôi đã hồi đáp như sau:

Thưa BS Trần Mộng Lâm,

Đáng lý ra tôi đã trả lời ngay câu hỏi của anh qua điện thoại vì đây là đề tài tôi đã từng nghiên cứu. Nhưng bởi cái tánh "cầu toàn" nên sau khi tra cứu, tôi phải hồi đáp bằng văn bản. Xin mời anh đọc nguyên văn bài Trả lời trong khả năng hạn chế của tôi. Hy vọng sẽ làm vui lòng anh phần nào.

Theo nghĩa thông thường *Ca dao* là những bài hát lưu hành trong dân gian. Theo Từ nguyên, *ca* là bài hát có chương khúc, giai điệu; *dao* là bài hát ngắn không có giai điệu, chương khúc. Còn đồng dao là câu hát của trẻ con, lời ca dân gian của trẻ con (đồng: con trẻ - *Đại Nam Quấc Âm Tự Vị*, tr.323).

***Nguồn gốc**

Ai là tác giả của ca dao? Phần đông các nhà nghiên cứu đã đưa ra hai cách giải thích:

1.- *Ca dao do giới bình dân lao động - cụ thể là* ***nông dân*** sáng tác. Trương Tửu viết: "*Nông dân Việt Nam đã làm ra nước Việt Nam, làm ra văn hóa Việt Nam, làm ra lịch sử Việt Nam. Cái đẹp đẽ, cái nên thơ, cái tôn quý của sức mạnh nông dân đã đổ vào câu ca, tiếng hát*" (*Kinh Thi Việt Nam*, Sài Gòn. Liên Hiệp xb. 1950, tr.105). Nhận định của Trương Tửu có phần phiến diện, cực đoan. Chính ông đã vô tình phủ nhận sự đóng góp vào gia tài văn hóa bình dân của giới văn nho trí thức.

2.- *Ca dao do các bậc* ***văn nho trí thức*** sáng tác. Ưng Bình viết: "*Những câu hát hay hò mà thường dân năng hát, đó có phải* *là thường dân đặt ra đâu, chính là các bậc văn sĩ đời xưa đặt ra mà thường dân ta nhớ lại*" (*Bán Buồn Mua Vui*. Huế, Khánh Quỳnh xb.1954). Nhận định của Ưng Bình cũng phiến diện, chủ quan. "*Ông chỉ nhìn thấy cái lý thú, cái tao nhã trong tiếng hát, câu hò mà quên mất đi cái phần mộc mạc, bình dị, cái quê kệch trong tiếng nói chất phác hồn hậu, đậm đà màu sắc quê hương của người bình dân*" (Nguyễn Kiến Thiết: *Tánh Cách Đặc Thù Của Ca Dao Miền Nam*. Đại học Văn Khoa Sài Gòn 1972, tr.13).

Như vậy theo thiển ý, ca dao (có đồng dao) - một bộ phận của văn chương bình dân truyền khẩu do **những bậc văn nho trí thức và giới bình dân lao động** sáng tác.

Các bậc văn nho trí thức có thể là những hưu quan hoặc các môn đồ Khổng Mạnh đỗ đạt nhưng không muốn bị ràng buộc bởi giàm danh khóa lợi, lui về tiêu dao nơi điền lý; cũng có thể là các nho sinh "lảo đảo trường ốc" nên mở trường dạy học và sáng tác thơ văn để chuyên chở đạo lý thánh hiền (Văn dĩ tải đạo). Ngoài ra, một số thức giả lưu tâm đến tiền đồ văn hóa dân tộc đã sáng tác, sưu tầm văn hóa dân gian, trong đó có ca dao, hò vè nhằm bảo tồn cái di sản lý thú của ông cha. Những sáng tác thơ văn nầy lưu hành trong dân gian, truyền tụng từ đời nầy sang đời khác, được đông đảo quần chúng đón nhận, chọn lọc, "nhuận sắc"; và cứ thế mà phổ biến rộng rãi qua hình thức *truyền miệng* để rồi trở thành văn hóa dân gian- gia tài chung của dân tộc. Do vậy mà dấu ấn của tác giả đã bị mờ nhạt, thời điểm xuất hiện cũng khó xác định - ngoại trừ những câu ca bài hát có *tác giả cụ thể* hoặc liên quan tới *lịch sử, địa danh, nhân danh,* v.v... Chẳng hạn như câu ca dao: "*Hỡi cô tát nước bên đàng / Sao cô múc ánh trăng vàng đổ đi?*" do thi sĩ Bàng Bá Lân sáng tác đã trở thành ca dao.

Còn câu ca dao miền Nam: "*Chim quyên hút mật bông quỳ / Nam Kỳ Lục tỉnh thiếu gì gái khôn*" xuất hiện ở Lục tỉnh từ khi hoặc sau khi vua Minh Mạng phân chia Nam Kỳ làm sáu tỉnh (Biên Hòa, Gia Định, Định Tường, Vĩnh Long, An Giang, Hà Tiên) từ năm 1832, vân vân…

Tình trạng "tam sao thất bổn" và "dị bản" cũng không thể tránh khỏi. Điều đáng nói là làm sao biết văn chương bình dân vay mượn văn chương bác học hay văn chương bác học chịu ảnh hưởng văn chương bình dân truyền khẩu.

Như vậy một bài ca dao, dân ca trước khi được truyền tụng thường phải trải qua ba giai đoạn: Sáng tác; Lưu hành; Nhuận sắc.

Trở lại bài đồng dao:

Con mèo mà trèo cây cau
Hỏi thăm chú chuột đi đâu vắng nhà
Chú chuột đi chợ đàng xa
Mua mắm mua muối giỗ cha ***chú*** *mèo.*

(Dị bản: *Mua mắm mua muối giỗ cha* ***con*** *mèo!)*

Mèo là động vật nhỏ có vú nhỏ, chuyên ăn thịt và sống chung với loài người (mèo nhà). Nhà nông nuôi mèo để bắt chuột *(Chó giữ nhà, mèo bắt chuột)* và đôi khi làm thú cưng như ở các đô thị nên chúng rất thân thuộc và gần gũi với con người. Chuột là động vật ăn tạp và gặm nhấm. Chúng hay cắn xé đồ đạc, phá hại mùa màng **và** có khả năng gây ra nhiều dịch bịnh nguy hiểm. Vì vậy mèo được nuôi để diệt chuột.

Đây là **bài đồng dao có nguồn gốc từ bài ca dao cổ xuất hiện vào thời phong kiến ở nước ta, khi xã hội còn phân chia thành hai giai cấp đối kháng: thống trị và bị trị.** Vì chưa thấy sách vở nào đề cập đến "trường hợp" và "thời điểm" xuất hiện nên chúng tôi nêu lên nghi vấn nầy ngõ hầu các bậc cao minh vui lòng giải đáp. Chúng tôi chỉ có thể giải thích bài ca dao/ đồng dao như dưới đây.

***Giải thích**: có hai cách giải thích.

1.- **Cách 1**: Bài *ca dao* trên nhằm nói lên sự mâu thuẫn, sự tương phản trong xã hội có giai cấp. Đó là sự mâu thuẫn/tương phản giữa cái xấu xa và cái đẹp đẽ (Aristote); giữa cái tầm thường và cái cao quý (Kant); giữa cái có lý và cái phi lý (Richter). Từ cái tương phản, mâu thuẫn dẫn đến sự đối kháng. Bài ca dao mô tả mối quan hệ ở nông thôn xưa, giữa kẻ mạnh cai trị (Mèo) và kẻ yếu bị trị (Chuột). Đó là quan hệ đối kháng, nước - lửa, mất - còn, trong đó chuột luôn ở thế yếu. Có người cho rằng: Bài ca dao phản ảnh sự giả nhân giả nghĩa của con mèo và sự khôn ngoan láu lỉnh của chú chuột. Mèo chắc không rảnh để đi "thăm" chuột, nếu không có ác ý. Phải chăng đợi lúc chuột sơ hở là vồ, đớp ngay? Song, chú chuột lém lỉnh đâu dễ bị mắc lừa. Chuột đã cao chạy xa bay. Để làm vừa lòng mèo, chuột nhắn lại rằng bận đi chợ xa, mua đủ thứ vật dụng như mắm, muối về để lo giỗ cha kẻ không mời mà đến! Bài ca dao trên còn hàm chứa một nghịch lý: kẻ bị trị lại lo giỗ quải cho ông cha kẻ thống trị nhằm thể hiện mong muốn hòa bình, an phận, yên thân. Nghịch lý đó còn được thể hiện ở bức tranh Đám cưới chuột- tức *Trạng chuột vinh quy* của làng tranh Đông Hồ. Cũng có người giải thích: xã hội phong kiến ngày xưa chưa có dân chủ, pháp luật, khi mà kẻ thống trị (vua quan) nắm toàn quyền sanh sát thì người dân đen thấp cổ bé miệng phải hối lộ, đút lót để lấy lòng vua quan là việc không thể tránh khỏi. Bởi lẽ, họ không đủ mạnh hoặc chưa gặp thời cơ để "dấy can qua" ngõ hầu "sát nhứt miêu cứu vạn thử". Bài ca dao còn toát lên một lời nguyền rủa, chửi "cha chú mèo", một tiếng kêu công lý nhằm đạp đổ thành trì bất công áp bức!

2.- **Cách 2**: Bài đồng dao "Con mèo ***mà*** trèo cây cau" được sáng tác nhằm mục đích giáo dục tuổi thơ bằng những hình ảnh đẹp, sống động, ngộ nghĩnh qua màn kịch ngắn mà hai nhân vật chánh thủ diễn hết sức tự nhiên. Quan hệ đối kháng giữa mèo và chuột được thay thế bằng sự thân thiết, gần gũi và biết quan tâm tới nhau. Quan hệ hỗ tương giữa mèo và chuột còn được thể hiện qua bài ca dao về tục *Làm rể* ở Nam kỳ: "*Chuột kêu chút chít trong rương / Anh đi cho khéo đụng giường má hay...*" (chúng tôi đã giới thiệu trên *Ngôn Ngữ* số 23 ngày 1/1/ 2023). Đầu óc non nớt của trẻ thơ được nuôi dưỡng rất sớm bằng tình cảm nhân hậu, yêu thương, thấm đậm nghĩa tình. Ở đây chưa thấy bóng dáng của hận thù giữa muôn loài. Bài đồng dao nầy nằm trong hệ thống các bài ca dân gian có cùng một mô-típ (motype), cấu trúc quen thuộc như: Con kiến ***mà*** leo cành đa / Con cò ***mà*** đi ăn đêm... Lời lẽ ngắn gọn, dễ nhớ, dễ thuộc nhưng gói ghém tình ý rất sâu sắc có ý nghĩa giáo huấn rất cao.

Một ngày sau khi nhận được thư trả lời của tôi, BS Trần

Mộng Lâm đã phản hồi với lời lẽ hết sức lịch sự, khiêm tốn. Xin phép được chép nguyên văn như sau để rộng đường dư luận: *"Tôi ruột để ngoài da nên nghĩ sao nói vậy, xin anh bỏ qua cho nếu có gì làm anh phật lòng, nhưng tôi nghĩ không phải đây là một câu hát nghêu ngao mà phải có một lý do mà mình chưa biết nên hỏi mọi người nhưng nếu chỉ là kẻ bị đàn áp và kẻ đàn áp thì câu hát đó không thể truyền tụng trong dân gian từ mấy trăm năm (cần gì phải nói con mèo và con chuột, cây cau, mắm và muối). Ông thầy tôi, GS Trần Ngọc Ninh có lẽ biết vì ông đã giảng cho tôi là câu nói đó liên quan đến lịch sử Việt Nam, hình như là Từ khi Quang Trung Nguyễn Huệ đánh trận Đống Đa với Tôn Sỹ Nghị, nhưng rất tiếc là GS Ninh hiện đang nằm khu Emergency bên Mỹ, có lẽ sắp chết, nên tôi không dám làm phiền thầy, nhưng không thể đơn sơ như mình nghĩ, vì giảng như vậy quá dễ. Vậy xin anh bỏ qua cho"* (Điện thư ngày 8/01/2023).

Như vậy theo cách giải thích của BS Trần Ngọc Ninh (do BS Trần Mộng Lâm dẫn) thì bài ca dao/đồng dao trên có nguồn gốc lịch sử *"Từ khi Quang Trung Nguyễn Huệ đánh trận Đống Đa với Tôn Sỹ Nghị"*. Chúng tôi **chưa thấy có sách vở nào giải thích như BS Ninh** và nêu sự tồn nghi nầy với ước mong các bậc thức giả vui lòng lên tiếng để có dịp học hỏi. Xin thành thật cám ơn quý vị - đặc biệt BS Trần Mộng Lâm đã tin tưởng nơi tôi và đặt câu hỏi rất thú vị nhân Tết con Mèo.

Montréal, sau Tết Quý Mão 2023

MỪNG THÔI NÔI CHÁU JIMMY TRÍ TUẤN

Mừng ngày tròn tuổi Nguyễn Jimmy
Nội chúc cháu yêu sớm chạy - đi
Mau lớn, hay ăn – luôn khỏe mạnh
Thông minh, hiếu học – chiếm khoa kỳ
Ông Bà hoan hỷ dường vô tận
Cha Mẹ mừng vui dám sánh bì
Hạnh Phúc Trời ban cho Trí Tuấn
Công thành danh toại rạng tông chi!

Trúc Lan- Montréal, 17.XII.2016

NGHĨ VỀ GIẢI THƠ VĂN HỌC MỚI 2024

Sau hơn nửa năm phát động, **GIẢI THƠ VĂN HỌC MỚI 2024** đã chánh thức khóa sổ vào tháng Năm vừa qua. Theo thông báo của Ban Tổ chức, Lễ Phát Giải sẽ diễn ra vào cuối tháng Sáu năm 2024. Ban Giám khảo (BGK) được mời đã nhận được đầy đủ các thi phẩm của 104 Tác giả (TG) dự thi cũng như Quy định/ Bảng điểm chấm thi. Chúng tôi **không** nhận được thi phẩm của TG#62. Là một thành viên BGK, tôi có mấy nhận xét *sơ khởi* trong bài viết dưới đây.

Trước hết, tôi muốn dành một điểm son cho *Văn Học Mới (VHM)* đã đi *tiên phong* trong việc tổ chức một Giải Thơ cho một tạp chí văn học ở hải ngoại [(1)]. Thư ký thường trực của Giải Thơ nầy là nhà thơ Hà Nguyên Du (HND), Chủ biên tạp chí, đồng thời là Giám đốc nhà xuất bản Văn Học Mới tại Hoa Kỳ. Lại thêm BGK đều là những người có uy tín, đã thành danh về các lãnh vực thi ca, sáng tác, biên khảo và phê bình văn học từ trong nước tới hải ngoại, trước và sau năm 1975. Theo Thông báo của Ban Tổ chức đăng trên *Văn Học Mới* số 27 (tháng 10, năm 2023), thành phần BGK gồm "Những Nhà Văn, Nhà Thơ, Nhà Biên Khảo Như Sau: Nguyễn Vy Khanh, Nguyễn Văn Sâm, Nguyễn Kiến Thiết, Nguyễn Minh Triết, Hoàng Xuân Sơn, Nguyễn Đức Tùng, Đức Phổ, Hà Nguyên Du". Về sau còn bổ sung nhà văn Quyên Di trong BGK (*VHM* số 29, tháng 02, Xuân Giáp Thìn 2024), tổng cộng **9** người. Trong số **9** vị trong BGK [(2)] có một số nhà giáo đã dày dặn kinh nghiệm trong việc "cầm cân nẩy mực". Có vài vị đã từng là Giám khảo Cuộc thi văn học của một cơ quan ngôn luận hay một đoàn thể. Đã có "hô" phải có "ứng". Tính ra có tới 104 bạn làm thơ, những người yêu thơ và những "chuẩn thi sĩ" khắp mọi miền đất nước tại Việt Nam cũng như ở hải ngoại đã nhiệt tình hưởng ứng Lời mời gọi của Ban Tổ chức và đã hăng hái gởi bài dự thi.

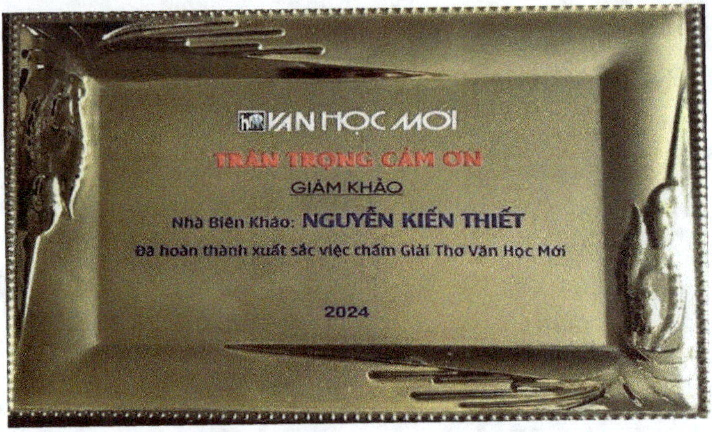

.Thành thật cám ơn Ban Tổ Chức Giải Thơ Văn Học Mới 2024.

Nhìn chung về **Nội dung,** các "tác phẩm" dự thi đã sử dụng Đề tài rất *thoáng,* thi nhân tha hồ phóng bút. Đó là tình yêu quê hương, tình tự dân tộc (TG#10 (3); 3; 11, 56...), tình cảm gia đình như ông/bà Nội, công Cha nghĩa Mẹ (TG#10; 24; 45; 47; 71; 72, 81...), nhiều nhứt là tình yêu đôi lứa, tình nghĩa vợ chồng (TG#10; 11; 82; 92...). Thỉnh thoảng có tác giả đề cập đến tháng tư, "đất nước tôi nhức nhối những đoàn viên" (TG#80), rồi số phận thuyền nhân (TG#22), cuộc vượt biển, nạn hải tặc hãm hiếp (TG#87), thân phận kẻ "ngụy", "vô sản", "định cư" xứ người (TG#87). Có người luận về "tử sinh, hủy diệt, có-không vô thường" (TG#31), rồi Kẻ sĩ (TG#57) đến Hào khí (TG#73). Các địa danh lần lượt nhắc tới không riêng gì khắp mọi miền đất nước Việt Nam mà còn rải rác ở vài nơi trên thế giới. Thỉnh thoảng chúng ta còn bắt gặp một vài nhà văn, nhà thơ như Sơn Nam, Bà Huyện Thanh Quan (TG#30), một vài nhân vật trong truyện thơ nước ta như Lưu Bình-Dương Lễ (TG#26). Đôi khi còn là nỗi canh cánh bên lòng với "Nỗi hoài hương" (TG#56), nhớ về "Bạc Liêu ký ức" (TG#4) và lắng "Nghe đàn Vọng Cổ trên sông Hậu" (TG#67); có lúc "về thăm Huế" (TG#92), thăm "Quê Hội An", "Về Hà Tân", hóng "Gió bên cầu Giao Thủy" (TG#11), thơ thẩn bên "cầu Hiền Lương", rồi lang thang "bên hồ con Rùa" (TG#103), dưới "Mưa Sài Gòn" và "Trời Văn Khoa" (TG#104), v.v... Đó là *tiếng lòng* của người yêu thơ, là *tình cảm* chân thật nhưng vô cùng cảm động của con người được thể hiện bằng ngòi bút của người yêu thơ.

Về **Hình thức**, các "thi phẩm" dự giải được sử dụng rất đa dạng, không phải tuân thủ một thể loại thơ nào. Đọc suốt 104 "thi phẩm" dự giải, chúng tôi ghi nhận như sau: Từ thơ hai chữ, ba chữ, bốn chữ rồi thơ năm chữ, sáu chữ, bảy chữ đến thơ tám chữ, chín chữ; đôi khi hỗn hợp các thể thơ kể trên một cách phóng túng. Phần đông các TG gởi đúng 10 "thi phẩm" dự thi, trung bình 5-6 bài. Có một TG gởi **1** bài dự thi (TG#64). Còn TG#11 gởi tới **27** bài chiếm kỷ lục về số lượng. Duy có một người gởi "*Tản thơ*" (một hình thức văn xuôi/thơ) với ba bài và 7 bài thơ để dự thi (TG#81). Đa phần các tác giả "sính" dùng thơ tự do, thơ tân hình thức (các TG#1; 2; 5; 6; 7; 8; 21; 25; 31; 33; 61, v.v...) hơn là thể thơ mềm mại lục bát (các TG#3; 22; 24; 30; 93; 94, v.v..) hoặc song thất lục bát. Ngoài thể thơ thất ngôn tự do (TG#10; 12; 32; 92, v.v...) còn có thơ Đường luật thất ngôn bát cú. Hai "tác giả bát cú" nầy (TG#26 và TG#73) thay vì bước trên con đường bằng phẳng lại "tìm chỗ đoạn trường mà đi". Bởi lẽ đi trên "chỗ đoạn trường" nầy phải tuân thủ những quy luật nghiêm ngặt của thể thơ Đường luật bát cú như Bố cục, Niêm, Luật, Vần, Đối; sơ suất một chút là dễ bị phát hiện ngay. Chúng tôi đánh giá cao các bài thơ luật của hai TG#26 và TG#73.

Thật khó đánh giá thơ *tân hình thức* và thơ *tự do* bởi tiết tấu và vần điệu. Các tác giả nầy gieo vần đôi khi khá *tùy tiện,* quá *cách tân?* Nhưng về *thơ mới*, các thi phẩm dự giải khi thì sử dụng *vần ôm*, lúc *vần liền* (vần liên tiếp), có lúc lại *vần chéo* hoặc hỗn hợp các cách gieo vần kể trên. Về cách *ngắt nhịp* thơ sáu tám mà chúng tôi gọi là *lục-bát-cắt-vụn,* một số tác giả dự thi đã thử "cắt vụn" thơ lục bát, khi thì một chữ, lúc hai chữ, có khi hai, ba chữ nhằm cắt đứt *mạch thơ* để diễn tả hoặc nhấn mạnh đến nhiều dạng cung bậc của tình cảm (TG#90). Họ muốn nối gót đàn anh đã thành công (chẳng hạn Hà Nguyên Du, Hoàng Xuân Sơn) về cách *ngắt nhịp/cắt vụn* thơ lục bát hoặc thơ tân hình thức, điều mà Du Tử Lê gọi là "một thứ trò chơi chữ nghĩa tùy hứng".

Với tư cách người tuyển chọn, với tất cả sự vô tư khách quan, tôi *đánh giá cao* cho hai nhà thơ Đường luật bát cú (TG#26 và TG#73), và TG#81, TG#10, TG#2, TG#61, TG#71, TG#88 cũng như trên 15 TG khác. Đặc biệt bài bát cú "**Dụng Mèo**" (4) của TG#26 thật "tuyệt cú mèo" bởi Niêm, Luật, Vần, Đối chỉn chu, chứng tỏ TG am hiểu phép làm thơ Đường luật. Bất giác tôi liên tưởng tới Học Lạc (1842-1915) - nhà thơ trào phúng Nam Kỳ - qua bài thơ luật "Chó chết trôi" với "cái giọng thống thiết, đau đớn" (Thanh Lãng). Còn TG#73, với bài bát cú "**Hào khí**" mặc dầu Đối chưa chỉnh nhưng vẫn gây chú ý. Tuy nhiên kết quả chung cuộc tùy thuộc vào thang điểm của **6** thành viên còn lại trong BGK. Nếu chẳng may một trong hai bài thơ bát cú nầy không được sự đồng thuận của BGK thì thật đáng tiếc!

Trước khi kết thúc bài viết, chúng tôi muốn nhắn nhủ các "chuẩn thi sĩ" mấy điều sau đây:

1. Các bạn có thể chọn bất cứ đề tài nào, bất cứ thể loại thơ nào cũng được, miễn là *thơ hay và có hồn* có sức lay động lòng người;

2. Đối với thơ Đương luật thất ngôn bát cú (gọi tắt là thơ Đường luật, thơ luật hoặc thơ bát cú) phải tuân thủ nghiệm ngặt quy tắc có phần khắt khe như Niêm, Luật, Vần, Đối. Đành rằng trên thực tế đã có những nhà thơ lớn ở nước ta đã "vi phạm" các nguyên tắc nầy (gọi là "*phá cách*"), nhưng thơ vẫn hay và có hồn. Những nhà thơ "phá cách" đó có thể kể là: Hồ Xuân Hương với bài **Đèo Ba Dội** (thất luật), Nguyễn Bỉnh Khiêm với **Dĩ Hòa Vi Quý** (thất niêm), Bà Huyện Thanh Quan với **Qua Đèo Ngang** (cưỡng vận), Nguyễn Khuyến với **Thu Vịnh** (lạc vận), Vũ Hoàng Chương với **Nghe Hát** (thất đối), Phan Văn Trị với **Vịnh Hát Bội** (khổ độc), vân vân...

3. Để cho viên-ngọc-thơ không có tì vết, nên **tránh** dùng chữ gây phản cảm như "điện thoại cầm tay" (TG#13), "sờ **l.**" (TG #42), **"**sexy" (TG#68), "phượt ngày" (TG#75), v.v...

4. Nên tra cứu cẩn thận để **hạn chế tối đa Lỗi chánh tả.** Một số từ có thể chấp nhận tùy cách phát âm và thói quen từng vùng, miễn như: "dày xéo/giày xéo" (TG10), "dòng/giòng" (TG 51), "xá gì/sá gì" (TG42), "Hoàng Xa/Hoàng Sa" (TG100), v.v... Thật ra viết **đúng** chánh tả là: "**giày** xéo", "**dòng** sông", "**sá** gì", Hoàng **Sa**". Rất nhiều Lỗi chánh tả như: "Ô Thướt" (TG#26), "nổi

buồn", "chổ dấu", "cỏi hư không" (TG#36), "mãnh đời" (TG#48), "vô vàng", "tắt liệm" (TG#55), "mõi cánh" (TG#58), "nổ lực" (TG#61), "cây cầu bắt qua" (TG#63)... Viết **đúng** chánh tả là: "Ô **Thước**", "**nỗi** buồn", "**chỗ giấu**", "**cõi** hư không", "**mảnh** đời", "vô **vàn**", "tắt **lịm**", "**mỏi** cánh", "**nỗ** lực", "cây cầu **bắc** qua", v.v...

5. **Tránh Lạc vận.** Thông thường đối với những thể thơ có vần như **yêu vận** (vần lưng), **cước vận** (vần chân/vần cuối) phải tuân theo cách gieo vần như: **vần chánh** (vần có âm hoàn toàn giống nhau) hoặc **vần thông** (vần có âm na ná giống nhau) và tuyệt đối **tránh lạc vận** (lạc: rụng), tức vần không hoàn toàn hiệp nhau. Đa phần các TG sử dụng vần chánh (các TG#3; 19; 22; 24; 26; 63; 73; 93; 94...), một số TG gieo vần thông, rất ít TG lạc vận (các TG#27; 35; 36; 44; 68).

Về phía Ban Tổ chức, thay vì chỉ *mặc áo thụng vái nhau,* người viết cũng muốn lượm lặt những lời "bàn ra tán vào" để đóng góp một vài ý kiến nho nhỏ hầu rút tỉa kinh nghiệm. Nhưng theo lẽ thường, hễ "trung ngôn" dễ bị "nghịch nhĩ", chúng tôi thành thật xin lỗi trước về những "Lời thật" vô tình làm "Mất lòng"!

1.- Việc công bố Bảng điểm chấm thi trên FB của **tất cả** Giám Khảo chưa đầy đủ 100%.

2.- Để kết quả Cuộc thi hoàn toàn vô tư, khách quan, tránh gây xôn xao dư luận, thiết tưởng việc chấm thi phải đi từ vòng "Sơ khảo", sau đó mới đi đến "Chung khảo". Ở vòng "Chung khảo" nầy, các Giám khảo sẽ bỏ phiếu "**kín**" để chọn thí sinh trúng giải.

Tóm, với thành phần BGK *có tầm có tâm*, với sự hưởng ứng nồng nhiệt của 104 TG gởi bài dự thi, ***mặc dầu còn một số hạn chế nhứt định (khách quan, chủ quan) có khi gây "dư luận xôn xao" như phần đông các cuộc thi khác, chúng tôi tin rằng GIẢI THƠ VĂN HỌC MỚI 2024 sẽ thành công tốt đẹp.***

Nguyễn Kiến Thiết – Montréal, Canada ngày Quốc Khánh Québec (24.VI.2024)

Chú thích:

(1) Thật ra ở trong nước, Tạp chí NHÀ VĂN & TÁC PHẨM (Tổng Biên tập Nguyễn Trí Huân) đã tổ chức thành công **Cuộc Thi Thơ** 2017-2018.

(2) Giờ chót các GK Nguyễn Văn Sâm và Nguyễn Vy Khanh đều xin rút tên (người thì vì lý do sức khỏe, người vì lý do riêng).

(3) TG#10 đã gởi 10 bài thơ dự thi gồm thơ lục bát, thơ thất ngôn, thơ mới... Nhưng không hiểu vì sao cuối cùng "nhà thơ" lại xin rút tên. Chúng tôi tôn trọng quyết định ấy. Thơ anh hay và có hồn, giàu tính nhân văn, vần điệu chỉn chu. Đặc biệt thơ mới bảy chữ có hơi hướm "Hoa trắng thôi cài trên áo tím" của Kiên Giang rất được đánh giá cao. Thật đáng tiếc.

(4) Để bạn đọc tiện tham khảo, xin dẫn bài thơ bát cú "**Dụng Mèo**" của TG#26:

Lắm chó can chi phải dụng mèo
So tài đọ sức khó mà theo
Rừng sâu núi thẳm chưa lần đến
Bếp rộng kho đầy mặc sức leo
Lúc đói đi rình quanh xó chạn
Hồi no nhảy tót ngủ đuôi kèo
Thì ra được cái rành ăn vụng
Thịt cá giàn cao mấy cũng trèo.

HOA PHONG LAN

Bạn có biết loài hoa vương giả
Được đặt tên là Hoa Phong Lan
Hoa được kết tinh từ rừng núi
Nắng táp mưa sa vẫn chẳng màng!
Màu trắng trinh nguyên phô nhị thắm
Kiêu sa rực rỡ nét đài trang
Hoa của tình yêu- hoa thuần khiết
Tô điểm cho đời vẻ đẹp sang!

Trúc Lan - Ảnh Lê Quang Xuân
*Montréal Mùa Thu 2020

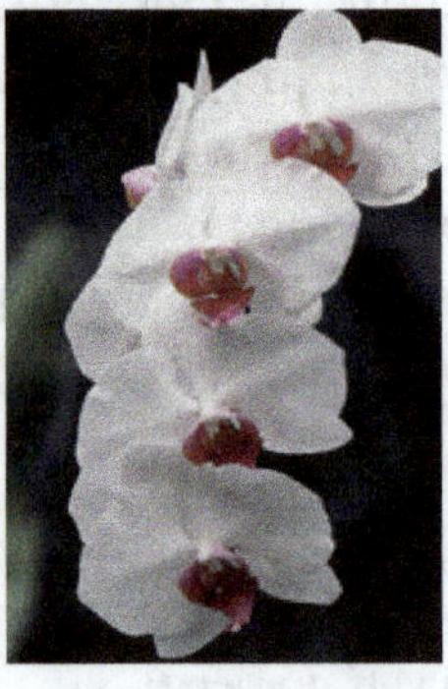

ĐỌC "VĂN XUÔI TỰ SỰ QUỐC NGỮ NAM BỘ CUỐI THẾ KỈ XIX ĐẦU THẾ KỈ XX – NHỮNG GÓC NHÌN"

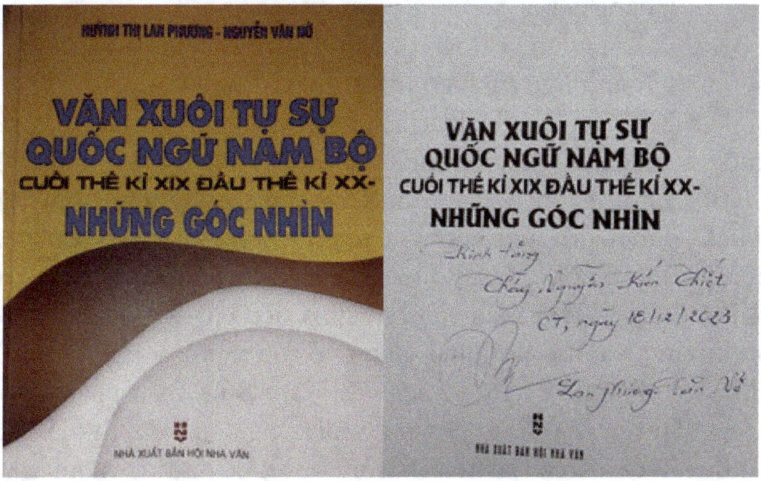

*Hình trái: *Bìa 1 sách "Văn Xuôi Tự Sự Quốc Ngữ..."*
**Hình phải: Thủ bút của tác giả "Kính tặng Thầy Nguyễn Kiến Thiết" (CT, ngày 18/12/2023).*

"*VĂN XUÔI TỰ SỰ QUỐC NGỮ NAM BỘ CUỐI THẾ KỈ XIX ĐẦU THẾ KỈ XX – NHỮNG GÓC NHÌN*" (gọi tắt là *Văn Xuôi Tự Sự Quốc Ngữ*) do nhà xuất bản Hội Nhà Văn ấn hành. Sách dày 462 trang, không kể các trang bìa. Độc giả có thể nhận biết sách được in năm 2023, ghi ở trang cuối. Căn cứ vào bìa 4, đồng tác giả theo thứ tự là: HUỲNH THỊ LAN PHƯƠNG - Thạc sĩ văn học Việt Nam (1999), Giảng viên chính (2004) và NGUYỄN VĂN NỞ - Tiến sĩ Ngữ văn (2008), Phó Giáo sư Ngôn ngữ học (2011), Giảng viên Cao cấp (2015). Chúng tôi gọi Nhóm Huỳnh Thị Lan Phương hoặc Nhóm tác giả để thay thế nhị vị tác giả. Đây là cuốn sách thứ 5 được ấn hành của Nhóm tác giả.

Tập sách *Văn Xuôi Tự Sự Quốc Ngữ* gồm 22 đề mục (trừ Lời Nói Đầu), mỗi đề mục là một *mảnh vụn văn học* được Nhóm tác giả khéo lồng ghép một cách có dụng ý, xoay quanh trọng tâm của chủ đề. Đó là:

1.- Đặc điểm văn xuôi tự sự
2.- Vai trò của chữ Quốc ngữ
3.- Tính giao thời – nét đặc trưng của văn học

4.- Vấn đề xác định thể loại ***Truyện Thầy Lazarô Phiền***

5.- Nghĩ về những điểm mới trong ***Người bán ngọc*** của Lê Hoằng Mưu

6.- Cảm nhận về đoản thiên tiểu thuyết của Sơn Vương

7.- Thành ngữ cải biến trong tác phẩm Sơn Vương

8-22.- Các tác giả dành 15 đề mục (8-22) từ trang 171 đến trang 462 để khai thác về nhiều đề tài trong ***tiểu thuyết Hồ Biểu Chánh*** như: Ngôn ngữ - Người kể chuyện – Điểm nhìn trần thuật – Phản ánh hiện thực – Cảm hứng thế sự - Đời sống văn hóa ở nông thôn – Nam Bộ trong buổi đầu giao lưu văn hóa với phương Tây – Tìm hiểu văn hóa giao tiếp của người Nam Bộ - Sự kế thừa và đổi mới quan niệm về con người – Cái nhìn của Hồ Biểu Chánh về người nông dân Nam Bộ - Thân phận người nông dân Nam Bộ - Tính cách người nông dân Nam Bộ - Ý thức nữ quyền qua kiến tạo nhân vật nữ - Vấn đề du học và nhân vật người thanh niên du học - Chị Đào, chị Lý – Một tiểu thuyết ra đời ở giai đoạn sáng tác cuối của Hồ Biểu Chánh.

***Nhận định**

Đây là quyển sách thôi thúc độc giả *phải đọc*, và *đọc kỹ* để đi đến một vài nhận định khách quan.

Ngay Lời Nói Đầu, các tác giả khẳng định: "*Văn học Quốc ngữ Nam Bộ, đặc biệt là văn xuôi tự sự là bộ phận đi **tiên phong** trong quá trình hiện đại hóa văn học Việt Nam*" (...) "*Những con số tổng kết lượng tác phẩm đã xuất bản; những thể tài mà văn xuôi tự sự Quốc ngữ Nam Bộ đã "dàn trận"; những tên tuổi nhà văn với đủ các thế hệ, nhiều thành phần, có cả nữ giới... chứng minh cho sự hùng hậu về lực lượng sáng tác, cũng như những đóng góp của họ về mặt nội dung và nghệ thuật*" (tr.7). Tập sách nầy gồm những bài viết của đồng tác giả "*đã được đăng trên các tạp chí chuyên ngành, trong các kỉ yếu hội thảo khoa học trong khoảng hơn 15 năm qua. Đó có thể nói là kết quả từ quá trình giảng dạy , nghiên cứu, đặc biệt là với lòng yêu quý văn chương Nam Bộ*"... Nhóm tác giả đã giới hạn "những góc nhìn" của mình qua việc "*chỉ tìm hiểu, khảo sát và tập trung khai thác một số giá trị tiêu biểu từ sáng tác của các nhà văn nổi bật, trong giai đoạn này như: Nguyễn Trọng Quản, Sơn Vương, Lê Hoằng Mưu, đặc biệt là Hồ Biểu Chánh –*

cây bút sáng giá nhất của văn xuôi tự sự đầu thế kỉ XX" (tr.8).

Về *Đặc điểm văn xuôi tự sự*, Nhóm tác giả muốn "*khẳng định vị thế của văn học Nam Bộ*" (...), bởi lẽ "*vẫn còn đó cách nhìn thiếu khách quan, những đánh giá chưa công bằng, hợp lí về văn xuôi tự sự Quốc ngữ Nam Bộ*" (tr.9). Về "Vai trò của chữ Quốc ngữ", tập sách khẳng định "*chữ Quốc ngữ... có vai trò tích cực trong hoạt động phiên âm, dịch thuật*" (tr.54) và đóng "*vai trò sáng tạo mới trong buổi bình minh của văn xuôi tự sự hiện đại ở Nam Bộ*" (tr.54). Cũng như một số nhà nghiên cứu khác, các tác giả đã đề cao "*Người đầu tiên, có công lao lớn trong việc truyền bá chữ Quốc ngữ là Trương Vĩnh Kí* [**Ký**] (...). *Bên cạnh ông còn có Huỳnh* [**Huình**] *Tịnh Của*" (tr.48) và đi đến kết luận: "*Chữ Quốc ngữ được hình thành từ công lao các giáo sĩ phương Tây. Nhưng nó chứa đựng cái hồn của nước Việt*" (tr.63). Từ đó "*phổ biến hiện tượng tồn tại song song cái cũ và cái mới trên nhiều yếu tố*" (tr.73) – tính giao thời. Bàn về vai trò *bản lề* của văn học, các tác giả bày tỏ mối ưu tư: "*Làm sao để hội nhập mà không mất gốc, đổi mới mà không bạc tình với quá khứ?*" (83).

Nơi đề mục 4, sau khi thừa nhận "*Truyện thầy Lazarô Phiền là một sáng tác văn xuôi tự sự Quốc ngữ ra đời sớm nhất Việt Nam*" (tr.85), Nhóm tác giả dành 25 trang (85-109) để bàn về Vấn Đề Xác Định Thể Loại "Truyện Thầy Lazarô Phiền". Theo đồng tác giả, "*Truyện thầy Lazarô Phiền là một tác phẩm mang đặc điểm khá phức tạp*" (tr.106) .... "*chứa đựng trong nó bao nhiêu điều mới mẻ, từ nội dung đến hình thức nghệ thuật*" (tr.108). Không thể xếp tác phẩm vào *truyện ngắn, truyện dài, tiểu thuyết* hoặc *tiểu thuyết hiện đại* – mặc dầu Nguyễn Trọng Quản gọi là ***truyện*** - mà nên "*dành cho tác phẩm của ông một cách gọi phù hợp:* ***truyện vừa***" (tr.109). Và cũng chính với tác phẩm nầy của nhà văn tiền phong Nguyễn Trọng Quản đã "*ảnh hưởng tích cực đến các nhà tiểu thuyết Nam Bộ, tiêu biểu nhất là Hồ Biểu Chánh*" (tr.108).

Phần cốt lõi của quyển sách là bàn về ***tiểu thuyết Hồ Biểu Chánh.*** Với 15 đề mục (8-22) chiếm hai phần ba tập sách, Nhóm tác giả dành trọn 292 trang sách (từ trang 171 đến trang 462) để khai thác rất nhiều đề tài trong *tiểu thuyết Hồ Biểu Chánh*, như đã dẫn. Điều nầy khiến độc giả nghĩ đến một cuốn sách *biên khảo luận đề*, một *Luận án tốt nghiệp* sau Đại học về Hồ Biểu Chánh. Huỳnh Thị Lan Phương và Nguyễn Văn Nở chắc hẳn là người *mê* tiểu thuyết Hồ Biểu Chánh số một nên mới có hứng khởi và dành rất nhiều thời gian, công sức để hoàn thành tác phẩm nầy. Chúng tôi muốn biểu đồng tình với nhị vị tác giả bởi cái *ghiền* tiểu thuyết Hồ Biểu Chánh – cũng như *mê* Truyện Tàu [(1)]. Nói theo một nhà văn Mỹ, William Faulner: "*Viết lách bao gồm 99% là mồ hôi, và 1% là cảm hứng*", người viết có thể nói nguồn cảm hứng của các tác giả *Văn Xuôi Tự Sự Quốc Ngữ* chiếm tới **5%.** Thật bất ngờ khi được biết Huỳnh Thị Lan Phương với đề tài Luận văn tốt nghiệp Thạc sĩ "*Đặc trưng văn học Việt Nam giai đoạn 1900-1930*"; còn Nguyễn Văn Nở với Luận án Tiến sĩ "*Biểu trưng trong tục ngữ Việt Nam*", lại có "duyên nợ" với Hồ Biểu Chánh bởi nguyên quán Gò Công. Chính cái nôi Gò Công, "*một vùng quê nghèo khó, với nước mặn đồng chua, lắm gò, ít được thiên nhiên ưu đãi*" đã "*khơi gợi cho Hồ Biểu Chánh một nguồn cảm hứng bất tận*" (tr.339).

Chúng tôi muốn lan man ghi vội những *cảm xúc* về các đề mục mình *tâm đắc*.

Trước hết *ngôn ngữ, khẩu ngữ* "*Hồ Biểu Chánh đã làm nên một phong cách ngôn ngữ trong tiểu thuyết của mình*" (tr.172). Chẳng hạn hiện tượng rút ngắn độ mở của nguyên âm: *nghĩa nhơn/ nghĩa nhân; huê viên/ hoa viên; phước/ phúc; bịnh/ bệnh; hun/ hôn; chơn/ chân;* ***huờn*** (không phải hườn)/ *hoàn; nưng/ nâng*...(tr.173). Thí dụ: - "*Cậu mợ làm* ***phước*** *cho ít đồng xu mua cơm ăn*" (***Khóc thầm,*** tr.67).

Những biến thể phát âm về phụ âm đầu như: *mắc/ đắc; hửi/ ngửi; nhỏ mức/ nhỏ rức; nhắm nhía/ ngắm nghía; day/ quay*... Thí dụ:

- "*Tối ngày* ***hửi*** *mùi hôi dưới đường mương hoài*" (***Chút phận linh đinh***, tr.06).

Nhiều từ ngữ quen thuộc phổ biến ở vùng đất Nam Bộ "ngồn ngộn chất sống và giàu màu sắc địa phương" như: *nín khe, buồn hiu, lạ hoắc, xí được, khoái chí, mừng quýnh, cứng cát, riu ríu, lục đục, đi riết, không dè, om sòm, lật đật, coi bộ, lung lắm*... Thí dụ:

- "*Mợ dằn lòng nhịn thua mà* ***coi bộ*** *tức giận* ***lung*** *lắm*" (***Con nhà nghèo,*** tr.155).

Nhiều từ địa phương phải dựa vào *văn cảnh* mới hiểu. Chẳng hạn: *đụng*: nam nữ lấy nhau; *để vợ, để chồng:* ly dị; *dòm, coi:* xem; *trọng*: khá lớn; *dè*: ngờ; *riết:* nhanh; *xăng xớm*: (đi) mau; *trằn*: giữ, níu lại...

Từ láy được vận dụng nhiều, như: *láo liên, lựng khựng, lằng nhằng, tả tơi, lơn tơn, lăng xăng, nhùng nhục, xẻn lẻn, chơm bơm, xẩn bẩn...* Thí dụ:

- "*Anh ta mặc một cái áo đen màu* ***nhùng nhục****, một cái quần vắn lai đứt* ***tả tơi***" (***Cha con nghĩa nặng***, tr05).

Bàn về "*Nam Bộ trong buổi đầu giao lưu văn hóa với phương Tây*", tác giả cho rằng: Nam Bộ là vùng đất mới, là xứ thuộc địa, là nơi tiếp xúc với văn hóa phương Tây buổi đầu với nhiều "biểu hiện tiêu cực". Con người dễ dàng bị sa ngã, hư hỏng do sự "xui khiến" của "thị dục" thấp hèn. Liệt kê những "biểu hiện tiêu cực" (cụ thể ở Sài Gòn), như: "*ca quán, vũ trường, tửu điếm mọc lên san sát, phô trương vẻ lộng lẫy, hào nhoáng, lúc nào cũng sẵn sàng mời gọi, tiếp rước khách phong lưu...*" (tr.285) bằng dẫn chứng: "*Trong Chợ Lớn còn nhiều chỗ kêu là "nhà xét" bày lập ra để người có tiền đến đó ăn chơi, muốn hút á phiện sẵn có mâm đèn, muốn ăn uống thì đủ thứ cao lương, muốn thưởng hoa nguyệt thì sẵn có gái xinh, muốn đánh bạc thì cũng sẵn có tay chơi*" (***Một đời tài sắc,*** tr.74).

Nơi tiếp xúc với văn hóa phương Tây buổi đầu dẫn đến nhiều hệ quả. *Vấn đề du học phương Tây* để bao thanh niên có cơ hội đến với chân trời mới nhằm học hỏi, tích lũy kiến thức của xã hội văn minh hiện đại ngõ hầu "mang tri thức về để thật sự phục vụ cho việc cải cách đất nước". Nhưng "cũng không phải ai học cao, biết rộng cũng là sống tốt". Chẳng hạn như: "*Vĩnh Thái trong* ***Khóc thầm*** *học giỏi, biết nhiều mà cũng lắm toan tính để có cách chiếm đoạt, bóc lột tá điền thật tinh vi*" (dẫn tr.287).

Ngôn ngữ Pháp đã làm thay đổi văn hóa giao tiếp của người Việt. Đó là một thứ "văn hoá nói bằng ngôn ngữ pha trộn" Tây-Việt, lai căng. Thuần trong ***Đoạn tình*** đã nói: "*Ma-phăm có nghén không đi đám cưới được, còn moa thì công việc đa đoan mệt* *quá...*" (tr.18).

Lối sống tự do theo phương Tây gây nên "mâu thuẫn giữa khát vọng tình yêu tự do của tuổi trẻ và lễ giáo phong kiến khắt khe, cực đoan". Ngoài nam giới, "*phụ nữ cũng được đi du học (...) Phụ nữ có học thức càng được tôn vinh*". Chẳng hạn cô Xuân Hương thi đậu bằng "Brevel Supe-rieur"(?), lập tức được "*các nhựt báo đều khen ngợi lại đăng chơn dung của cô lên mặt báo cho công chúng biết*" (***Một đời tài sắc***, tr.30).

Ngoài ra, trong tiểu thuyết Hồ Biểu Chánh, "*công việc làm báo có phần tự do*" (nếu không muốn nói báo chí ra đời sớm nhứt ở Nam Kỳ - NKT), "dân Nam Bộ có thói quen đọc báo", từ người lớn tới trẻ con. Nhằm "*kích hoạt thương nghiệp, thực dân Pháp thực hiện nhiều chủ trương phát triển thành thị*". *Vấn đề trang phục* được Hồ Biểu Chánh miêu tả tỉ mỉ. Cô Bạch Yến "*bận một đồ lụa mỏng màu trứng gà, trao dồi thiệt khéo, trang điểm thiệt đẹp*" (***Từ hôn***, tr.80). *Thực phẩm* thời hội nhập trở nên đa dạng, tiện dụng: Rambon, xúc xích, patê... Nhưng loại thực phẩm từng làm nên đặc thù văn hóa ẩm thực *miệt vườn*: đó là "mắm". Chẳng hạn anh Trần Văn Sửu "*phành gói cơm ra mà ăn. Một tay cầm con **mắm** sặc, một tay bốc cơm nguội, trên đầu trời nắng, dưới chơn lấm bùn mà anh ta ăn cơm coi bộ ngon lắm*" (***Cha con nghĩa nặng***), vân vân...

***Góp ý:**

Việc mong muốn đón nhận sự "góp ý" của độc giả không thấy nhắc tới trong tập sách – điều mà đại đa số tác gia khác vẫn thường làm. Chẳng hạn, tôi có viết: "*Chúng tôi thành khẩn đón nhận những sự chỉ bảo...*" [(2)]. Nguyễn Vy Khanh cũng viết: "*Chúng tôi mong tiếp tục được quí độc giả chỉ giáo những sai lầm và thiếu sót...*" [(3)]. Nguyễn Văn Sâm đã tự biện minh cho sự "bắt giò" Hồ Văn Trung / Hồ Biểu Chánh qua việc chú giải cuốn *U Tình Lục*: "***Bắt giò** không vì ghét, vì phách lối, tự cao tự đại, mà để cùng nhau hiểu hơn những ngõ ngách của lâu đài văn hóa kỳ bí của dân tộc*" [(4)]

Văn Xuôi Tự Sự Quốc Ngữ đã "gãi đúng chỗ ngứa" của người viết, nên thay vì chỉ "mặc áo thụng vái nhau", chúng tôi xin có đôi lời **góp ý** thật thà, thẳng thắn với nhị vị tác giả. Đành rằng hễ "trung ngôn" thường gây "nghịch nhĩ", nhưng đây là việc *phải* làm nên chúng tôi thành thật xin lỗi trước.

1.- Về tên gọi "**Nam Bộ**". Trước năm 1975, hầu hết tác giả trong Nam đều mặc nhiên gọi "miền Nam", ngầm hiểu là "Nam Kỳ Lục tỉnh" hoặc "Lục tỉnh" hay "Nam Kỳ". Lục tỉnh Nam Kỳ được phân chia dưới thời nhà Nguyễn, dựa vào một câu cổ ngữ: "*Khoái mã gia biên vĩnh định giang hà*" (phóng ngựa ra roi giữ yên non nước). Để tránh trùng lặp, mời bạn đọc tham khảo tên gọi **"Nam Bộ"** "trong bài vài nét về Hò miền Nam" trong tập sách này.

Các tác phẩm của Lê Thị Minh: *Hò Miền Nam* (Phạm Văn Tươi – 1958), của Sơn Nam như: *Nói Về Miền Nam* (Lá Bối – 1967), *Lịch Sử Khẩn Hoang Miền Nam* (Đông Phố -1973), của Nguyễn Văn Hầu qua loạt bài *Hò Miền Nam* (*Bách Khoa* các số 135 và 136, năm 1962), v.v... đã sử dụng tiếng "Miền Nam" được ngầm hiểu là "Nam Kỳ" hay "Nam Kỳ Lục Tỉnh" theo ý nghĩa đã dẫn giải trên. Chúng tôi đã xác định: "*Tiếng "Miền Nam" chúng tôi dùng trong tiểu luận nầy được hiểu là vùng địa bàn từ Biên Hòa tới Hà Tiên, tức Nam Kỳ Lục tỉnh*" (5).

Nhóm Huỳnh Thị Lan Phương đã thận trọng khi viết: "*Nam Bộ được hiểu là Nam kì trước đó*" (tr.271). Phải đọc kỹ mấy trăm trang sách mới thấy chi tiết nầy. Thiết nghĩ câu nầy nên được đưa vào Lời Nói Đầu để người đọc dễ nhận biết.

2.- **Về cách gọi "điền chủ" hay "địa chủ".**

Huình-Tịnh Paulus Của trong *Đại Nam Quấc Âm Tự Vị* đã cắt nghĩa: Địa: đất (tr.293) [không có Địa chủ]; Điền: ruộng; Chủ điền: chủ ruộng (tr.296) [không có Điền chủ].Theo *Hán Việt Từ Điển Giản Yếu* của Đào Duy Anh, ý nghĩa hai từ nầy có chút khác nhau:

.Địa chủ (地 主): người chủ có đất (tr.184);

.Điền chủ (田 主): người chủ có đất ruộng (tr.188). Trong tiếng Pháp hai từ này đều gọi chung "propriétaire foncier".

Điền chủ là những chủ ruộng lúa để phân biệt với những loại chủ khác. *Điền chủ / Chủ điền* cũng được dùng khá phổ biến trong các tài liệu thành văn thời Pháp thuộc ở Nam Kỳ cũng như trong hầu hết tiểu thuyết của Hồ Biểu Chánh. Nhưng đồng tác giả lại gọi *địa chủ* (tr.263, 446...) thay vì *điền chủ / chủ điền.*

3.- Nhóm tác giả không nói rõ "***Cuối Thế Kỉ XIX Đầu Thế Kỉ XX***", cụ thể là từ năm nào tới năm nào. Có nên giới hạn ở giai đoạn 1887-1930 (từ tác phẩm đầu tiên *Truyện Thầy Lazarô Phiền*) hay giai đoạn 1900-1930 (giai đoạn Nhóm tác giả tập trung khai thác tiểu thuyết Hồ Biểu Chánh)?

Như chúng ta đều biết, Hồ Biểu Chánh với sự nghiệp văn chương đồ sộ, trong đó có tới 64 tiểu thuyết đã xuất bản (cuốn đầu tiên: "***Ai làm được***" – 1912; cuốn cuối cùng: "***Chị Đào, chị Lý***" – 1957). Nhóm tác giả cho biết: "*Có thể khẳng định, ở 30 năm đầu thế kỉ XX* [tức1900-1930 – NKT], *Hồ Biểu Chánh là người đi tiên phong trong việc hiện đại hóa tiểu thuyết Việt Nam, theo con đường chủ nghĩa hiện thực*" (tr.270). Thật ra giai đoạn 1900-1930 chỉ có **17** cuốn tiểu thuyết của Hồ Biểu Chánh đã xuất bản (1 phần 3), trong khi tập sách tham khảo nhiều cuốn trong tổng số **47** tiểu thuyết còn lại (2 phần 3) thuộc giai đoạn sau (1931-1957). Như vậy có nên đổi tựa sách thành: "***Cuối Thế Kỉ XIX* Tiền Bán *Thế Kỉ XX***"?

4.- **Về việc trích dẫn**: Theo lẽ thường khi trích dẫn *phải* tôn trọng nguyên tác. Nghĩa là tên tác giả, tác phẩm, câu văn trích dẫn phải ghi *đúng* nguyên văn (kể cả gạch nối, chữ nghiêng và các chữ có thể hiểu sai chánh tả) – đặc biệt đối với tác phẩm biên khảo, phê bình văn học. Không nên tùy tiện *sửa* bất cứ chữ nào của nguyên tác. Bởi lẽ "*sách báo sau sao chép lại sách báo trước và bằng cách nào đó đã từng bước gia tăng những chỗ sai lệch nhiều đến mức rối như tơ vò*" (6). Tôi lấy một thí dụ. Câu thơ đầu tiên trong bài *Qua Đèo Ngang* của Bà Huyện Thanh Quan là: "*Bước tới đèo Ngang bóng **đã** tà*" (7). Sách giáo khoa đã tùy tiện đổi chữ "đã" thành chữ "**xế**". Từ đó học trò cứ học "xế", thầy cứ tà tà dạy "xế", sách báo về sau cứ vô tư trích dẫn "xế" từ năm nầy sang tháng khác. Chúng tôi tôn trọng nguyên tác nên đã trích nguyên văn "Cuối Thế ***Kỉ*** XIX Đầu Thế ***Kỉ*** XX", mặc dầu luôn viết "Thế ***Kỷ***" (Y dài).

Đồng tác giả *Văn Xuôi Tự Sự Quốc Ngữ Nam Bộ* đã tôn trọng nguyên tắc nầy. Tuy nhiên, một viên ngọc quý giá vẫn có chút tì vết. Đó là những hạt bụi nhỏ li ti bám vào, nên vì cái tình *đồng điệu,* chúng tôi muốn làm cái việc đánh bóng cho viên ngọc được sáng rỡ.

- *Tên tác giả, tên các nhân vật* nên ghi đúng: Trương Minh ***Ký***/Trương Vĩnh ***Ký/Huình*** Tịnh Của (thay vì Trương Minh Kí/ Trương Vĩnh Kí/Huỳnh Tịnh Của – tr.15, 16, 49). *Pellerin* (thay vì Pelerin, thiếu chữ "*l*" – tr.289). Khi phiên âm Brevel Supe-rieur ở trang 293 (chúng tôi chưa đọc được nguyên tác của Hồ Biểu Chánh), thiết nghĩ nên chua thêm [Breve**t** Sup**é**rieur]. Tương tợ như vậy, A-mia-ranh-cuộc-bê (tr.42) nên chua thêm tiếng Pháp cho người đọc dễ hiểu, tức [**Amiral Courbet**]. Thật ra Amiral là đô đốc, tương đương đại tướng 5 sao; tên đầy đủ là Anatole-Amédée-Prosper-Courbet (1827-1885), một đô đốc Pháp, chỉ huy quân viễn chinh Pháp ở Đông Á.

- Tên *tác phẩm*: ***Nhơn*** *Tình Ấm Lạnh* (thay vì ***Nhân*** *Tình Ấm Lạnh* – tr.256); *Thông* ***Loại*** *Khoá Trình* (không phải *Thông* ***Thoại*** *Khóa Trình* – tr.13); *Nam* ***Kỳ*** *Địa Phận* (thay thế *Nam* ***Kì*** *Địa Phận* – tr.13).

- *Nguyên tác sai chánh tả,* thiết nghĩ nên chua chữ *đúng* trong dấu [ ] và in **chữ đậm**. Một vài thí dụ: ngàn năm văn dật [**vật**] (tr.246); đổi chát [**chác**] (tr.256, 277); mắm sặc [**sặt**] (tr.274); xiết cổ [**siết**] (tr.363), v.v... Về vấn đề nầy, chúng tôi đã từng góp ý với Nguyễn Văn Sâm trong cuốn *U Tình Lục.*

- *Ngôn ngữ pha trộn Tây-Việt lai căng* được phiên âm nên chua chữ Pháp, in **đậm** trong dấu [ ]: canô [**canot**] - xalông [**salon**] – quali [**valise**] – mù soa [**mouchoir**] – manda [**manda**t] – ram bon [**jambon**] - xúc xích [**saucisse**] - patê [**pâté**] (tr.267), v.v...

5.- **Về ngôn ngữ, khẩu ngữ** có chi tiết khá lý thú không thể bỏ qua; đó là *Kiêng húy / Kỵ húy*. *Đại Nam Quấc Âm Tự Vị* đã cắt nghĩa: *Húy*: giấu, cữ. *Phạm húy*: phạm nhằm chữ cấm; nói xách mé nhằm tên ai (tr.451). Kiêng húy là cách viết hay đọc trại một từ nào đó do bị kiêng kỵ trong ngôn ngữ văn tự xã hội thời phong kiến Việt Nam, bắt nguồn từ thời Trần Thái Tông. Dưới thời các vua Nguyễn, Húy kỵ đã được nâng lên thành *Quốc luật*, làm thay đổi một phần ngôn ngữ. Chúng tôi có viết: "*Người bình dân miền Nam còn sử dụng một số tiếng đọc trại đi vì kiêng húy* *các bậc vua, chúa, thánh, thần...*" (Nguyễn Kiến Thiết: sách đã dẫn, tr.76). Dương Quảng Hàm cũng ghi nhận điều đó như sau: "*Trong Nam thì tiếng **hoàng** đọc là **huỳnh** vì kiêng tên một chúa (Nguyễn Hoàng); tiếng **phúc** đọc là **phước** vì kiêng tên một chữ thuộc về chữ họ của bản triều (họ Nguyễn Phúc); tiếng **hoa** đọc là **huê** vì kiêng tên bà Hoàng quí phi về đời Thiệu Trị; tiếng **hồng** đọc là **hường** vì kiêng tên vua tự Đức (Hồng Nhậm). Cũng vì sự kiêng tên ấy mà có nhiều chữ nho ta đọc sai chính âm đi, như chữ **tông** đọc là **tôn**, chữ **thật** đọc là **thiệt** hoặc thực, chữ **thì** đọc là **thời**, v.v...*" (sách đã dẫn, tr.200). Hồ Biểu Chánh đã sử dụng một số ngôn ngữ húy kỵ trong hầu hết tác phẩm của mình.

Tóm, *Văn Xuôi Tự Sự Quốc Ngữ* là một tập sách có giá trị, được soạn thảo công phu với tinh thần nghiêm cẩn khoa học của các Giảng viên Đại học – những trí thức khoa bảng Huỳnh Thị Lan Phương và Nguyễn Văn Nở. Mặc dầu còn một số "*hạt sạn sót lại trong nồi cơm mới thơm lừng*" (tr.381), nhưng quyển sách nầy xứng đáng đặt trên kệ Tủ Sách Gia Đình của những ai yêu quý sách. Rất cám ơn nhị vị tác giả đã tặng sách và xin giới thiệu đến tất cả bạn đọc – đặc biệt những người chưa đọc đầy đủ tiểu thuyết Hồ Biểu Chánh.

Nguyễn Kiến Thiết - Montréal, IV.2025

Chú thích:

1. "*Nhờ một duyên may, tôi đã đọc được mấy bộ Truyện Tàu nổi tiếng và vài cuốn tiểu thuyết Hồ Biểu Chánh do ông Tám – em ông Nội tôi, mướn ở Sài Gòn đem về cho Ba tôi mượn đọc*" (Nguyễn Kiến Thiết: *Những Trang Văn Đời Tôi*, Văn Học Mới Hoa Kỳ xb. 2021, tr.129).

2. *Nguyễn Kiến Thiết: Tánh Cách Đặc Thù Của Ca Dao Miền Nam.* Đại học Văn Khoa Sài Gòn 1972, tr.282.

3. Nguyễn Vy Khanh: *Văn Học Quốc Ngữ Thời Đầu & Miền Nam Lục Tỉnh.* Nhân Ảnh Hoa Kỳ xb. 2021, tr.11.

4. Nguyễn Văn Sâm (giới thiệu và chú giải): *U Tình Lục.* Viện Việt Học CA xb. 2014, tr.15.

5. Nguyễn Kiến Thiết: sách đã dẫn, tr.8.

6. Bằng Giang: *Sương Mù Trên Tác Phẩm Trương Vĩnh Ký*, Văn Học xb. 1994, tr.12.

7. Dương Quảng Hàm: *Việt Nam Văn Học Sử Yếu*, Trung Tâm Học Liệu, Bộ Quốc Gia Giáo Dục Sài Gòn tái bản, 1968 – chúng tôi không có bản in lần đầu tại Hà Nội, 1943

ĐÔI LỜI MINH XÁC CÙNG NHÀ PHÊ BÌNH VĂN HỌC NGUYỄN VY KHANH

***Lời người viết:** *Theo lẽ thường, khi nhận định, phê bình một tác phẩm, ai nấy đều có xu hướng "khen hết lời" và "kiệm tiếng chê". Nghĩa là họ "mặc áo thụng vái nhau" vì đọc chưa kỹ hoặc sợ mất lòng nhau. Đôi khi sự thẳng thắn góp ý của người phê bình (theo yêu cầu của tác giả), dầu rằng với tinh thần xây dựng, khách quan vẫn bị phản tác dụng! Đối với tôi, nếu ai phát hiện được những sai sót trong tác phẩm của mình "với tinh thần xây dựng, khách quan", tôi sẽ vô cùng biết ơn và trân quý tấm lòng của họ. Đặc biệt đối với những góp ý "có lý có tình", những phản hồi tích cực "nói có sách mách có chứng", tôi sẽ thành tâm lắng nghe để học hỏi và sửa chữa. Nói khác đi sẽ "tâm phục khẩu phục" khi nhận ra chân lý.*

Người viết may mắn được hai đồng môn Văn Khoa Sài Gòn đã lần lượt nhận viết Lời giới thiệu sách của mình: một là nhà văn, nhà Nam Kỳ học Nguyễn Văn Sâm đã giới thiệu quyển *Những Trang Văn Đời Tôi;* hai là nhà phê bình văn học Nguyễn Vy Khanh qua tác phẩm *Những Mảnh Vụn Văn Học*. Trong bài nầy, chúng tôi muốn có **đôi lời minh xác cùng nhà phê bình Nguyễn Vy Khanh** qua việc giới thiệu tập sách *Những Mảnh Vụn Văn Học* do nhà Văn Học Mới Hoa Kỳ ấn hành tháng IX.2025.

Giới thiệu một tác phẩm là công việc đòi hỏi nhiều thời gian và công sức để *đọc* và *viết* – đặc biệt đối với một tác phẩm biên khảo văn học. Phải là người có kiến thức bao la, có căn bản học thuật, với luận điểm vững chắc – nhứt là có **tư duy phê phán** nhạy bén, công bằng. Từ đó, nhà phê bình sẽ phân tích ưu điểm và nhược điểm (nếu có) của tác phẩm với luận cứ chắc nịch để xác định *giá trị đúng mức* và gợi ý hoặc khuyến nghị cho độc giả về việc đọc cuốn sách nầy. Nguyễn Vy Khanh đã hội đủ những yếu tố dẫn trên của một nhà phê bình văn học có tầm cỡ mà tên tuổi của ông đã rực sáng trên văn đàn hải ngoại từ hơn ba thập niên nay. Trong quá khứ đã có nhà phê bình mặc áo thụng vái nhau *sát đất*; có người kết hợp khen/chê có chừng mực với tinh thần xây dựng; cũng có người vạch lá tìm sâu chỉ trích nặng nề vô căn cứ gây mất hòa khí, làm vẩn đục không khí văn hóa. Thật ra nhà phê bình có quyền và đôi khi phải lên tiếng mạnh mẽ, nêu bật cái đúng cái sai để bảo vệ luận điểm của mình. Người viết vì quá "trung ngôn" đôi khi đã góp ý thẳng thắn một số tác giả nên dễ gây hiểu lầm, ngộ nhận và "nghịch nhĩ".

Về trường hợp cuốn *Những Mảnh Vụn Văn Học*, trước hết nhà phê bình Nguyễn Vy Khanh đã nêu ra những *ưu điểm*: "*Chúng tôi đã đọc và nói chung hoan nghênh công sức biên luận của tác giả NKT. Với tư cách độc giả, tôi tin tuyển tập hữu ích và sẽ gây thích thú với một số đề tài cũng như tác giả, nhân vật được đề cập - trong số có đề tài vốn ít được quan tâm của độc giả và học giới*". Ông cũng không quên xác định *giá trị quyển sách* và gợi ý độc giả tìm đọc: "*Riêng nghiên cứu Những Mảnh Vụn Văn Học của Nguyễn Kiến Thiết mà độc giả đang có trong tay là một **công trình đáng trân quý** và nên được phổ biến ở hải-ngoại cũng như trong nước. Ước gì các học giả và những nhà nghiên cứu quan tâm lên tiếng*".

Tuy nhiên, một viên ngọc dầu quý giá đến đâu cũng không tránh khỏi tì vết; một tác phẩm giá trị vẫn còn một số hạn chế nhứt định. Do vậy, Nguyễn Vy Khanh đã góp ý về hai bài: "*Nguyễn Văn Sâm - Người đầu tiên giới thiệu và chú giải truyện thơ U Tình Lục*". *Bài sau,* "*Về Vụ án "Đạo văn" của LM Thanh Lãng và chuyện "In lậu sách*"... Chúng tôi muốn lên tiếng với nhà phê bình Nguyễn Vy Khanh về hai bài dẫn trên.

-Về bài 1, Nguyễn Vy Khanh viết: "*Ông* [Nguyễn Văn Sâm] *là người đầu tiên chú giải thì đúng, nhưng giới thiệu, phân tích nội dung và hình thức thì đã có những Nguyễn Khuê (Chân Dung Hồ Biểu Chánh, 1974) và Bùi Đức Tịnh (Những Bước Đầu của Báo Chí, Tiểu Thuyết và Thơ Mới, 2-1975),... đi trước từ nhiều thập niên*". Từ góp ý của Nguyễn Vy Khanh, tôi muốn bổ sung đoạn văn nầy như sau: "***Nguyễn Văn Sâm – người đầu tiên giới thiệu và chú giải truyện thơ U Tình Lục rất công phu, phân tích đầy đủ nội dung, hình thức và in thành sách hẳn hoi với tựa đề mới Kể Chuyện Tình Buồn/Hồ Biểu Chánh. Trong tập sách dầy 228 trang nầy, ông chép đầy đủ 1790 câu thơ "thượng lục hạ bát" cộng với 761 chú giải chứng tỏ sự cần cù mẫn cán và kiến thức uyên bác của nhà Nam Kỳ học".***

Tôi cũng muốn xác định, **trước** cả hai ông Nguyễn Khuê và Bùi Đức Tịnh, từ năm 1971 đã có Phạm Việt Tuyền giới thiệu cũng như phân tích nội dung, hình thức truyện thơ *U Tình Lục* rồi. Bài khảo cứu của Phạm Việt Tuyền dài 28 trang tựa đề "*Đọc truyện diễn ca U Tình Lục*" đăng trên *Nghiên Cứu Văn Học* số 2, tháng 4/1971 (tr.85-112). Nhưng phần "giới thiệu" của ba ông Phạm – Nguyễn – Bùi chỉ là một chương ngắn trong các tập sách hoặc một bài báo. Cả ba ông đều **chưa in thành một quyển sách vài trăm trang cũng như không chép đầy đủ 1790 câu thơ lục bát.**

-Về bài 2, tôi tán đồng nhận định của Nguyễn Vy Khanh: "*Vì chưa hề có phán quyết của Tòa cao hơn, thì bản án ngày 22-9-1972 của Tòa Sơ Thẩm Sài-Gòn theo thông lệ phải được xem là bản án chính*". Tưởng cần phải nói thêm "bản án ngày 22-9-1972", Tòa Sơ Thẩm Sài Gòn (Tòa dưới) đã xử hai ông "đạo văn" phải đền LM Thanh Lãng "*1 đồng bạc danh dự*". Nhưng hai ông "đạo chích" có chịu đền hay không, và có "chống án lên tòa trên" hay không, xin để "hạ hồi phân giải". Nghe nói về sau LM Thanh Lãng vô cùng chán nản, phần vì không đủ tiền trả luật sư nên đành bỏ cuộc! Nhìn chung, qua vụ án "đạo văn" nầy, các ông "đạo văn" Nguyễn Tấn Long – Phan Canh đã thắng lớn về *lợi* và *dan*h. Với hệ thống phát hành sách quy mô trên toàn quốc của nhà xuất bản Sống Mới, các ông "đạo chích" đã chia nhau một số tiền khá lớn bởi sách bán chạy như tôm tươi. Sách đạo văn của họ "*được bày ở thư viện Quốc Gia, tên* [của họ] *được ghi vào niên giám văn nghệ sĩ Việt Nam*" (1). Mặt khác các đấng văn hóa nầy còn được xếp vào hàng ngũ "nhà viết văn học sử", cùng một chiếu với LM Thanh Lãng trong một Luận án Tiến sĩ (2). Trường hợp nầy giống như bộ ***Từ Điển Nhân Vật Lịch Sử Việt Nam*** do một mình ông Nguyễn Bá Thế dày công biên soạn ròng rã suốt 20 năm được "nhà văn hóa" Nguyễn Q. Thắng - Giảng viên Đại học Cần Thơ, có công trong việc "chạy lo giấy phép, lo vốn in, v.v..." để xuất bản. Oái oăm thay đồng tác giả theo thứ tự là Nguyễn Q. Thắng - Nguyễn Bá Thế (Ông Thắng đứng trước ông Thế, có nghĩa ông Thắng là người biên soạn chánh?).

Tóm, chúng tôi xin dẫn nhận định của nhà phê bình Nguyễn Hưng Quốc để kết thúc bài viết: "*Có thể nói mục tiêu lớn nhất của phê bình không phải là bảo vệ cái trật tự hiện có. Một điều mà nhà phê bình cần làm hơn chính là tranh đấu cho một trật tự mới, cái trật tự vừa mới chớm, chưa được nhiều người thấy và chưa được ủng hộ. Làm công việc đó, nhà phê bình có thể ít nhiều gây ra sự bất an. Nhưng đó không phải là điều đáng lo lắng. Không có bất an thì sẽ không có sáng tạo"* (Nhiệm vụ của nhà phê bình).

"Một lời cũng đã tiếng rằng tương tri". Xin chân thành cám ơn và trân quý tấm lòng của nhà phê bình văn học Nguyễn Vy Khanh rất nhiều.

Nguyễn Kiến Thiết – Montréal, IX.2025

Chú thích:

(1)Thanh Lãng: *Phê bình Văn học thế hệ 1932*. Phong trào Văn Hóa Sài Gòn xuất bản, 1972 (Chương mở đầu: Tại sao xuất bản).

(2)Trần Thị Mỹ Hiền: *"Kiều Thanh Quế trong đời sống nghiên cứu, lý luận, phê bình văn học Việt Nam nửa đầu thế kỷ XX"*. Luận án Tiến sĩ Lý luận Văn học, Trường Đại học Khoa học Xã hội và Nhân văn, TP Hồ Chí Minh, 2023. Luận án nầy đã xếp Nguyễn Tấn Long – Phan Canh là "nhà viết văn học sử" với tác phẩm "đạo văn" : *Khuynh hướng thi ca tiền chiến* - Một biến cố văn học thế hệ 1932 - 1945.

MỪNG TÂN HÔN CÁC CON THIẾT TRÍ – ĐỨC HẠNH

Yêu nhau không phải nhìn nhau
*Mà nhìn cùng hướng – Tình sâu nghĩa dài**
Đạo Hiếu lớn nhứt trong đời
Con ơi ghi nhớ: Trọn đời yêu nhau
Dù cho bao nỗi bể dâu
Thuận chồng thuận vợ biển sâu chớ sờn
Trăm năm một sợi chỉ hồng
Yêu nhau cho tới răng long bạc đầu!

Trúc Lan - Sài Gòn 29.IX.2007

*Mượn ý câu nói của văn, thi sĩ người Pháp Antoine de Saint-Exupéry (1900-1944): "Aimer, ce n'est pas regarder l'un l'autre; mais, c'est regarder ensemble dans une même direction". Tạm dịch: Yêu nhau không phải nhìn nhau, mà nhìn chung về một hướng. Một hướng chỉ sự tâm đầu ý hợp, tri âm tri kỷ và cùng hướng tới tương lai cùng có nhau trong đời.

PHẦN II: PHỤ LỤC

*Lời tác giả: *Năm qua, người viết định trình làng cuốn sách "Những Mảnh Vụn Văn Học"(NMVVH), nhưng vì bao biến cố dồn dập xảy đến nên đành phải dời lại đến mùa Đông năm nay mới thực hiện. Đây là phần* **Phụ Lục** *được đưa vào nhằm làm phong phú quyển sách, giúp người đọc hiểu rõ hơn về nội dung tác phẩm. Phần Phụ Lục nầy chính là "những mảnh vụn văn học" gồm những nhận định của một số văn thi hữu sau khi đọc qua tác phẩm "Những Trang Văn Đời Tôi" (NTVĐT) do nhà Văn Học Mới, Hoa Kỳ ấn hành năm 2021. Nó còn là Lời cám ơn chân thành của tác giả gởi đến những người đồng điệu. Đặc biệt là những vần thơ do tác giả sáng tác và xướng-họa nhân các báo ra số chủ đề (Ngôn Ngữ, Văn Học Mới) cũng như Thư đi tin lại giữa tác giả và bằng hữu qua các trang mạng xã hội. Nếu nó vô tình làm vướng mắt một số bạn đọc là việc làm ngoài ý muốn của tác giả. Đáng lẽ Phần nầy được đưa vào quyển sách NTVĐT dự định tái bản (theo lời yêu cầu của một số bạn đọc), nhưng không thể thực hiện được vì nhiều nguyên nhân khách quan lẫn chủ quan.*

Người viết xin chân thành cám ơn tất cả các văn thi hữu đã chịu khó đọc bài và viết nhận xét, góp ý cũng như cho phép được trích đăng trong tập sách nầy. Đó là những **tấm lòng**, *những* **cái tình** *của tạp chí và nhà xuất bản Văn Học Mới, của tạp chí Ngôn Ngữ và của tất cả các bạn văn, bạn thơ - những người đồng điệu mà tôi hằng trân quý.*

Để bạn đọc tiện theo dõi, chúng tôi chia Phần Phụ Lục nầy làm hai tiêu đề: Trích Lược Một Vài Mảnh Vụn Văn Học; Thơ Sáng Tác & Xướng-Họa Tiêu Biểu.

I. TRÍCH LƯỢC MỘT VÀI MẢNH VỤN VĂN HỌC

(Gồm những nhận định, đánh giá về tập sách ***Những Trang Văn Đời Tôi***)

Trên tinh thần đó, chúng tôi xin góp nhặt/trích lược "một vài mảnh vụn văn học" nho nhỏ sau đây để hầu bạn đọc.

- Thi ca nhạc sĩ **Hà Nguyên Du,** Chủ biên kiêm Giám Đốc nhà xuất bản *Văn Học Mới* (*VHM*) đã đăng quảng cáo miễn phí thường xuyên, liên tục trên rất nhiều số *VHM* sách *Những Trang Văn Đời Tôi* của tôi với nhận xét ngắn gọn, súc tích: "*Quyển sách [NTVĐT] rất giá trị về Văn Học của một tác giả có bằng Cao Học về Văn chương*".

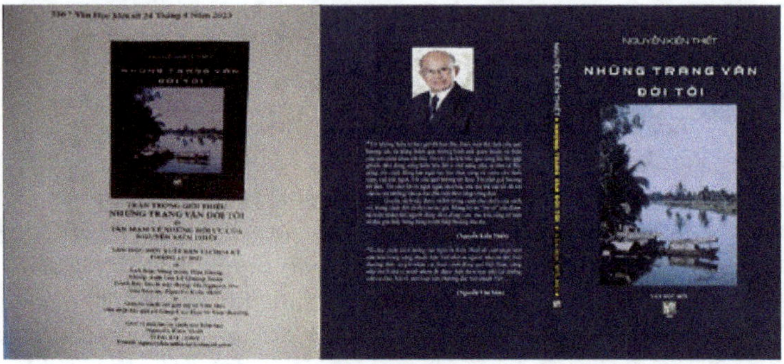

https://www.amazon.com/NHUNG-TRANG-VAN-DOI-TOI/dp/1794826610/

- Nhà văn, nhà Nam Kỳ học **Nguyễn Văn Sâm** đã viết Lời giới thiệu "Nợ Văn Chương" thật súc tích: "*Cuốn Những Trang Văn Đời Tôi là tập hợp những bài viết của Nguyễn Kiến Thiết về nhiều vấn đề, từ những kỷ niệm với người cha tài hoa từng là thầy giáo, một người soạn tuồng cải lương, một người diễn viên, tới hai người thầy để nhiều ấn tượng trong đời anh là nhà thơ Đông Hồ và LM Thanh Lãng. Với ai anh cũng nhắc bằng những lời tôn kính, biết ơn, thân thiết. Anh viết về những người bạn, những người sống chung quanh anh - mà người ngoài không thể nào biết được (...) Tôi, và chắc người đọc ở thành phố, thích đọc những chuyện như vậy như ngày xưa Sơn Nam được đón nhận nồng nhiệt cuốn Vọc Nước Giỡn Trăng (...) Anh nói về Thú Chơi Sách, Thú Mua Sách, về cuộc đời vươn lên từ một người ở tỉnh lẻ, việc học khó khăn, bắt đầu bằng những bước cố gắng tuyệt cùng để trở thành sinh viên Tiến Sĩ ban Việt Văn năm 1974, và con đường trở thành giảng viên ở Đại Học Văn Khoa và Sư Phạm Cần Thơ, một Đại Học có thể là một trong những cái nôi văn hóa của nước Việt Nam Cộng Hòa trước đại hồng thủy 1975 coi như đã được định.*

Nguyễn Kiến Thiết là người tình cảm, anh nhớ ơn những người đã gián tiếp, trực tiếp tạo nên con người anh như hiện tại, lòng chơn thành phát xuất ra bằng những lời từ tận đáy lòng (...) Ta đọc cuốn sách mỏng của Nguyễn Kiến Thiết để cảm nhận một tâm hồn trong sáng, thuần hậu, biết nhớ ơn người, nhớ ơn đời, biết thưởng thức và ghi nhận các hoạt cảnh đồng quê Việt Nam, cũng như thích thú vì mình nhơn đó được biết thêm hay nhớ lại những câu ca dao, bài vè, một loại văn chương đặc biệt thuần Việt".

- Nhà phê bình văn học **Nguyễn Vy Khanh** đã giới thiệu sách trong thời gian kỷ lục:*"Tập sách gồm 25 bài viết và hồi ức của Nguyễn Kiến Thiết về các sinh hoạt văn hoá và báo chí từ trước 1975 ở quê nhà cho đến gần đây ở Canada. Một số thơ của Trúc Lan - bút hiệu khác của tác giả, tô điểm thêm "những trang văn".*

- Nhiếp ảnh gia quốc tế **Lê Quang Xuân,** một nhiếp ảnh gia có tầm cỡ mà ảnh của anh đã được in trên các bìa sách và tạp chí Việt ngữ tại hải ngoại cũng như đã đoạt được nhiều huy chương và bằng khen cao quý trong các cuộc Triển lãm Ảnh Quốc tế. Chính anh đã tặng tôi một số sách và nhiều tấm ảnh nghệ thuật tuyệt đẹp (kể cả Ảnh triển lãm) và cho phép tôi sử dụng trong tập sách *NTVĐT.* Tôi đã đặt tựa đề và cảm tác bằng đủ thể loại thơ (ký Trúc Lan) sau khi xem ảnh. Chẳng hạn ảnh ở Bìa 1 tựa đề là "Sông Nước Hậu Giang", tôi đã cảm tác bài thơ in ở trang 29.

Đặc biệt cuốn Ảnh nghệ thuật *Việt Nam Quê Hương Tôi* do nhà Nắng Mới phát hành tại Montréal năm 1993. Có thể nói Tập ảnh nghệ thuật dày hơn 160 trang bìa cứng, chữ mạ vàng in trên giấy quý gồm 70 ảnh màu về quê hương là đề tài gợi hứng cho các văn thi hữu trong việc sáng tác, phẩm bình. Sự tán thưởng nầy chứng tỏ mối giao tình giữa nhiếp ảnh gia và các văn thi hữu thật đậm sâu tình cảm, tràn ngập quý thương. Bao nhiêu bài văn, bao nhiêu vần thơ là bấy nhiêu *cái tình* giữa những người yêu văn nghệ. Họ đến với nhau bằng tình yêu nghệ thuật, mỗi người biểu đạt mỗi vẻ theo từng cung bậc của sợi đàn tâm đồng điệu. Mặc dầu trải qua mấy độ phong sương, bìa sách đã cong queo, giấy đã lùi xùi, nhưng tôi vô cùng trân quý. Nhiếp ảnh gia thứ dữ nầy đã viết lời đề tặng tôi: *"Bản riêng tặng bạn hiền Nguyễn Kiến Thiết với những tình cảm rất chân thành và sự quý mến của Tác giả Lê Quang Xuân. 3/21"* rồi ký tên, đóng dấu triện son cẩn thận. Riêng hai tấm ảnh khổ lớn "Hoa Phong Lan" và "Hoa Hoàng Hậu" đã từng triển lãm, tôi lộng kiếng cẩn thận và treo ở hai nơi bắt mắt nhứt tại phòng khách. Để đáp tạ phần nào *món nợ tinh thần* nầy, ngoài việc sáng tác trên 10 bài thơ gồm đủ mọi thể loại, tôi đã ngẫu hứng đề thơ sau khi xem ảnh "Hoa Hoàng Hậu" ở trang 58 vẫn còn bỏ ngõ vì chưa có thơ của thi sĩ nào:

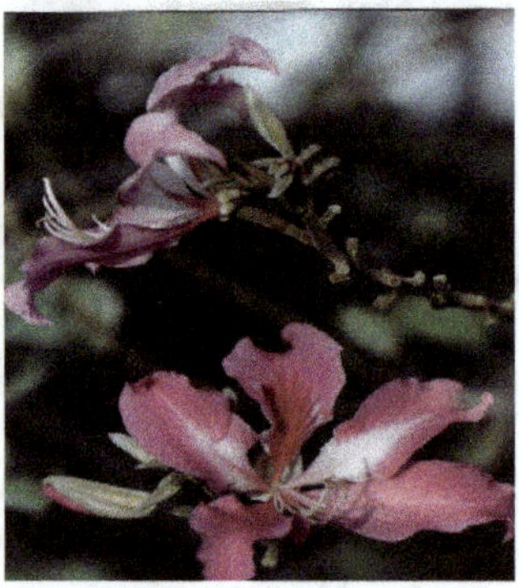

Hoa Hoàng Hậu
Nàng tên Hoa Hoàng Hậu
Thuần khiết và cao sang
Chính loài hoa vương giả
Lộng lẫy nét đài trang
Từng tràng hoa xòe cánh
Màu tím nhạt trinh trong
Phô nhị hoa tím thẫm
Tô điểm cuộc tình hồng.
Trúc Lan

- Nhà văn **Lê Quốc**, Phó chủ tịch Văn Bút Việt Nam Hải Ngoại, vùng Ontario-Québec đã ca ngợi: "*Cám ơn anh đã không quên vài hàng về Lê Quốc trong bảng xếp hạng văn nhân tài tử Mộng Lệ An. Bài viết của anh rất " académique", xứng đáng với tên tuổi cũng như khoa bảng của anh (...). Anh viết mạnh lắm. Bút lực mạnh, văn phong rạt rào, ý tưởng phong phú. Cụ Vương nhà chơi đồ cổ cũng nhà văn "đồ cổ" nổi tiếng mà chỉ viết được "Thú đọc sách" và "Thú chơi sách". Riêng anh thì "Thú đọc sách", anh viết cũng không thua gì cụ Vương, nhưng khác một chút là văn phong anh "thời đại" hơn, bao quát hơn, dàn trải trên nhiều lãnh vực hơn*".

- Nhà thơ **Luân Hoán** – Chủ biên tạp chí *Ngôn Ngữ, Vuông Chiếu* chủ đã nhận định: "*Vào trưa hôm qua, tôi nhận được tác phẩm này của anh Nguyễn Kiến Thiết. Thật vui nhận được quà cuối một năm đầy chất lượng văn chương (...) Tuy chưa đọc kỹ bài nào, nhưng đọc tên sách và một số tên bài, tôi nghĩ đây là những bài hồi ức giàu kỷ niệm của tác giả, cộng thêm những tạp ghi, những nhận định riêng của tác giả về một ít bạn văn của ông. Tôi gặp một số danh xưng quen biết như nhiếp ảnh gia Lê Quang Xuân, nhà văn Song Thao, nhà thơ Hoàng Xuân Sơn, nhà phê bình Nguyễn Vy Khanh, nhà văn Nguyễn Văm Sâm… được nhắc tới, điều này nói lên được thân quí ấm tình bạn văn của tác giả. Sách tôi được ông ký tặng ngày 25-12-2021 chắc cũng được nằm trong ưu ái này*".

- Nhà văn, Phiếm chủ **Song Thao** đã "phiếm": "*Những Trang Văn Đời Tôi là tập hợp nhiều bài viết của anh Nguyễn Kiến Thiết về rất nhiều đề tài, từ tự sự đến nghiên cứu. Đặc biệt hầu như hầu hết bài viết đều nhắm vào miền Nam. Từ những sinh hoạt của người dân miền Nam như ngày tết, cải lương, vọng cổ đến những danh tài của đất mới này như thi sĩ Đông Hồ, nhà văn Sơn Nam (...) Nếu độc giả muốn biết về nếp sinh hoạt của người miền Nam ắt sẽ tìm được nhiều điều mới lạ trong cuốn sách này. Một trong những điều mới lạ là món thịt chó (...) Anh Nguyễn Kiến Thiết là sinh viên Đại Học Văn Khoa Sài Gòn từ năm 1966 tới 1975 và là sinh viên ruột của Linh Mục Thanh Lãng. Linh Mục là người Bắc ròng nhưng lại vô cùng yêu thích văn chương miền Nam. Anh Nguyễn Kiến Thiết đã hoàn tất luận án cao học với đề tài "Tính* **[Tánh]** *Cách Đặc Thù của Ca Dao Miền Nam". Sau khi lấy được bằng Cao Học, anh đã tiếp tục học Tiến Sĩ. Chỉ có vận nước đứt đoạn vào năm 1975 mới có thể làm anh dừng bước*".

- Nhà văn **Hồ Đình Nghiêm** đã biểu cảm: "*Tác giả Nguyễn Kiến Thiết đích thân mang tặng đứa con vừa làm giấy khai sanh "Những Trang Văn Đời Tôi". Tôi cảm động, tôi vui (có sự tình bất ngờ nào không xúi mình đón nhận chút sóng xô?). Cả hai chúng tôi tuy cùng định cư trong một thành phố, nhưng đây là lần đầu tôi đứng kề anh (2 thước theo quy định). Tôi sẽ nhìn thấy dung mạo rõ nét của nhà văn sau khi đọc xong cuốn sách có bề dày 256 trang.*

Và khi đó tôi sẽ nhẩn nha ghi lại những cảm nhận. Lướt qua phần tiểu sử in ở trang 7 cũng đủ nói lên phần nào tài ba của tác giả.

Xin được cảm ơn nhà văn Nguyễn Kiến Thiết. Mừng vui vì anh đã vị tình "lặn lội đường dài" trong ngày giá lạnh để chia sẻ cùng tôi đốm lửa nhỏ mãi ấm, mãi thắp lung linh trong món quà văn chương...".

- Nhà văn **Võ Kỳ Điền** đã bày tỏ: "*Tôi vừa nhận được sách quí sáng nay. Mê quá, sẽ đọc thật kỹ những câu chuyện anh Kiến Thiết gởi gấm trên những trang sách. Rất thích bài tựa của Nguyễn Văn Sâm. Vui lắm khi biết được những công trình mà anh Kiến Thiết đảm nhận. Cám ơn nhiều và chúc thành đạt*".

- Nhà văn **Nguyễn Văn Lục** với đôi dòng cảm nghĩ: "*Cám ơn anh đã tặng sách NhữngTrang Văn Đời Tôi. Trình bày trang nhã và chăm chút từng lỗi chính tả thường dễ gặp phải.... Cái ấn tượng của tôi là anh bằng lòng về chính mình. Từ việc học hành cũng chật vật cho đến chỗ chót vót của bằng cấp. Bằng lòng về đám bạn bè, thăm hỏi từng người. Và nhất là bằng lòng về đời sống gia đình của anh, về vợ con*".

- Nhà biên khảo **Lạp Chúc Nguyễn Huy** đã nhận xét: "*Trong căn nhà Văn Học Thành Văn của văn hóa người Việt tỵ nạn mới nở một bông hoa mới là cuốn sách "Những Trang Văn Đời Tôi" của Nguyễn Kiến Thiết. Xin chúc mừng Hội Nhà Giáo và cảm phục sự hy sinh thời gian, tiền bạc của tác giả để phục vụ đời sống tinh thần của chính mình trước đã và sau đó là độc giả (...) Tôi đã đọc xong bài viết về Đông Hồ thì thật là tuyệt làm sáng tỏ nhiều thắc mắc của tôi. Cám ơn anh đã viết tặng cùng với một vết son trên sách*".

- Nhà báo **Đỗ Nghi**, cựu Chủ bút *Thời Báo* đã nhận định sắc sảo: "*Như đã hứa với anh là sẽ đọc thật kỹ "Những Trang Văn Đời Tôi" nên tôi đọc kỹ lắm, và kết quả là chỉ có được nhận xét sau đây:*

"Văn là người", thành ngữ được coi là một thứ cliché, vẫn có thể được áp dụng ở đây.

Anh viết quá kỹ. Kể chuyện mà như biên khảo. Anh viết quá hiền lành, kể cả những chỗ cần phải nổi nóng. Văn chương thể hiện tâm tính, chắc chắn anh phải là một người rất điềm đạm và đây cân nhắc.

Đọc hết cả quyển sách với thói quen của một correcteur (năm 17 tuổi, tôi khởi nghiệp bằng cái job này ở báo Tự Do của Thầy Phạm Việt Tuyền), chỉ thấy có ... ***hai*** *lỗi chính tả.*

Một ở trang 131: để đủ tiền ***nua*** *sách (dòng đầu) đúng ra là* ***mua****, và một ở trang 191: bỏ* ***bã*** *(dòng thứ hai từ dưới lên) đúng ra phải là "bỏ* ***bả****", dấu hỏi".*

-BS Trần Mộng Lâm, cựu Chủ bút báo *Quốc Gia* với những lời tâm huyết: "*Tôi đã đọc hết tác phẩm của anh. Việc đọc sánh này đã đem tới nhiều suy nghĩ cho tôi. Trước hết là cảm tưởng của tôi về con đường học vấn mà anh đã đi. Sao mà nó khó khăn và gai góc như vậy, không khác gì con đường "sạn đạo" đi vào Ba Thục thời Tam Quốc bên Tầu (...) Dù sao chăng nữa, sau những cố gắng vô bờ, anh đã đạt được mục đích, và trở thành một nhà khoa bảng.*

Văn phong của anh, dù anh không nhận, cũng mài mại văn phong ông Vương Hồng Sển, hay nói đúng hơn, anh ở giữa ông học giả họ Vương và ông vua phiếm Song Thao. Đó là cảm tưởng của người đọc, không phải để xếp loại (cataloguer) anh đâu. Đọc xong, đóng cuốn sách lại, tôi suy nghĩ vẩn vơ: - Con người này không thể có kẻ thù. Anh hiền quá, anh nhân hậu quá, như phần lớn các bạn tôi, người của sông Tiền, sông Hậu".

- Nguyễn Như Thành - Chủ tịch CTNCT Khu Hội Canada đã viết: "*Thật là Vinh Dự lớn cho tôi khi nhận được Tác phẩm: Những Trang Văn Đời Tôi. Tôi đã đọc, đã ngưỡng mộ. Ở vào tuổi 76 vẫn còn minh mẫn, cần cù viết lại những giai thoại Văn Chương của đời mình, với tình yêu Quê Hương thật sâu xa nồng thắm (...) Với tâm huyết này của Giáo Sư, Nhà Văn Nguyễn Kiến Thiết / Trúc Lan... Giòng Văn Chương VNCH/ Hải Ngoại còn Hy Vọng thêm Những Trang Văn khác*".

- Nhà văn, nhà báo **Nguyễn Trọng Dũng** (Việt Nam) với nhận xét "có cánh": "*Lúc 20giờ 13 phút, ngày 31/12/2021, tôi nhận được món quà cuối năm đầy chất lượng văn chương của anh Nguyễn Kiến Thiết: tác phẩm "Những Trang Văn Đời Tôi" do Văn Học Mới xuất bản năm 2021 tại Hoa Kỳ. Tuy chưa đọc nội dung, nhưng qua đọc bài "Giới thiệu sách mới nhận" của nhà* *thơ Luân Hoán tôi biết trong sách NTVĐT sẽ có những trang văn giàu ký ức và kỷ niệm về các bạn văn mà NKT một thời gắn bó (...) Nay lại đọc được bài giới thiệu sách rất ngọt ngào...*".

- Nhà giáo **Trần Hữu Quyền**, cựu Hội trưởng Hội Giáo chức Québec đã nhận định sắc sảo: "*Đọc NKT ta thích không chỉ những gì anh kể lại, mà thấy thú vị với cả câu văn, cách nói rặt Nam Bộ của anh. Anh góp nhặt, chắt chiu từng câu chữ dân gian bình dị mà lại có khả năng đánh thức cái tình tự quê hương đang ẩn náu đâu đó trong ta (...) Nhưng đọc NKT ta thấy một mảng đời ta trong đó. Hay ít ra là tôi thấy một phần nào về tôi của một thời trong đó. Vì người cha, người thầy, người bạn mà anh nhung nhớ cũng hao hao như người cha, người thầy, người bạn của tôi. Và cái anh nhà quê của NKT cũng chính là cái anh nhà quê mà tôi từng gặp và gần gũi khi có dịp đi về Miền Tây Nam Bộ. Thành thử những điều NKT nêu lên không chỉ là những vụn vặt cá nhân của riêng anh như kiểu "selfie" mà nó phản ánh hình bóng xã hội Miền Nam, nền văn hoá giáo dục Miền Nam thời ấy. Nghĩa là những cái anh NKT đề cập tới, nó cũng dính líu tới ta, những ai đã từng sống vào thời ấy, ở nơi ấy (...) Thành thử khi đọc bài Nghĩ về tuồng cải lương "Tẩy Hận" của soạn giả Việt Ái, tôi rất hiểu tâm trạng của tác giả, một người sinh trưởng từ sông nước, cây lúa và câu hát Nam Bộ. Bây giờ văn chương chữ nghĩa đã tiến xa lắm rồi. Từ khi tác phẩm của Marcel Proust xuất hiện thì văn chương đã hoàn toàn lột xác. Không còn cốt truyện, cũng chẳng còn đơn tuyến, thời gian chồng chéo, xen kẽ vào nhau, tâm lý nhân vật phức tạp, thậm chí cũng chẳng cần nhân vật chính.* ***Vừa là văn học mà cũng vừa là triết học.*** *Đâu đơn giản, "cải lương" như Tẩy Hận: đâu đấy rạch ròi, có nhân vật chính diện và nhân vật phản diện; có cái thiện và cái ác; có trước và có sau; và nhất là* ***"kết thúc "có hậu" được tóm gọn trong công thức: thiện thắng ác, chánh thắng tà, hiền nhân quân tử buổi đầu luôn bị hãm hại, về sau được hưởng vinh hoa phú quý; còn kẻ gian nịnh tham ác ban đầu thắng thế, cuối cùng cũng bị trừng phạt***"[NKT].

Nhưng đó không phải là những điều tác giả muốn nhấn mạnh. Bởi vì thiện và ác bây giờ "xập xí xập ngầu" khó phân biệt, thật giả, vàng thau lẫn lộn loạn xà ngầu. Cái mà tác giả khơi gợi qua câu chữ là tính cách, là sắc thái đặc trưng của người Nam Bộ. Đang mùa đông Montréal mà đọc Nguyễn Kiến Thiết cứ thấy lòng mình ấm lại. Chính những cái mộc mạc ấy nó làm nên con người mỗi chúng ta hôm nay".

- Nhà văn Phiếm **Cả Ngố Họ Trịnh**, cựu Tổng Thư ký nhiều nhiệm kỳ của Hội Giáo chức Québec đã viết *chuyện nọ xọ chuyện kia: "Rất hoan hỉ được biết Thầy sắp ra sách. Hy vọng lúc ấy việc tụ họp không còn cấm đoán nữa, để Thầy làm một buổi ra mắt sách "hoành tráng" để đánh dấu sự ra đời của đứa con tinh thần mà tui nghe nói Thầy đã thai nghén ấp ủ từ lâu, và do đó, chắc hẳn là phải rất bác học, công phu, xứng tầm của một giáo sư đại học".*

- Nhà giáo **Nguyễn Trung Hiếu,** Tổng Thơ ký kỳ cựu Hội Giáo chức Québec đã nhận xét: *"Phải thành thật mà nói: "Sinh ra ta là Cha Mẹ, hiểu được ta chỉ có bạn hiền Nguyễn Kiến Thiết..." (Mượn câu nói của Nhuận Điền với Trần Minh trong vở cải lương Bên Cầu Dệt Lụa !)... Bức thư và bài viết của bạn đã làm tôi "nổi da gà, thẫn thờ và rung rẩy toàn thân" như đã uống phải một liều thuốc mạnh (?)... Thì ra trong hơn cả năm nay trong khi mọi người "chạy giặc Covid", bạn tôi đã âm thầm làm việc không ngơi nghỉ để viết sách, trong đó có bài về tôi và Cả Ngố - người cũng từng là bạn đồng hành với tôi suốt hàng chục năm trời trong "tòa soạn CGC" .*

-Cảm ơn những tình cảm bạn đã dành cho tôi và những tâm tư đã cùng nhau thảo luận.

-Bạn đã thật sự cho tôi giây phút được sống lại với những hình ảnh, những tình cảm, những say mê trong suốt cả một thời gian dài mà nay chỉ còn có trong ký ức và hoài niệm...

-Bài viết của bạn đã làm sống lại trong tôi những thước phim dĩ vãng đã qua trong đời mà chúng ta đã cùng nhau trân quí...

Dù sao trong cuộc sống lưu vong của ta hiện nay, thiết tưởng có được những người bạn quí như vậy cũng đã mãn nguyện lắm rồi vậy".

- Nhà giáo **Huỳnh Công Ân**, thầy-Toán-thích-viết-ký-sự, đã viết: "*Trẻ nghĩ về tương lai, già nhớ về quả khứ. Những hồi ức của anh Nguyễn Kiến Thiết cho thấy hoạt cảnh sinh động của miền Tây sông nước bằng lối hành văn rặt chất Nam Bộ khiến tôi rất* *ngưỡng mộ (...) Phần tôi, phần lớn cuộc đời sống ở thủ đô Sài Gòn nên những ký ức không phong phú và kỳ thú như của anh Nguyễn Kiến Thiết, nhưng đó cũng là những thước phim của cuộc đời hạnh phúc nhất của tôi ở miền Nam trước 1975. Vì vậy tôi mạn phép chia sẻ với quý Thầy Cô mong góp phần cho việc thư giãn trong những ngày Tết trên đất khách*".

- Nhà giáo **Trương Thị Khoa Nghi,** Cố vấn Hội Giáo chức Québec đã tán dương: "*Tôi đã đọc hết cuốn tự truyện của anh. Nhờ cuốn truyện này mà tôi hiểu và gần gũi ông bạn giáo chức của tôi hơn. Tôi thấy nhà giáo Kiến Thiết này tuổi trẻ thật thông minh, hiếu học, cần cù và có chí tiến thủ. Thật là đáng quý. Đọc những đoản văn mượt mà, thấm đẫm tình quê, tôi thấy quê hương mình sao giàu đẹp và đáng yêu quá! Xuyên suốt tác phẩm tôi thấy biểu hiện rõ nét Tính cách hiền hòa, khiêm tốn, tôn sư, trọng bạn và biết ơn mọi người của nhà giáo Kiến Thiết, một đức tính mà đức Đạt Lai Lạt Ma cho là đáng quý nhất của con người*" (Vì bài viết không có dấu nên chúng tôi xin phép được bỏ dấu cho dễ đọc).

- **PGS TS Nguyễn Văn Nở,** nguyên Trưởng Khoa Ngữ Văn Đại học Cần Thơ đã cảm xúc: "*Thật nhiều cảm xúc khi nhận được sách Thầy tặng. Dù chưa đọc nhưng thoáng qua Mục lục bài viết, cũng có thể thấy những "Những Trang Văn Đời Tôi" là hoài niệm của Thầy từ bao năm dài ngắm rừng phong lá đỏ mà đau đáu nhớ miệt vườn, bến nước, sông quê hoặc cháy lòng thèm cái nắng vùng châu thổ Cửu Long trong những ngày đông giá rét, xám xịt, mờ mịt chậm trôi ở đất nước Canada xa xôi (...) Người có tuổi thường dễ nhớ chuyện "Năm Thìn bão lụt"!!! Như khi cầm quyển sách Thầy, tôi chợt nhớ những năm 80 đến đầu năm 90 của thế kỉ trước. Chuyện xưa có một chút liên quan mà sau này, "Trải qua một cuộc bể dâu", tôi mới chợt nhớ và kết nối.*

Lần thứ hai, người coi chỉ tay cho tôi chính là Thầy. Có lẽ vào khoảng năm 1986 - 1987. Trong một buổi họp mặt tại nhà Thầy Minh ở Khu I, tôi ngồi cạnh Thầy. Hình như thời gian này, Thầy đang tìm hiểu tử vi, bói toán nên "thực hành" xem chỉ tay của tôi!

Nhớ lần đó Thầy nói, đến năm 31 tuổi, tôi sẽ bị bệnh thập tử nhất sinh hoặc gặp tai nạn nghiêm trọng. Thầy trấn an tôi, nói là nhìn đường chỉ tay mà đoán thế thôi chứ chắc gì đã đúng. Tôi thật cũng không quá bận tâm và chỉ xem đó là chuyện trà dư tửu hậu...".

Ngoài ra, các cựu đồng nghiệp và môn sinh cũ, bè bạn tâm giao trong và ngoài nước, đông đảo bạn đọc chưa hề quen biết cùng những người thân yêu đã nhiệt tình ủng hộ chút đỉnh vật chất và không ngừng khích lệ về tinh thần. Đó là chất men tinh thần để tôi tiếp tục thực hiện tập sách *NMVVH* nầy. Xin chân thành cám ơn tất cả các bạn - những người *đồng điệu*, một số bạn *tri âm, đồng thanh đồng khí.*

CHIỀU ĐÔNG BUỒN

Mùa Đông đã đến - mùa Đông đến
Tuyết phủ đầy đường mang giá băng
Hàng cây trụi lá tìm mạch sống
Đèn đường dìu dịu- buồn mênh mang.
Lại một chiều Đông - một chiều Đông
Lòng ta băng giá, trắng như không
Nắng chiều le lói tia hy vọng
Dịch Vũ Hán rồi, phải diệt vong!

Trúc Lan - tháng III.2020

II. -THƠ SÁNG TÁC VÀ XƯỚNG-HỌA TIÊU BIỂU

1. MẸ HIỀN TÔI

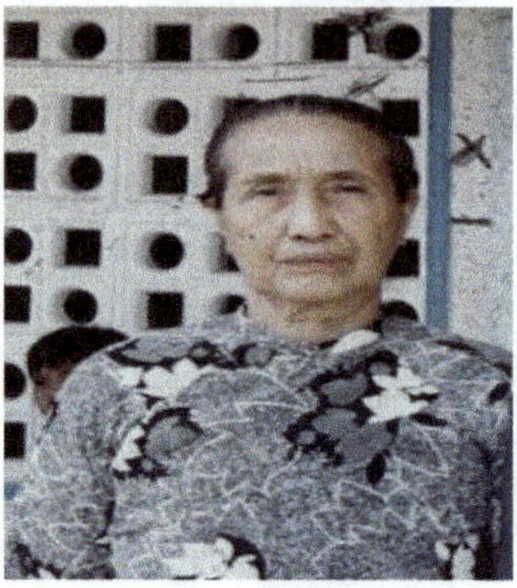

** Ảnh Má tôi - cụ bà Lưu Thị Tốt, chụp năm 1995 tại tư gia ấp Giồng Gòn, xã Thuận Thới, huyện Trà Ôn (Vĩnh Long).*

Vầng trán Mẹ hiền gợn vết nhăn
Lo to, lo nhỏ - Mẹ ân cần
Lo ăn, lo mặc, lo con học
Lo cả Cha hiền, lúc phế nhân.
Nhớ hồi con mới vừa lên tám
Khói lửa lan tràn khắp bốn phương
Lớn bé, trẻ già đều chạy loạn
Mẹ con mình cũng bỏ quê hương
Quê ngoại sống nhờ: Êm ấm quá!
Giồng cao, đất rộng: Mẹ trồng khoai
Mùa khô tỉa bắp, rồi gieo đậu
Tần tảo ngày đêm - Mẹ mệt nhoài!
Những lúc mơ màng trong giấc ngủ
Mẹ hiền rón rén đến giường con
Chăn êm, Mẹ đắp lên mình trẻ
Thao thức vì con - Mẹ mỏi mòn!
Tình nào cao quý hơn TÌNH MẸ?
Như biển bao la rộng ngất trời
Tất cả cũng vì con của Mẹ
Con yêu Mẹ lắm – MẸ HIỀN ơi!

Trúc Lan – Sài Gòn, sáng tác đầu tay. Mùa Vu Lan 1962

2. GỞI THI, CA NHẠC SĨ, NHÀ BÁO HÀ NGUYÊN DU

(Đã đăng trên *Văn Học Mới* số **22** & **23** tháng 2/2023)

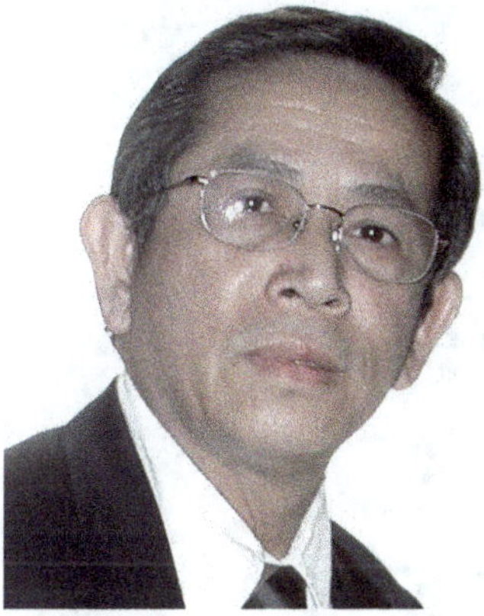

"Văn Học Mới" ngày càng khởi sắc
Từ Nội dung, Hình thức: đề huề
Càng nhìn, càng đọc, càng mê
Càng thích thú số chủ đề tác gia
Năm năm chẵn vững tay lèo lái
Hà Chủ biên nào ngại trùng dương
Say thơ nhạc, sính văn chương
"Vầng Thơ Trên Đóa Quỳ Vàng"- đượm hương
"Trong Mùa Lá Xanh" vương "Lối Khác"
"Anh Biết, Em Yêu Dấu" thuở nào
"Thơ Toàn Tập Một" dạt dào
Bao nhiêu thi tứ biết bao ý tình!

Trúc Lan - Montréal, tháng XII.2022

3. GỞI NHÀ GIÁO, NHÀ VĂN, NHÀ NAM KỲ HỌC NGUYỄN VĂN SÂM

(Đã đăng trên *Văn Học Mới* số **28,** tháng 12/2023)

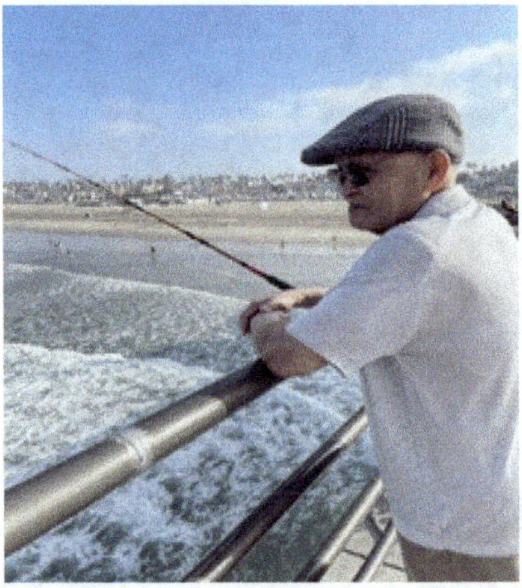

Đồng môn, đồng nghiệp cùng đồng điệu
Duy Nguyễn tiên sinh lắm biệt tài
Sưu khảo sách xưa không mệt mỏi
Sách Nôm chú giải chẳng thua ai
Nam Kỳ Lục Tỉnh, gìn vốn quý
Viện Việt Học CA, giữ nếp hay
*Ngọc Ánh – Văn Sâm đồng hợp bích**
Khôi tinh chiếu rạng khắp trời Tây!

Trúc Lan - Tháng X.2023

**Hợp bích*: Tỉ như mặt trời và mặt trăng cùng lên cao. Hán Thư: *Nhựt nguyệt như hợp bích, Ngũ tinh như liên châu.*

4. GỞI NHÀ PHÊ BÌNH VĂN HỌC NGUYỄN VY KHANH

(Đã đăng trên *Ngôn Ngữ* số **39**, tháng 9/2025)

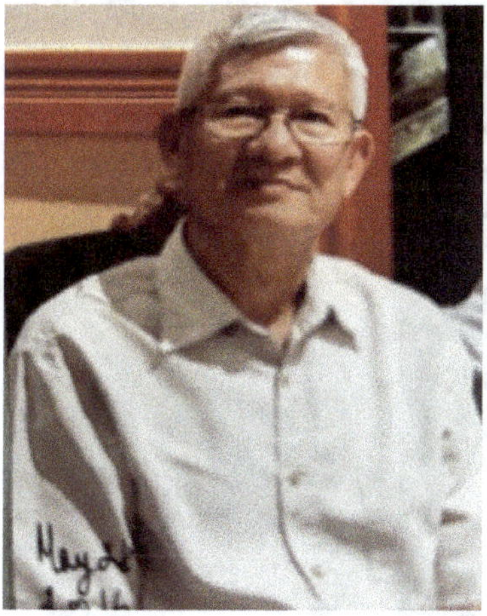

**Ảnh nhà phê bình Nguyễn Vy Khanh (do tác giả chụp tại Đại hội Giáo chức Montréal, 2016)*

Khác ban, khác lớp, bạn đồng môn
Triết học Tây phương phủ trọn hồn
***Nguyễn** nặng văn chương hành nghiệp giáo*
***Vy** thuần khảo cứu triển văn ngôn*
***Khanh** dồn nhiệt huyết tòng Thư viện*
Thân dốc tâm can tập "Ngữ Ngôn"
"Văn Học Miền Nam" lưu hậu thế
Công thành danh toại rạng gia môn.

Trúc Lan - VI.2025

5. GỞI NHÀ VĂN - PHIẾM CHỦ SONG THAO

(Đã đăng trên *Ngôn Ngữ* số **25,** tháng 5/2023)

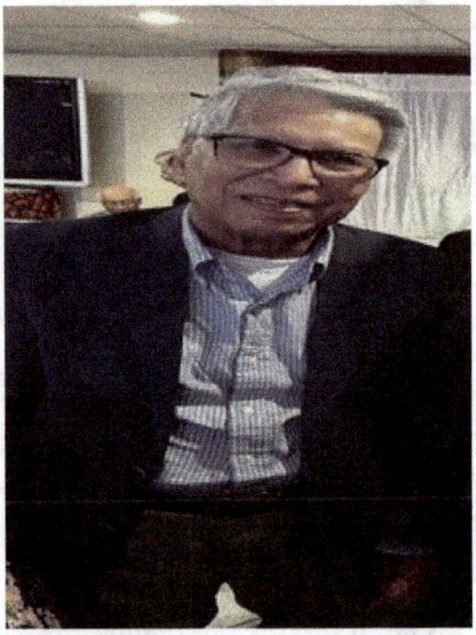

**Ảnh mới của Phiếm chủ Song Thao do tác giả chụp tại Đại hội Giáo chức Montréal tháng VI.2025.*

Đồng môn, đồng nghiệp, không đồng lớp
Ánh sao họ ***Tạ*** *vụt sáng ngời*
Quê cũ: "Thời Nay" đồng biên tập
Xứ người: "Ngôn Ngữ" nhập cuộc chơi
Chuyện Phiếm ***Song Thao*** *hăm chín cuốn*
Truyện ngắn tròm trèm chửa đủ mười
"Còn Đó Bóng Hình" luôn hoài niệm
"Bên Lưng Con Chữ" dệt tơ đời
"Bỏ Chốn Mù Sương" xua "Nỗi Nhọc"
"Cuối Ngày Nhìn Lại" vẫn chưa ngơi
"Đong Đưa Cuộc Tình" ngoài tám chục
Đến ngày chung cuộc mới thảnh thơi!

Trúc Lan - V.2023

6. GỞI VĂN-THI SĨ HỒ ĐÌNH NGHIÊM

(Đã đăng trên tạp chí *Ngôn Ngữ* số **27**, tháng 9/2023)

"Văn kỳ thanh bất kiến kỳ hình"
Từng nghe danh chưa thấy bóng hình
Duyên "gặp gỡ lạ lùng" năm ấy
Trong một lần mang sách tặng anh.

*

Đất thần kinh sản sinh nhân kiệt
Hồ Đình Nghiêm theo học trường chuyên
Ra trường Mỹ thuật cơn quốc biến
Tìm tự do, liều chết vượt biên
Sống khép kín "ung dung tự tại"
Ngại giao du nhưng khối bạn hiền
Duyên họa sĩ thành văn thi sĩ
"Ngôn Ngữ" xứ người, đồng Chủ biên
Trại tị nạn Kowloon Hương Cảng
Vẫn miệt mài theo đuổi nghiệp văn
Định cư đảo Mộng năm tám mốt
Truyện đầu tay "Nguyệt Thực" trình làng:
"Truyện tình trắc trở và thương tật"
Được người xem đón nhận nhiệt tình
Văn phong chuộng "cách tân kỹ thuật"
Làm tốn hao bút mực phẩm bình!
Tính ra trên nửa chục đầu sách:
"Kẻ Âm Lịch", "Tờ Mộng Rách Rồi"
"Vầng Trăng Nội Thành" và "Ngoại Vực"
Thoảng đâu đây "Mùi Hương Trên Đồi".
Từ đây cho đến trăm năm nữa
Tên tuổi anh vẫn mãi sáng ngời
Chúc văn thi sĩ tròn nguyện ước
Chung cuộc rồi đây giũ nợ đời!

Trúc Lan - Đảo Mộng tháng VII.2023

7. GỞI NHÀ THƠ - NHÀ BÁO LÊ HÂN

(Đã đăng trên *Ngôn Ngữ* số **30**, tháng 3/2024)

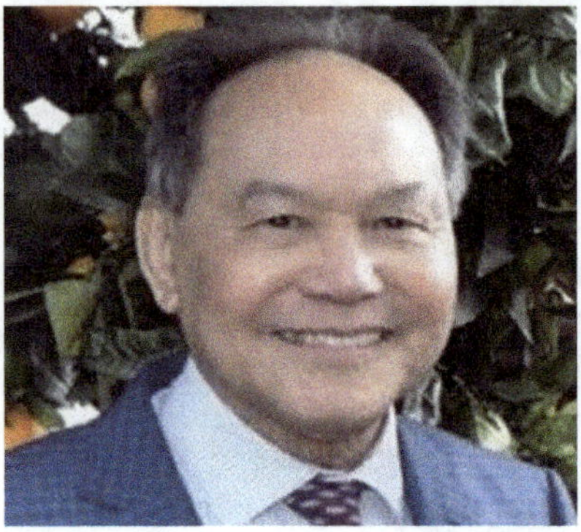

*Lê Hân làm thơ rất sớm. Qua nhận xét của nhà thơ Phan Ni Tấn về anh: "*Từ vóc dáng cho tới tánh tình chẳng có vẻ gì là nghệ sĩ, nhất là dung nhan thì chẳng thơ chút nào*", tôi những tưởng anh chỉ là một "khách thơ" loay hoay với gạo tiền cơm áo hơn là "mơ theo trăng" và "ru với gió". Nhưng anh làm thơ rất tới, rất có hồn. Trước năm 1975, anh đã chập chững "bước những bước thơ đầu tiên" khi cộng tác với Tuần báo *Tuổi Xanh*, tòa soạn ở số 380 đường Da Bà Bàu Chợ Lớn. Năm 2003 tại Canada, sau khi trình làng tác phẩm đầu tay *Tình Thơm Mấy Nhánh*, anh đã chiếm được một chỗ đứng trên thi đàn. Vắn tắt vài hàng về anh chắc là chưa đủ, chưa hết ý về những hoạt động của anh trên trường văn trận bút. Nhân tạp chí *Ngôn Ngữ* thực hiện số chủ đề - **Nhà thơ Lê Hân,** tôi gởi đến anh bài thơ nẩy để đánh dấu mối giao tình văn nghệ.

*

Anh làm báo, em theo nghiệp báo
Anh làm thơ, em cũng sính thơ
Thơ anh tuôn trào như hơi thở
Thơ em dào dạt ý. hồn. thơ
Tôi muốn nói nhà thơ xứ Quảng
Nặng nghiệp làm thơ trước tháng Tư
Xứ người du học, nên danh phận

Lòng vẫn mơ "quy khứ lai từ" (1)
"Đa tình tự cổ"(2) nan di hận
***"Tình Thơm Mấy Nhánh"** nặng ân tình*
Tình người, tình đất, tình sông, núi
Đậm chất "Giáo Khoa Thư" nghĩa tình!
*Thơ anh quyện **"Ngọn Tình Lục Bát"***
Mỗi lời thơ dòng chảy ca dao:
"Cái hồn ca dao thật sâu
"Cái tình lục bát thấm lâu lòng người" [(3).]
Trúc Lan - Tháng I.2024

Chú thích:

[(1)]"Quy khứ lai từ": tựa một bài thơ của Đào Tiềm, tức Đào Uyên Minh (365-427) đời Tấn.

[(2)] Chữ lấy trong câu "*Đa tình tự cổ không dư hận*". Chữ "không" có nghĩa là "chỉ" (only) chớ không phải "không" (not). Vì thế câu đó hiểu là kẻ đa tình tự ngàn xưa chỉ còn lưu lại mối hận. Chúng tôi đổi thành "nan di hận" có nghĩa khó để lại mối hận, rất xứng hợp với nhà thơ Lê Hân.

Thông thường người nghệ sĩ nào cũng "đa tình, đa cảm, đa sầu khổ". Riêng nhà thơ đồng Chủ biên tạp chí *Ngôn Ngữ* thì không bị hệ lụy bởi cái "tam đa". Chính Lê Hân đã tự ví "Thơ tình riêng tôi" như: "*một đời tôi chưa thất tình / một đời tôi chưa biết buồn / một đời tôi sống hiển vinh*".

[(3)] Thơ Lê Hân, trích *"Ngọn Tình Lục Bát"* (nhà xuất bản Nhân Ảnh, Hoa Kỳ, 2016).

8. THƠ XƯỚNG-HỌA TRÚC LAN & TỨ DIỄM

Thời Báo Montréal số phát hành vào ngày Jan 25, 2014 có đăng bài thơ Đường luật bát cú "*Lại Tết Về Giữa Mùa Đông*" của **Trúc Lan** với lời ghi chú: "Mời các bạn cùng họa bài thơ". Ngoài bài thơ Xướng, tác giả Trúc Lan còn giảng giải thêm về Phép làm thơ Đường luật, như Niêm, Luật, Vần, Đối và Bố cục cũng như làm một bài thơ Họa mẫu để mọi người dễ hiểu và cùng họa cho vui; đồng thời còn chú thích cho rõ ý nghĩa một số từ ngữ trong hai bài thơ Xướng-Họa.

Một thời gian sau, thi hữu Trúc Lan đã nhận được 9 bài thơ Họa - không kể bài Tự họa của cha đẻ bài xướng - của năm tác giả hưởng ứng họa đáp. Đó là các nhà thơ ở Canada như Tú Xác, Lộc Bắc, Phong Nguyễn, Tứ Diễm và một "nàng thơ" ở Hoa Kỳ: Lan Đinh. Ngoại trừ Lộc Bắc là thành viên trong Hội Giáo chức Québec, người viết không hề quen biết với bốn nhà thơ còn lại. Vốn tánh hiếu kỳ, muốn tìm hiểu về **Tứ Diễm** - người đã nhiệt tình hưởng ứng tới bốn bài thơ Họa, nên tình cờ lướt trên mạng vào trang nhà *TuDiem's Corner Blog,* chúng tôi được biết "lai lịch" ngắn gọn của "nàng thơ" như sau: "*Làm thơ, viết văn, đọc sách, vẽ, nấu ăn, làm bánh, nghe nhạc, làm vườn, cắm hoa, may, thêu, đan, móc, trang trí & tỉa rau củ, programming …*". Đến đây, người viết trộm nghĩ, bài thơ xướng của Trúc Lan chưa hẳn là tuyệt cú… mèo, nhưng chắc hẳn là "có hồn" nên đã gợi hứng những "hồn thơ" hòa chung cùng một nhịp. Có người cho rằng, bước vào thế giới thơ [Đường luật] là bước vào "thế giới của sự hòa điệu" thật chí lý. Đối với thi nhân nòi tình đồng điệu, tâm đắc thường họa đáp lại những bài thơ xuất thần, đắc ý. Chúng tôi xin lần lượt giới thiệu nguyên văn bài thơ Xướng và Họa "*Lại Tết Về Giữa Mùa Đông*" của tác giả Trúc Lan và các bài thơ họa của Tứ Diễm.

I. Cặp Thơ Xướng-Hoạ: LẠI TẾT VỀ GIỮA MÙA ĐÔNG

Bài Xướng: (Luật Trắc)
Tết giữa mùa Đông – suối lệ ***tràn***
Ngàn năm ô nhục: Ải Nam ***Quan****!*
Tây nguyên hùng vĩ, người khai thác
Biển đảo đẹp giàu, chúng phá ***tan***

Hội nghị Diên Hồng: bừng chánh khí
Bài thơ Nam Quốc: nức tâm **can**
Non sông gấm vóc, thề son sắt
Tủi gió sầu mưa – hận ngút **ngàn**!
Trúc Lan - *Thời Báo* Jan 25, 014

Bài Họa (Luật Trắc)

Tết giữa mùa Đông - lệ cứ **tràn**
Khóc cho Bản Giốc, hận Nam **Quan**
Tài nguyên phong phú, người xâm đoạt
Văn hiến ngàn xưa, chúng phá **tan**
Đại Cáo Bình Ngô: ngời chánh khí
Lời thề Sát Thát: rực tâm **can**
Chừng nào minh chúa tòng dân ý
Phất ngọn cờ đào diệt sói **ngàn**!
Trúc Lan - *Thời Báo* Jan 25, 2014

Mặc dầu vô cùng bận rộn nhưng nàng thơ Tứ Diễm đã họa đáp một lượt tới bốn bài trong thời gian kỷ lục "hai ngày" sau khi nhận được bài Xướng "*Lại Tết Về Giữa Mùa Đông*". Tứ Diễm còn khiêm tốn khi viết: "*Lâu rồi không lãng đãng theo nàng Thơ nên nếu Tứ Diễm sơ sót phạm các lỗi khi họa thơ mong chỉ điểm dùm* **[giùm]** *và đừng cười nha (...) Theo như đã nhắc đến ở trên, khi Họa thơ chỉ cần giữ nguyên vần các câu 1, 2, 4, 6 và 8 của bài Xướng. Nhưng Tứ Diễm lại có một cái tật mỗi khi họa thơ là thích giữ nguyên chữ cuối của toàn bộ các câu trong bài Xướng. Do đó, nếu lưu ý kỹ sẽ thấy bài thơ Họa của Tứ Diễm giữ nguyên chữ cuối của các câu trong bài thơ Xướng của tác giả Trúc Lan*".

Như đã dẫn, tất cả các bài thơ Họa, nữ sĩ đã "họa giữ nguyên chữ cuối mỗi câu bài thơ xướng". Điều nầy rất khó cho những ai còn vụng "nghề chơi". Các bài thơ Xướng-Họa của Trúc Lan và Tứ Diễm đều có phần Chú thích khá dài nên chúng tôi đã lược bỏ để khỏi làm vướng mắt người đọc. Xin lần lượt chép các bài thơ Họa của Tứ Diễm.

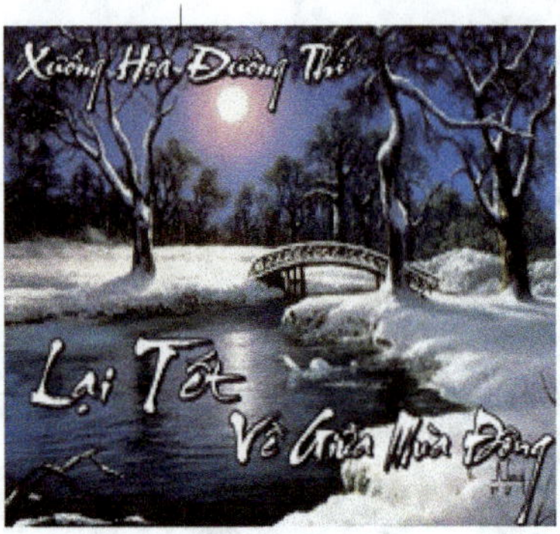

Bài Họa I (Luật Bằng)

*Đọc thơ ai viết, uất dâng **tràn***
*Hận lũ bạo quyền lẫn ác **quan***
Áp bức, đọa đầy - dân tới thác
*Biển dâng, đất hiến - nước gần **tan***
Nằm gai rèn luyện tăng hùng khí
*Nếm mật trau giồi thêm đảm **can***
Quyết đuổi giặc dù không tấc sắt
*Chẳng nề gian khổ, quyết băng **ngàn.***
Tứ Diễm Jan 26, 2014

(họa giữ nguyên chữ cuối mỗi câu
bài thơ xướng của tác giả Trúc Lan).
(Nguồn: http://tudiemcorner.blogspot.ca/2014/01/tho-xuong-hoa-lai-tet-ve-giua-mua-dong.html).

Bài Họa II (Luật Trắc)

*Thơ giữa mùa Đông, uất hận **tràn***
*Bạo quyền cấu kết với tham **quan***
Cướp nhà, chiếm ruộng dân oan, thác
*Bán nước, buôn dân nước nát **tan***
Quốc nhục càng trui rèn chí khí
*Gia vong mãi nhức nhối tâm **can***
Lời thề phục quốc bền gan sắt
*Đoàn kết cùng nhau vượt dặm **ngàn.***
Tứ Diễm Jan 26, 2014
(họa giữ nguyên chữ cuối mỗi câu bài thơ xướng của tác giả Trúc Lan).

Bài thơ Họa III (Luật Trắc)

Càng ngẫm, hận càng mãi uất ***tràn***
Hoàng Sa, Bản Giốc lẫn Nam ***Quan***
Tiền nhân gìn giữ chẳng e thác
Hậu thế bán buôn không ngại ***tan***
Quốc biến trẻ, già đua tráng khí
Gia nguy nam, nữ dốc tâm ***can***
Ngày xưa Thánh Gióng vung roi sắt,
Nay sánh vai nhau cưỡi sóng ***ngàn.***
Tứ Diễm Jan 26, 2014

(họa giữ nguyên chữ cuối mỗi câu bài thơ xướng của tác giả Trúc Lan)

Ngoài ra, Tứ Diễm còn tức hứng họa bài *"Tết Về Giữa Mùa Đông"* (thơ ngũ ngôn) của nhà thơ Trúc Lan: "*Ngay sau khi vừa đọc xong, Tứ Diễm gõ họa theo nguồn cảm hứng bất chợt*". Cũng như tất cả các bài thơ Họa trước, nữ sĩ đã "họa giữ nguyên chữ cuối mỗi câu bài thơ xướng". Xin được chép bài thơ Xướng *"Tết Về Giữa Mùa Đông"* của Trúc Lan và bài thơ Họa của Tứ Diễm.

II. Cặp thơ Xướng-Họa: TẾT VỀ GIỮA MÙA ĐÔNG

Vào giữa mùa Đông năm 2015 tại đảo Mộng, nhìn tuyết rơi rơi chập chồng, nhà thơ Trúc Lan tức hứng bèn làm mấy câu thơ năm chữ **"TẾT VỀ GIỮA MÙA ĐÔNG"** gọi là để giãi bày tâm sự. *"Ngay sau khi vừa đọc xong, Tứ Diễm gõ họa theo nguồn cảm hứng bất chợt*" với ghi chú quan trọng nhằm nói lên bối cảnh lịch sử đen tối của nước ta trong giai đoạn hiện tại. Cũng như tất cả các bài thơ Họa trước, nữ sĩ đã "*họa giữ nguyên chữ cuối mỗi câu bài thơ xướng"*– điều mà Trúc Lan cũng như đa số các thi nhân **khó** có thể làm được trong thời gian kỷ lục "*Ngay sau khi vừa đọc xong"*. Xin được chép cặp thơ Xướng-Họa dẫn trên.

TẾT VỀ GIỮA MÙA ĐÔNG

Bài Xướng

Tết về giữa mùa ***Đông***
Tuyết rơi rơi chập ***chồng***
Trên cành phong trụi ***lá***
Trút giọt sầu mênh ***mông!***

Tết về giữa mùa ***Đông***
Mưa bay bay phập ***phồng***
Hoa cỏ buồn rơi ***lệ***
Mỏi mòn đợi gió ***đông*** [(1)]

Tết về giữa mùa ***Đông***
Gió lay lay cành ***thông***
Rưng rưng sầu viễn ***xứ***
Réo rắt tiếng tơ ***lòng!***

Tết về giữa mùa ***Đông***
Hoa tuyết trắng như ***bông***
Màu tang buồn muốn ***khóc***
Tuồng đời không sắc ***không***

Tết về giữa mùa ***Đông***
Phong hóa có còn ***không?***
Nhân tâm nay ly ***tán***
Non sông bặt tiếng ***hồng***[(2)]***!***

Tết về giữa mùa ***Đông***
Mẹ mỏi mắt chờ ***trông***
Bao năm trời biền ***biệt***
Mẹ có buồn con ***không?***

Tết về giữa mùa ***Đông***
Ta nhấp chén rượu ***nồng***
Say men đời lữ ***thứ***
Phá thành sầu [(3)] *ly* ***hương!***
Tết về giữa mùa ***Đông***
Ta uống cạn rượu ***nồng***
Gặm tủi hờn vong ***quốc***
Hẹn ngày rửa núi ***sông***

Trúc Lan - XII.2025

(1) Gió đông: Gió từ phương đông thổi tới - tức gió mùa Xuân.
(2) Tiếng hồng: chỉ tin tức tốt đẹp.
(3) Thành sầu: Mượn ý câu "Dục phá thành sầu tu dụng tửu; Túy tự túy đảo sầu tự sầu"
(Muốn phá nỗi buồn chồng chất như thành
thì ta dùng rượu. Nhưng say sưa túy lúy mà buồn vẫn còn nguyên.

Bài Họa

Lại thêm một mùa ***Đông***
Tháng năm mãi chất ***chồng***
C*ây bao lần thay* ***lá***
Nơi xứ người mênh ***mông?***

Lại thêm một mùa ***Đông***
Trái sầu vẫn căng ***phồng***
Chợt ùa vỡ thành ***lệ***
Lặng thầm giữa đám ***đông…***

Lại thêm một mùa ***Đông***
Thơm ngát hương mùi ***thông***
Cớ sao sầu xa ***xứ***
Vẫn trĩu đẳng cả lòng?

Lại thêm một mùa Đông
Tràn ngập kẹo, bánh, ***bông,***
Ai vui cười, ai ***khóc***
Ai sầu, ai hiểu ***không?***

Lại thêm một mùa ***Đông***
Độc lập có thật ***không***
Hay bán nước, tẩu ***tán…***
Mặc dân nhỏ máu ***hồng?***

Lại thêm một mùa ***Đông***
Vẫn thương nhớ, ngóng ***trông***
Từ thuở phải ly ***biệt***
Còn hội ngộ được ***không?***

Lại thêm một mùa ***Đông***
Nơi "xứ lạnh tình ***nồng****"*
Bình yên, đầy đủ ***thứ***
Chỉ thiếu một Quê ***Hương…***

Lại thêm một mùa ***Đông***
Bầu nhiệt huyết vẫn ***nồng***
Mong một ngày phục ***quốc***
Vun đắp lại núi ***sông…***

Tứ Diễm December 23, 2015
(Họa giữ nguyên chữ cuối mỗi câu).

9. GỞI VĂN THI SĨ, GIÁO SƯ NGUYỄN KIẾN THIẾT

(Trích Kiến Hoa: *Bách Linh Nhất Hữu*. Tủ Sách Phương Đông, Hoa Kỳ xb. 2022, tr.114).

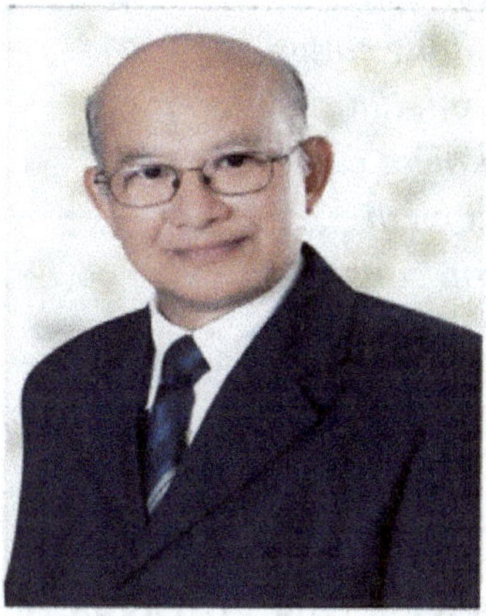

Chung ban cùng lớp bạn đồng môn
Sở học văn khoa phủ trọn hồn
***Nguyễn** nặng tâm văn đăng nghiệp giáo*
***Kiến** tròn vai báo đáo thi ngôn*
***Thiết** lo vận nước buồn luân lạc*
Thân dạt xứ người tủi nước non
"Nghiên cứu" phẩm bình "văn học" mới
Cõi lòng thanh thới ấm gia môn.
Kiến Hoa VTĐ

Trúc Lan: "*Bạn Kiến Hoa quý mến. Chúng ta chưa thật sự quen biết nhau nhiều - chỉ biết nhau là đồng môn Văn Khoa Sài Gòn; nhưng nhà thơ Kiến Hoa đã dành cho tôi sự bất ngờ thú vị. Tài "nhả ngọc phun châu" của bạn về bất cứ nhân vật nào chứng tỏ một kiến thức đáng trân trọng, một thi tài ít người sánh kịp - đặc biệt về thơ Đường luật. Tôi đang tìm hiểu thêm về bạn để cảm tác một bài thơ hoạ đáp. Cám ơn bạn thật nhiều. Đây là thứ tình cảm lớn mà bạn đã dành cho tôi*".

10. THƠ XƯỚNG-HỌA: KIẾN HOA & TRÚC LAN

Bài Xướng: TỰ HỌA

Rảnh rang tự họa bức chân dung
Tiểu sử nghìn trang viết chẳng cùng
***Kiến** tự hữu bằng danh đỉnh đạt*
***Hoa** viên phu phụ phận khiêm cung*
***Võ** văn thao lược thiên tài hiếm*
***Thành** tạo thi đàn nhất địa cung*
***Đông** độ chân tình sinh đức lộ*
Bạn bè tao ngộ cộ trên lưng.

Kiến Hoa VTĐ

Bài họa: TỰ HỌA

Gởi văn thi sĩ, nhà báo Kiến Hoa Võ Thành Đông

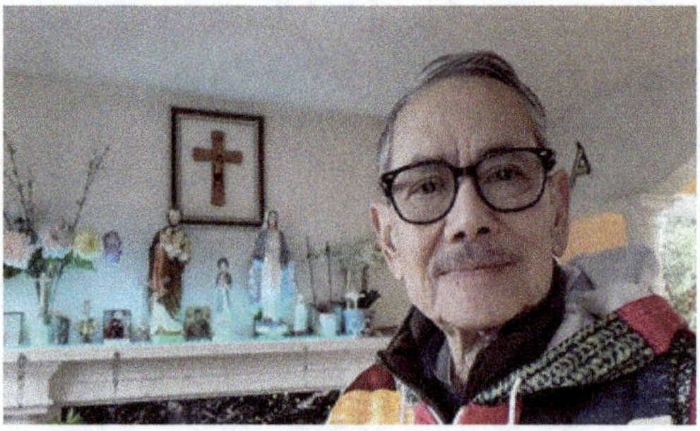

Thừa lúc nhàn du họa mạo dung
Văn chương thi phú đến vô cùng
***Kiến** tâm bằng hữu tròn thành đạt*
***Hoa** chúc phu thê thủ phép cung*
***Võ** lược văn tài nêu sĩ khí*
***Thành** công danh toại giữ khiêm cung*
*“**Đông** Phương” vịnh “Bách Nhất Linh Hữu”*
“Có Được Kiếp Này...” gánh nặng lưng!

Trúc Lan – Montréal, Canada XII.2022

11. MỪNG SINH NHỰT ĐỖ NGHI (Cựu Chủ bút *Thời Báo*)

Mừng ông tuổi đã quá bảy mươi
Nhưng vẫn kiên tâm phục vụ đời
Khi viết Chuyện Tuần bàn thế sự
Lúc làm Biên tập chẳng hề ngơi
Trời sanh ông có thêm nghề phụ
Cuộc sống quay cuồng chửa thảnh thơi
Chúc ông thêm tuổi thêm sức khỏe
Đến một ngày thỏa chí rong chơi!

Trúc Lan

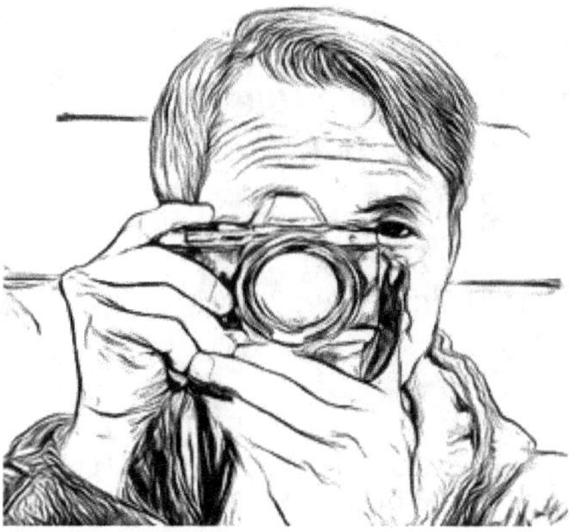

CẢM TÁC (Họa ý thơ Mừng Sinh Nhựt của Trúc Lan)

Nghẹt thở suốt hai năm vì dịch
Chẳng nhà nào thoát khỏi hoang mang
Xuân à? có thấy gì ngoài tuyết?
Tết hả? không nghe pháo trên hè
Đừng van trời xin thôi trách phạt
Hãy dặn người bỏ thói gian tham
Khi nào nhân loại đều tỉnh ngộ
Mới có niềm vui ở thế gian.

Đỗ Nghi

12. TRÀ ÔN QUÊ TÔI

(Đã đăng trên *Ngôn Ngữ* số **24**, tháng 3/2023)

Quê hương tôi Trà Ôn tên gọi
Dòng sông hiền chở nặng phù sa
Xuồng ghe tấp nập vào phiên chợ
Bến nước tình quê mãi đậm đà
Cá cháy *(1) Trà Ôn ngon ngọt lịm*
Kho rim, nấu mẳn ăn quên thôi
Tới mùa đẻ trứng, xanh dòng nước
Không biết vì sao tuyệt chủng rồi!
Vùng đất thiêng sản sanh nhân kiệt
Út Trà Ôn *đệ nhứt danh ca*
Bậc tu hành đạo cao đức trọng
Hòa thượng Viện chủ ***Thích Thiện Hoa***
Lăng Ông thờ ***Thống chế Điều Bát***
Từng giúp vua gây dựng sơn hà
Cây bút đàn anh trong văn giới
Lê Xuyên *(2) nổi tiếng tiểu thuyết gia...*

Trúc Lan - Montréal lI.2023

Chú thích:

(1) **Cá cháy**: Đây là loài cá có nhiều xương, thịt ăn rất ngọt và lạ miệng. Chúng thường sanh sống ở khu vực từ vàm Trà Ôn (quận Trà Ôn) đến vàm Tân Dinh (Cầu Kè). Mùa cá cháy, chợ Trà Ôn tấp nập kẻ mua người bán. Khách phương xa từ Sài Gòn, Long An, Mỹ Tho đổ về để thưởng thức món ăn “độc nhứt vô nhị” được chế biến từ con cá cháy dưới nhiều hình thức khác nhau, từ rim, kho đến nướng, chiên, nấu canh mẳn. Cá cháy đẻ trứng xanh nổi lên mặt nước khắp cả khúc sông rộng lớn. Từ năm 1960, không hiểu vì sao loài cá nầy biến mất. Thuở ấy dân gian có câu hát: “*Trà Ôn cá cháy lạ kỳ / Kho rim, nấu mẳn món gì cũng ngon*!”.

(2) **Lê Xuyên** là nhà văn, nhà báo có tầm cỡ, yêu nghề, tận tụy với công việc, nổi tiếng với nhiều bộ tiểu thuyết - đặc biệt cuốn *Chú Tư Cầu* (1965). Trước khi xuất bản cuốn *Chú Tư Cầu*, ông chuyên viết bình luận chánh trị với bút hiệu Lê Nguyên. Nhà văn Nguiễn Ngu Í liệt ông vào danh sách “Tam kiệt” gồm Hồ Biểu Chánh, Lê Văn Trương và Lê Xuyên. Sa Giang Trần Tuấn Kiệt xếp ông vào “Tứ đại văn hào Nam bộ” gồm Hồ Hữu Tường, Sơn Nam, Bình Nguyên Lộc và Lê Xuyên. Còn Mai Thảo cho rằng: “*Lê Xuyên có thôn quê trong tâm hồn*”. Về nguyên quán của nhà văn Lê Xuyên, đã có nhiều nguồn tư liệu ghi khác nhau và không đúng. Có tư liệu cho rằng ông sanh tại Phong Điền - Cần Thơ (Nguồn: baotreonline.com › nha-van-le-xuyenNhà văn Lê Xuyên - TRE Magazine). Có người khẳng định ông sanh tại Ô Môn - Cần Thơ (Nguồn: https://metaisach.com/chu-tu-cau/#google_vignette).

Với sự dè dặt, chúng tôi muốn đính chánh: Lê Xuyên (1/11/1927 – 2/3/2004) tên thật là Lê Bình Tăng, nguyên quán quận **Trà Ôn** [không phải Ô Môn hoặc Phong Điền], tỉnh Cần Thơ (nay thuộc tỉnh Vĩnh Long). Hãy nghe Lê Cần Thơ và Dương Văn Minh, hai cựu đồng môn của ông từng theo học tại Collège de Cantho (tức trường trung học Phan Thanh Giản Cần Thơ) tâm sự.

Lê Cần Thơ viết: "*Anh Lê Bình Tăng, bút danh Lê Xuyên, sinh ngày 01 tháng 11 năm 1927, gốc gác người quận* ***Trà Ôn*** *tỉnh Cần Thơ (nay thuộc tỉnh Vĩnh Long, có lúc là Trà Vinh), thế hệ chúng tôi gọi anh là niên trưởng, bởi anh đã học ở trường này "tròn trịa Collégien" 4 năm (1941-1945), lúc đó trường mang tên Collège de Can Thơ rồi đổi sang Phan Thanh Giản…*" (Lê Cần Thơ: *Những Bạn Văn Nghệ Ngang Qua Đời Tôi* (Tâm Bút). Thư Ấn Quán – 2010 & 2016). Còn Dương Văn Minh đã xác nhận: "*Lê Xuyên và tôi cùng học một lớp. Tròn trịa "Collégien" 4 năm, tốt nghiệp 1945. Anh ở ngoại trú, tôi ở nội trú. Anh tên thật Lê Bình Tăng, gốc gác người quận* ***Trà Ôn****, tỉnh Cần Thơ. Từ Tam Bình qua Trà Ôn phải đi đò máy hay tàu hàng. Tôi ở Tam Bình là xứ rẫy mía theo con kinh đào êm như mơ, thẳng như sợi chỉ là tới "xứ" của Lê Xuyên mang tên Trà Ôn (…) Lê Xuyên vóc dáng trung trung, không mập không ốm, tánh tiền* [**tình**] *hiền như "ma soeur". Lê Xuyên viết nhiều về đời sống của người đồng quê miền Nam*" (*Thời Báo* số 507, ngày 17/09/1999, tr.77).

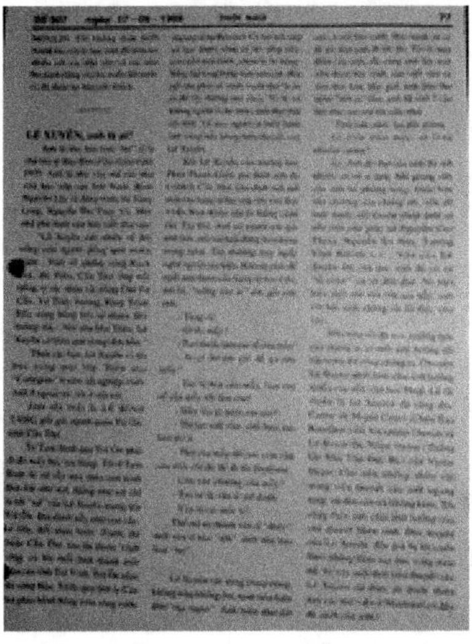

13. GỞI BẠN HIỀN ĐÀO VĂN BÁ (Long Hải)

(Đã đăng trên *Ngôn Ngữ* số **26**, tháng 7/2023)

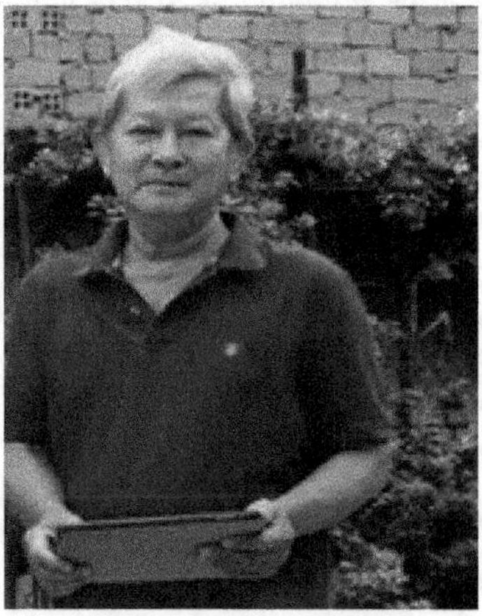

Quen biết nhau từ thời Sư Phạm
Bạn và tôi trọ học chung nhà
Hai năm chẵn đong đầy kỷ niệm
Biết bao nhiêu tình cảm chan hòa.
Cơn quốc biến: mỗi người mỗi ngả
Tôi ra đi biền biệt phương trời
Bạn ở lại nếm mùi tù ngục
Phá thành sầu - nốc chén rượu vơi.
Mười năm trước trở về quê cũ
Gặp bạn xưa quá đỗi vui mừng
Bốn mươi năm trời buồn cách biệt
Tâm sự hàn huyên, lệ ngập ngừng!
Gặp nhau tay bắt mặt mừng
Chưa vui tao ngộ đã buồn chia phôi
Từ đây góc biển chân trời
Nhớ nhau ghi khắc những lời hôm nay.

Trúc Lan - Montréal VII.2023

14. GỞI CHUYÊN VIÊN THƯ VIỆN PHẠM LỆ-HƯƠNG

(Đã đăng trên *Văn Học Mới* số **44**, tháng 9/2025)

Vốn là một chuyên viên Thư viện
Được biết tên là Phạm Lệ-Hương
Quê cũ chuyên ngành Thư viện học
Xứ người vẫn nối mạch thư hương.

Tôi muốn kể một người tốt bụng
Làm thiện nguyện Viện Việt học CA
Phương châm "thi ơn bất cầu báo"
Thời gian, công sức chẳng nệ hà!
Đã bao phen "méo mó nghề nghiệp"
Tìm tư liệu cổ, hiếm quý nhiều
Mảng văn học Nam Kỳ Lục Tỉnh
"CHO rất nhiều, NHẬN chẳng bao nhiêu"!
Tấm lòng ấy sao mà cao đẹp
Cái tình nầy sánh mấy cho vừa
Khép lại lời tri ân trang trọng
Cho tình văn nghệ đậm hương thơ!

Tôi muốn nhắc lời ca dao cũ
Như là tâm niệm phải viết lên:
"Ơn ai, một chút nên quên
"Phiền ai một chút, để bên dạ nầy*"!*

Trúc Lan – Montréal, tháng VII.2025

15. TÂN XUÂN TỰ THÁN (2018)

Tuổi cổ lai hy nếm đủ mùi
Được - thua, vinh - nhục, lẫn buồn vui
Chạy ăn tất bật, người mòn héo
Thù nước khôn nguôi, lệ sụt sùi!
Chẳng quản thị phi, tai giả điếc
Thờ ơ thế sự, mắt thà đui
Vẳng nghe tiếng gọi: hồn sông núi
Lực bất tòng tâm, những ngậm ngùi!
Trúc Lan - Montréal, Tết Mậu Tuất 2018

16. CẢM TÁC TẾT CANH TÝ (2020)

Ẩn hiện lung linh những đóm sao
Quê người đất khách kém tươi màu
Giáng sinh họp mặt còn trông ngóng
Tết nhứt sum vầy mãi ước ao
Bằng hữu họa thơ thay lửa ấm
Nhi đồng đọc truyện thế phong bao
Chừng nào níu lại hồn Xuân trước
Vỗ nhịp hoan ca giọng vút cao.
Trúc Lan

17. CHÚC TẾT TÂN SỬU (2021)

Năm tháng trôi qua – năm tháng hết
Người thân đi hết có còn ai
Cô Vi cướp đi bao sự sống
Xin chúc Bình An trọn kiếp nầy
Thời gian như bóng câu - cửa sổ
Cái già sồng sộc có chừa ai
Mọi chuyện muộn phiền thôi gác lại
Tết đến chúc nhau Hạnh Phúc đầy!
Trúc Lan

18. CẢM TÁC TẾT NHÂM DẦN (2022)

Đã mấy năm rồi trong bão dịch
Khắp muôn nơi phủ một màu tang
Xuân về bỗng thấy sầu đong . ngất
Tết đến mà sao lệ uất . tràn
Có phải con người gieo thảm hoạ
Hay là tạo hoá khéo đa đoan?
Nguyện cầu phép lạ trừ hung tặc
Rộn rã niềm vui khắp thế gian.
Trúc Lan

19. KHAI BÚT TẾT GIÁP THÌN (2024)

Bảy tám năm dư tính được gì?
*Được – thua, vinh – nhục vẫn vô tri**
Hai lần tai nạn, Trời che chở
Mấy lượt phong ba, Phật độ trì
Trận bút chen vai chừng thấm mệt
Trường văn góp mặt dám so bì
Thong dong đợi đến ngày chung cuộc
"Danh để mà chi, lợi để chi"?
Trúc Lan

**Vô tri*: không biết gì. Socrates (khoảng 470 - 399 TCN), một triết gia người Hy Lạp cổ đại, có nói: "*Tôi chỉ biết một điều, đó là không biết gì cả!*". Câu nói nổi tiếng từ 2500 năm trước của nhà hiền triết phương Tây vẫn có sức nặng trong triết thuyết giáo dục hiện đại: chúng ta thường bắt đầu như là *nhà giáo điều,* và - nếu mọi việc trôi chảy - thường sẽ kết thúc như là *nhà hoài nghi*.

20. KHAI BÚT TẾT ẤT TỴ: THAN THÂN

(Đã đăng trên *Văn Học Mới* số **37**, tháng 02, 2025)

Năm qua tai họa ập lên đầu
Nhà lụt, mắt mờ, vợ bịnh đau
Nghiệp bút, thôi đành xin hoãn lại
Nợ văn, cam chịu hẹn kỳ sau
Trình làng tác phẩm: chưa tròn nguyện
Góp mặt trường văn: dám lãng xao
Chí nguyện "lập ngôn" lưu hậu thế
Nhân sinh bào ảnh tợ chiêm bao!

Trúc Lan

21. VỚI BẠN VĂN (tặng Nhất Tâm Nguyễn Bá Thế)

Tôi tới thăm anh trời đổ mưa
Tôi – anh tâm sự, nói sao vừa
Đời anh là kiếp tằm nhả sợi
Những mảnh tơ lòng quyện ý thơ
Tôi hẹn lần sau lại đến đây
Chúng mình trút cạn chuyện vơi đầy
Mai sau biết có gần nhau nữa
Bởi người góc bể, kẻ chân mây.

Trúc Lan - Cần Thơ, Hè 1980

22. VĂN NHÂN VIỆT MONTRÉAL

*Kỷ niệm 50 năm viễn xứ (1975-2025)

Nơi xứ lạnh tình nồng vẫn ấm
Đất lành chim đậu đón di dân
Năm mươi năm chẵn cùng gầy dựng
Tập hợp thành đội ngũ văn nhân.

Tôi muốn kể công đầu khó nhọc
Nét son hồng dành tặng Nguyễn Huy
Dốc hết cả tâm can nhiệt huyết
Làm nên tác phẩm - sử sách ghi

Nhà hiền triết Hy Lạp có nói (*)
Có hai thứ ghi tạc đáy lòng
Đó là phải cho đi TRI THỨC
Và LÒNG TỐT sâu đậm thắm nồng
Thế hệ sóng sau dồn sóng trước
Cùng chung lòng, chung sức, chung tay
Cho đi Lòng Tốt và Tri Thức
Trả ơn người, phục vụ cho đời.

Bao di chứng thay muôn lời nói
Tượng đài Văn Hóa Mộng-Lệ-An
Trăm năm nữa còn ai nhắc tới
Tự hào thay những bậc ***văn nhân!***
Trúc Lan - Montréal, tháng III.2025

*Socrates (khoảng 470 – 399 TCN) là một triết gia người Hy Lạp cổ đại (người Athens), ông được coi là một trong những người đã sáng tạo ra nền triết học phương Tây. Là nhà triết gia đạo đức đầu tiên của nền tư tưởng đạo đức phương Tây, ông được xem là người đại diện tiêu biểu của trường phái triết học duy tâm. Socrates để lại hậu thế câu nói nổi tiếng: "Có hai thứ bạn phải cho đi, đó là TRI THỨC và LÒNG TỐT".

VĂN HỌC MỚI
SỐ 47 / THÁNG 12 / 2025
GIỚI THIỆU SỐ ĐẶC BIỆT
Vinh Danh 60 Năm Đóng Góp Cho Văn Học Việt Nam của Nhà giáo – Nhà biên khảo Nguyễn Kiến Thiết

Trong hành trình hơn *sáu thập niên* '1965 - 2025', nhà giáo – nhà văn, nhà biên khảo Nguyễn Kiến Thiết (bút hiệu Trúc Lan) đã dành trọn đời mình cho *"nghiệp chữ, đạo thầy và tình văn"*.

Tôi có thể gọi đó là một đời *"Sáu Thập Niên Giữ Lửa Văn Học Việt" — một ánh đuốc không chỉ soi cho chính ông, mà còn soi cho bao thế hệ người viết và người đọc Việt Nam trong và ngoài nước.*

Từ ghế giảng đường *Đại học Văn Khoa Sài Gòn những năm 1960 đến Montréal* hôm nay. Ông là một trong số rất hiếm hoi những trí thức Việt Nam *có khả năng nối liền sợi chỉ vàng của học thuật miền Nam trước 1975 với dòng văn học Việt tự do hải ngoại kéo dài đến nay, ' từ sinh thời đến hiện đại '.*

Di sản ấy — trong thời đại nhiễu nhương, khi giá trị dễ phai và ngôn ngữ dễ mờ — ***nên thật đáng kính hơn bao giờ hết.***

Tác phẩm ***"Những Mảnh Vụn Văn Học"***, do ***Văn Học Mới*** xuất bản trong tháng 9 năm nay - 2025 . ***Là kết tinh học thuật của một hành trình dài - sáu mươi năm.*** *"Gồm hàng trăm trang biên khảo, hồi ký, chân dung văn học, tư liệu dân gian, cùng thơ văn xướng họa.* Đây không chỉ là quyển sách, mà là một bản trường thiên ghi lại cả một khoảng lịch sử văn hóa Việt Nam qua ' kiến văn thấu thị ' của một nhà biên khảo liêm chính.

Tòa soạn trân trọng dành trọn Số 47 này, làm SỐ ĐẶC BIỆT VINH DANH ' Văn Thi Sĩ ' - Giáo sư - Nhà biên khảo NGUYỄN KIẾN THIẾT — ***như một lời tri ân đối với thế hệ tiên***

phong của Văn Học Việt Tự Do ; và cũng là món quà gởi đến thế hệ trẻ, những người đang tiếp nối dòng Nam Học — dòng chảy nghiên cứu giàu tính nhân bản, trí thức cẩn trọng và tinh thần liêm khiết học thuật.

Trong số báo này, chúng tôi có đăng kèm theo bài *NHẬN ĐỊNH – VINH DANH: "Nguyễn Kiến Thiết – Sáu Thập Niên Lặng Lẽ Gìn Giữ Linh Hồn Văn Học Nam Bộ"*.

Giữa nửa thế kỷ Văn Học Hải Ngoại, thật khó tìm được người nào âm thầm mà bền bỉ như GS Nguyễn Kiến Thiết. Ông thuộc về lớp 'người gìn hồn - giữ lửa ' - những học giả Văn Khoa Sài Gòn, những người đã mang theo ký ức tri thức vượt qua biến động lịch sử để gìn giữ tiếng Việt, giữ đạo học, giữ cả tâm hồn văn hóa của dân tộc.

Giáo sư Nguyễn Kiến Thiết sinh tại huyện Trà Ôn, tỉnh Vĩnh Long. Ông tốt nghiệp Đại học Văn Khoa Sài Gòn, đỗ Cử nhân, Cao học, và là Nghiên cứu sinh Tiến sĩ Văn chương Việt Nam.

Dưới sự hướng dẫn của GS Thanh Lãng, ông đệ trình thành công luận án "Tánh Cách Đặc Thù Của Ca Dao Miền Nam" - một trong những công trình mở đầu cho hướng nghiên cứu Nam học trong nguồn tri thức Việt.

Với tư cách người làm báo và cũng là người sáng tác vài loại hình nghệ thuật, tôi xin nghiêng mình trước hành trình sáu mươi năm ấy của nhà biên khảo. nguyên là giáo sư Nguyễn Kiến Thiết ... Một đời ***Ông giữ chữ bằng ĐẠO giữ nghề bằng NGHĨA, và giữ học thuật bằng sự trong sáng của TÂM.***

***

THAY LỜI BẠT

***

HÀ NGUYÊN DU

Nguyễn Kiến Thiết – Sáu Thập Niên Lặng Lẽ Gìn Giữ Linh Hồn Văn Học Nam Bộ

I. Dẫn nhập – Từ ngọn đuốc thầy trò đến dòng chảy học thuật Việt Nam

Với hơn nửa thế kỷ *Văn Học Hải Ngoại*, ít ai lặng lẽ mà bền bỉ như Giáo sư *Nguyễn Kiến Thiết*. Ông không ồn ào, không tranh luận, không khoe học vị, mà để chữ nghĩa ***tự tỏa sáng qua nghiệp viết và đời sống.***

Ông thuộc về thế hệ **"người gìn hồn - giữ lửa**" – những Nhà giáo của Văn Khoa Sài Gòn, những học giả đã mang theo ký ức tri thức vào ***dòng chảy di dân,*** để tiếng Việt không chết theo nhận thức của thế hệ sau.

Với Ông, Viết là phụng sự, và Tri thức là hành đạo.

II. Một hành trình học thuật sáu thập niên

Sinh tại Huyện Trà Ôn, Tỉnh Vĩnh Long, Giáo sư *Nguyễn Kiến Thiết* tốt nghiệp Đại học Văn Khoa Sài Gòn, *đỗ Cử nhân, Cao học và làm nghiên cứu sinh Tiến sĩ Văn chương Việt Nam (1966 –1974).*

Dưới sự hướng dẫn của GS Thanh Lãng, *ông đệ trình thành công luận án Cao Học Văn Chương* ***"Tánh Cách Đặc Thù Của Ca Dao Miền Nam"*** – một trong những công trình mở đầu cho hướng nghiên cứu **Nam Học** nghiêm túc.

Từ năm 1974, *Giáo sư Nguyễn Kiến Thiết* giảng dạy tại Đại học Cần Thơ, rồi tiếp tục sự nghiệp tại Montréal, góp phần hình thành *cộng đồng Việt có học thuật hẳn hòi.*

III. "Những Mảnh Vụn Văn Học" – Bức mosaic đời chữ
Tác phẩm gồm 350 trang, chia làm hai phần:

Phần I: 31 bài biên khảo – hồi ký – phê bình.
Phần II: Phụ lục – thư văn hữu, thơ Trúc Lan, các bài xướng - họa, nhận định.

Mỗi bài viết là một dấu ấn khắc họa ký ức văn chương:

Chân dung các thầy như Thanh Lãng, Nguyễn Khắc Hoạch, Nguyễn Văn Trung, Đông Hồ..v..v.., hồi ức về Đạo Văn, Hò Miền Nam, Thú chơi Câu Đối, và phân tích các giá trị văn hóa dân gian Nam Bộ.

Ở Gs Nguyễn Kiến Thiết, biên khảo không chỉ là phân tích, mà là một *hình thức tri ân và* ***phục nguyên ký ức học thuật.***

Văn phong của ông giản dị *mà chính xác*, mềm mại mà *nghiêm cẩn*, kết hợp nhuần nhị giữa lý tính và cảm tính — ***"Hồn Nam Học - giữa khuôn mẫu học thuật".***

IV. Giá trị nhân bản và tư tưởng – Ngọn lửa Nam Học không tắt.

Nhà biên khảo Nguyễn Kiến Thiết kế thừa phương pháp ***"chú giải và tư liệu"*** của Văn Khoa Sài Gòn, nhưng *vượt lên bằng nhân tính và lòng hiếu đạo trí thức.*

Nếu Thanh Lãng viết để cứu lương tâm thế hệ, thì **Nguyễn Kiến Thiết viết để** ***giữ linh hồn văn hóa Việt.***

Ông trung thành với nguyên tắc:
"Viết là dạy, và dạy là truyền nhân cách."

Trong bài Từ Dạ Cổ Hoài Lang đến Vọng cổ, ông ***khẳng định:***
"Dân ca là bản trường ca của người dân – nơi tiếng nói, nước

*Chính bằng chất giọng của một người – vừa học giả, vừa là văn thi nhân ... **Ông biến những mảnh vụn thành một di sản văn hóa quý hiếm.***

V. Truyền lửa cho thế hệ kế thừa Tạp Chí Văn Học Mới

Tạp Chí Văn Học Mới** vinh danh Gs Nguyễn Kiến Thiết, đó không chỉ là tri ân một học giả, một văn thi nhân, một nhà biên khảo **mà còn là ...' cầu nối tinh thần giữa hai thế hệ '.

Bên cạnh ông là những cây bút trẻ, đang học từ ông tinh thần *"liêm chính, trung hậu, nhân văn và khai phóng"*.

Ông là bóng mát của một truyền thống học thuật nhân bản, mà ***Văn Học Mới nguyện gìn giữ.***

VI. Kết: Một đóa hoa dại bên đường chữ nghĩa

Giáo sư, nhà văn, nhà thơ, nhà biên khảo :
Nguyễn Kiến Thiết từng viết:

"Ngạt ngào hoa dại mọc bên đường
Tuy không khoe sắc vẫn đưa hương."

*Đời ông, như đóa hoa dại ấy — **giản dị mà thơm, khiêm nhường mà sáng.***
*Trong cơn biến thiên của thời cuộc, ông đã để lại một di sản chữ nghĩa **liêm chính, sáng trong và đầy nhân cách.***

HÀ NGUYÊN DU
Nov 13 / 2025
4h25 PM /CA

- CHUNG-

www.ingramcontent.com/pod-product-compliance
Lightning Source LLC
LaVergne TN
LVHW052243200926
848481LV00002B/256